पुणे विद्यापीठाच्या जून २०१०-११ पासून बदललेल्या नवीन
अभ्यासक्रमानुसार तृतीय वर्ष वाणिज्य या वर्गांसाठी लिहिलेले पुस्तक.
महाराष्ट्रातील सर्व विद्यापीठांसाठी उपयुक्त.

व्यवसाय नियामक कायदे

प्रा. रूपाली शेठ
प्रा. विदुला कुलकर्णी
प्रा. नेहा पुराणिक
प्रा. अस्मिता कुलकर्णी

डायमंड पब्लिकेशन्स

व्यवसाय नियामक कायदे

प्रा.रूपाली शेठ, प्रा. विदुला कुलकर्णी
प्रा. नेहा पुराणिक, प्रा. अस्मिता कुलकर्णी

प्रथम आवृत्ती – जुलै २०१०

ISBN 978 - 81- 8483 - 310 - 2

© डायमंड पब्लिकेशन्स, पुणे – ४११ ०३०

अक्षरजुळणी :
डायमंड पब्लिकेशन्स, पुणे – ४११ ०३०

मुखपृष्ठ :
शाम भालेकर

प्रकाशक :
दत्तात्रेय गं. पाष्टे
डायमंड पब्लिकेशन्स
१२५५, सदाशिव पेठ, लेले संकुल
पहिला मजला, निंबाळकर तालमीसमोर
पुणे ४११०३०. ☎ ०२० – २४४५२३८७

E-mail : diamondpublications@vsnl.net
Web : www.diamondbookspune.com

प्रमुख वितरक :
डायमंड बुक डेपो
६६१, नारायण पेठ, अप्पा बळवंत चौक
पुणे –३०
☎ ०२० – २४४८०६७७

मनोगत

पुणे विद्यापीठांतर्गत तृतीय वर्ष वाणिज्य शाखेच्या 'व्यवसाय नियामक कायदे' या विषयाचे बदललेल्या अभ्यासक्रमावर आधारित हे क्रमिक पुस्तक आपल्या हाती देताना आम्हाला आनंद होत आहे. विद्यार्थी, शिक्षक आणि या पुस्तकाचा वापर करणाऱ्या सर्वांना याचा निश्चितच उपयोग होईल.

वाणिज्य शाखेतील विद्यार्थ्यांना शिक्षण घेताना मराठीमध्ये लिहिलेल्या उत्तम पुस्तकांची नेहमीच उणीव भासते. ही उणीव भरून काढण्याचा हा अल्पसा प्रयत्न.

'व्यवसाय नियामक कायदे' हा विषय तसा बराच व्यापक, तांत्रिक व गुंतागुंतीचा आहे. त्यामुळे या विषयावर लेखन करीत असताना या विषयाचे शास्त्रीय स्वरूप कायम राहील आणि भाषा सहज समजेल अशी ठेवणे आवश्यक होते. त्या दृष्टीने या विषयाचे अध्ययन व अध्यापन सुलभ व्हावे व विद्यार्थ्यांना विषयाचे नेमके स्वरूप समजावे यासाठी हे पुस्तक आम्ही लिहिलेले आहे. सदर पुस्तक लिहिताना विविध संदर्भग्रंथांचा बहुमोल उपयोग झाला आहे. तरीसुद्धा या पुस्तकात काही त्रुटी राहून गेल्या असण्याची शक्यता आहे; तरी वाचकांनी आपल्या सूचना अवश्य कळवाव्यात.

प्रस्तुत पुस्तकाच्या प्रकाशनाची जबाबदारी अल्पावधीत लोकप्रिय झालेल्या नामवंत डायमंड प्रकाशनाने स्वीकारली. त्याबद्दल श्री. दत्तात्रेय पाष्टे व प्रकाशनातील सर्व कर्मचाऱ्यांचे मन:पूर्वक आभार.

पुणे

प्रा. रूपाली शेठ
प्रा. विदुला कुलकर्णी
प्रा. नेहा (दिप्ती) पुराणिक
प्रा. अस्मिता कुलकर्णी

लेखक परिचय

(१) प्रा. रूपाली शेठ *(M.Com, ICWA (Inter), SET)*
हुजूरपागा महिला वाणिज्य महाविद्यालयात व्याख्याता म्हणून ९ वर्षे कार्यरत, टिळक महाराष्ट्र विद्यापीठाच्या अभ्यास मंडळाचे सदस्यत्व, रामानंदतीर्थ विद्यापीठ मराठवाडा यांच्या वाणिज्य शाखेच्या प्रथम वर्ष, द्वितीय वर्ष, बी.बी.ए. या शाखांसाठी विविध विषयांवर पुस्तक लेखन.

पुणे विद्यापीठांतर्गत विविध विषयांसाठी पेपर तपासनीस म्हणून अनेक वर्षे कार्यरत.

टिळक महाराष्ट्र विद्यापीठासाठी वाणिज्य विभागाच्या विविध विषयांच्या संदर्भसाहित्य तयार करण्यात सक्रिय सहभाग. पुणे विद्यापीठांतर्गत होणाऱ्या विविध उपक्रमात सक्रिय सहभाग.

(२) प्रा. विदुला कुलकर्णी *(M.Com, SET)*
१० वर्षे हुजूरपागा महिला वाणिज्य महाविद्यालयात व्याख्यात्या, सध्या सिंहगड कॉलेज ऑफ कॉमर्स येथे कार्यरत. टिळक महाराष्ट्र विद्यापीठाच्या अभ्यास मंडळाचे सदस्यत्व रामानंदतीर्थ विद्यापीठ मराठवाडा यांच्या वाणिज्य शाखेच्या प्रथम वर्ष, द्वितीय वर्ष, बी. बी. ए. शाखांसाठी विविध विषयांवर पुस्तक लेखन.

पुणे विद्यापीठांतर्गत विविध विषयांसाठी पेपर तपासनीस म्हणून अनेक वर्षे कार्यरत.

टिळक महाराष्ट्र विद्यापीठासाठी वाणिज्य विभागाच्या विविध विषयांचे संदर्भसाहित्य तयार करण्यात सक्रिय सहभाग टिळक महाराष्ट्र विद्यापीठाच्या दूरस्थ बी. बी. ए. साठी visiting faculty म्हणून कार्यरत.

पुणे विद्यापीठांतर्गत होणाऱ्या विविध उपक्रमात सक्रिय सहभाग

(३) प्रा. नेहा (दिप्ती) पुराणिक *(M.Com., MBA, DTL, DCM, SET)*

हुजूरपागा महिला वाणिज्य महाविद्यालयात व्याख्याता म्हणून ७ वर्षे कार्यरत. विविध पदव्युत्तर अभ्यासक्रमांसाठी अध्यापन.

पुणे विद्यापीठांतर्गत विविध विषयांसाठी पेपर तपासनीस म्हणून अनेक वर्षे कार्यरत.

पुणे विद्यापीठांतर्गत होणाऱ्या विविध उपक्रमांत सक्रिय सहभाग.

(४) प्रा. अस्मिता कुलकर्णी *(M.Com, SET)*

हुजूरपागा महिला वाणिज्य महाविद्यालयात व्याख्याता म्हणून ८ वर्षे कार्यरत.

रामानंदतीर्थ विद्यापीठ मराठवाडा यांच्या वाणिज्य शाखेच्या प्रथम वर्ष, द्वितीय वर्ष, बी.बी.ए. या शाखांसाठी विविध विषयांवर पुस्तक लेखन.

यशवंतराव चव्हाण मुक्त विद्यापीठ आणि टिळक महाराष्ट्र विद्यापीठ यांच्या दूरस्थ शिक्षण मंडळासाठी वाणिज्य शाखेच्या विविध विषयांचे अध्यापन.

टिळक महाराष्ट्र विद्यापीठाच्या वाणिज्य विभागासाठी विविध विषयांचे पेपर तयार करण्याचे जोखमीचे काम व पेपर तपासणी ही महत्त्वाची कामे करण्याची जबाबदारी अनेक वर्षे पार पाडीत आहेत.

अनुक्रमणिका

करार कायदा सर्वसामान्य तत्त्वे
भारतीय करार कायदा, १८७२
The Indian Contract Act, 1872

१.१ प्रास्ताविक व व्याप्ती (Introduction)

१ सप्टेंबर, १८७२ पासून भारतीय करार कायदा, जम्मू काश्मीर राज्य सोडून भारतातील सर्व राज्यांना व केंद्रशासित प्रदेशांना लागू करण्यात आला. कायद्याची सर्वांत जुनी शाखा म्हणून हा कायदा ओळखला जातो.

करार कायदा प्रामुख्याने व्यापारी व्यक्तींना लागू असतो. परंतु अव्यापारी व्यक्तींना सुद्धा करार कायद्याचा आधार घ्यावा लागतो. करार कायदा हा फक्त व्यक्ती, राज्य, देश यापुरताच मर्यादित नसतो, तर तो आंतरराष्ट्रीय पातळीवरसुद्धा राबविता येतो –

सर विल्यम ॲन्सन (Sir William Anson) म्हणतात, "करार करणाऱ्या व्यक्तीच आपल्यासाठी कायदा करतात."

करार कायद्यामध्ये अटी, मुक्तता, भंग, दोषी व्यक्ती, उपाययोजना इ.चे नियम दिलेले आहेत. करार करणाऱ्या व्यक्तींना त्यापासून हक्क व कर्तव्ये निर्माण होतात. त्यांचे विश्लेषण यात केलेले आहे. करार करण्याचे स्वातंत्र्य असले तरी कायद्याने काही बंधने व मर्यादा घातल्या आहेत. उदा. करारातील (१) दोन्ही व्यक्ती सज्ञान असल्याच पाहिजेत. (२) दोन्ही व्यक्तींची करारास मुक्त अथवा स्वखुशीने संमती असली पाहिजे (३) कराराचा हेतू कायदेशीर असलाच पाहिजे.

म्हणजेच करारातील

(१) दोन्ही व्यक्ती अल्पवयीन नकोत,

(२) दोन्ही व्यक्तींची करारास बळजबरीची संमती नको,

(३) कराराचा हेतू बेकायदेशीर असू नये.

करार कायदा हा प्रामुख्याने तीन प्रश्नांशी निगडित असतो.

(१) ठराव आहे का ?

(२) अंमलबजावणी शक्य आहे का ? व

(३) त्याची अंमलबजावणी कशी करावी ?

१.२ (२) करार : व्याख्या : करार संज्ञेची व्याख्या खालीलप्रमाणे केलेली आहे –

(१) भारतीय करार कायदा [कलम २(एच)] अनुसार : "कायद्याने अंमलबजावणी करता येणाऱ्या ठरावास करार म्हणतात."

(२) श्री.सॅलमंड (Mr. Salmond) : यांच्या मते, "ज्या ठरावामुळे संबंधित व्यक्तींमध्ये कर्तव्ये निर्माण होऊन निश्चित होतात त्याला करार म्हणतात."

(३) सर विल्यम ॲन्सन (Sir William Anson) : यांच्या मते, "ज्या ठरावामुळे संबंधित व्यक्तींना एखादे कार्य करण्याचा हक्क प्राप्त होतो आणि दुसऱ्या व्यक्ती ते कार्य करून शकणार नाहीत यासाठी निर्बंध घातले जातात त्या ठरावास करार असे म्हणतात."

(४) सर एफ.पोलोक (Sir. F. Pollock) : यांच्या मते "कायदेशीररीत्या अंमलबजावणी योग्य प्रत्येक ठराव आणि वचन म्हणजे करार होय."

(२) / व्यवसाय नियामक कायदे

सारांश : वरील विवेचनावरून आपणास असे दिसते की, करार करण्यासाठी खालील दोन गोष्टींची आवश्यकता असते.

(१) ठराव आणि

(२) कायदेशीररीत्या अंमलबजावणी योग्य ठराव.

ठराव : व्याख्या : कलम २ (इ) अनुसार ठरावाची व्याख्या खालीलप्रमाणे केली आहे –

''ज्या प्रत्येक वचनामुळे किंवा वचनांच्या गटामुळे एकमेकांस प्रतिफल मिळते त्याला ठराव असे म्हणतात.''

वचन : व्याख्या : कलम २ (बी) अनुसार वचन या संज्ञेची व्याख्या खालीलप्रमाणे केली आहे –

''जो प्रस्ताव स्वीकृत केला जातो तेव्हा त्याला वचन म्हणतात.''

म्हणून दुसऱ्या शब्दांत, ''ठराव म्हणजे स्वीकृत प्रस्ताव होय.''

खालील समीकरण पहा –

(१) करार = ठराव (अंमलबजावणी योग्य),

(२) ठराव = वचन,

(३) वचन = स्वीकृत प्रस्ताव.

कायदेशीर अंमलबजावणी योग्य ठरावास करार असे म्हणतात.

(३) ठरावाचे त्याच्या स्वरूपावरून व अंमलबजावणीवरून विविध प्रकार पडतात.

(ब) ठरावाचे वर्गीकरण

१. ठरावाच्या स्वरूपावरून वर्गीकरण

(अ) व्यक्त स्वरूपाचे करार

(ब) अव्यक्त स्वरूपाचे करार

(क) आभासी स्वरूपाचे करार

२. ठरावाच्या अंमलबजावणीवरून वर्गीकरण

(अ) व्यक्त आणलेला करार

(ब) अव्यक्त आणावयाचा करार

(१) ठरावाच्या स्वरूपावरून त्यांचे वर्गीकरण –

(अ) व्यक्त करार : ठराव करताना करारातील अटींविषयी दोन्ही व्यक्तींचे जेव्हा एकमत होते तेव्हा तो ठराव व्यक्त ठराव होतो. यामध्ये प्रस्तावातील अटी स्पष्ट व उघडपणे मांडलेल्या असतात व प्रस्तावाचा स्वीकार या अटी मान्य करून केलेला असतो.

उदा. शोरूमची मारुती कार सर्व अटींसह पैसे देऊन खरेदी करणे.

(ब) अव्यक्त करार : याला सूचित करार असेही म्हणतात. या करारातील अटी उघडपणे मान्य केलेल्या नसतात. परंतु त्या करारातील व्यक्तीच्या वागणुकीवरून, कृतीवरून, सभोवतालच्या एकूण परिस्थितीवरून अटी मान्य केल्याचे सूचित केले जाते तेव्हा त्याला अव्यक्त किंवा सूचित करार म्हणतात.

उदा. एस्.टी. बसमध्ये बसून प्रवास करणे व कंडक्टरने पैसे घेऊन त्यासाठी तिकीट देणे.

उदा. हॉटेलमध्ये जाऊन इच्छेप्रमाणे फराळ व चहा घेणे आणि जाताना वेटरने सांगितलेले पैसे देऊन जाणे.

(क) आभासी करार : यात कराराचा आभास निर्माण केला जातो. मुळात करार करण्याचा हेतू नसतो. हा करार न्याय्य तत्त्वावर आधारलेला असतो. कोणाचे नुकसान कोणाचा फायदा असे होत नाही. म्हणून आभासी करारातील हक्क, कर्तव्ये, जबाबदाऱ्या करारातील भाग घेणाऱ्या व्यक्तींच्या इच्छेनुसार होत नाहीत तर कायद्याच्या अंमलबजावणीने निर्माण होतात. यांना 'तादृश्य करार' म्हणतात.

उदा. घरभाडेकरूने घरमालकाच्या जागी आलेल्या घराचा नगरपालिकेत घरफाळा भरला. तर भाडेकरू ती रक्कम वसूल करू शकतो.

उदा. भ्रमिष्टाला जीवनावश्यक वस्तूंचा पुरवठा करणे व त्याच्या मालमत्तेतून वसुली करणे.

उदा. ग्राहकाला 'जांगड पद्धतीने पसंतीवर' मालाची विक्री या पद्धतीने पाठविले. त्याने न कळविता दुसऱ्याला विकणे व किंमत वसूल करणे.

हे सर्व व्यवहार आभासी करार आहेत.

(२) ठरावाच्या अंमलबजावणीवरून वर्गीकरण –

(अ) अमलात आणलेला करार : दोन्ही व्यक्ती आपापली जबाबदारी करारानुसार पार पाडतात व हक्क बजावतात तेव्हा त्याला अमलात आणलेला करार असे म्हणतात.

उदा. 'अ' ने 'ब' चा घोडा ३,००० रुपयास खरेदी केला आणि 'अ'ने ३,०००

रु. रोख मोजले व घोडा घेऊन घरी गेला. असा हा व्यवहार पूर्ण झाला. म्हणून याला अमलात आलेला करार म्हणतात.

(ब) अमलात आणावयाचा करार : जेव्हा ठरावातील व्यक्तींनी आपापली कर्तव्ये व जबाबदाऱ्या पार पाडलेल्या नसतात तेव्हा त्याला अमलात आणावयाचा करार म्हणतात.

उदा. 'अ'ने 'ब'ला आपली मोटार विकत देण्याचा ठराव केला. परंतु किंमत आली नसेल व मोटार दिली नसेल तर त्याला अमलात आणावयाचा ठराव म्हणतात.

लेखी व नोंदणी करावे लागणारे ठराव (करार)
(Written and Registered Agreements)

कलम –२ (एच) अनुसार जो 'ठराव' कायदेशीररीत्या अंमलबजावणी योग्य असतो त्याला 'करार' असे म्हणतात.

कलम – १० अनुसार

(अ) करार पात्र व्यक्ती असलेले ठराव (कलम–११)

(ब) मुक्त संमती असलेले ठराव (कलम – १३ ते २२)

(क) प्रतिफल असलेले ठराव (कलम–२३)

(ड) कायद्याने 'व्यर्थ' न ठरविलेले ठराव (कलम – 20,२६,३३,५६)

इत्यादी सर्व अटींची पूर्तता केलेले ठराव हेच फक्त कायदेशीररीत्या अंमलबजावणीस योग्य ठरतात.

इतर अटी,

(इ) लेखी करार कोर्ट स्टँपवर लिहावा लागतो.

(ई) त्याची नोंदणी करावी लागते.

जर, तो ठराव तोंडी असला तर तो, कोर्ट स्टँपवर लिहिण्याचा व नोंदणी करण्याचा प्रश्न उद्भवत नाही. परंतु, सर्वच ठरावाच्या बाबतीत आपण असे म्हणू शकतो की भविष्यकाळात उद्भवणाऱ्या वादाच्या वेळी कायदेशीर पुरावा म्हणून फक्त लेखी करारच उपयुक्त ठरतो.

या दृष्टीने,

(१) कलम १० मधील सर्व अटींची पूर्तता केली तरच तो ठराव कायदेशीर ठराव होतो व

(२) कायदेशीर ठराव हा कायदेशीर करार होतो.

यासाठी, विशिष्ट ठराव हे लेखी असून नोंदणी केलेलेच पाहिजेत तरच ते कायदेशीर

करार होतात.

म्हणून, ''प्रत्येक करार हा ठराव असतो परंतु प्रत्येक ठराव, करार होतोच असे नाही.''

कलम १०, अनुसार एखादी जर अट, 'ठरावाने' पूर्ण केली नाही, तर तो ठराव –

(१) 'व्यर्थ' ठराव, किंवा

(२) 'वर्जनीय' ठराव, किंवा

(३) 'बेकायदेशीर' ठराव होतो.

लेखी व नोंदणी करावे लागणारे ठराव (करार)

(१) प्रतिफल विरहित ठराव – उदा.प्रेम विवाह करार, देणगी करार,

(२) कालबाह्य कर्ज फेडीचे वचन,

(३) संयुक्त भांडवली मंडळीचे घटनापत्रक, नियमावली, कर्जरोखे, भाग हस्तांतर,

(४) स्थावर मालमत्ता विक्री करार,

(५) स्थावर मालमत्ता गहाणवटीचे करार,

(६) स्थावर मालमत्ता बक्षीसपत्राने देण्याचा करार,

(७) हस्तांतर करावयाच्या मालमत्तेचे दस्तऐवज, कागदपत्रे,

(८) कालबाह्यता टाळण्यासाठी केलेला ठराव,

(९) विश्वस्त करार,

(१०) लवाद नेमण्याचे करार,

(११) चलनक्षम दस्तऐवज, चेक, प्रॉमिसरी नोट, हुंडी इ.

वरील सर्व करार हे लेखी असणे कायदेशीररीत्या पुराव्याच्या दृष्टीने जेवढे महत्त्वाचे असते तेवढे त्यांची नोंदणी करणेसुद्धा आवश्यक असते.

ठरावांचे वर्गीकरण (Classification of Agreements)

(अ) ठरावांचे प्रमुख वर्गीकरण

१. व्यर्थ ठराव	२. वर्जनीय ठराव	३. कायदेशीर ठराव	४. बेकायदेशीर ठराव	५. अंमलबजावणीस अयोग्य ठराव
Void Agreements	Voidable Agreements	Valid Agreements	Illegal Agreements	Unforceable Agreements

(६) / व्यवसाय नियामक कायदे

(१) व्यर्थ ठराव : कलम २ (जी) अनुसार, "जो ठराव कायदेशीररीत्या अंमलबजावणी योग्य नाही त्याला 'व्यर्थ' ठराव म्हणतात." या व्याख्येनुसार 'व्यर्थ ठराव' असू शकते. परंतु 'व्यर्थ करार' असू शकत नाही. कायद्याच्या नजरेत 'व्यर्थ ठराव' म्हणजे 'शून्य पोकळी' होय. 'व्यर्थ ठराव' म्हणजे, जणूकाय संबंधित व्यक्तिमध्ये ठरावच झाला नव्हता. असा ठराव कोणत्याच प्रकारचे कायदेशीर हक्क निर्माण करू शकत नाही किंवा कोणतीच बंधने जोडली जात नाहीत.

असे काही ठराव असतात की, अशक्य अंमलबजावणी व बेकायदेशीरपणा या व्यतिरिक्त ते ठराव कायदेशीरच असतात, म्हणून ते ठराव 'व्यर्थ' ठराव होतात.

म्हणून 'व्यर्थ ठराव'व 'व्यर्थ करार' हे दोन शब्दप्रयोग तुलना करण्यास योग्य आहेत.

जर सुरुवातीपासूनच ठराव 'व्यर्थ' असेल तर अर्थातच तो 'व्यर्थ ठराव' ठरतो. अशा प्रकारच्या ठरावाला 'करार' हा शब्दप्रयोग वापरता येत नाही. उदा. अल्पवयीन व अपात्र व्यक्तीबरोबर झालेला ठराव हा पहिल्यापासूनच 'व्यर्थ' ठराव असतो. त्याचप्रमाणे विवाह प्रतिबंधक ठराव, व्यापार प्रतिबंधक ठराव, पैजेच ठराव, अशक्य कृती करण्याचा ठराव, अनिश्चित अर्थाचा ठराव, कोर्टात दावा लावण्याच्या हक्कावर प्रतिबंध करणारा ठराव इ. हे पहिल्यापासूनच 'व्यर्थ ठराव' होत.

कायद्याच्या तरतुदीमुळे कराराची अंमलबजावणी अशक्यप्राय होत असेल तर तो करार 'व्यर्थ करार' ठरतो. तसेच तेव्हा करारातील एखाद्या व्यक्तीला तो करार 'रद्द' करण्याचा हक्क पोहोचत असतो अशावेळी जर त्या व्यक्तीने तसे ठरविले तर तो करार 'व्यर्थ' ठरतो.

(२) वर्जनीय ठराव : कलम २ (आय) अनुसार, "ज्या ठरावाच्या संबंधित व्यक्तीपैकी एका व्यक्तीच्या इच्छेनुसार ठरावाची अंमलबजावणी करता येते. परंतु दुसऱ्या व्यक्तीला तसा अधिकार प्राप्त होत नाही, त्या ठरावाला 'वर्जनीय ठराव' म्हणतात."

एखाद्या व्यक्तीची संमती जर, धाक, बलप्रयोग, फसवणूक, नैतिक दडपण, असत्य विधान करून मिळविली असेल तर तो ठराव अशा तऱ्हेने संमती दिलेल्या व्यक्तीला, अमलात आणता येतो किंवा रद्द करता येतो तेव्हा तो ठराव 'वर्जनीय ठराव' असतो. जर या व्यक्तीने तो ठराव अमलात आणावयाचे ठरविले तर तो 'कायदेशीर ठराव' होतो.

असा 'वर्जनीय ठराव' रद्द करण्याचा किंवा अमलात आणण्याचा हक्क वापरावयाचा

असल्यास वेळ जाण्यापूर्वी व तिऱ्हाईतांना त्याचा हक्क प्राप्त होण्याच्या अगोदर वापरला पाहिजे. अन्यथा संमती देणाऱ्या व्यक्तीवर तो करार बंधनकारक ठरतो.

जर दुखवून संमती घेतलेल्या व्यक्तीने करार रद्द केला तर दुसऱ्या व्यक्तीने वचन पूर्तता करण्याचे कारण नाही.

कायद्याने दोन्ही व्यक्तींना समानता प्राप्त करून दिली आहे. करार रद्द झाल्यानंतर त्या करारातील दोन व्यक्ती करारापूर्वी ज्या अवस्थेला होत्या त्याच अवस्थेला येतात आणि त्या करारामुळे कोणास लाभ झाला असेल तर तो विरुद्ध व्यक्तीला परत दिला जातो.

तुलना

'व्यर्थ' ठराव	'वर्जनीय' ठराव
१. कायद्याच्या नजरेत असा ठराव हा 'शून्य पोकळी' आहे. कारण हे ठराव सुरुवातीपासूनच व्यर्थ स्वरूपाचे असतात.	१. असा ठराव 'मुळात' चांगल्या हेतूने केलेला असतो व कायदेशीर करारप्रमाणे त्याची अंमलबजावणी करता येते. परंतु संमती घेतलेल्या व्यक्तीने ठरविले तर तो करार रद्द होतो व सर्व संबंध संपुष्टात येतात.
२.कायदेशीररीत्या अंमलबजावणी करता येत नाही.	२.संमती घेतलेल्या व्यक्तीने ठरविले तर तो करार रद्द होतो व अंमलबजावणी करणे शक्य होत नाही.
३.अशा ठरावाचे पुन्हा अंमलबजावणी योग्य ठरावात रूपांतर करता येत नाही.	३. अशा ठरावाची अंमलबजावणी योग्य परिस्थिती निर्माण करता येणे शक्य असते. असा ठराव पूर्णपणे रद्द होत नाही.
४. नुकसानभरपाईसाठी एकमेकांवर दावा लावता येत नाही.	४. ठराव रद्द करण्याचा हक्क ज्याला असतो तो झालेल्या नुकसानीबद्दल नुकसान भरपाईचा दावा लावू शकतो.
५.जेव्हा असा ठराव हा कायदेशीर उद्दिष्ट व कायदेशीर प्रतिफलाच्या अभावी व्यर्थ ठरतो. तेव्हा मूळ ठरावास जोडून असणारा आनुषंगिक ठराव देखील व्यर्थ ठरतो.	५. अशा ठरावावर जोडून असणाऱ्या आनुषंगिक ठरावावर मूळ ठरावाच्या वर्जनियतेच्या काही परिणाम होत नाही.
६. कुणालाच मालकी हक्क प्राप्त होत नाही.	६. करार रद्द केला नसेल तर संबंधित व्यक्तींना हक्क प्राप्त होतात.

(३) कायदेशीर ठराव : कलम १० अनुसार, जो करार कायद्याच्या सर्व तरतुदी पूर्ण करतो त्याला 'कायदेशीर ठराव' म्हणतात. अशा कराराचे सर्व हक्क दोन्ही व्यक्तींना प्राप्त होतात. त्यामुळे ज्या व्यक्तीने कराराची अंमलबजावणी करावयाची आहे किंवा ज्या व्यक्तीने करारानुसार कृत्य करावयाचे आहे किंवा नाही त्या व्यक्तीविरुद्ध कायदेशीररीत्या अंमलबजावणी करता येते.

कायदेशीर करारासाठी –

(अ) करारपात्र व्यक्ती,

(ब) मुक्त संमती,

(क) कायदेशीर उद्दिष्ट,

(ड) कायदेशीर प्रतिफल इ.

अटींची पूर्तता करावी लागतेच.

कायदेशीर करारातील व्यक्तींना योग्य ते हक्क, कर्तव्ये जबाबदाऱ्या प्राप्त होतात.

(४) बेकायदेशीर ठराव : ''जर ठराव या देशातील कायद्याच्या विरुद्ध असेल तर तो ठराव बेकायदेशीर ठराव होय.'' प्रथमपासूनच बेकायदेशीर असलेले ठराव हे 'व्यर्थ' ठराव असतात.

(अ) कायद्याने प्रतिबंधित केलेले ठराव,

(ब) सामाजिक धोरणाविरुद्ध असणारे ठराव,

(क) दुसऱ्याच्या मालमत्तेला हानी पोहचविण्याचे करार,

(ड) दुसऱ्याला शारीरिक दुखापत करण्याचा ठराव,

(इ) नैतिकतेला विरोध करणारे ठराव.

''जरी, सर्व 'बेकायदेशीर ठराव' हे 'व्यर्थ' असले तरी सर्व 'व्यर्थ' ठराव हे बेकायदेशीर असतातच असे नाही.'' म्हणून आपणास असे म्हणता येते, बेकायदेशीर ठराव हे 'व्यापक' आहेत व 'व्यर्थ ठराव' हे त्यामानाने कमी व्यापक आहेत. उदा. अज्ञान व्यक्तीने केलेला ठराव हा व्यर्थ असतो. पण बेकायदेशीर नसतो.

बेकायदेशीर ठरावावर अवलंबून असणारे आनुषंगिक ठराव हे व्यर्थ ठरतात. परंतु व्यर्थ ठरावावर अवलंबून असणारे आनुषंगिक ठराव हे व्यर्थ ठरतातच असे नाही.

''ज्या ठरावाचे, उद्दिष्ट किंवा प्रतिफल हे बेकायदेशीर असते असा ठराव बेकायदेशीर ठरतो.''

तुलना

व्यर्थ ठराव	बेकायदेशीर ठराव
१. ठराव व्यर्थ ठरण्याची कारणे शोधून काढावी लागतात.	१. पुरावा शोधण्याची गरज नाही. कारण पुरावा असो वा नसो बेकायदा ठरावाची अंमलबजावणी करण्यास कोर्ट नकार देते.
२. सर्वच व्यर्थ करार बेकायदेशीर असतात असे नाही.	२. सर्वच बेकायदेशीर ठराव हे व्यर्थ असतात.
३. व्यर्थ ठरावाशी संबंधित असलेले सर्व करार व्यर्थ नसतात.	३. बेकायदा ठरावाशी संबंधित असलेले सर्व करार बेकायदा व म्हणून व्यर्थ असतात.
४. अंमलबजावणी करता येत नाही.	४. अंमलबजावणी करता येत नाही.

(५) अंमलबजावणीस अयोग्य ठराव : असा ठराव हा कायदेशीर असून अंमलबजावणीस योग्य असतो. केवळ काही तांत्रिक दोष वा अडचणीमुळेच तो ठराव कायदेशीररीत्या अंमलबजावणीस अयोग्य ठरतो.

उदा. (अ) पुराव्याचा अभाव, (ब) अंमलबजावणी कालमर्यादा समाप्ती, (क) लेखी ठराव नसणे, (ड) ठराव नोंदणी केलेली नसणे, (इ) अपुऱ्या रकमेचा कोर्ट स्टँप, (ई) साक्षीदाराची सही इ. कारणामुळे तो ठराव कायदेशीर असून, व्यर्थ नसून, वर्जनीय नसून, बेकायदेशीर नसूनही अंमलबजावणीस अयोग्य ठरतो.

उपाय : जर वर नमूद केलेले तांत्रिक दोष दूर केले तरच तो ठराव कायदेशीररीत्या अंमलबजावणीस योग्य ठराव होतो अन्यथा त्या ठरावाची अंमलबजावणी करता येत नाही.

(४) करारचे स्वरूप आणि प्रकार : कायदेशीर करार
(Nature and Classification of Contract) (Valid Contract)

'ठराव' हा करार कायद्याचा मूलभूत आधार ठरतो. सर्वसाधारणपणे कायदेशीर करार करण्यासाठी – (१) किमान दोन पक्ष, (२) सर्व सज्ञान पक्ष, (३) मुक्त संमती, (४) कायदेशीर हेतू, (५) ठराव, (६) अंमलबजावणी शक्य, (७) अंमलबजावणीची साधने. इ.गोष्टींची नितांत गरज असते. तरच तो करार कायदेशीर करार मानला जातो.

कलम १० मध्ये करार कायदेशीर ठरण्यासाठी आवश्यक गोष्टी दिल्या आहेत. या कलमानुसार–

(१०) / व्यवसाय नियामक कायदे

"कायदेशीर हेतू समोर ठेवून पात्र व्यक्तींच्यामध्ये प्रतिफल अपेक्षेने केलेल्या ठरावास करार म्हणतात. म्हणून असे म्हटले आहे, प्रत्येक करार हा ठराव असतोच, परंतु प्रत्येक ठराव हा करार असतोच असे नाही.'' त्यामुळे कोणत्याही करारला कायदेशीर म्हणून ओळखण्यासाठी खालील गोष्टींची आवश्यकता असते.

(१) किमान दोन व्यक्ती : एकच व्यक्ती असेल तर करार होणार नाही. ठराव दोघांच्यात होत असतो. उदा. अशोकने घर खरेदी करण्याचे ठरविले. एवढ्यावर तो करार होणार नाही. त्यासाठी, घर विकणारा सुभाष याच्याकडे जाऊन त्याच्याशी किमतीची चर्चा करून तशी दोघांची कबुली असली पाहिजे, तरच करारस आकार येणार आहे.

(२) ठराव : कराराची पूर्वतयारी म्हणजे ठराव होय. प्रस्ताव व स्वीकृती यांचा मिलाफ म्हणजे ठराव होय. विशिष्ट कार्य करावे किंवा करू नये असे एक पक्ष प्रस्तावाद्वारे सांगतो व दुसरा तसे मान्य करतो. यालाच दोन पक्षाच्या विचारांचे / मनाचे मीलन झाले असे म्हणता येईल. जर विचाराचे किंवा मनाचे मीलन झाले नाही तर तो करार होणार नाही. उदा. श्रीकांत दोन घरांचा मालक आहे. एक घर लक्ष्मीपुरी येथे आहे व दुसरे घर शाहुपुरीत आहे. यापैकी लक्ष्मीपुरीतील जुने घर विकण्याचा रमेशला प्रस्ताव करतो व त्याची किंमत चार लाख रुपये सांगितली. परंतु रमेशने शाहुपुरीतील नवे घर तो विकणार असल्याचे समजून होकार व संमती दिली. अशावेळी हा करार कायदेशीररीत्या अंमलबजावणी योग्य नाही. कारण श्रीकांतचे व रमेशचे विचारांचे व मनाचे मीलन झालेले नाही.

(३) मुक्त संमती : दोन्ही पक्ष एकमताने, एक विचाराने, एकत्रित आले तरच तो ठराव हा कायदेशीररीत्या अंमलबजावणीयोग्य ठराव होतो. दोघांची संमती मुक्त असली पाहिजे. ठरावाला संमती स्वीकृती ही कोणत्याही दबावापासून, दडपणापासून दूर असली पाहिजे.

अनिर्बंध संमती, मुक्त संमती केव्हा म्हणता येईल ? जर संमतीसाठी धाक दाखविला नसेल, दडपण आणले नसेल, बलप्रयोग, अनुचित प्रभाव, कपटभाव, फसवणूक नसेल, असत्य विधान नसेल, चूक नसेल –तरच त्याला मुक्त संमती म्हणतात. जर वरील प्रकारचे निर्बंध लादले असतील तर संमती देणारी व्यक्ती करार टाळू शकते.

(४) करार पात्रता : ठराव करण्यासाठी ज्या दोन व्यक्ती एकत्रित येतात त्या कायद्याने पात्र व्यक्ती असल्याच पाहिजेत. त्यासाठी कायद्याने तीन निकष सांगितले आहेत – (१) प्रौढ व्यक्ती, (२) सुझ व (३) कायद्याने निर्दोष व्यक्ती. अपात्र व्यक्तींनी करार केल्यास त्याची कायदेशीर अंमलबजावणी होणार नाही, कारण तो करार बेकायदेशीर ठरतो. उदा. चुलत्याने आपल्या १५ वर्षांच्या अल्पवयीन पुतण्याकडून

घराचा हिस्सा मिळण्यासाठी करार केला तर तो करार कायदेशीर नसल्यामुळे पुतण्या कोर्टात जाऊन तो करार रद्द करू शकतो.

(५) कायदेशीर प्रतिफल : कोणत्याही कायदेशीर करारासाठी कायदेशीर प्रतिफल असणे आवश्यक असते. मालमत्ता विक्रीच्या करारात ५,००,००० रु. किंमत ठरली. तर विक्रेत्याच्या दृष्टीने ५,००,००० रु. व खरेदीदाराच्या दृष्टीने मिळालेली मालमत्ता हे एकमेकांच्या दृष्टीने प्रतिफल होय. प्रतिफल नसलेल्या ठरावास 'उघडाबोडका' ठराव आणि कायदेशीर अंमलबजावणीस अयोग्य ठराव असे म्हणतात. उदा. सर्कशीतील एक हत्ती मोफत प्राणिसंग्रहालयाला देण्याचा करार झाला पण प्रत्यक्ष त्यांनी हत्ती देण्याचे नाकारल्यास तो करार प्रतिफल ठरलेले नसल्याने कायदेशीर अंमलबजावणीस अयोग्य ठरतो.

(६) कायदेशीर हेतू : ठरावाचा हेतू कायदेशीरच असला पाहिजे. कायद्याने मनाई केलेला किंवा कायद्यातील तरतुदींना मारक होईल असा हेतू नसावा. लबाडीचा, दुसऱ्याच्या जीविताला किंवा वित्ताला हानिकारक तसेच अनैतिक व जनहितास बाधक असा हेतू नसावा.

(७) ठराव कायद्याने व्यर्थ ठरविलेला नसावा : कायदेशीररीत्या अंमलबजावणी करता येण्यासाठी त्या ठरावाचा समावेश कायद्याने व्यर्थ ठरविलेल्या ठरावात नसावा. कायद्यानेच काही ठराव व्यर्थ ठरविलेले आहेत. उदा. (१) **कलम २६** – विवाहास प्रतिबंध करणारा ठराव, (२) **कलम २७** – व्यापारधंदा प्रतिबंधक ठराव, (३) **कलम २८** – कायदेशीर कारवाई प्रतिबंधक ठराव, (४) **कलम २९**– अनिश्चित अर्थाचे ठराव, (५) **कलम ३०** – पैजेचा ठराव इ.

(८) अमलात आणण्याची क्षमता : ज्या ठरावाद्वारे एखादे कार्य करण्याचे ठरविले आहे ते कार्य अमलात आणता येईल असे असावे. अशक्य कोटीचे कार्य करण्यासंदर्भात जे ठराव असतील ते कायदेशीररीत्या अंमलबजावणी योग्य नसतात. उदा. रामाने १,००० रु.चे १,००,००० रु. जादूने करून देण्याचा ठराव केला तर तो कायदेशीररीत्या अंमलबजावणीयोग्य नाही. किंवा दोन सरळ रेषा एकमेकाला जुळविण्याचा करार, जादूने गुप्त खजाना दाखविण्याचा ठराव इ. ठराव अशक्य कोटीचे, म्हणून कायदेशीररीत्या अंमलबजावणी योग्य नाहीत.

(९)अटींची निश्चितता : ठरावाच्या अटी निश्चित असाव्यात किंवा त्या अटी निश्चित करता येतील अशा तरी असाव्यात. उदा.कोल्हापुरात तुम्हाला एक घर मोक्याच्या जागी ५,००,००० रु. किमतीला देण्याचा ठराव हा अटींची निश्चितता दाखवत नाही. म्हणून हा ठराव कायदेशीररीत्या अंमलबजावणीयोग्य नाही.

(१०) कायदेशीर संबंध निर्माण करणे : ठराव करणाऱ्या व्यक्तींच्यामध्ये

कायदेशीर संबंध निर्माण झालेले असले पाहिजेत. अन्यथा तो ठराव कायदेशीररीत्या अंमलबजावणीयोग्य असणार नाही. उदा. मित्राच्या घरी जेवणाचे वचन, सार्वजनिक किंवा धार्मिक कार्यक्रमास हजर राहण्याचे वचन, मित्रत्वाचा क्रिकेट सामना खेळण्याचे वचन, मित्राची मुलगी आपल्या मुलाला देण्याचे वचन, मनोरंजन सहलीला जाण्याचे वचन, नाटकाला जाण्याचे वचन इ. वचनामध्ये कायदेशीर संबंध निर्माण करण्याची आवश्यकता नसते. म्हणून असे ठराव हे कायदेशीररीत्या अंमलबजावणीस अयोग्य असतात.

(११) कायदेशीर औपचारिकता : ठराव हे लेखी किंवा तोंडी असू शकतात. परंतु कायदेशीर अंमलबजावणीसाठी लेखी करारच असले पाहिजेत. उदा. कंपनी कायद्यानुसार घटनापत्रक व नियमावली लेखी असले पाहिजेत. विश्वस्त कायद्याने सर्व गोष्टी लेखी पाहिजेत. सर्व चलनक्षम दस्तऐवज लेखी पाहिजेत.

अशा प्रकारे या ११ आवश्यक गोष्टींची पूर्तता झाली तरच त्याची कायदेशीररीत्या अंमलबजावणी करता येते.

१.३ प्रस्ताव आणि प्रस्तावाची स्वीकृती [(कलम २ (अ) (ब)]
(Offer/Proposal and Acceptance) :

प्रस्ताव आणि त्यास स्वीकृती या दोन गोष्टींची पूर्तता झाली म्हणजे कराराची निर्मिती होते. कराराची निर्मिती होण्यासाठी किमान दोन व्यक्तींची आवश्यकता असते. एका व्यक्तीने प्रस्ताव करावा लागतो व दुसऱ्या व्यक्तीने त्या प्रस्तावास स्वीकृती द्यावी लागते.

(अ) प्रस्ताव –

एका व्यक्तीने दुसऱ्या व्यक्तीजवळ एखादे कार्य करण्यासंबंधी किंवा न करण्यासंबंधी इच्छा व्यक्त करणे, याला प्रस्ताव करणे म्हणतात. कलम २ (अ) यामध्ये दोन व्यक्ती नमूद केलेल्या आहेत – (१) प्रस्तावक किंवा वचनदाता, व (२) प्रस्तावता किंवा प्रस्ताव स्वीकृता किंवा वचन गृहीता.

(१) प्रस्तावक : जी व्यक्ती प्रस्ताव करते ती 'प्रस्तावक' होय. यालाच 'वचनदाता' असेही म्हणतात.

(२) प्रस्तावता : ज्या व्यक्तीला प्रस्ताव केला आहे तिला 'प्रस्तावता' म्हणतात. यालाच 'प्रस्ताव-स्वीकृता' किंवा 'वचन-गृहीता' असेही म्हणतात.

व्याख्या : 'प्रस्ताव' या संज्ञेची व्याख्या भारतीय करार कायदा, कलम २ (ए) अनुसार खालीलप्रमाणे आहे, ''जेव्हा एखादी व्यक्ती दुसऱ्या व्यक्तीची एखादे कार्य करण्यासाठी किंवा न करण्यासाठी संमती मिळविण्याच्या उद्देशाने इच्छा व्यक्त करते

तेव्हा त्यास 'प्रस्ताव' असे म्हणतात. ''

प्रस्ताव हा (१) तोंडी

(२) लेखी, आणि

(३) कृतीने, करता येतो.

प्रस्तावाच्या कायदेशीर अटी/नियम/तरतुदी

(१) प्रस्ताव स्वीकृतीची मुदत : उदा. १ जानेवारी २००६ ला प्रस्ताव केला व त्याला १५ दिवसांची स्वीकृतीची मुदत दिली असेल तर प्रस्ताव-स्वीकृतीने, तो प्रस्ताव १५ जाने.२००६ च्या आत स्वीकारला तरच करार होईल, अन्यथा १६ जानेवारीच्या पुढे तो प्रस्ताव रद्द होतो.

(२) विशिष्ट अटीचा प्रस्ताव : 'प्रस्ताव-स्वीकृताने' दोन जामीन दिले पाहिजेत, किंवा 'बयाणा रक्कम' किंवा डिपॉझिटची रक्कम भरूनच टेंडर भरावे अशी अट प्रस्तावक टाकू शकतो. उदा. महानगरपालिकेच्या बांधकामाचे टेंडर निघते तेव्हा कॉन्ट्रॅक्टर लोक ते टेंडर विशिष्ट अटींची पूर्तता करून भरतात.

(३) प्रस्तावाचे नियंत्रण व प्रस्ताव फरक : जंगी, लिलाव, प्रदर्शन व विक्री, क्लिअरन्स सेल, दुकानदाराने मालाच्या किमतीचा लावलेला फलक, इ.सर्व गोष्टींमध्ये एक प्रकारचे आवाहन असते. म्हणजेच लोकांनी प्रस्ताव करावा म्हणून केलेले निमंत्रण असते. हे निमंत्रण स्वीकारून गेल्यास तो प्रस्ताव स्वीकारला असा अर्थ होत नाही. त्यांच्या आवाहनास प्रतिसाद देऊन आपण त्यांच्या दुकानी हजर राहिलो तरी आपण त्यांचा माल घेतलाच पाहिजे असे निमंत्रितांवर बंधन नसते. म्हणजेच प्रस्तावाच्या निमंत्रणाची स्वीकृती होत नाही व तसे दोघांवर कायदेशीररित्या बंधनकारक नसते. विविध सार्वजनिक संस्था, कंपन्या हे टेंडर मागवितात तेव्हा कॉन्ट्रॅक्टर लोक टेंडर्स भरतात. ते टेंडर्स द्यावे याबद्दल निमंत्रण असते. त्यांच्या निमंत्रणाला प्रतिसाद देऊन टेंडर मंजूर, नामंजूर करण्याचे अधिकार कंपनीने आपल्याकडे ठेवलेले असतात. जर टेंडर स्वीकारले तरच करार पूर्ण होतो.

(४) प्रस्तावाचा हेतू कायदेशीर संबंधासाठीच असावा : करार भंगाबद्दल दुसऱ्या व्यक्तीविरुद्ध नुकसानभरपाईचा दावा करण्याचा हेतू असला पाहिजे. म्हणजेच्या त्यांच्यात प्रस्ताव-स्वीकृतीमुळे कायदेशीर संबंध निर्माण झालेले असलेच पाहिजेत अन्यथा तो प्रस्ताव व करार कायदेशीररीत्या अंमलबजावणीयोग्य होत नाही. उदा. श्रीकांतने राधेशामला रविवारी पार्टीस येण्याचे निमंत्रण दिले परंतु राधेशाम रविवारी पार्टीस हजर राहू शकला नाही तेव्हा श्रीकांत चिडून जाऊन राधेशामला कोर्टात खेचू शकत नाही कारण श्रीकांतच्या प्रस्तावाचा हेतू कायदेशीर संबंध प्रस्थापित करण्याचा नसल्यामुळे असा दावा कायदेशीर ठरत नाही.

(५) एक किंवा अनेक व्यक्तीसाठी प्रस्ताव : उदा. श्री. मनसुखलाल यांचा

मुलगा हरवला व त्यांनी वृत्तपत्रामध्ये मुलगा आणून देणाऱ्यास ५,००० चे बक्षीस जाहीर केले असल्यास तो प्रस्ताव सर्व जनतेसाठी असतो. त्यापैकी एकालाच ते बक्षीस मिळणार असते. सर्वजणांनी प्रयत्न करण्यासाठी खर्च केला असेल व मुलगा सापडला नसेल तरी त्यांना खर्च वसुलीचा व बक्षीस वसुलीचा हक्क पोहोचत नसतो.

(६) संबंध पोहोचणाऱ्या व्यक्तीजवळच प्रस्ताव केला पाहिजे : प्रकाश व पद्माकर यांच्यात संभाषण सुरू आहे. प्रकाश पद्माकरला म्हणतो, ''दीप-सागर कन्स्ट्रक्शन कंपनीने मला शिवाजी पुतळ्याजवळ जर फ्लॅट दिला तर मी त्याला ५,००,००० रु द्यावयास तयार आहे.'' अशा संभाषणाचा त्या कंपनीवर काहीच परिणाम होणार नाही कारण प्रकाशने जोपर्यंत दीप-सागर कन्स्ट्रक्शन कंपनीजवळ आपला प्रस्ताव व्यक्त केलेला नाही तोपर्यंत प्रस्ताव स्वीकृतीचा प्रश्नच येत नाही. केवळ प्रकाश व पद्माकर या दोन मित्रात संभाषण होऊन प्रस्ताव होणार नाही, तर ती फक्त मित्रत्वाची चर्चा होईल. म्हणून प्रस्ताव करण्यासाठी प्रकाशने त्या कंपनीजवळच गेले पाहिजे व आपली इच्छा प्रकट केली पाहिजे.

(७) 'शक्य' कृत्यासाठीच प्रस्ताव असावा : उदा. बाबुराव आपल्या मित्राजवळ म्हणाले, ''जानुराव, तुम्हाला मी जादूच्या कांडीने गुप्त खजिन्याची जागा दाखवितो, तुम्ही मला १०,००० रु बक्षीस द्या.'' या संभाषणामध्ये १००% शक्यता नाही. त्यामुळे हा कायदेशीर प्रस्ताव होणार नाही. तसेच दोन समांतर रेषा एकमेकांस मिळवून दाखविण्याचा प्रस्ताव, हिमालय एका बाजूला कलता करण्याचा प्रस्ताव, असे प्रस्ताव हे अशक्य कोटीचे प्रस्ताव असतात म्हणून त्यांना कायदेशीर संरक्षण मिळणार नाही.

(८) प्रस्तावाचे संदेशवहन झाले पाहिजे : संदेशवहनाचे अनेक प्रकार आहेत. उदा. स्वत: बोलण्याने, पत्राने, दूरध्वनीने, तारेने, वृत्तपत्राने, रेडिओने, टी.व्ही.ने इ. माध्यमातून संदेशवहन करता येते. यापैकी कोणत्याही माध्यमाने प्रस्तावकाने 'आपला संदेश प्रस्ताव-स्वीकृता'जवळ पोहोचविला पाहिजे. अन्यथा परोपकार वृत्तीने शेजारधर्मासाठी, मालकासाठी, एवढे काम करूया असे म्हणून कार्य करण्यास सुरुवात केली व ते कार्य पूर्ण होण्याअगोदर प्रस्तावकाने बक्षीस जाहीर केल्यास त्या बक्षिसावर परोपकारवृत्तीने कार्य सुरू करण्याच्या व्यक्तीला हक्क सांगता येणार नाही.

खटला : लालमन Lalman V/s. Gauri Dutta यांच्या खटल्याची हकिकत पाहिल्यास संदेशवहन किती महत्त्वाचे असते हे लक्षात येईल. या केसमधील निर्णय अलाहाबाद हायकोर्टाने ग्राह्य धरला आहे -

''गौरीदत्ताचा (मालक) मुलगा हरवला. म्हणून गौरीदत्ताने आपल्या लालमन या मुनीमजीला (नोकर) मुलगा शोधण्यासाठी बाहेर पाठविले - लालमन शोध घेण्यासाठी

गेल्यानंतर इकडे गौरीदत्तने हाताने वाटण्यासाठी छोट्या जाहिराती छापून घेतल्या व त्यात शोधून देणाऱ्यास ५०१ रु.चे बक्षीस जाहीर केले. तेवढ्यात, लालमनने मुलगा शोधून आणला व बक्षिसाची बातमी मिळताच लालमनने गौरीदत्तला बक्षिसाची मागणी केली. गौरीदत्तने तुझ्या-माझ्यात तसे ठरले नव्हते, म्हणून उडवून लावले. लालमनने चिडून जाऊन बक्षीस वसुलीसाठी कोर्टात दावा केला. परंतु बक्षिसाच्या प्रस्तावाचे संदेशवहन हे लालमनला कळविले नव्हते असे सिद्ध झाल्याने लालमनला बक्षीस मिळविण्याचा हक्क नव्हता.''

प्रस्ताव कायदेशीररीत्या अंमलबजावणीयोग्य होण्यासाठी त्याचे संदेशवहन होणे महत्त्वाचे असते. म्हणून 'प्रस्तावकाने' व्यक्त प्रस्ताव (लेखी, तोंडी) किंवा अध्याहृत प्रस्ताव (स्वत:ची कृती व वर्तणूक) करून संदेशवहन केले पाहिजे. तरच तो कायदेशीर प्रस्ताव ठरतो.

(९) प्रस्ताव निश्चित स्वरूपाच्या कृत्यासाठी असावा : प्रस्ताव कायदेशीर होण्यासाठी तो निश्चित स्वरूपाच्या कृत्यासाठीच असला पाहिजे, जर अनिश्चित स्वरूपाचे कृत्य असेल तर त्याला कायदेशीर स्वरूप प्राप्त होत नाही. उदा.कुळाने शेतजमीन मालकाला असे म्हटले की, जर यंदा भरपूर पाऊस पडला तर तुम्हाला १०० पोती ज्वारी देईल. यामध्ये कुळाने केलेला प्रस्ताव हा अनिश्चित आहे आणि जर भरपूर पाऊस पडला अगर पडला नाही तर शेतजमीन मालक कुळावर १०० पोती ज्वारी मिळण्यासाठी दावा करू शकत नाही.

(ब) प्रस्तावाची-स्वीकृती [कलम २ (ब) व ७]

भारतीय करार कायद्याच्या कलम २ (ब) 'प्रस्तावाची स्वीकृती' या संज्ञेची व्याख्या खालीलप्रमाणे केली आहे –

''ज्या व्यक्तीला कायदेशीर प्रस्ताव करण्यात आला आहे अशी व्यक्ती त्या कायदेशीर प्रस्तावाला जेव्हा संमती व्यक्त करते तेव्हा त्या व्यक्तीने तो प्रस्ताव स्वीकारला आहे असे म्हणतात.''

प्रस्तावाची-स्वीकृती-कायदेशीर नियम : (कलम ७) खालील नियमांचे पालन झाले तरच प्रस्तावाची स्वीकृती कायदेशीर मानली जाते.

(१) प्रत्यक्ष कृतीची गरज : प्रस्तावाची स्वीकृती ही प्रत्यक्ष कृतीने व्यक्त केली पाहिजे. प्रभाकरने रवीचे घर ५०,००० रु.ला खरेदी करण्याचा प्रस्ताव केला. त्यावर रवीने प्रभाकरलाच घर देणार, दुसरे कुणालाच विकणार नाही असे मनात निश्चित ठरविले. तर त्याला कृतीचा अभाव असल्यामुळे प्रभाकरचा प्रस्ताव स्वीकारला नाही

असा अर्थ होतो. जर रवीने प्रभाकरच्या प्रस्तावाला संमती देऊन प्रत्यक्ष घर प्रभाकरलाच विकले तरच तो करार पूर्ण होतो. म्हणजेच प्रस्तावाची स्वीकृती ही प्रत्यक्ष कृतीने होत असते.

(२) त्याच व्यक्तीची संमती आवश्यक : कृत्य करण्यासंदर्भात किंवा न करण्यासंदर्भात ज्या व्यक्तीला प्रस्ताव केला त्याच व्यक्तीने प्रस्तावाची स्वीकृती दिली पाहिजे, तरच तो करार कायदेशीररीत्या अंमलबजावणीयोग्य होतो. उदा. जगदीशने आपली मोटर ४०,००० रुपयास विकण्याचा प्रस्ताव त्याचा मित्र महेंद्र वेदला केला परंतु हा प्रस्ताव मथुरादास दावडाने स्वीकृत केला तर तो करार कायदेशीर होणार नाही. येथे महेंद्र वेदनेच त्या प्रस्तावाची स्वीकृती दिली पाहिजे. तरच तो करार कायदेशीर होईल.

(३) 'मिळाली माहिती दिली स्वीकृती,' असे होत नाही : प्रस्तावकाने प्रस्ताव-स्वीकृता व्यक्तीला मालाची संपूर्ण माहिती विचारली ती सर्व माहिती सांगितली व माल मागविला. तो पाठविला नाही, तर प्रस्ताव-स्वीकृता जबाबदार राहू शकत नाही. उदा. Harve V/s. Facey खटला.

(४) मुदतीत स्वीकृती हवी : प्रस्ताव स्वीकृतीसाठी कालावधी निश्चित असल्यास त्या कालावधीच्या आत व नसल्यास योग्य कालावधीत प्रस्तावाची स्वीकृती दिली पाहिजे. अन्यथा तो प्रस्ताव काढून घेतला, माघार घेतली व त्यानंतर जर स्वीकृती दिली तर करार बेकायदेशीर ठरतो. उदा. नगरशेठने ओसवालांना प्लाझा हॉटेलजवळील घर ७५,००० रु.ला १० दिवसांत घेण्याचा प्रस्ताव केला. तर ओसवालने आपली संमती १०व्या दिवसाच्या आत दिलीच पाहिजे अन्यथा प्रस्ताव रद्द होतो व त्यानंतरच्या प्रस्ताव स्वीकृतीला कायदेशीर महत्त्व राहणार नाही.

(५) प्रस्ताव-स्वीकृतीच्या अटी पूर्ण करणे : 'प्रस्तावता' व्यक्तीने प्रस्ताव स्वीकृतीच्या अटी पूर्ण केल्या पाहिजेत. उदा. नाट्यप्रयोग ठरविताना एकूण मानधन रकमेच्या निम्मी रक्कम भरावी, टेंडर सोबत १/४ रक्कम अनामत भरावी इ.सारख्या अटी घातलेल्या असतात. त्या अटींची पूर्तता प्रस्ताव-स्वीकृता व्यक्तीने केली पाहिजे.

(६) वर्तणूक हीच स्वीकृती : प्रस्तावाला स्वीकृती कोणत्या पद्धतीने द्यावी हे कायदेशीररीत्या महत्त्वाचे असते. एखादी प्रस्तावता व्यक्ती प्रस्तावाला स्वीकृती देताना बोलून, पत्राने, दूरध्वनीने, तारेने इ. मार्गाने 'व्यक्त-स्वीकृती' पद्धतीने स्वीकृती देईल. परंतु एखादी व्यक्ती आपल्या कृतीने वा वर्तणुकीने प्रस्तावकाच्या प्रस्तावाला स्वीकृती देईल. उदा. परगावी जाण्यासाठी वेळापत्रकानुसार एस.टी. बसमध्ये प्रवेश करणे म्हणजे वर्तणुकीने दिलेली स्वीकृती होय. याच संदर्भात Carlill V/s. Carbolic Smoke

Ball Company या खटल्यात अशाच प्रकारची वर्तणुकीने स्वीकृती दिली गेली होती व त्यावरून कोर्टाने बक्षीस देण्याचा हुकूम केला होता. त्यामध्ये कंपनीने तयार केलेल्या औषधाचा वापर करून रोग बरा झाला नाही तर त्याला १०० पौंड बक्षीस जाहीर केले. एका स्त्रीने औषध घेऊन सुद्धा तिचा रोग बरा झाला नाही. त्या बाईंनी बक्षिसासाठी दावा केला. कंपनीचा बचाव असा की औषध घेण्यापूर्वी आम्हास कळविले नाही म्हणून बक्षीस देणार नाही. त्या बाईने कोर्टात दावा केला. कोर्टाने असा निर्णय दिला की बाईंनी तुमचे औषध घेऊन म्हणजे वर्तणुकीनेच प्रस्ताव स्वीकृती दिली होती. म्हणून त्या बाईंना तुम्ही १०० पौंड बक्षीस द्यावे असा हुकूम दिला. तसेच, दुसरे उदाहरण, कंडक्टरने पॅसेंजरला तिकीट देण्याचे कृत्य म्हणजे आपल्या वर्तणुकीने कंडक्टरने पॅसेंजरचा प्रस्ताव स्वीकारणे होय.

(७) अटींची पूर्तता म्हणजेच स्वीकृती होय : उदा. वकिलांची महत्त्वाच्या कागदपत्रांची बॅग टाऊन हॉल ते डेक्कन जिमखाना या मार्गावरून धावणाऱ्या एका रिक्षात हरवली आहे. वकीलसाहेबांनी ती बॅग जशीच्या तशी आणून देणाऱ्यास ५०० रु. बक्षीस जाहीर केले व वर्तमानपत्रात जाहिरात दिली. अशा वेळी ज्या व्यक्तीला ती बॅग सापडेल व वकील साहेबांच्याकडे कागदपत्रासह परत करील त्याच व्यक्तीने वकीलसाहेबांचा प्रस्ताव स्वीकृती केली आहे असा अर्थ होतो आणि त्या व्यक्तीस वकीलसाहेबांनी जाहीर केलेले ५०० रु.चे बक्षीस मिळण्याचा हक्क प्राप्त होतो.

(८) स्वीकृती ठरलेल्या पद्धतीनेच कळविणे : प्रस्तावकाने ठरवून दिलेल्या पद्धतीनेच 'प्रस्ताव-स्वीकृता' व्यक्तीने स्वीकृती दिली पाहिजे. यामध्ये तो प्रस्तावक म्हणजे दूरध्वनी क्रमांक २७६५० वरच संपर्क साधा किंवा रजिस्टर्ड ए.डी. नेच पत्र पाठवा, किंवा पोस्ट बॉक्स नं.५०१, कोल्हापूर इ.तर त्याच पद्धतीने स्वीकृती द्यावी.

(९) अटी विनाबदल स्वीकारल्या पाहिजेत : प्रस्तावामध्ये ज्या अटी लिहिलेल्या आहेत त्याप्रमाणेच संपूर्ण अटी मान्य करून प्रस्तावाला स्वीकृती दिली पाहिजे. त्या अटी कमी जास्त करण्याचा अधिकार प्रस्ताव-स्वीकृता व्यक्तीस नसतो. अर्धवट प्रस्ताव स्वीकारता येणार नाही, जर प्रस्तावास बदल सुचविला तर त्याला 'प्रति-प्रस्ताव' असे म्हणतात व तो स्वीकारण्याचे बंधन प्रस्ताव करणाऱ्या व्यक्तीवर नसते. उदा. 'जशी आहे जेथे आहे' या तत्त्वावर 'जीप २५,००० रुपयाला विकणे आहे.' या जाहिरातीवरून श्रीकांतने त्या प्रस्तावकाला जीप रंगवून व चारी टायर्स बदलून दिल्यास मी २६,००० रुपयास जीप घेईन अशी स्वीकृती पाठविली तर जीप विकणाऱ्या कंपनीवर श्रीकांतच्या प्रस्ताव मान्य करण्याचे कायदेशीर बंधन राहत नाही. कारण श्रीकांतने प्रस्तावातील सर्वच अटी बदलल्या आहेत.

(क) ''प्रस्ताव व प्रस्ताव-स्वीकृती, माहिती होणे आणि रद्द होणे''

(कलम : ४,५,६)

कलम ४ : प्रस्ताव केव्हा कळतो ? स्वीकृती केव्हा पूर्ण होते ?

(१) प्रस्ताव केव्हा कळतो ? : प्रस्तावक व्यक्तीने केलेला प्रस्ताव 'प्रस्ताव-स्वीकृता' व्यक्तीला केव्हा कळतो हा महत्त्वाचा प्रश्न आहे. याचे उत्तर असे देता येईल की, जेव्हा प्रस्ताव-स्वीकृता व्यक्तीला तो प्रस्ताव बोलणे, ऐकून, दूरध्वनीवरून, तारेने, पत्राने प्रत्यक्ष ऐकायला व पहायला मिळते तेव्हाच तो प्रस्ताव प्रस्ताव-स्वीकृता व्यक्तीला मिळाला असा अर्थ होतो. प्रस्तावक प्रस्ताव केल्यानंतर तो प्रस्ताव मागे घेऊ शकला नाही तर वरील माध्यमाद्वारे प्रस्ताव-स्वीकृता व्यक्तीला मिळाला तेव्हा तो त्याला कळतो. उदा. माधवने नारायणला तार करून आपली अकलूजची ५ एकर जमीन नारायणला २,००,००० रुपयांस विकण्यासाठी प्रस्ताव केला. येथे जेव्हा नारायणला माधवची तार मिळेल तेव्हा नारायणला माधवाचा प्रस्ताव कळला आहे असा अर्थ होतो.

(२) स्वीकृती केव्हा पूर्ण होतो ? : यामध्ये दोघांच्या दृष्टीने प्रस्तावाची-स्वीकृती केव्हा पूर्ण होते हे ठरविणे महत्त्वाचे असते.

(अ) प्रस्तावक व्यक्तीच्या दृष्टीने : जेव्हा प्रस्ताव-स्वीकृता व्यक्ती आपली स्वीकृती प्रस्तावक व्यक्तीकडे पोहोचण्यासाठी पाठवितो तेव्हा प्रस्तावक व्यक्तीच्या दृष्टीने प्रस्तावाची स्वीकृती पूर्ण होते व त्यावेळेपासून ती स्वीकृती प्रस्तावक व्यक्तीवर बंधनकारक राहते.

(ब) प्रस्ताव-स्वीकृता व्यक्तीच्या दृष्टीने : जेव्हा प्रस्तावक व्यक्तीला प्रस्ताव-स्वीकृता व्यक्तीचे स्वीकृतीचे पत्र, तार इ. मिळते तेव्हा 'प्रस्ताव-स्वीकृता' व्यक्तीच्या दृष्टीने प्रस्तावाची-स्वीकृती पूर्ण होते व त्या वेळेपासून प्रस्ताव-स्वीकृता व्यक्तीवर ती स्वीकृती बंधनकारक होते.

कलम ५ : प्रस्ताव आणि प्रस्ताव-स्वीकृती रद्द करण्याचे नियम : करार कायद्यातील कलम ५ अनुसार प्रस्ताव आणि प्रस्ताव स्वीकृती रद्द करण्याचे नियम खालीलप्रमाणे आहेत –

(अ) प्रस्ताव रद्द करण्याचे नियम : प्रस्ताव केल्यानंतर विशिष्ट वेळेत परत घेतल्यानंतर तो प्रस्ताव रद्द होतो. यामध्ये एक महत्त्वाची गोष्ट म्हणजे, तो प्रस्ताव केल्यानंतर त्याची स्वीकृती येण्याअगोदर तो प्रस्ताव मागे घेतला गेला पाहिजे. अन्यथा प्रस्ताव करणाऱ्यावर प्रस्ताव-स्वीकृती बंधनकारक ठरते.

उदा. देवने आपला जुहू भागातील बंगला विकण्यासाठीचे पत्र १ जाने. २००६ रोजी दिलीपला पाठविले. किंमत १० लाख, व स्वीकृतीची शेवटची तारीख १५

जाने.२००६ आहे.

तर, यामध्ये दोन शक्यता आहेत ?

(१) स्वीकृतीपूर्वी प्रस्ताव रद्द : यामध्ये देवने १५ जाने.२०१० पूर्वीच म्हणजे, उदा.१० जाने.२०१० रोजी प्रस्ताव मागे घेतला व रद्द केला आणि त्यानंतर केव्हाही दिलीपने प्रस्ताव स्वीकृती दिल्यास ती स्वीकृती देववर बंधनकारक राहणार नाही.

(२) स्वीकृतीनंतर प्रस्ताव रद्द : यामध्ये दिलीपने १५ जानेवारीच्या आत म्हणजे उदा.१० जाने.२०१० रोजी स्वीकृती पोस्टाने पाठविण्यासाठी पत्र पाठविले म्हणजे, दिलीपच्या दृष्टीने स्वीकृती पूर्ण झाली. परंतु देवने जर तो प्रस्ताव १४ जाने. २०१० रोजी मागे घेऊन रद्द केला तर त्याचा आता उपयोग होणार नाही. म्हणून दिलीपने पाठविलेली स्वीकृती ही देववर बंधनकारक राहील.

(ब) स्वीकृती रद्द करण्याचे नियम : प्रस्ताव-स्वीकृता व्यक्ती आपण दिलेली स्वीकृती मागे घेऊन स्वीकृती रद्द करू शकते. यामध्ये विविध शक्यता सांगता येतील –

(१) स्वीकृतीचे पत्र पोहोचण्यापूर्वी : जर प्रस्ताव-स्वीकृता व्यक्तीने प्रस्तावकाला स्वीकृतीचे पत्र पोस्टाने पाठविले व ते प्रस्तावकाला पोहोचण्यापूर्वीच जर प्रस्ताव-स्वीकृता व्यक्तीने ती स्वीकृती रद्द केली तर त्याची जबाबदारी 'प्रस्ताव-स्वीकृती' व्यक्तीवर राहणार नाही व बंधनकारक ठरणार नाही.

(२) स्वीकृतीचे पत्र पोहोचल्यानंतर : जर प्रस्ताव-स्वीकृता व्यक्तीने आपली प्रस्ताव स्वीकृती प्रस्तावकाकडे पोस्टाने पाठविली आहे व त्या स्वीकृतीचे पत्र जर प्रस्तावकाला मिळाले असेल व त्याच्यानंतर प्रस्ताव-स्वीकृता व्यक्तीने आपली प्रस्ताव-स्वीकृती रद्द केली असल्याचे पत्र प्रस्तावकाला पाठविले तर त्याचा उपयोग होणार नाही. उलट त्याची पहिली स्वीकृती ही दोघांच्यावर बंधनकारक राहते.

(३) स्वीकृतीचे पत्रच मिळाले नाही : जर प्रस्ताव-स्वीकृता व्यक्तीने पाठविलेले पत्र प्रस्तावक व्यक्तीला त्याचा संपूर्ण पत्ता व्यवस्थित लिहून पोस्टाने पाठविले, त्याचवेळी प्रस्तावक व्यक्तीच्या दृष्टीने प्रस्तावाची स्वीकृती पूर्ण होते. त्यामुळे स्वीकृतीचे पत्र प्रस्तावकाला जरी मिळाले नाही तरी ही स्वीकृती प्रस्तावकाच्या दृष्टीने पूर्ण झालेली असते म्हणून ती 'स्वीकृती' प्रस्तावकावर बंधनकारक राहते. त्याचप्रमाणे प्रस्तावक व्यक्तीला स्वीकृती पत्र पोहोचल्यानंतर प्रस्ताव-स्वीकृती व्यक्तीवर अशी स्वीकृती बंधनकारक ठरते. त्यामुळे स्वीकृती रद्द करण्यासाठी ती स्वीकृती पोहोचण्यापूर्वीच रद्द केली पाहिजे. प्रस्ताव-स्वीकृता व्यक्तीने जर,

(१) चुकीचा पत्ता लिहिला,

(२) पत्र वेळेवर पोस्टबॉक्समध्ये टाकले नाही,

(३) योग्य रकमेचे तिकीट लावले नाही.

तर, ते पत्र प्रस्तावकाला मिळणार नाही व त्यामुळे विलंब झाला, पत्र गहाळ झाले, दुसरीकडे गेले, तर प्रस्ताव-स्वीकृता व्यक्तीने स्वीकृती दिली नाही असे मानले जाईल.

प्रस्तावकाने जर, चुकीचा पत्ता कळविला असेल, आणि प्रस्ताव-स्वीकृता व्यक्तीने पाठविलेली स्वीकृती चुकीच्या पत्त्यावर गेली असेल, तरी स्वीकृती प्रस्तावकावर बंधनकारक ठरते.

प्रस्ताव-स्वीकृता व्यक्तीचे स्वीकृतीचे पाठविलेले पत्र जोपर्यंत प्रस्तावकाला मिळत नाही तोपर्यंत प्रस्ताव-स्वीकृता व्यक्तीच्या दृष्टीने तो करार वर्ज्यनीय (voidable) समजला जातो.

कलम ६ : प्रस्ताव रद्द करण्याचे मार्ग : करार कायदा, कलम ६ अनुसार प्रस्ताव रद्द करण्याचे भिन्न मार्ग आहेत –

(१) स्वीकृतीची ठरलेली पद्धती बदलली : जर प्रस्ताव-स्वीकृता व्यक्तीने स्वीकृतीची ठरवून दिलेली पद्धती वापरली नाही तर प्रस्ताव आपोआपच रद्द होतो. उदा. रोख पैसे पाठविण्यास सांगून देखील 'क्रॉस्ड चेक पाठविला' किंवा 'रजिस्टर्ड ए.डी.'ने स्वीकृती पाठविण्यास सांगून सुद्धा 'अंडर पोस्टल सर्टिफिकेट' पद्धतीने पाठविली तर अशावेळी प्रस्ताव रद्द होतो.

(२) प्रति-प्रस्ताव चालणार नाही : मूळ प्रस्ताव स्वीकारण्याऐवजी आपण त्याला प्रति-प्रस्ताव केला तर मूळचा प्रस्ताव रद्द होतो. उदा. एक ट्रक ५०,००० रुपयाला विकण्याचा प्रस्ताव, त्यावर प्रति-प्रस्ताव-४०,००० रुपयाला द्या. विक्रेत्याचा नकार, पुन्हा ५०,००० रुपयाला ट्रक घेतो असे खरेदीदार म्हणाला – तर त्याला पुन्हा तोच प्रस्ताव स्वीकारता येणार नाही.

(३) स्वीकृती पूर्वी प्रस्तावक मरण पावला, भ्रमिष्ट झाला : अशावेळी प्रस्ताव रद्द होतो. परंतु प्रस्ताव-स्वीकृता व्यक्तीने प्रस्तावक भ्रमिष्ट होण्यापूर्वी किंवा मरण पावण्यापूर्वी स्वीकृती कळविली असेल तर, त्या कराराची कायदेशीर जबाबदारी त्या मूळ प्रस्तावकाच्या कायदेशीर वारसांवर येऊन पडते.

(४) अट/अटी पूर्ण केल्या नाही : प्रस्तावामध्ये समाविष्ट केलेल्या अटी पूर्ण केल्या नाही तर प्रस्ताव रद्द होतो. उदा. ३१ डिसेंबर पूर्वी स्वीकृती देण्याचे असताना १ जानेवारीस स्वीकृती कळविणे, किंवा निम्मी रक्कम डिपॉझिट भरण्यास सांगितली असता कमी रक्कम भरली इ. मुळे प्रस्ताव रद्द होतो.

(५) स्वीकृतीस विलंब : जर प्रस्ताव-स्वीकृतीसाठी काही मुदत ठरविली नसेल तर त्या प्रस्तावाची स्वीकृती शक्य तो लवकरात लवकर दिली पाहिजे, जर स्वीकृतीस खूप विलंब झाला तर प्रस्ताव रद्द होतो.

(६) मुदतीत स्वीकृती नाही : जर प्रस्तावामध्ये १० दिवसांची मुदत स्वीकृतीसाठी

दिली असेल तर ती स्वीकृती १० दिवसाच्या आतच दिली पाहिजे. अन्यथा प्रस्ताव रद्द होतो. ११ व्या दिवशी स्वीकृती दिली तर तो प्रस्ताव रद्द होतो.

(७) नोटिशीने रद्द : जर 'प्रस्तावकाने' प्रस्ताव रद्द झाला असे समजावे अशा पद्धतीची नोटीस प्रस्ताव –स्वीकृता व्यक्तीला पाठविली असेल तर प्रस्ताव रद्द होतो.

अशा प्रकारे प्रस्ताव रद्द होण्याचे वरीलप्रमाणे विविध ७ मार्ग आहेत.

१.४ करारास पात्र व्यक्ती (कलम – १०,११,१२)

(Competent Parties)

भारतीय करार कायदा कलम १० अनुसार, जी व्यक्ती करार करणार असेल, त्या व्यक्तीमध्ये करार करण्याची पात्रता असली पाहिजे.

(अ) करारपात्र व्यक्ती कोणास म्हणावे ?

कलम ११ अनुसार करारास पात्र व्यक्ती कोणास म्हणावे ते खालीलप्रमाणे सांगितले आहे –

व्याख्या : ''जी व्यक्ती वयाने सज्ञान आहे, सुज्ञ बुद्धीची किंवा सुबुद्ध आहे व ज्या व्यक्तीला कोणत्याही कायद्याने करार करण्यासाठी अपात्र ठरविलेले नाही, अशी कोणतीही व्यक्ती करार करण्यास पात्र समजण्यात येईल.''

आपणास वरील व्याख्येतील काही संज्ञांचा कायदेशीर अर्थ काय सांगितला आहे, ते पाहणे गरजेचे आहे.

करारपात्र व्यक्तींची वैशिष्ट्ये –

(१) सज्ञान व्यक्ती : 'भारतीय सज्ञानाचा फायदा १८७५ नुसार ज्या व्यक्तीच्या वयाला अठरा वर्षे पूर्ण झालेली आहेत अशा व्यक्तीला सज्ञान व्यक्ती असे म्हणतात.'

तसेच ज्या व्यक्तीची – (१) काळजी घेण्यासाठी एखाद्या पालकाची नेमणूक करण्यात आली आहे; (२) किंवा मालमत्तेवर देखरेख ठेवण्यासाठी एखाद्या देखरेख अधिकाऱ्याची नेमणूक करण्यात आली आहे; किंवा (३) ती मालमत्ता 'कोर्ट ऑफ वॉर्ड्स' ताब्यात असले तर अशा व्यक्तीचे नाव २१ वर्षे पूर्ण झाले म्हणजे त्या व्यक्तीस कायद्याने 'सज्ञान' व्यक्ती असे म्हणतात. करार करणाऱ्या दोन्ही व्यक्ती 'सज्ञान' असाव्या लागतात.

(२) सुबुद्ध/सुज्ञ बुद्धीची व्यक्ती : कलम १२ अनुसार ''ज्या व्यक्तीला काराराच्या अटी समजू शकतात आणि करार केल्यामुळे आपल्या हितसंबंधावर काय परिणाम होणार आहे, या सर्व गोष्टींचा ती व्यक्ती करार करताना सारासार विचार करू शकते अशा व्यक्तीला करार करण्यासाठी 'सुज्ञ बुद्धीची व्यक्ती' असे म्हणतात.''

सुज्ञ बुद्धीची व्यक्ती करारपात्र असते. म्हणून करार करताना दोन्ही व्यक्ती 'सुज्ञ बुद्धी' असलेल्या असाव्या लागतात. अन्यथा करार करणाऱ्या दोन व्यक्तीपैकी एक व्यक्ती सुज्ञ बुद्धीची आहे व दुसरी व्यक्ती सुज्ञ बुद्धीचा अभाव असलेली असेल तर तो करार व्यर्थ ठरतो. सुज्ञ बुद्धीची व्यक्ती नसली तरी तिच्याबरोबर केलेला करार व्यर्थ ठरतो. कलम १२ अनुसार, सुबुद्ध व्यक्तींनी केलेला करार हा कायदेशीर ठरतो.

परंतु (१) ज्या व्यक्तीला अटी समजू शकत नाहीत,

(२) करार केल्यामुळे आपल्या हितसंबंधावर काय परिणाम होईल हे समजत नाही,

(३) परिणामाचा सारासार विचार करता येत नाही.

अशा व्यक्तीला सुज्ञ बुद्धीची व्यक्ती म्हणता येणार नाही. अशा व्यक्ती खालीलप्रमाणे सांगता येतील –

(अ) वेडसर : मानसिक तणाव, धक्कादायक अनुभव, मेंदूवरचा ताबा नष्ट होणे, चिंताग्रस्त, मानसिक विकृती इ.मुळे जी व्यक्ती वेडसर आणि कलम १२ नुसारच्या व्याख्येत बसत नाही. अशा व्यक्तीशी केलेला करार व्यर्थ ठरतो.

(ब) निर्बुद्ध : मानसिक शक्ती पूर्णपणे गेलेली असते, अशा व्यक्तीची विवेक बुद्धी जागृत होण्याची शक्यता नसते. म्हणून या प्रकारच्या व्यक्तीला निर्बुद्ध म्हणतात आणि अशा व्यक्तीबरोबर करार केल्यास तो व्यर्थ ठरतो.

(क) मद्यपी : गुंगी येणे, बेहोश होणे, झिंगणे, नशा चढणे, धुंद होणे इ.मुळे मद्यपी व्यक्तीचा तोल जात असतो, ती व्यक्ती बडबडत असते, त्यामुळे कलम १२ अनुसार करारपात्र व्यक्तीच्या व्याख्येत येत नाहीत. म्हणून अशा व्यक्तीबरोबर केलेला करार व्यर्थ ठरतो. दारू, अफू, गांजा, गर्द इ.सारख्या नशिली पेये व पदार्थांचे सेवन करणाऱ्या व्यक्तीशी करार करू नये. अपवादात्मकरीत्या अशा व्यक्ती शुद्धीवर असतील, मद्यपान केले नसेल तेव्हा, गुंगीत नसतात तेव्हा करार केल्यास तो करार व्यर्थ ठरत नाही. म्हणून करार करताना व्यक्ती कायदेशीररीत्या सुबुद्ध आहे की नाही याचा विचार करावा.

(३) अपात्र म्हणून घोषित नको : काही व्यक्ती अशा असतात की काही विशिष्ट परिस्थितीत त्यांच्याबरोबर करार केला तर तो करार कायदेशीर करार ठरत नाही. अशा काही व्यक्ती कायद्याने घोषित केल्या आहेत त्या खालीलप्रमाणे –

व्यक्ती	पात्र केव्हा ?	अपात्र केव्हा ?
(अ) दिवाळखोर :	कोर्टामार्फत दिवाळखोर घोषित व्यक्ती कर्ज काढण्यास, मालमत्ता खरेदी करण्यास, नोकरी धरण्यास दिवाळखोरीच्या आदेशातून मुक्तता झाल्यानंतर इतर व्यक्तीप्रमाणे करार, व्यवहार करू शकते.	दिवाळखोर व्यक्तीची मालमत्ता कोर्टाने नेमलेल्या व्यक्तीच्या ताब्यात असते. ती व्यक्ती **'ऑफिशियल रिसिव्हर'** म्हणून ओळखली जाते. यांच्या जवळील मालमत्ता दिवाळखोर व्यक्ती विकू शकत नाही किंवा त्यास कंपनीचा संचालक व स्थानिक संस्थांचे सभासद होता येत नाही.
(ब) परकीय नागरिक :	नोकरी, धंदा इ.साठी परदेशातून आपल्या भारतात काही नागरिक आलेले असतात. हे परकीय नागरिक शांततेच्या काळात भारतीय नागरिकांबरोबर करार करू शकतात.	जर भारताशी या परकीय नागरिकांच्या देशात युद्ध पुकारले व सुरू झाले तर अशा भारतातील परकीय नागरिकांना शत्रू म्हणून घोषित करतात, त्यामुळे ते लोक भारतीयांशी करार करू शकत नाहीत. युद्धापूर्वीचे करार स्थगित होतात व युद्ध संपल्यानंतर, किंवा संपुष्टात आल्यानंतर ते करार 'कालबाह्य' झाले नसतील तर कायदेशीर अंमलबजावणी करण्यास योग्य ठरतात.
(क) परदेशी राज्यप्रमुख व राजदूत :	यांनी भारतातील न्यायालयांचे अधिपत्य स्वीकारले असेल तरच त्यांनी आपल्या देशात केलेला करार त्यांच्यावर बंधनकारक असतो.	यांनी जर भारतातील व्यक्तबरोबर करार केला असेल, तर भारतातील न्यायालये त्यांनी करारभंग केला असता त्यांना जबाबदार धरू शकत नाहीत.

(ड) कैदी :	तुरुंगवासातील कैदी, शिक्षा संपल्यानंतर करार करु शकतो व तुरुंगवासापूर्वी केलेल्या कराराच्या पूर्ततेसाठी इतरांवर दावा लावू शकतो.	शिक्षा भोगीत असलेला तुरुंगवासातील कैदी करार करू शकत नाही. तसेच तो तुरुंगात असतांना शिक्षा होण्यापूर्वी जे करार केलेले असतील त्याच्याशी संबंधित असलेल्या व्यक्तींवर पूर्ततेसाठी दावा लावू शकत नाही.
(इ) संयुक्त भांडवल मंडळी :	संयुक्त भांडवली मंडळी कायदा १९५६ अनुसार कृत्रिम व्यक्ती, चिरंतन अस्तित्व असलेली जन्मास येते. करार व्यवहार करण्यासाठी खास कंपनीला आपले घटनापत्रक व नियमावलीच्या आधारे शकत नाही.	संयुक्त भांडवली मंडळीला नैसर्गिक माणसाप्रमाणे अस्तित्व नसते. त्यामुळे कंपनीला नैसर्गिक व्यक्तीप्रमाणे करार करता येत नाही. उदा. कंपनी विवाहासारखा करार करू शकत नाही.

(ब) अज्ञान व्यक्ती

भारतीय करार कायदा, कलम ११ अनुसार अज्ञान व्यक्ती करारास पात्र व्यक्ती नाही असे नमूद केले आहे. अज्ञान व्यक्तीबरोबर केलेला करार व्यर्थ ठरतो. हे १९०३ मध्ये प्रिव्ही कौन्सिल पुढे आलेल्या Mohoribibi V/s. Dharmodas Ghosh या खटल्यामुळे उघड झाले.

खटला : मोहोरीबीबी विरुद्ध धर्मोदास घोष या खटल्यामध्ये – ''अज्ञान व्यक्तीने २०,००० रुपये कर्जासाठी आपले घर त्या सावकाराकडे गहाणवट टाकले. पुढे या अज्ञान व्यक्तीने कर्जफेड करू शकत नाही म्हणून त्या सावकाराकडून आपले घर परत मागितले. सावकाराने घर परत देण्यास विरोध केला. व व्याजासह पैसे दिल्यानंतरच घर परत देईन असे म्हणाला त्यामुळे अज्ञान व्यक्तीने सावकाराविरुद्ध कोर्टात दावा केला.''

न्यायमूर्तींचा निकाल :

(१) करार कायद्यातील कलम १० अनुसार करार करणारी व्यक्ती करारास पात्र असलीच पाहिजे, असे नमूद केले आहे.

(२) करारास संबंधित दोन्ही व्यक्ती सज्ञान असल्याच पाहिजेत, जर कराराची एक व्यक्ती सज्ञान व एक व्यक्ती अज्ञान असेल तर तो करार कायद्याने व्यर्थ होतो.

(३) या दाव्यातील व्यक्ती अज्ञान असल्यामुळे त्या व्यक्तीवर करार बंधनकारक होत

नाही, तो करार व्यर्थ ठरतो.

(४) सावकाराने 'अज्ञान' व्यक्तीला घर परत केले पाहिजे.

(५) सावकाराचे कर्ज फेडण्याचे बंधन अज्ञान व्यक्तींवर राहत नाही.

यावरून आपणांस असे दिसून येते की, अज्ञान व्यक्ती करार कायद्यामध्ये महत्त्वाची मानली आहे. अज्ञान व्यक्तीला संरक्षण देण्याचे धोरण दिसून येते.

व्याख्या : अज्ञान व्यक्ती या संज्ञेची व्याख्या भारतीय सज्ञानाचा कायदा, १८७५ अनुसार –

(अ) ''ज्या व्यक्तीच्या वयाला १८ वर्षे पूर्ण झाली नाहीत त्या व्यक्तीला 'अज्ञान' व्यक्ती म्हणतात.'' तसेच

(ब) ''एखाद्या व्यक्तीच्या संपत्तीची देखरेख करण्यासाठी कायद्यानुसार 'पालक' नेमला असेल किंवा एखाद्या व्यक्तीच्या संपत्तीची व्यवस्था ठेवण्यासाठी ती 'कोर्ट ऑफ वॉर्ड्स्' च्या ताब्यात असेल तर अशा व्यक्तीच्या वयाची २१ वर्षे पूर्ण झाली नसतील तर ती व्यक्ती अज्ञान व्यक्ती समजली जाईल.''

आज अज्ञान व्यक्ती सार्वजनिक जीवनात पूर्वीपेक्षा वारंवार संपर्कात, करारात येताना दिसतात.

अज्ञान व्यक्तीच्या कराराचे परिणाम

१८ वर्षेपेक्षा वय कमी असलेल्या अज्ञान व्यक्तींना कायदेशीर करार करता येत नाही. जर करारातील दोन व्यक्तींपैकी एक व्यक्ती अज्ञान व्यक्ती असेल तर तो करार व्यर्थ करार ठरतो. तेव्हा अज्ञान व्यक्तीने जर करार केले असतील तर त्याचे त्या अज्ञान व्यक्तीवर काय परिणाम होतात ? तसेच कराराच्या दुसऱ्या व्यक्तीवर काय परिणाम होतात ते पाहू –

(१) अज्ञानाला कायद्याचे संरक्षण : १८ वर्षांच्या आतील वय असलेल्यास 'बालक' संबोधिले जाते. बाल्यावस्थेमध्ये विचाराला गती, दिशा व पक्केपणा नसतो. त्यामुळे अशी व्यक्ती करार कायद्याने करारापासून अलिप्त ठेवून, त्याला संरक्षण दिले आहे. जर अज्ञानी व्यक्तीने आपले खरे वय लपवून दुसऱ्याला करारास प्रवृत्त केले व नंतर त्या दुसऱ्या व्यक्तीला खरा प्रकार कळाला तर अज्ञानी व्यक्तीला आपली बाल्यावस्था सांगून बचाव करण्याचे पूर्ण स्वातंत्र्य आहे व त्याच्या त्या बचावास इतरांना प्रतिबंध करता येणार नाही.

(२) अज्ञानावर कराराची/गुन्ह्याची जबाबदारी नाही : कराराचे रूपांतर गुन्ह्यात करून अज्ञानावर जबाबदारी सिद्ध करता येत नाही. १६६५ साली इंग्लंड येथील ëJohnson V/s. Pyeí खटल्यात ''खोटे वय सांगून अज्ञान व्यक्तीने घेतलेले कर्ज नुकसान भरपाई म्हणून परत करण्याची जबाबदारी त्याच्यावर येत नाही. हेच तत्त्व भारतात

वापरतात. कोलकाता हायकोर्टाने, बाँडवर घेतलेल्या कर्जाची परतफेड करण्यासाठी अज्ञान व्यक्तीला जबाबदार धरण्याचे नाकारले. अशा करारात/गुन्ह्यात अज्ञानाला जबाबदार धरता येत नाही.

परंतु, अज्ञान व्यक्तीने मजेत बसण्यासाठी दुसऱ्याचा एखादा प्राणी आणला असेल व त्याने तो प्राणी आपल्या मित्राला बसण्यासाठी दिला व तो मित्र जोराने उडी घेऊन त्या प्राण्यावर बसायला गेला, परंतु त्या दणक्याने तो प्राणी मेला, तर अशावेळी त्या अज्ञान व्यक्तीला जबाबदार धरले जाते.

(३) परतीचे न्याय्य तत्त्व : जर अज्ञान व्यक्तीने आपले, खोटे वय सांगून दुसऱ्याकडून माल/वस्तू/मालमत्ता आणली असेल, तर अशावेळी ती मालमत्ता इ. अज्ञान व्यक्तीजवळ असली तरच त्याला परत कर म्हणून सांगता येईल. याला 'परतीचे न्याय्य तत्त्व' असे म्हणतात. असा करार 'व्यर्थ' असतो. त्यामुळे, जर अज्ञान व्यक्तीने मालमत्तेचे रूपांतर पैशात केले असले तर त्याला ते परत करण्यास भाग पडले जात नाही.

जर, अज्ञान व्यक्तीने खोटे वय सांगून रोख रक्कम घेतली असेल तर त्याला ती रोख रक्कम परत करण्याविषयी हुकूम देता येत नाही. याच संदर्भात 'Leslie (R) Ltd. V/s. Sheill' या खटल्यात वरीलप्रमाणेच निकाल देण्यात आला आहे. म्हणून म्हटले आहे, ''परतफेडीची वेळ येते तेव्हा परतीचे न्याय्य तत्त्व अज्ञान व्यक्तीच्या मदतीला धावून येते.''

(४) करारद्वारे लाभ उचलण्याचा हक्क : अज्ञान व्यक्तीबरोबर केलेले करार हे व्यर्थ ठरतात. परंतु अज्ञान व्यक्ती करारद्वारे लाभ उचलण्याच्या दृष्टीने 'चेक, हुंडी व वचनचिठ्ठी' या चलनक्षम दस्तऐवजाचा 'प्राप्तकर्ता' होऊ शकते. म्हणजेच अज्ञानाच्या नावे मालमत्ता विकत घेता येते.

(५) अज्ञानातर्फे आई-वडील करार करू शकत नाहीत : अज्ञानाने केलेला करार विशिष्ट मर्यादेपर्यंत कायदेशीर असतो. म्हणून अज्ञानातर्फे आई-वडील करार करू शकत नाहीत. उदा. ëRaj Rani V/s. Prem Adibí या खटल्यात लहान मुलीने चित्रपट निर्मात्याबरोबर चित्रपटात काम करण्याचा करार केला याच संदर्भात त्या लहान मुलीच्या वडिलाने चित्रपट निर्मात्याबरोबर करार केला होता. पुढे चित्रपट निर्मात्याने कराराचा भंग केला म्हणून त्या लहान मुलीने त्या चित्रपट निर्मात्यावर वडिलांमार्फत खटला भरला.

कोर्टाने निर्णय खालीलप्रमाणे दिला –

(अ) हा करार व्यर्थ आहे; कारण अज्ञान व्यक्तीबरोबर करार आहे.

(ब) अज्ञान व्यक्तीने चित्रपटात काम करण्याचे वचन दिले आहे आणि अज्ञान

मुलगी कायद्याने असे वचन देऊ शकत नाही.

(क) अज्ञानार्फे आई-वडील करार करू शकत नाहीत व त्याचा फायदा उठवू शकत नाहीत.

(६) विवाह करार : अज्ञानाच्या विवाहाचा करार हा अज्ञानाच्या बाजूनेच असतो. भारतात अनेक जाती-जमातीत लहानपणीच लग्न लावण्याची प्रथा आहे. पाळण्यातील बालकांचे विवाह केले जातात. तेव्हा अशा परिस्थितीत त्या त्या जाती-जमातीच्या प्रथा कायद्याच्या दृष्टीने लागू कराव्या लागतात. तेव्हा, ''विवाह करार हा दुसऱ्या व्यक्तिविरोधी अंमलबजावणीस चालतो परंतु अज्ञान व्यक्तीच्या विरोधी विवाह करार अंमलबजावणीस चालत नाही.'' म्हणजे 'विवाह करार' हा अज्ञान व्यक्तीच्या हिताचाच असतो.

(७) शिकाऊ/उमेदवारी करार : हा करार शिकाऊ म्हणून काम करणाऱ्या अज्ञान व्यक्तीच्या संदर्भात आहे. भारतीय शिकाऊपणाचा कायदा १८५० नुसार शिकाऊपणाचा करार हा नोकरीचा करार म्हणून अज्ञान व्यक्तीवर बंधनकारक असतो. या करारात अशी तरतूद आहे, ''सार्वजनिक धर्मादाय संस्थामार्फत अनाथ, गरीब व आकांक्षा बाळगणाऱ्या लहान मुलासाठी त्यांना व्यापार, व्यवसाय, कलाकुसर, हस्तकला इ.चे शिक्षण मिळावे व त्याचा त्यांना आपल्या भावी आयुष्यात खूप चांगला लाभ मिळावा म्हणून असा कायदा त्यांच्यावर बंधनकारक ठरतो.'' या कायद्यानुसार पालकांनी त्यांच्यावतीने करार करावा अशी अपेक्षा आहे.

(८) अज्ञान व्यक्ती सज्ञान होते तेव्हा ? : अज्ञान व्यक्तीने, म्हणजे १८ वर्षे वय होण्यापूर्वी जो करार केलेला असतो तोच करार तीच व्यक्ती अज्ञानाची सज्ञान होते तेव्हा फेर अंमलबजावणीसाठी योग्य ठरत नसतो. तो करार व्यर्थ असतो. म्हणून तो करार अज्ञान व्यक्ती सज्ञान झाली, तर अज्ञान असताना करार केलेला असल्यामुळे बंधनकारक होत नसतो. गरज पडलीच तर त्यासाठी नवीन करार करावा लागेल.

खटला : Ditcham V/s. Worrall यामध्ये इनफंटस् रिलिफ ॲक्ट १८७४ अनुसार, अज्ञान व्यक्तीने दिलेले लग्नाचे वचन मोडले तरी, त्याला कायदेशीर संरक्षण मिळते. परंतु तोच पुढे सज्ञान झाल्यावर पुन्हा लग्नाचा करार करून, करारभंग केल्यास त्याला कायदेशीररीत्या बंधनकारक ठरतो. कारण दुसरा नवीन करार हा सज्ञान झाल्यावर केलेला होता.

(९) जीवनावश्यक वस्तूंचा पुरवठा (कलम – ६८) : करारास अपात्र असणाऱ्या अज्ञान व्यक्तीला जर दुसऱ्या व्यक्तीने काही जीवनावश्यक वस्तूंचा पुरवठा केला असेल तर अशा वेळी त्या अज्ञान व्यक्तीने त्याची परतफेड आपल्या संबंधित मालमत्तेतून करण्याचे बंधनकारक आहे.

उदा. अजितने संजयच्या (वेडसर) पत्नीला व मुलांना त्यांच्या जीवनास आवश्यक अशा वस्तूंचा पुरवठा केला. तर अजितला ती रक्कम संजयच्या मालमत्तेतून वसुलीचा हक्क आहे. रोटी, कपडा, मकान इ. जीवनावश्यक वस्तू आहेत. याशिवाय ज्याच्या त्याच्या सवयीप्रमाणे वस्तू जीवनावश्यक ठरू शकतात.

१.५ प्रतिफल [कलम २ (ड)] (Consideration)

(१) प्रस्तावक + प्रस्ताव स्वीकृता + प्रस्ताव कळणे + प्रस्तावाची स्वीकृती करणे + स्वीकृती पाठविणे + स्वीकृती कळणे + प्रतिफल + एकमेकांसाठी कृत्य करणे = कायदेशीर करार.

(२) करार – प्रतिफल = व्यर्थ करार.

वरील समीकरणावरून आपणांस असे दिसते की, प्रतिफल असेल तर कराराला वजन प्राप्त होते, करार किंमती ठरवतो, अन्यथा करार फोल ठरतो.

(३) प्रतिफल = किमत = मोबदला = एकमेकांसाठी कृत्य करणे = वचनपूर्ती करणे = पैसा देऊन माल /वस्तू /मालमत्ता घेणे. देवाणघेवाण

(४) देणगीचा करार = व्यर्थ ठराव = प्रतिफल नसते = एका व्यक्तीला फायदा = एका व्यक्तीने दुसऱ्या व्यक्तीसाठी कोणतेही कृत्य न करता फायदा घेणे = करार कायदेशीर नाही.

ओसवाल बिल्डरसने श्री.पद्माकर बांदोडकरांना राजारामपुरीत एक फ्लॅट ५,००,००० रु.स विकण्याचा करार केला.

यांत प्रतिफल कसे अस्तित्वात आहे ते पाहू.

(अ) ओसवाल बिल्डर्स यांचे प्रतिफल = ५,००,००० रुपये होय.

(ब) श्री. पद्माकर बांदोडकर यांचे प्रतिफल = राजारामपुरीतील एक फ्लॅट होय.

वरील उदाहरणातील स्पष्टीकरणावरून प्रतिफल कसे अस्तित्वात येते हे लक्षात येईल. प्रतिफल म्हणजे फक्त व्यवहाराची किंमत एवढाच मर्यादित अर्थ नाही.

(५) प्रतिफल हे संपूर्णपणे आहे किंवा अंशत: आहे याला महत्त्व नाही. परंतु प्रतिफल हे असलेच पाहिजे. उदा. कुलकर्णी बिल्डर्सनी महाद्वार रोडवरील फ्लॅटस् पैकी ५,००,००० रु. किंमतीचा एक फ्लॅट आपले मेहुणे प्रमोद आकोळकर यांस १,५०,००० रुपयांस देण्याचे ठरवून करार केला तर अशा कमी किंमतीच्या प्रतिफलाचा करारसुद्धा कायदेशीर करार होतो.

(अ) व्याख्या : प्रतिफलाची करार कायद्यात खालीलप्रमाणे व्याख्या केली आहे.

(१) करार कायदा, कलम : २ (ड) अनुसार : ''जेव्हा प्रस्तावकाच्या इच्छेनुसार प्रस्ताव-स्वीकृता व्यक्तीने किंवा दुसऱ्या व्यक्तीने एखादे कृत्य

(१) केले आहे किंवा केले नाही,

(२) करीत आहे किंवा करीत नाही. किंवा

(३) करण्याचे अथवा न करण्याचे वचन दिले आहे.

तेव्हा अशा केलेल्या अथवा न केलेल्या कृत्यास किंवा तशा संदर्भातील वचनास 'प्रतिफल' असे म्हणतात.''

(२) ब्लॅकस्टोन (Blackstone) : यांनी केलेली प्रतिफलाची व्याख्या, ''दुसऱ्याबरोबर करार करणाऱ्या व्यक्तीने केलेली भरपाई म्हणजे प्रतिफल होय.''

(३) चेशिअर आणि फिफूट (Cheshire and Fifoot) : म्हणतात, ''वचनाची किंमत म्हणजे प्रतिफल होय.''

(४) जस्टीस पॅटरसन (Justice Patterson) : च्या मते, ''कायद्याच्या नजरेतून ज्याला काहीतरी किंमत असते, त्याला प्रतिफल म्हणतात.'' त्यामध्ये फिर्यादी व्यक्तीला काहीतरी फायदा होतो किंवा प्रतिवादी व्यक्तीला तोटा होतो.

(ब) वैशिष्ट्ये : कायदेशीर प्रतिफलाची वैशिष्ट्ये खालीलप्रमाणे होत –

(१) सम-समान प्रतिफल : म्हणजेच प्रतिफल हे बरोबरीने असावे. तुल्यबळ असावे, योग्य व समतोल असावे. उदा. अच्युतने दीप्ती कन्स्ट्रक्शनकडून एक फ्लॅट ९५,००० रुपयास घेण्याचा करार केला असल्यास, अच्युतने दीप्ती कन्स्ट्रक्शनला ९५,००० रुपये दिले पाहिजे.

(२) कायदेशीर प्रतिफल : करारातील कृत्य कायदेशीर असले तरच त्याचे प्रतिफल देखील कायदेशीर असते. बेकायदेशीर कृत्याचे प्रतिफल बेकायदेशीरच असते व तसा करार व्यर्थ ठरतो. उदा. अनैतिक कृत्य, गुन्ह्याचे कृत्य, समाजविरोधी कृत्य, कायद्याने घातलेले कृत्य, इ. सर्व कृत्याबद्दलचे करार बेकायदेशीर आहेत म्हणून त्याचे प्रतिफल हे बेकायदेशीर मानले जाते.

उदा. श्री.डागा यांनी एका वाहतूक कंपनीशी असा करार केला की, तुम्ही कस्टम ड्युटी, ऑक्ट्रॉय ड्युटी चुकवून जर सर्व माल आमच्या गोडाऊनपर्यंत व्यवस्थित आणला तर तुम्हाला आम्ही १,००० रुपये वाहतूक भाडे ऐवजी २००० रुपये वाहतूक भाडे देऊ.

हा करार बेकायदेशीर आहे व त्याचे प्रतिफलसुद्धा बेकायदेशीर आहे.

(३) प्रतिफलासाठी पगारी सेवेव्यतिरिक्त कृत्य असावे : पगारदार नोकराला

त्याच्या ठरलेल्या दैनंदिन कामकाजापैकी एखादे कृत्य केले म्हणून त्या व्यक्तीकडून मोबदला मागता येणार नाही. उदा. पोलीस सबइन्स्पेक्टर श्री. धैर्यशीलराव यांनी दरोडेखोरांना पकडून श्री. कागले सराफांचे ५० तोळे चोरलेले सोने दरोडेखोरांकडून परत मिळविले व श्री.कागले सराफाला ते सर्व सोने परत दिले.

अशा वेळी श्री.धैर्यशीलरावांनी तोळ्यामागे १००० रुपये मोबदला म्हणून मागितले तर ते बेकायदेशीर प्रतिफल होते. कारण प्रतिफलासाठी पगारी सेवेव्यतिरिक्त ते कृत्य नव्हते.

(४) जितके करार तितके प्रतिफल : वेगळे वेगळे ५ करार असतील तर त्या संबंधी वेगळे वेगळे ५ प्रतिफल असलेच पाहिजेत. कारण ५ कराराचे एकत्रित प्रतिफल देण्याचे मान्य झाले तर काही करार अगोदर पूर्ण होतील व काही करार नंतर पूर्ण होतील. अशावेळी एखादा करार पूर्ण झाला नाही तर किती मोबदल्यासाठी दावा करावा हा प्रश्न उद्भवतो.

(५) कायदेशीर कर्तव्य व प्रतिफल : विद्यापीठ परीक्षेतील कॉपी प्रकरणी गुन्हा दाखल केल्यानंतर सिनियर सुपरवायझरला साक्ष देण्यासाठी कोर्टात बोलाविले तर त्यासाठी सिनियर सुपरवायझर हा साक्षीदार म्हणून हजर राहिल्यास तो विद्यापीठाकडून स्वतंत्र मोबदला मागू शकत नाही. ते त्यांचे कायदेशीर दृष्टीने कर्तव्य असते.

(६) तिन्ही काळातील प्रतिफल : करार कायदा – कलम २ (ड) अनुसार प्रतिफलाची जी व्याख्या केली आहे त्यामध्ये आपणास दिसते की, केलेले कृत्य हे भूतकाळातील, वर्तमानकाळातील व भविष्यकाळातील असू शकते व त्यासाठी स्वतंत्रपणे त्या त्या काळातील प्रतिफल असते.

(क) भूतकालीन प्रतिफल : उदा. १० जाने. २००६ रोजी श्री. दीनदयाळ यांचा हरवलेला मुलगा १५ ऑगस्ट २००६ रोजी श्री.लुकतुके यांना सापडला व जाहिरातीतील पत्त्यानुसार त्यांनी मुलाला श्री.दीनदयाळ यांच्याकडे सुपूर्त केले.

पूर्वी मोबदला जाहीर केला नव्हता म्हणून श्री.दीनदयाळांनी श्री. लुकतुकेंना १००० रु. मोबदला दिला तर त्याला भूतकालीन कृत्याचा मोबदला म्हणतात.

वर्तमानकालीन प्रतिफल : उदा. श्री.अमीरचंद यांनी आपला दुखावलेला रेसचा घोडा श्री. बाबू टांगेवाला यास १५ ऑगस्ट २००६ रोजी ५,००० रुपयास विकला व त्याच दिवशी श्री.बाबू टांगेवाल्याने ५,००० रु. दिले तर त्याला वर्तमानकालीन फल म्हणतात.

भविष्यकालीन प्रतिफल : उदा. श्री. देशमुख यांनी आपली ५ एकर जमीन श्री.खोत यांना ५,००,००० रुपयांस देण्याचे आज १ जाने.२००६ रोजी ठरविले व ती

किंमत १५ ऑगस्ट २००६ रोजी देण्याचे ठरले व करार केला तर त्या कराराची किंमत म्हणजे भविष्यकालीन प्रतिफल होय.

(७) कृत्य स्वत: किंवा प्रतिनिधीमार्फत करावे : प्रतिफलासाठीचे जे कृत्य ठरलेले असेल ते कृत्य 'प्रस्ताव-स्वीकृता' व्यक्तीने खुद्द करावे किंवा 'प्रस्ताव-स्वीकृताने' प्रतिनिधीमार्फत केले तरी चालेल. इंग्रजी कायद्यानुसार प्रतिनिधीमार्फत कृत्य केलेले चालत नाही ते बेकायदेशीर मानतात.

आपल्याकडील, चिनय्या व रामय्या या खटल्यामध्ये वरीलप्रमाणे प्रतिनिधीला मोबदला दिलाच पाहिजे असा कोर्टाने निर्णय दिला.

(ड) प्रतिफलाशिवाय करार व्यर्थ : (कलम २५)

सुरुवातीला आपण पाहिले आहे की, प्रतिफलाशिवाय करार व्यर्थ होतो. ह्या नियमाला काही अपवाद आहेत. म्हणजे, या नियमाला अपवाद असलेले करार हे कायदेशीर करार मानतात व ते अंमलबजावणीयोग्य करार असतात. कलम – २५ अनुसार खालीलप्रमाणे अपवादात्मक करार किंवा ठराव आहेत.

(१) प्रतिनिधी नेमणूक : भारतीय करार कायदा कलम – १८५ अनुसार प्रतिनिधीची एजन्सी नेमणूक करण्यासाठी जो ठराव करावा लागतो त्या ठरावासाठी प्रतिफल असू शकणार नाही तरी देखील एजन्सी किंवा प्रतिनिधी नेमणूक ठराव हा कायदेशीर असतो.

(२) देणगीचा ठराव : देणगीदार व देणगी घेणारा यांच्यामध्ये जो ठराव होतो त्यामध्ये प्रतिफल नसते. तरीदेखील तो करार कायदेशीर असतो.

उदा. एका धनवान शेतकऱ्याने आपल्या मालकीची १०० एकर जमीन गावच्या कॉलेजच्या संस्थेला देणगी म्हणून देण्याचा ठराव केला व नोंदणी केली. त्याप्रमाणे कॉलेजच्या संस्थेच्या नावाने ती जमीन करून दिली. या करारात कोणताच मोबदला नाही. तरी देखील या प्रकारच्या कराराच्या कायदेशीरपत्रावर कोणताच परिणाम होत नाही. नंतर काही वादामुळे धनवान शेतकरी त्या कॉलेजच्या संस्थेकडून ती १०० एकर जमीन परत आपल्या नावावर करून घेऊ शकत नाही.

(३) कालबाह्य कर्ज फेडण्याचा ठराव : कर्जदार व सावकार यांच्यामध्ये कालबाह्य कर्ज फेडण्याचा करार/ठराव झाला तर तेव्हा या कराराला प्रतिफल नसताना तो करार कायदेशीर होतो. कर्जफेडीचा हा करार अंशात्मक रकमेचा किंवा संपूर्ण रकमेचा असला तरी चालतो. कालबाह्य कर्ज हे कर्जफेडीच्या तारखेनंतर ३ वर्षे उलटून गेलेले असल्यास त्यानंतर सावकार हा त्या कर्जदारावर कोर्टात दावा करून कर्ज वसूल करू शकत नाही. म्हणजेच कर्जदाराची अशा कालबाह्य कर्जातून आपोआपच सुटका

होते. परंतु कर्जदाराला सद्बुद्धी सुचते व तो सावकाराचे कर्ज फेडण्यासाठी करार करतो. हा नवीन करार मोडल्यास कर्जदारावर निश्चितपणे आता कायदेशीर कारवाई करावयाचा अधिकार या सावकाराला पोहोचतो.

(४) स्वखुषीच्या कृत्यांचा मोबदला : जेव्हा एखाद्या व्यक्तीने दुसऱ्या व्यक्तीसाठी स्वेच्छेने व स्वखुषीने काहीतरी कृत्य केलेले असते व त्या कृत्यासाठी मोबदला देण्याकरिता दुसरी व्यक्ती ठराव करते, तेव्हा असा प्रतिफल नसलेला ठराव कायदेशीर असतो.

उदा.रिक्षात सापडलेली महत्त्वाच्या कागदपत्राची बॅग ॲड्व्होकेट श्री.मधुकर नावडीकर, गंगावेस, यांची असते. ती रिक्षाचालक श्री.राजू याने जशीच्या तशी परत केली. तेव्हा ॲड्व्होकेट रिक्षाचालकाला ५०० रु. देण्याचे वचन देतो. असे वचन हे कायदेशीर असते.

(५) नैसर्गिक प्रेम, स्नेह, वात्सल्य : यामुळे जिव्हाळ्याच्या व जवळच्या नात्यातील व्यक्तींमध्ये लेखी ठराव होऊन त्याचे रजिस्ट्रेशन केलेले असते. अशा ठरावाला प्रतिफल नसले तरी तो कायदेशीर करार असतो. जवळच्या नात्यातील व्यक्तींमध्ये रक्ताचे नाते, विवाहबद्ध यातील व्यक्तींचा समावेश होतो.

उदा. Rajlukhy Dabee V/s. Bhootnath Mookerjee यांच्या खटल्यामध्ये प्रतिवादीने आपल्या पत्नीला विभक्त राहिल्यामुळे पालनपोषणासाठी दरमहा ठराविक रक्कम देण्याचे वचन दिले. त्यांच्यातील तंटे बखेडे व मतभेद हे येथे गौण ठरविले आहेत. परंतु नैसर्गिक प्रेम, वात्सल्य या भावनेने वडिलाने मुलास रक्कम देण्याचा ठराव, पतीने पत्नीला रक्कम देण्याचे वचन, किंवा थोरल्या भावाने आपल्या लहानग्या भावाला किंवा बहिणीला रक्कम देण्याचे वचन हे प्रतिफल नसले तरी सुद्धा कायदेशीर ठराव आहेत.

(६) दावा नको, मागणी मंजूर : एखाद्या आपल्याविरुद्ध कोर्टात दावा करु नये यासाठी जर आपण त्या व्यक्तीची मागणी मंजूर केली व त्याला त्या व्यक्तीने कबुली दिली तर अशा प्रकारे हे एक चांगले प्रतिफल असते.

उदा.पत्नीने पतीविरुद्ध पालनपोषणासाठी रक्कम मिळावी म्हणून दावा करण्याचे ठरविले, परंतु पतीने आपल्या पत्नीला 'दावा करू नको मागणी मंजूर' असे सांगितले तर दोघांच्या या व्यवहारांत प्रतिफल दिसून येते.

१.६ मुक्त संमती (कलम – १०,१३ ते २२) (Free Consent)

भारतीय करार कायद्यातील –

कलम १० अनुसार, 'मुक्त संमती' ही कायदेशीर कराराची अत्यावश्यक बाब समजली जाते.

कलम १३ अनुसार, 'संमती' या संज्ञेची व्याख्या खालीलप्रमाणे केली आहे, ''जेव्हा दोन किंवा अधिक व्यक्ती एकाच बाबीवर एकाच अर्थाने सहमत होतात तेव्हा तेथे संमती आहे असे म्हणतात.''

कलम १४ अनुसार, 'मुक्त संमतीची' व्याख्या खालीलप्रमाणे केली आहे. खालील प्रकारची कारणे सोडून जर 'संमती' दिलेली असेल तर ती 'मुक्त संमती' समजावी :

(अ) धाक/बलप्रयोग/जुलूम/जबरदस्ती (Coercion) - कलम-१५
(ब) अनुचित प्रभाव (Undue Influence) - कलम-१६
(क) कपट/फसवणूक/लबाडी (Fraud) - कलम-१७
(ड) असत्य विधान / असत्य प्रतिपादन /
(Misrepresentation) - **विपर्यास/दिशाभूल** कलम-१८ किंवा
(इ) चूक/गैरसमज (Mistake) - कलम-२०,२१,२२

अशा प्रकारे, जर धाक दाखवून, अनुचित प्रभाव पाडून, कपटाने किंवा फसवणूक किंवा लबाडी करून किंवा असत्य विधान करून, एखाद्या करारासाठी/ठरावासाठी संमती मिळविली असेल तर अशी संमती ज्याच्याकडून मिळविली त्याच्याच मर्जीनुसार तो करार वर्जनीय ठरतो. म्हणून, मुक्त संमतीची सुटसुटीत **व्याख्या** खालीलप्रमाणे करता येईल, ''राजीखुशीने मिळविलेली संमती म्हणजे मुक्त संमती होय किंवा वाममार्गांचा अवलंब न करता मिळविलेली संमती म्हणजे मुक्त संमती होय.''

परंतु चूक / गैरसमज यातून संमती मिळाली असले तर तो करार 'व्यर्थ' ठरतो.

(अ) धाक/बलप्रयोग (कलम-१५)

भारतीय करार कायदा, कलम १५ अनुसार, धाक/बलप्रयोग याची व्याख्या खालीलप्रमाणे केली आहे.

''जेव्हा इंडियन पिनल कोड (XLV १८६०) मध्ये प्रतिबंधित केलेले कृत्य करून किंवा ते कृत्य करण्याचा धाक दाखवून किंवा धमकी देऊन, एखादी व्यक्ती दुसऱ्या व्यक्तीला ठराव करण्यास भाग पाडते किंवा दुसऱ्या व्यक्तीने ठराव करावा म्हणून त्या व्यक्तीची बेकायदेशीरपणे मालमत्ता अडवून ठेवण्याचा धाक दाखवून त्या व्यक्तीची ठरावास संमती मिळविते, तेव्हा त्याला धाक किंवा बलप्रयोग म्हणतात.''

अशा प्रकारचे करार वर्जनीय असतात. ज्यांची संमती धाक दाखवून मिळविली असेल त्या व्यक्तीने मनात आणले तर तो करार रद्द होतो. अशावेळी घेतलेले पैसे त्याला परत दिले पाहिजेत.

'धाक/बलप्रयोग' याची उदाहरणे : खालील उदाहरणामध्ये धाक / बलप्रयोग या मार्गाने संमती मिळविली आहे. असे दिसले व त्यामुळे ते ठराव वर्जनीय ठरले,

ज्याची संमती या पद्धतीने मिळविली आहे त्याला ठराव रद्द करण्याचा हक्क कायद्याने प्राप्त होतो.

(१) धमकी : रामेश्वर विरुद्ध उपेंद्रनाथ – या खटल्यात, ''एकाने दुसऱ्याला २,००० रुपये उसने मागितले. पैसे जर उसने दिले नाहीत तर, खून करण्यात येईल अशी धमकी दिली.'' यात धाक/बलप्रयोग याचा वापर केल्यामुळे हा ठराव वर्जनीय ठरतो. शिवाय उसने दिलेले पैसे परत दिले पाहिजेत.

(२) मनाई कृत्य : रंगनायकम्मा विरुद्ध अल्वर शेट्टी या खटल्यात, ''एकाने सुचविलेला मुलगा दत्तक घेतल्यासच मरण पावलेल्या पतीचा मृतदेह दहनासाठी हलवू.'' यात सुद्धा बलप्रयोग/धमकी/धाक आहे व संमती मिळविली गेली. म्हणून हा करार वर्जनीय ठरतो व रद्द होतो. असे कृत्य भारतीय दंड विधान कायद्यातील कलम २९७ प्रमाणे दंडनीय आहे.

(३) मालमत्ता अडविणे : मुथिया विरुद्ध मथु – करूपान – या खटल्यात, ''मालकाने एका आपल्या पूर्वीच्या कर्जदार व्यक्तीला नोकर म्हणून नेमले, पुढे नोकराला कमी करतेवेळी, नोकराने जमाखर्चाच्या वह्या अडवून ठेवल्या व पूर्वीच्या कर्जातून मुक्त करण्याची अट घातली म्हणजेच ही एक प्रकारे अडवणूक आहे, जबरदस्ती आहे म्हणून करार वर्जनीय ठरला व रद्द झाला.''

(४) मालमत्ता जप्तीची धमकी : बन्सराज विरुद्ध सेक्रेटरी ऑफ स्टेट – या खटल्यात, मुलाकडील दंड वसूल करण्यासाठी सरकारने त्याच्या वडिलांना मालमत्ता जप्त करण्याची धमकी दिली.

ही जबरदस्ती आहे. म्हणून करार वर्जनीय आहे असे कोर्टाने ठरविले.

(५) त्रयस्थाची धमकी : करारात संबंधित व्यक्तीनेच धमकी दिली पाहिजे असे नाही. उदा. ''आपल्या जावयाच्या घरातील कुळ निघावे म्हणून आंनदरावांनी त्या कुळाला त्याचे पाय गुडघ्यातून काढण्याची धमकी दिली. म्हणून त्या कुळाने भीतीने घर सोडण्यास संमती दिली.''

या करारामध्ये बलप्रयोगाने संमती मिळविली आहे.

(६) बलप्रयोगाचे ठिकाण गौण : परदेशातील कायदेशीर कार्यक्षेत्रामध्ये भारतीय पिनल कोडनुसार प्रतिबंधित केलेल्या कृत्याचा अवलंब करून एका परकीय व्यक्तीने भारतीय व्यक्तीशी करार केला. आणि त्यानंतर करार भंगाबद्दल परकीय व्यक्तीने भारतीय कोर्टात दावा केला. परंतु, असा निर्णय दिला की, ज्या ठिकाणी ठराव झाला त्या ठिकाणी परकीय कायदा लागू असला आणि भारतीय पिनल कोड कायदा लागू नसला तरी त्या परकीय व्यक्तीचे कृत्य बलप्रयोगाचे समजले व गुन्हा मानण्यात आले.

(ब) अनुचित प्रभाव (कलम–१२)

यालाच अवाजवी दबाव, गैर प्रभाव किंवा नैतिक वजन असेही म्हणतात.

भारतीय करार कायदा, कलम १६ अनुसार 'अनुचित प्रभाव' या संज्ञेची **व्याख्या** खालीलप्रमाणे केली आहे –

"जेव्हा करार करणाऱ्या दोन व्यक्तींमध्ये असे संबंध असतात की, एक व्यक्ती दुसऱ्या व्यक्तीच्या मनावर आपला प्रभाव पाडू शकते, व ह्या संबंधाचा त्या व्यक्तीने गैरफायदा घेण्यासाठी उपयोग करून संमती मिळवून करार घडवून आणला तर तो ठराव 'अनुचित प्रभाव' पाडून केलेला ठराव म्हणतात."

यामध्ये, 'प्रभाव पाडणारी व्यक्ती' व 'ज्याच्यावर प्रभाव पाडला जाणार आहे अशी व्यक्ती' या दोन व्यक्ती करारामध्ये भाग घेतात. परंतु असा करार 'वर्जनीय' असतो. तो रद्द होऊ शकतो.

दोन व्यक्ती :

(अ) प्रभाव पाडणारी व्यक्ती : ही व्यक्ती ज्येष्ठ, श्रेष्ठ, बुद्धिमान अशा स्वरुपाची असते असे दिसते. उदा.वडील, डॉक्टर, वकील, धर्मगुरू, गुरू, शिक्षक, मालक, कारखानदार इ.

(ब) ज्याच्यावर प्रभाव पाडला जाणार आहे अशी व्यक्ती : कनिष्ठ, परस्परविरोधी नाते असणारी अशी असते. उदा.मुलगा, पेशंट, अशील, भक्त, नोकर खालील उदाहरणामध्ये अशा दोन व्यक्ती दिसतात –

नाते :

(१) नैसर्गिक अधिकाराचे नाते : पालक – पाल्य, वडील – मुलगा.

(२) विश्वासाचे नाते : डॉक्टर – पेशंट, वकील – अशील, धर्मगुरू – भक्त, महिला अधिकारी – विश्वासू व्यवस्था मध्यस्थ, धनको–ऋणको.

(३) वास्तव अधिकाराचे नाते : गुरु – शिष्य, शिक्षक – विद्यार्थी, आयकर अधिकारी – करदाता, पोलिस – आरोपी, मालक – नोकर, कारखानदार – कामगार.

(४) वृद्धत्व, आजारपण, शारीरिक आघात, मानसिक आघात, बौद्धिक शक्ती नष्ट होणे, इ.मुळे त्रस्त असलेल्या व्यक्तीबरोबर एखाद्याने गैरफायदा घेण्याच्या दृष्टीने करार केला तेव्हा तो ठराव सुद्धा अनुचित प्रभाव पाडून केलेला ठराव मानतात.

सिद्ध करणे : कायदेशीरदृष्टीने विचार करता अनुचित प्रभाव पाडून संमती मिळविली आहे, असे म्हणणाऱ्या व्यक्तीवर ते सिद्ध करण्याची जबाबदारी असते. केवळ अनुचित प्रभाव पाडून माझी संमती मिळविली आहे असे म्हणून त्याला करार रद्द करता येणार नाही.

उदा. 'माझ्या वडिलांनी माझ्याकडून अनुचित प्रभावाने संमती मिळविली आहे.' एवढे म्हणून भागणार नाही. तर त्या मुलाने पुढे जाऊन असे सिद्ध केले पाहिजे, की

त्याच्या वडिलांनी कशाप्रकारे अनुचित प्रभाव पाडला आहे.

कायदा म्हणतो – (१) प्रतिवादी हा अनुचित प्रभाव पाडण्याच्या स्थानावर असलाच पाहिजे. शिवाय (२) त्या प्रतिवादीने त्याचा त्या दृष्टीने वापर केला असला पाहिजे. तरच फिर्यादी/वादी याला तो रद्द करता येतो.

गृहीत नियम : अनुचित प्रभाव पाडून संमती मिळविली असेल असे काही ठिकाणी गृहीत धरले जाते. ही गोष्ट गृहीत धरण्याचा परिणाम असा होतो की, एकदा प्रतिवादी हा फिर्यादीच्या इच्छाशक्तीवर दबाव आणू शकतो असे सिद्ध झाले तर असे गृहीत धरले जाते की त्याने आपल्या अस्तित्वाचा व पदाचा निश्चितपणे फिर्यादीचा गैरफायदा घेऊनच ठरावास संमती मिळविली असणार.

जर प्रतिवादीला गृहीत नियम मान्य नसेल तर त्याने असे सिद्ध केले पाहिजे की, आपण फिर्यादीची मुक्त संमती मिळविली आहे. उदा. **'लँकशायर लोन्स लि. वि ब्लॉक'** या खटल्यात प्रतिवादी ही सज्ञान विवाहिता होती. आपल्या आईने कंपनीकडून घेतलेल्या कर्जाला तिने तारण दिले. वस्तुस्थितीचा विचार करता कोर्टाला असे दिसून आले की ती आपल्या आईच्या प्रभावाखाली होती.

मानसिक आधात : ज्यावेळी एखाद्याची मानसिक क्षमता तात्पुरती किंवा कायमची कमी झालेली असते तेव्हा त्याच्यावर मानसिक आधात झाला आहे असे म्हणतात. अशा परिस्थितीत जर त्या व्यक्तीशी करार केला तर तो करार अनुचित प्रभाव पाडून केलेला करार मानला जाईल.

उदा.मद्रास हायकोर्टातील एका खटल्यात, पालनपोषणाचा हक्क सिद्ध करण्यासाठी एका हिंदू विधवेला पैशाची अत्यंत निकड होती, अशा मन:स्थितीत असताना एका सावकाराने तिला पैसे देतो म्हणून मन वळविले व त्यासाठी १००% व्याजाचा दर आकारण्यात आला. त्यावर ती बाई कबूल झाली. पैसे मिळाले पुढे जास्त व्याज आहे म्हणून त्या बाईने कोर्टात दावा केला. कोर्टाने निर्णय दिला, अनुचित प्रभाव पाडून संमती घेतली आहे. म्हणून करार वर्जनीय आहे व कोर्टाने शेवटी २४% व्याजाचा दर लावण्यास त्या सावकाराला भाग पाडले.

आर्थिक जुलूम : प्रभाव पाडू शकणाऱ्या व्यक्तीने असे सिद्ध केले पाहिजे की, झालेला व्यवहार, प्रामाणिक, योग्य, राजीखुशीने, अक्कलहुशारीने, समजुतदारपणाने व अनुचित प्रभावापासून अलिप्त असा होता.

परंतु खालील उदाहरणामध्ये आर्थिक जुलूम दिसतो म्हणून असा करार अनुचित प्रभावाला बळी पडतो.

(१) एकाने झालेल्या निर्णयाविरुद्ध अपील करण्यासाठी बाँडवर ३७०० रु. आणले व एक वर्षात त्याचे मी २५,००० रु. परत देईन असे वचन दिले.

(२) एका धनवान व्यक्तीच्या २८ वर्षे वयाच्या, वाईट चालीच्या व सवयीच्या मुलाला, त्याने पैसे देण्याचे नाकारले म्हणून त्या मुलाने एकाकडून बाँडवर ३७% दर सहामाही व्याजाच्या दराने ५०० रु. आणले व तीन वर्षे रक्कम परत द्यायची नाही असे ठरले.

(३) 'रघुनाथ प्रसाद वि. सर्जु प्रसाद' या खटल्यात, ''संयुक्त कुटुंबाच्या मालमत्तेसाठी वडील व मुलगा यांच्यात भांडण– कोर्टात दावा दाखल– प्रतिवादीने फिर्यादीला आपली मालमत्ता गहाणवट ठेवून १०,००० रु. २४% दराने रक्कम आणली. हे व्याज चक्रवाढ व्याज पद्धतीचे होते. ११ वर्षांत ही रक्कम १,१२,८८५ रु. झाली.''

अशा प्रकारच्या अनेक खटल्यात आर्थिक जुलूम दिसून आल्यामुळे व अनुचित प्रभाव पाडूनच संमती मिळविल्यामुळे सर्व प्रकारात कोर्टाने, व्याजाचा दर सर्वसामान्य दराप्रमाणे खाली आणला.

कायद्याची सक्ती : जर कायद्यानेच सक्ती करावी लागत असेल व तशी करारास संमती मिळवावयाची असल्यास ती संमती 'अनुचित प्रभाव' पाडून मिळविली आहे असे म्हणता येत नाही.

उदा. ऊस उत्पादकाने कोणत्या साखर कारखान्यात आपला ऊस घालावा ? त्याच्या कार्यक्षेत्रात असलेल्या कारखान्यात घालावा की कार्यक्षेत्राबाहेरीला कारखान्यात घालावा? त्याला स्वातंत्र्य आहे परंतु, त्याने ज्या कारखान्याला ऊस घालावयाचा ठरविले तर तो ऊस कायद्याने त्या कारखान्याने घेतलाच पाहिजे.

अपवाद : अनुचित प्रभाव याला खालील अपवाद आहे.

नित्याचा व्यवहार : नित्याच्या व्यवहारात अवाजवी घटक आले तर त्याचा संबंध अनुचित प्रभाव याच्याशी जोडून त्याचा उपयोग होत नाही. उदा. एका व्यक्तीने आपल्या बँकेत कर्जासाठी अर्ज केला. त्याचवेळी नाणेबाजारात पैशाची खूपच चणचण असते. त्यामुळे बँकेतील अधिकारी व्याजदर खूपच लावतो व कर्ज देण्यास तयार होतो व ती व्यक्ती अडचणीतच असल्यामुळे त्या कर्जाचा स्वीकार करते.

या ठिकाणी अनुचित प्रभाव पाडून करार घडवून आणला असे म्हणता येणार नाही. कारण बँकेचा हा नित्याचा आर्थिक व्यवहार आहे.

पडदानशीन स्त्रीचे करार : जात, धर्म, रिवाज, प्रथा इ. मुळे जी स्त्री बंधनात असते, एकांतात राहते, किंवा समाजात वावरत नाही. अशा स्त्रीला 'पडदानशील स्त्री' म्हणतात. परंतु जी स्त्री बुरखाधारी आहे तिलाच फक्त पडदानशीन स्त्री म्हणतात असे नाही. अशा स्त्रियांच्यावर अनुचित प्रभाव पाडून त्यांच्याकडून करार करून घेणे सहज शक्य असते. यासाठी कायद्याने अशा पडदानशीन स्त्रियांना खास संरक्षण दिले आहे. यांचेबरोबर करार करताना अवाजवी दबाव, अनुचित प्रभाव याचा वापर केलेला नाही

असे गृहीत धरलेले असते. म्हणून 'प्रतिवादीला' असा दबाव आणला नव्हता हे सिद्ध करावे लागते. तसे हेही सिद्ध करावे लागते – (१) जो करार केला आहे तो तिला नीट समजला होता. (२) तिने स्वतःच्या बुद्धीने करारास संमती दिली आहे. (३) तिला काराराची कायदेशीर जबाबदारी समजली होती. (४) तिला कायदेशीर सल्ला घेण्याची स्वतंत्रपणे परवानगी दिली होती इ.

करार रद्द : कलम – (१९-ए) : या कलमानुसार अनुचित प्रभाव या कारणांमुळे केलेला करार रद्द करता येतो.

(१) अशा अनुचित प्रभाव पाडून केलेल्या कराराला 'वर्जनीय' करार ठरविला आहे.

(२) परंतु हा करार रद्द करण्याचा अधिकार फक्त ज्या व्यक्तीची अनुचित प्रभावाने संमती घेतली असेल त्यालाच प्राप्त होतो.

कोर्ट असा करार पूर्णतः रद्द करू शकते किंवा ज्या व्यक्तीची अशा पद्धतीने संमती मिळविली असेल त्या व्यक्तीला काय फायदा झाला असेल तर, सर्व गोष्टींचा सारासार विचार करून कोर्ट योग्य तो निर्णय देते.

(क) कपट/फसवणूक/लबाडी (कलम-१७)

भारतीय करार कायदा, कलम-१७ अनुसार, कपट याचा अर्थ फसवणूक करण्याच्या उद्देशाने किंवा करार करण्यास प्रवृत्त करण्याच्या उद्देशाने केलेली खालील कृत्ये :

(१) फसवणूक करणाऱ्या व्यक्तीला एखादे विधान खोटे आहे हे माहीत असून देखील ते खरे आहे असे दुसऱ्या व्यक्तीस सांगणे,

(२) ज्याची फसवणूक करावयाची आहे त्या व्यक्तीपासून सत्य लपवून ठेवणे,

(३) आपण वचन पूर्ण करणार नाही असा निश्चित हेतू मनात ठेवून वचन देणे,

(४) दुसऱ्या व्यक्तीची फसवणूक होईल असे कृत्य करणे,

(५) कायद्याने कपट / लबाडी म्हणून घोषित केले आहे असे कृत्य किंवा कसूर करणे.''

वैशिष्ट्ये : कपट यामध्ये खालील वैशिष्ट्ये आहेत –

(१) फसवणूक करणाऱ्या व्यक्तीने खोटे विधान ठासून सांगितले असले पाहिजे.

(२) सत्य परिस्थिती हेतुपुरस्सर लपविलेली असली पाहिजे.

(३) वचन न पाळण्याच्या हेतूने वचन दिलेले असले पाहिजे.

(४) जी कृती करावयाची ती फसविण्याच्या उद्देशानेच केलेली असली पाहिजे.

(५) निर्हेतुकपणे झालेल्या कृतीमुळे जर संबंधित व्यक्तीचे नुकसान झाले तर त्याला 'कपट' करण्याचा उद्देश असल्याचे मानता येत नाही.

(६) विक्रेत्याने आपल्या मालाची विक्री करताना त्या मालाचे वर्णन करताना अलंकारिक भाषा वापरली, काव्यपूर्ण भाषेत वर्णन केली किंवा मालाचे अवास्तव गुणवर्णन केले, तर त्यावेळी कपट करण्याचा उद्देश असल्याचे मानता येत नाही.

(७) कृतीचा उद्देश फसविणे हाच होता.

(८) कृतीमुळे फसवणूक होऊन नुकसान झाले.

(९) कपट करून संमती मिळविली तर तो करार वर्जनीय ठरतो.

कपट व अधिकार : ज्या व्यक्तीकडून कपट करून संमती मिळविली आहे अशा व्यक्तीला काही अधिकार प्राप्त होतात.

(१) करार वर्जनीय : या पद्धतीने संमती घेतलेला करार हा वर्जनीय ठरतो.

(२) करार रद्द : कपट करून संमती मिळविलेला ठराव हा कलम –१९ अनुसार रद्द करता येतो. परंतु करार रद्द करण्याचा अधिकार हा ज्याची फसवणूक झाली आहे त्यालाच प्राप्त होतो.

(३) नुकसान भरपाई : कपट करून संमती मिळविली असेल त्या व्यक्तीचे करारामुळे काही नुकसान झाले तर त्याबद्दल करार करण्यासाठी जी व्यक्ती असते त्या व्यक्तीकडून नुकसानभरपाई मागण्याचा हक्क प्राप्त होतो.

(४) करार पूर्वस्थिती : करारामुळे जर कपट करून संमती मिळविली असेल तेव्हा ते असत्य विधान केले तेच सत्य समजून जी परिस्थिती निर्माण झाली असती तशी परिस्थिती निर्माण करण्याविषयी ती व्यक्ती आग्रह धरू शकते.

उदा.ओसवाल यांनी आपली ॲम्बॅसिडर गाडी विकताना नवीन इंजिन घातले आहे असे सांगून पेंढारकर यांना गाडी विकली. पुढे पेंढारकरांना गाडीच्या एकूण कंडिशनबद्दल शंका आली व मेक्रींना दाखविल्यानंतर ते इंजिन फार जुने असल्याचे समजले. यामध्ये 'कपट' आहे. करार रद्द होतो, वर्जनीय आहे, नुकसानभरपाई मागता येते, करार करताना जे विधान केले तशीच परिस्थिती निर्माण व्हावी असा आग्रह श्री.पेंढारकर धरू शकतात.

(५) बचावाचा अधिकार : कपट करून संमती ज्याची घेतली त्याच व्यक्तीच्या बाजूस कायदा आहे. ज्याने कपट करून संमती मिळविली त्या व्यक्तीला बचावाचा अधिकार प्राप्त होत नाही. ती व्यक्ती असे म्हणू शकत नाही – की – दुसऱ्या व्यक्तीने सत्य परिस्थितीची चौकशी करायला हवी होती व नुकसान टाळता आले असते. असा बचाव कपट करणारा करू शकत नाही. कारण कपट करणाऱ्याने सर्वतोपरी सत्य लपविण्यासाठी प्रयत्न केलेले असतात.

मुग्धता व कपट यांचा परस्पर संबंध –

मुग्धता

(अ) 'कपट' करण्याचा उद्देश नसतो   (ब) 'कपट' करण्याचा उद्देश असतो.

'मुग्धता' म्हणजे करार होताना मौन पाळणे होय. पुढील व्यक्ती जे प्रश्न विचारते त्या प्रश्नांची उत्तरे न देणे, काहीच न बोलणे –याला आपण मुग्धता किंवा मौन असा शब्द वापरू शकतो.

परंतु कराराच्या वेळी मुग्धता किंवा मौन पाळणे याला कायद्यामध्ये अत्यंत महत्त्वाचे स्थान आहे. कारण विक्रेत्याने मुग्धता पाळल्यामुळे करारातील खरेदीदाराचे नुकसान होण्याची शक्यता नाकारता येत नाही.

(अ) मुग्धता कपट करण्याचा उद्देश नसतो : मुग्धता पाळणे म्हणजे 'कपट' करणे असा अर्थ होत नाही. लॉर्ड हाल्सबरी म्हणतात, ''करार करणाऱ्या व्यक्तीने भ्रामक प्रतिमा कोणत्या माध्यमातून उभी केली याला मी महत्त्व देत नाही तर, युक्ती, प्रयुक्ती अस्पष्ट बोलणे, संदिग्ध बोलणे यामुळे त्या व्यक्तीला असे वाटते की मुख्य व्यवहारातून आपली सुटका होईल.''

केवळ मुग्धता म्हणजे कपट होत नाही. करार करणाऱ्या व्यक्तीच्या इच्छाशक्तीवर परिणाम होईल व त्यामुळे ती व्यक्ती करार करण्यास नकार देईल, म्हणून करार घडवून आणणारा काही महत्त्वाची माहिती लपवून ठेवतो.

करार घडवून आणणाऱ्या व्यक्तीने त्या कराराशी संबंधित असलेली सर्वच माहिती त्या व्यक्तीला सांगितलीच पाहिजे असे बंधन त्याच्यावर नसते. शिवाय त्याच्याजवळील सर्वच माहिती सांगितल्यामुळे जर कराराचा मूळ हेतू सफल होणार नसेल तर अशा वेळी करार घडवून आणणारी व्यक्ती मुग्धता पाळते.

उदाहरणे : खालील उदाहरणामध्ये व्यक्तीने मुग्धता पाळली पण कपट नव्हते असे दिसून येईल –

(१) बदललेल्या किमतीची माहिती विक्रेत्याला असून देखील कराराच्या वेळी त्याने मुग्धता पाळली, तर त्याचा कपट करण्याचा उद्देश नसतो. म्हणून येथे करार वर्जनीय ठरणार नाही. रद्द करता येणार नाही.

(२) विक्रेत्याने रेस मधून बाद झालेला घोडा विक्रीस ठेवला तेव्हा विक्रीच्या वेळी कोणतीच गोष्ट बोलला नाही, वर्णन केले नाही, गुण सांगितले नाहीत, अशावेळी त्याची मुग्धता म्हणजे कपट होत नाही.

याचे कारण विक्रीच्या कायद्यामध्ये **ग्राहकांनो सावधान** असे तत्त्व असते. यामध्ये ग्राहकाने त्या वस्तूच्या गुणधर्माची, भौतिकतेची, टिकाऊपणाची चाचणी घेतली पाहिजे असा अर्थ अभिप्रेत आहे.

(३) श्रीकृष्ण विरुद्ध कुरुक्षेत्र युनिव्हर्सिटी या खटल्यात सुप्रीम कोर्टाने पुढीलप्रमाणे निकाल दिला –

"विद्यापीठ परीक्षेच्या फॉर्ममध्ये माहिती भरताना, त्या परीक्षा फॉर्म भरणाऱ्या उमेदवाराला पूर्ण जाणीव असताना देखील त्याने आपली नियमापेक्षा कमी हजेरी असलेली त्या फॉर्ममध्ये भरली नाही."

ही एक प्रकारची मुग्धता होय, परंतु कोर्टाने हे कपट/फसवणूक/लबाडी नव्हे असा निर्णय दिला.

(ब) मुग्धता – कपट करण्याचा उद्देश असतो : अनेक उदाहरणांत कपट करण्याच्या उद्देशाने मुग्धता पाळली जाते.

(१) स्पष्ट बोलण्याचे कर्तव्य : जेव्हा करार करणाऱ्या व्यक्तींपैकी एक व्यक्ती दुसऱ्या व्यक्तीवर संपूर्ण विश्वास टाकते. तेव्हा करार करणाऱ्याने स्पष्ट बोलणे हे त्याचे कर्तव्य असते. उदा. अपघातामुळे मोडतोड करून मोटार गाडी झाळकाम, जोडकाम, जुने सुटे भाग वापरून वरून नवी वाटावी म्हणून रंगकाम करून विकत आहे हे वडिलाने मुलास सांगितले पाहिजे.

जर वरील उदाहरणात, वडिलांनी मुग्धता पाळून आपली मोटार विकण्याचा ठराव केला तर त्या ठिकाणी 'कपट' करण्याचा हेतू सिद्ध होतो.

त्याचप्रमाणे आयुर्विमा, अग्निविमा, सागरी विमा व इतर विमा यामध्ये विमा कंपनी प्रतिनिधी विचारलेल्या सर्व प्रश्नांना स्पष्टपणे व सत्य उत्तरे बोलून दिली पाहिजेत. मुग्धता पाळली तर तेथे कपट हेतू दिसून येईल व विमा कंपनी तो रद्द करू शकते.

तसेच विवाहविषयक करार, शेअर्स खरेदी व्यवहार इतर व्यक्तिगत स्वरूपाचे करार यात संपूर्ण सत्य माहिती सांगितली पाहिजे. मुग्धता पाळल्यास करार वर्जनीय ठरतो व तो रद्द करण्याचा अधिकार प्राप्त होतो.

(२) फसवी मुग्धता : बऱ्याचदा मुग्धता स्पष्ट बोलण्यासारखीच असते. जेव्हा करारातील व्यक्ती मुग्धता पाळते आणि ही मुग्धता त्या व्यक्तीला निश्चितपणे फसवी ठरणार हे या व्यक्तीला चांगले ठाऊक असते. अशावेळची मुग्धता ही कपट असल्याचेच सिद्ध करते. उदा. घरावर बोजा असताना ते न सांगता विकणे.

(३) परिस्थिती बदलाची मुग्धता : आजची परिस्थिती विचारात घेऊन केलेले विधान व त्या विधानासंदर्भात भविष्यकाळातील परिस्थिती बदलली, तर त्याचा अर्थ बदलतो व हा बदल कराराशी संबंधित व्यक्तींना कळविण्याची जबाबदारी ही विधान करणाऱ्यावर असते. अन्यथा तो करार वर्जनीय ठरतो, रद्द करता येतो.

उदा.मद्रास हायकोर्टातील एका खटल्यानुसार, "एका कंपनीच्या माहितीपत्रिकेत

संचालकपदी विशिष्ट नावाच्या व्यक्ती असतील असे छापून भाग विक्रीसाठी माहितीपत्रक प्रसिद्ध केले आणि भविष्यकाळात भागवाटपाच्या अगोदर त्या संचालकांपैकी काही संचालक बदलले होते व काही संचालक हे निवृत्त झाले होते. हा बदल कंपनीने ताबडतोब सांगण्याची गरज आहे. अन्यथा भागखरेदीदार ते भाग परत करू शकतात व भागवाटप टाळू शकतात.''

(४) अर्ध सत्य मुग्धता : करार करणारी व्यक्ती ही मुग्धता पाळू शकते परंतु माहिती सांगण्यासाठी एकदा का तोंड उघडले तर तो मध्येच अध्यर्वावर थांबू शकत नाही. त्याने पूर्ण सत्य माहिती प्रतिपादन केलीच पाहिजे असे त्याच्यावर बंधन राहते. अन्यथा अर्धसत्य माहिती म्हणजे कपट कारस्थानाला निमंत्रण ठरते.

उदा. **'गुजरात हायकोर्टासमोरील'** एका खटल्यात —

''एका कॉन्ट्रॅक्टरने टेंडरमध्ये बांधकामाच्या संदर्भातील खर्चाची खोटी आकडेवारी दिली होती. कॉन्ट्रॅक्टरने दिलेले टेंडर खरे समजून तो त्यातील खर्चात कपात करण्यास तयार झाला.''

कोर्टाने असा निर्णय दिला की, टेंडरमधील प्रतिपादन हे कपट दर्शविते, यावर प्रतिवादी असा बचाव करू शकत नाही की, फिर्यादी वाजवी प्रयत्न करून खऱ्या खर्चाचे आकडे मिळवू शकला असता. म्हणून हा करार अर्धसत्य मुग्धता कारणावरून वर्जनीय ठरला व रद्द करण्यात आला.

(क) असत्य विधान/असत्य प्रतिपादन/ विपर्यास (कलम-१८)

भारतीय करार कायदा, कलम-१८ अनुसार, असत्य विधानाची व्याख्या खालीलप्रमाणे केली आहे :

(१) एखादी व्यक्ती, एखादी गोष्ट विश्वासपूर्वक सत्य समजून, खोटी असलेली गोष्ट आत्मविश्वासाने ठासून खरी आहे असे सांगते,

(२) फसवणूक करण्याचा उद्देश नसतानाही आपल्या कर्तव्यपालन भंगामुळे एखाद्या व्यक्तीला फायदा होत असेल व दुसऱ्या व्यक्तीचे नुकसान होत असेल,

(३) आणि कराराशी संबंधित असलेली व्यक्ती अज्ञानामुळे करारातील विषयवस्तुसंबंधी चूक करीत असेल तर ती चूक व चुकीचे सांगणे, असत्य विधान होय.

वैशिष्ट्ये —

(१) असत्य विधान करून संमती मिळविली असेल तर, ज्याला फसविले त्या व्यक्तीच्या इच्छेनुसार तो करार वर्जनीय ठराव होतो व ती व्यक्ती करार रद्द करू शकते.

(२) असत्य विधान खरे समजून करार करणाऱ्या व्यक्तीला करार स्वीकृत करता येतो. परंतु करार स्वीकृतीच्या वेळी ते विधान सत्य असल्यास त्याची जी स्थिती राहिली

असती, तीच स्थिती करार पालनात राहिली पाहिजे असा तो आग्रह धरू शकतो.

(३) जेव्हा एक व्यक्ती दुसऱ्या व्यक्तीच्या असत्य विधानावर विश्वास न ठेवता, स्वतःच्या सत्य माहितीच्या आधारावर ठराव करते, तेव्हा तो करार असत्य विधानाने झाला आहे असे मानत नाहीत. अशा प्रकारचा ठराव त्या व्यक्तीला रद्द करता येत नाही. उदा. विक्रेता म्हणतो दरवर्षी ७०० टन कागद या कारखान्यात होतो. परंतु खरेदीदार हिशेब तपासणी करतो तेव्हा ५०० टन उत्पादन दरवर्षी असते. अशावेळी जर करार झाला तर तो वर्जनीय ठरत नाही व रद्द होत नाही. बंधनकारक ठरतो.

असत्य विधान याचे प्रकार –

(१) असमर्थनीय विधान : एखादी व्यक्ती एखादी गोष्ट ठासून सांगत असते की ही माहिती सत्य आहे परंतु त्याची माहिती खात्रीशीर वाटत नसते, तरीदेखील ती व्यक्ती सांगत असलेली गोष्ट सत्यच आहे असा विश्वास ठेवते. त्याला 'असत्य विधान' म्हणतात.

उदा. मुंबईतील एका खटल्यामध्ये,

''प्रतिवादीने फिर्यादीकडून एक जहाज भाड्याने घेतले. फिर्यादीने खात्रीने सांगितले की त्यात २८०० टनाच्या वर नोंदणी झालेली नाही. वस्तुस्थिती अशी होती की ते जहाज मुंबईत केव्हाच आले नव्हते व ते फिर्यादीला काहीच माहीत नव्हते. परंतु त्या बोटीमध्ये ३००० टनाचे वर नोंदणी होती असे दिसले. ''

या खटल्यात असा निर्णय दिला की, प्रतिवादीला हा करार रद्द करण्याचा हक्क आहे.

केलेले विधान कराराची मुख्य अट असताना ते विधान जर असत्य निघाले तर, या करारामुळे ज्याचे नुकसान झालेले असेल ती व्यक्ती केवळ करारच रद्द करू शकते असे नाही तर करार भंग केल्यामुळे झालेल्या नुकसानभरपाईबद्दल दावा करू शकते.

उदा. कार विक्रेता म्हणतो, २०,००० मैल गाडी चालविली आहे. हे विधान प्रत्यक्षात असत्य होते. खरेदीदाराला नुकसानभरपाई मागण्याचा अधिकार मिळाला.

(२) कर्तव्यभंग : कर्तव्यभंग करून त्याला फायदा होतो व दुसऱ्याला तोटा होतो तेव्हा त्याला 'असत्य विधान' म्हणतात. याला 'रचनात्मक कपट' म्हणतात.

उदा. प्रतिवादीने फिर्यादीचे असे मत बनविले की, दुसरे, तिसरे काही नसून आपल्या आगोदर ठरलेल्याच सर्व औपचारिक गोष्टींचा त्या करारामध्ये समावेश आहे, हे सत्य आहे असे समजून फिर्यादीने ते सर्व न वाचताच सही केली. परंतु तो संपूर्ण ठराव प्रतिवादीला फायदेशीर ठरणारा होता. यामुळे हा ठराव वर्जनीय ठरला, रद्द केला.

(३) विषय–वस्तू बद्दल चूक : करारातील विषय वस्तूला काही किंमत, दर्जा

असतो असे करारातील दोन्ही व्यक्ती समजत असतात. जर करारातील एखादी व्यक्ती, निर्हेतुकपणे, अज्ञानपणे नकळत दुसऱ्या व्यक्तीला कराराच्या मुख्य ' विषय-वस्तू' बदल चूक करण्यास प्रवृत्त करीत असेल किंवा चुकीचा मार्ग दाखवीत असेल तर तेथे 'असत्य विधान' असल्याचे समजले जाते.

(४) अति-महत्त्वाचे सत्य दडवून ठेवणे : जर करारातील अति-महत्त्वाचे सत्य दडवून ठेवले असेल तर तो करार 'असत्य विधान' यामुळे 'वर्जनीय' ठरतो. कराराचा आत्मा असलेली गोष्ट लपविल्यास करार जिवंत राहू शकणार नाही.

उदा. लग्नाच्या यादी करताना सर्व गोष्टी करारात ठरल्या परंतु मुलीकडील मंडळीनी मुलीला फीट्स् येतात, हे मात्र वर पक्षाला सांगितले नाही तर लग्नाच्या कराराचा आत्मा म्हणजे मुलगी 'निरोगी असणे' ही गोष्ट करारात अति-महत्त्वाची असताना रोग लपवून ठेवला त्यामुळे करार 'वर्जनीय' ठरला. अशा वेळी वर पक्षाला करार रद्द करता येतो.

(५) केवळ मत प्रदर्शन सुद्धा असत्य विधान होते : एखाद्याने एखाद्या गोष्टीबद्दल केवळ आपले मत प्रदर्शित केले तर ते 'असत्य विधान' होत नाही. परंतु काही प्रसंगी केवळ मतप्रदर्शन हे सुद्धा 'असत्य विधान' होते.

उदा. प्रिव्ही कौन्सिल मधील, 'बिसेट विरुद्ध विलकिन्सन' या खटल्यात ''एका व्यक्तीने आपला एक शेतजमिनीचा तुकडा विकला. शेतजमिनीचा तो तुकडा 'मेंढपाळ' करण्यासाठी खरेदी केला जाणार आहे याची कल्पना त्या विक्रेत्याला होती, म्हणून त्या विक्रेत्याने त्या जमिनीच्या तुकड्यासंदर्भात आपले मत प्रदर्शित केले की, त्या जमिनीच्या तुकड्यावर साधारणपणे २,००० मेंढरांची निश्चित सोय होईल परंतु तो जमिनीचा तुकडा मेंढपाळासाठी निरुपयोगी ठरला,'' म्हणून तो करार खरेदीदाराने 'वर्जनीय' ठरवून रद्द केला व त्या जमिनीच्या तुकड्याची किंमत देण्याचे नाकारले.

(६) परिस्थितीत बदल : कराराची बोलणी व कराराची अंमलबजावणी यात नेहमीच कालावधीचे अंतर असते. या अंतर पडलेल्या कालावधीमध्ये जो बदल झाला त्याची संपूर्ण कल्पना कराराशी संबंधित असलेल्या दुसऱ्या व्यक्तीला सांगितलीच पाहिजे.

कपट व असत्य विधान – तुलना

असत्य विधान	कपट
१. यात फसविण्याचा हेतू अस्तित्वात नसतो.	१. यामध्ये लबाडी व फसविण्याचा हेतू मुलत: अस्तित्वात असतो.
२. एखादे विधान **खोटे नाही** असा ठाम विश्वास असताना ते खरे आहे असे ठासून खरे आहे असे सांगणे म्हणजे असत्य विधान होय.	२. एखादे विधान **खोटे आहे** हे १००% माहीत असून ते विधान खरे आहे ठासून सांगणे म्हणजे कपट होय.
३. फसवणूक झालेली व्यक्ती ठराव रद्द करू शकते. असत्य विधान करणाऱ्या व्यक्ती विरुद्ध नुकसान भरपाईचा दावा लावता येत नाही.	३. फसवणूक झालेल्या व्यक्तीला ठराव रद्द करता येते. शिवाय कपट करणाऱ्या व्यक्तीकडून करार केल्यामुळे झालेल्या नुकसानीची भरपाई करता येते.
४. फसवणूक झालेल्या व्यक्तीस सहज प्रयत्नाने सत्य गोष्ट कळू शकली असती व सत्य समजून घेता आले असते असे असत्य विधान करणारी व्यक्ती म्हणू शकते. कारण सत्य लपविण्याचे प्रयत्न त्या व्यक्तीने केलेले नसतात.	४. फसवणूक झालेल्या व्यक्तीस सहज प्रयत्नाने सत्य समजू शकले असते असे कपट करणारी व्यक्ती म्हणू शकत नाही. कारण सत्य लपविण्याचे आटोकाट प्रयत्न कपट करणाऱ्या व्यक्तीने केलेले असतात.
५. असत्य विधान हे निर्हेतुक असते. त्यामुळे तो गुन्हा ठरत नाही.	५. कपट म्हणजे दुसऱ्या व्यक्तीची फसवणूक करण्याच्या उद्देशाने केलेला गुन्हा होय.

१.७ कायदेशीर उद्दिष्ट व कायदेशीर प्रतिफल (कलम–२३)
(Lawful Object & Lawful Consideration)

कायदेशीररीत्या अंमलबजावणी योग्य करारासाठी करारातील दोन्ही व्यक्तींनी कायदेशीर उद्दिष्ट व कायदेशीर प्रतिफल असलेलाच करार केला पाहिजे.

भारतीय करार कायदा, कलम २३, अनुसार विशिष्ट उद्दिष्टे व प्रतिफल हे बेकायदेशीर आहेत –

सर्व करारातील प्रतिफल व उद्दिष्ट कायदेशीर मानले जाईल. परंतु फक्त खालील

नमूद केलेल्या सहा करारांचे प्रतिफल व उद्दिष्ट हे बेकायदेशीर मानले जाईल –

(१) कायद्याने प्रतिबंधित केलेल्या कृत्यासंबंधी कराराचे उद्दिष्ट व प्रतिफल हे बेकायदेशीर आहे,

(२) कायद्यातील तरतुदींचे उल्लंघन करणारे ठरावाचे उद्दिष्ट व प्रतिफल हे बेकायदेशीर आहे,

(३) दुसऱ्याची फसवणूक करणारे ठरावाचे उद्दिष्ट व प्रतिफल हे बेकायदेशीर आहे,

(४) दुसऱ्या व्यक्तीच्या शरीराला किंवा मालमत्तेला अपाय करणारे ठरावाचे उद्दिष्ट व प्रतिफल हे बेकायदेशीर आहे.

(५) ठरावाचे उद्दिष्ट व प्रतिफल अनैतिक असल्यास ते बेकायदेशीर आहे.

(६) सामाजिक धोरणांविरुद्ध असलेल्या ठरावाचे प्रतिफल व उद्दिष्ट हे बेकायदेशीर आहे.

सहा उदाहरणे : वर नमूद केलेल्या सहा करारांचे प्रतिफल व उद्दिष्ट हे बेकायदेशीर असते हे आपण पाहिले. वरील प्रत्येकाचे उदाहरण पाहू.

(१) कायद्याने प्रतिबंधित : 'मद्रास हायकोर्ट' मधील एका खटल्यात, ''फिर्यादीला दारूचे दुकान चालविण्यासाठी एक्साईज ॲक्ट अनुसार एक लायसेन्स दिले. कायद्यानुसार त्याला आपले लायसेन्स विकण्याचा, हस्तांतर करण्याचा, उप-करार करण्याचा, प्रतिबंध केला किंवा भागीदारीत धंदा चालविण्यास कायद्याने प्रतिबंधित केले.''

परंतु, फिर्यादीने प्रतिवादीला भागीदारीसाठी भागीदार म्हणून घेतले.

निर्णय : भागीदारीचा करार व्यर्थ आहे. कायद्याने प्रतिबंधित केलेल्या कृत्याबद्दल करार आहे. त्यामुळे तो करार व्यर्थ ठरवून रद्द केला.

(२) तरतुदींचे उल्लंघन : अलाहाबाद हायकोर्ट मधील एका खटल्यात, ''फौजदारी गुन्ह्यातील एका आरोपीला क्रिमिनल प्रोसिजर कोडप्रमाणे चांगल्या वर्तनुकीबद्दल पाच हजार रुपयांचा जामीन देण्यास सांगितले. त्या आरोपीने प्रतिवादीजवळ पाच हजार रुपये भरले आणि त्याने जामीन रहावे म्हणून त्याचे मन वळविले. जामिनाचा कालावधी संपल्यानंतर आरोपीने प्रतिवादीवर रक्कम वसुलीचा दावा केला.

निर्णय : हा करार कायद्यातील तरतुदींचे उल्लंघन करणारा म्हणून 'व्यर्थ' ठरविला व रक्कमसुद्धा वसूल करता येणार नाही असे सांगितले.

(३) दुसऱ्याची फसवणूक : दोन विरुद्ध एक अशा बहुमताने खालील नुकसान भरपाई करार व्यर्थ, बेकायदेशीर ठरविला –

उदा. एक व्यापारी जहाजाने मोसंबी रस बॅरलमधून पाठविणार असतो. बॅरल जुने, चपके, कमजोर असल्याबद्दल जहाजमालकाने त्या व्यापाऱ्याला सांगितले की, स्वच्छ

बोटीची हुंडी देता येणार नाही. कारण त्या बॅरलमधून रस गळण्याची जास्त शक्यता आहे. परंतु माल पाठविणाऱ्या व्यापाऱ्याने जहाज मालकाला नुकसान भरपाईचा बाँड लिहून दिला. म्हणून जहाजमालकाने त्या व्यापाऱ्याला, ''बॅरल उत्तम स्थितीत असून त्यातून रस गळणार नाही असे म्हणून बोटीची स्वच्छ हुंडी दिली. परंतु ठिकाणावर माल पोहोचल्यावर बॅरलमधून रस गळला या कारणास्तव माल स्वीकारणाऱ्या व्यक्तीने बोटीकडून नुकसानभरपाई करून घेतली.''

यामुळे जहाजमालकाने माल पाठविणाऱ्या व्यापाऱ्याकडून नुकसानभरपाईचा बाँड लिहून घेतला होता. त्याच्या आधारे नुकसानभरपाईचा दावा केला परंतु कोर्टाने असा करार व्यर्थ ठरविला. कारण माल घेणाऱ्याची फसवणूक केली आहे म्हणून तसा करार व्यर्थ ठरतो.

(४) शरीराला, मालमत्तेला अपाय : 'राम सरूप विरुद्ध बन्सी मंदार' या खटल्यात, ''एकाने फिर्यादीकडून शंभर रुपये कर्जाऊ घेतले व फिर्यादीने त्याच्याकडून असा बाँड लिहून घेतला, की कर्जदाराने दोन वर्षे पैसे परत न देता नोकर म्हणून राहिले पाहिजे. जर त्यात कसूर तर चुकीबद्दल एकरकमी जबरी व्याजासह मुद्दल परत दिले पाहिजे.''

निर्णय : यावर कोर्टाने असा निर्णय दिला की, अशा प्रकारचा करार म्हणजे एक प्रकारची गुलामगिरीच होय. यामध्ये कर्जदाराच्या शरीराला अपाय होण्याची शक्यता नाकारता येत नाही. म्हणून हा करार 'व्यर्थ' ठरविला.

तसेच – 'अ' व 'ब' यांच्यात 'क'ला मारण्याचा व त्याचे घर जाळण्याचा करार झाला त्याबद्दल 'अ' हा 'ब' ५,००० रुपये देण्याचे वचन देतो. हा करार व्यर्थ आहे.

(५) ठराव अनैतिक : 'बाईविजली विरुद्ध नानसा नागार' या खटल्यात, ''आपल्या नवऱ्यापासून घटस्फोट मिळविण्यासाठी जो खर्च येणार त्यासाठी त्या बाईने एका सावकाराकडून पैसे घेतले व घटस्फोटानंतर त्या सावकाराने त्या बाईबरोबर लगेच लग्न करण्यास तयार असल्याचे तिला वचन दिले.''

असा करार कोर्टाने 'व्यर्थ' ठरविला आणि पैसे सुद्धा त्या सावकाराला परत मिळणार नाहीत असा निकाल दिला कारण हा करार 'अनैतिक' आहे.

(६) सामाजिक धोरणाविरुद्ध : 'मद्रास हायकोर्टातील' एका खटल्यात, ''मेडिकल कॉलेजमध्ये आपल्या मुलाला सीट मिळावी म्हणून तेथील संबंधिताला पैसे दिले व तसे त्याने सीट देण्याचे वचन दिले. पुढे सीट मिळाली नाही.''

कोर्टाने निर्णय दिला की हीच गोष्ट सामाजिक धोरणाविरुद्ध आहे म्हणून दिलेले पैसे परत वसूल करता येणार नाहीत व हा करार 'व्यर्थ' आहे.

सामाजिक धोरणाविरुद्धचे ठराव : समाजहित व सार्वजनिक जीवन यांना

अपायकारक ठरतील असे ठराव करता येत नाहीत. अशा सामाजिक धोरणांविरुद्ध ठरावाची खालील उदाहरणे पाहू या –

(१) शत्रू राष्ट्रांशी व्यापार करणे : भारताबरोबर जर एखाद्या देशाने युद्ध सुरू केले तर अशा राष्ट्राला शत्रू राष्ट्र म्हणतात व या शत्रू राष्ट्राशी व्यापार केल्यास त्याचा फायदा त्यांना मिळतो. म्हणून शत्रू राष्ट्राबरोबर व्यापार करताना भारत सरकारची परवानगी काढावी लागते.

अन्यथा तो करार/व्यापार हा बेकायदेशीर होतो 'व्यर्थ' ठरतो.

(२) सरकारी कचेरीतील नोकरी मिळविणे : सरकारी कचेरीतील एखाद्या अधिकाऱ्याला लाच देऊन नोकरी मिळविण्याचा करार 'व्यर्थ' ठरतो किंवा लोकसभेच्या खासदार, नामदार इ. व्यक्तीला पैसे देऊन निकाल आमच्या बाजूचा करून घ्या असे म्हणणेसुद्धा सामाजिक धोरणाविरुद्धचा करार होतो. व्यर्थ ठरतो, बेकायदेशीर होतो.

(३) न्यायदान प्रशासनात अडथळे : न्यायदानाच्या कामात अडथळा यावा म्हणून केलेला करार 'व्यर्थ' ठरतो. यामध्ये खालील प्रकार येतात –

(अ) न्यायदान प्रक्रियेत अडथळा : 'नंदकिशोर विरुद्ध कुंजबिहारीलाल' या खटल्यात हुकूमनामा करण्यात दिरंगाई व्हावी म्हणून करण्यात आलेला करार, 'को.पा.टु.वि अजिमुल्ला' या खटल्यात, खोटी साक्ष देण्यास प्रवृत्त करण्यासाठी पैसे देण्याचे वचन, किंवा 'सती भगवानदास शास्त्री विरुद्ध राजाराम' या खटल्यात प्रतिवादीला दाव्यात यश मिळावे म्हणून महापूजा घालण्याचा करार इ. हे सर्व करार व्यर्थ ठरविले कारण ते समाजविरोधी धोरणाचे ठराव आहेत.

(ब) कायदेशीर कारवाईला अडथळा : गुन्हेगाराला पकडून त्याला शिक्षा होणे, ही गोष्ट समाजहिताची आहे. परंतु गुन्हेगाराला पकडू नये म्हणून केलेला ठराव, कोर्टात जी केस विलंबित पडून आहे अशी काढून घ्या म्हणण्याचा करार हे सर्व व्यर्थ ठराव आहेत. समाजधोरणाविरुद्ध आहे. बेकायदेशीर आहेत.

(क) तिऱ्हाईताचा हस्तक्षेप : 'नेव्हिली विरुद्ध लंडन एक्सप्रेस' या खटल्यात, दाव्यातील व्यक्तीला, कायदेशीर संबंध नसताना तिऱ्हाईताने कायदेशीर कारवाई करू नये म्हणून केलेला ठराव बेकायदेशीर व सामाजिक धोरणाविरुद्ध आहे.

(ड) तिऱ्हाईताला हिस्सा : दाव्यातील व्यक्तीला तिऱ्हाईत व्यक्तीने मालमत्ता वसुलीमध्ये मदत करावी व योग्य वाटणी घ्यावी, परंतु अवाजवी वाटणी मागितल्यास तो करार सामाजिक धोरणाविरुद्ध होतो. तसेच, दाव्याचा निकाल लागल्यानंतर वसूल होणाऱ्या मालमत्तेतील फी म्हणून वकिलाने हिस्सा मागणे हे सामाजिक धोरणाविरुद्ध आहेच शिवाय व्यवसाय नीतिमत्तेचा भंग करणारे आहे.

(४) विवाह दलाली करार : विवाह जमवून देण्याचा करार करणे व त्याबद्दल

मोबदला घेणे म्हणजे विवाह दलाली करार होय. असे करार व्यर्थ होतात. उदा. 'गिरधारीसिंग विरुद्ध निलाधरसिंग' या खटल्यात, मुलगी विकण्याचा ठराव होता. तो ठराव व्यर्थ ठरविला.

उदा. ओरिसा हायकोर्टातील, 'ए. सुर्यनारायणमूर्ती वि. पी. कृष्णमूर्ती' या खटल्यात, ''प्रतिवादीने आपल्या विधवा पुतणीचे लग्न फिर्यादीबरोबर ठरविले. त्यात फिर्यादीला सोने, जवाहिर, दागिने, जमीन देण्याचे ठरले.''

परंतु प्रतिवादीने लग्न झाल्यानंतर, ठरल्याप्रमाणे दागिने, जमीन इ. संपत्ती दिली नाही.

निर्णय : कोर्टाने निर्णय दिला की, ऐच्छिक भेट देणे हे बेकायदेशीर होत नाही, परंतु आर्थिक लाभ उठविण्याच्या दृष्टीने केलेला विवाह करार हा बेकायदेशीर व व्यर्थ ठरतो.

(५) लिलावात वस्तूच्या किमतीची बोली न बोलण्याचा ठराव करणे : हे सामाजिक धोरणाच्या विरुद्ध आहे.

(६) मक्तेदारी निर्माण करण्याचा करार : यामुळे किमती उच्च पातळीवर राहतील. ग्राहकांचे आर्थिक शोषण होईल. म्हणून असा ठराव सामाजिक धोरणाविरुद्ध आहे.

(७) ठरावामधील बेकायदेशीर गोष्टीकडे दुर्लक्ष करण्याचा करार : म्हणजे अफू, गांजा, चरस, गर्द पुरविण्याचा करार हा सामाजिक धोरणाविरुद्ध आहे.

(८) पैजेचा करार : बेकायदेशीर आहे. सामाजिक धोरणाविरुद्ध आहे. उदा. निवडणुकीत दौलतराव निवडून आले तर तुम्ही मला १०,००० रुपये द्यावेत असा करार किसनरावांनी हनमंतरावाबरोबर केला, तर तो करार बेकायदेशीर आहे.

(९) विवाह प्रतिबंधक करार : यात विशिष्ट जात, जमात, मुलगी पाहूनच विवाह करावा किंवा जन्मभर अविवाहित रहावे यासाठी केलेला करार सामाजिक धोरणाविरुद्ध आहे.

(१०) दावा प्रतिबंधक करार : हा सामाजिक धोरणाविरुद्ध आहे. प्रत्येक व्यक्तीला कोर्टात दावा लावून न्याय मिळविण्याचा अधिकार आहे. त्याला कोणी विरोध केला तर ते बेकायदेशीर व सामाजिक धोरणाविरुद्ध आहे.

(११) व्यापारधंदा प्रतिबंधक करार : हा सामाजिक धोरणाविरुद्ध करार आहे. प्रत्येकाला आपल्या मर्जीनुसार, कुवतीनुसार, ऐपतीनुसार धंदा करण्याचा अधिकार आहे. त्याला कोणी विरोध केला तर ते बेकायदेशीर ठरते.

(१२) व्यक्तिस्वातंत्र्य प्रतिबंधित करणारे ठराव: तर बेकायदेशीर होतात. सावकाराने कर्ज देताना अनेक गैरसोयीच्या अटी घालून कर्ज दिले तर ते बेकायदेशीर आहे.

(१३) अज्ञान पालनकर्त्यांचे अधिकार प्रतिबंधित करणारे ठराव : बेकायदेशीर आहेत. अल्पवयीन मुलांना आई-वडील किंवा आईच्या पश्चात वडील व वडिलांच्या पश्चात आई हेच पालक असतात. त्या पालकांचे अधिकार जास्त कमी करण्याचा करार बेकायदेशीर आहे.

(१४) कालबाह्य देणे : कोर्टात न सांगण्याचा करार हा सामाजिक तत्त्वाच्या विरोधी आहे. कालमर्यादा कायद्यानुसार तीन वर्षे थकलेले कर्ज हे आपोआप रद्द होते. म्हणून सावकार अशा कर्जदाराविरुद्ध वसुलीचा दावा लावतो व कोर्टात हे देणे तीन वर्षे थकलेले होते असे सांगू नको म्हणून सांगतो व तसा करार करतो. हे बेकायदेशीर आहे.

यापैकी आपण पुढील प्रकरणात काही सामाजिक विरोधी करार सखोल अभ्यासणार आहोत.

चूक/गैरसमज (कलम–२०,२१,२२)

भारतीय करार कायदा, कलम–२०,२१,२२ अनुसार 'चूक/गैरसमज' याची व्याख्या खालीलप्रमाणे केली आहे –

कलम – २० अनुसार, ''करारास अत्यावश्यक असलेल्या अत्यंत महत्त्वाच्या असलेल्या सत्य गोष्टीबाबत करारातील दोन्ही व्यक्ती गैरसमजाने पछाडल्या असतील किंवा दोघांची त्या संदर्भात चूक झाली असल्यास तो करार 'व्यर्थ' ठरतो.''

कलम – २१ अनुसार, ''कायद्याबाबत गैरसमज किंवा चूक असल्यास होणार परिणाम कायद्याच्या अज्ञानामुळे चूक/गैरसमज होता कामा नये. भारतीय कायदा भारतात अंमलात असताना कायद्यासंबंधी व्यक्तीची चूक होता कामा नये. भारतातील कायद्याच्या अज्ञानामुळे किंवा चुकीच्या माहितीमुळे व गैरसमजामुळे झालेला ठराव वर्जनीय ठरत नाही.''

पण तो कायदा भारतात अमलात नाही, त्यासंबंधी चूक झाल्यास हा नियम लागू होत नाही.

कायद्यासंबंधीत जर चूक झाली असेल व त्यावर करार आधारलेला असेल तर तो करार करारातील व्यक्तीवर बंधनकारक ठरतो.

कलम – २२ अनुसार, ''करारातील प्रमुख विषय – वस्तुसंदर्भात जर करारातील एकाच व्यक्तीची, चूक असेल तर तो करार 'वर्जनीय' ठरत नाही.''

चुकांचे/गैरसमजाचे प्रकार : सर्वसाधारणपणे 'चुका' होणाचे प्रकार दोन्ही व्यक्तींच्या चुका, प्रमुख विषय – वस्तूच्या चुका, कराराच्या पूर्ततेच्या संभाव्यतेबद्दल चुका किंवा एकतर्फी चुका. इ. मुळे करार व्यर्थ ठरू शकतो.

चूक/गैरसमज यांचे खालीलप्रमाणे प्रकार आहेत –

(१) व्यक्ती-ओळखीची चूक : करारातील ज्या व्यक्ती असतात त्या व्यक्ती सोडून दुसरी एखादी व्यक्ती आपण त्या करारातीलच आहोत असे भासविते व करार करण्यास प्रवृत्त करते अशावेळी तो करार कायदेशीर ठरत नाही. तो करार व्यर्थ ठरतो.

उदा. 'जगन्नाथ विरुद्ध सेक्रेटरी ऑफ स्टेट बँक ऑफ इंडिया', या खटल्यात, फिर्यादीचा भाऊ, हा स्वत: फिर्यादी व्यक्ती म्हणून त्या कराराच्या वेळी भासवू लागला, आणि सरकारी एजंटला करार करण्यास प्रवृत्त केले.

कोर्टाने निर्णय दिला, हा करार कायदेशीर होत नाही. कारण सरकारी एजंटला करार हा फिर्यादीच्या भावाबरोबर करावयाचा नसून फिर्यादी व्यक्तीबरोबर करावयाचा होता.

(२) प्रमुख विषय – वस्तूची चूक : यामध्ये विविध प्रकार आहेत –

(अ) प्रमुख विषय – वस्तूचा अभाव : करार करण्यापूर्वीच करारासाठी लागणारी प्रमुख – विषय – वस्तूच अस्तित्वात नसते. त्यामुळे करार कायदेशीर होत नाही.

उदा.'इंग्लंड ते मुंबई या समुद्रमार्गाने येणाऱ्या बोटीतील माल शेषाद्री यांनी श्रॉफ यांना विकण्याचा ठराव केला. किंमत ठरली परंतु समुद्रातील तुफानामुळे बोट बुडाली. त्यामुळे माल बुडाला म्हणून शेषाद्री श्रॉफला माल देऊ शकत नाही. येथे करारातील प्रमुख विषय– वस्तूचा अभाव आहे. म्हणून करार व्यर्थ झाला.'

(ब) मालकी हक्काची चूक : खरेदीदार हा मुळातच ज्या मालमत्तेचा मालक आहे तीच मालमत्ता विक्रेता त्याला विकण्याचा करार करणारा असतो. अशा मालमत्तेचा मालकी हक्क हस्तांतरित करणे शक्यच नाही. म्हणजे विक्रेत्याला ती वस्तू विकण्याचा हक्क नसतो. अशावेळी तो करार व्यर्थ ठरतो.

उदा. अमजद एका घोडा अमितला विकण्याचा ठरवितो. परंतु या दोघांनाही त्या घोड्याचा मालक कोण हे माहीत नाही. अशावेळी तो करार व्यर्थ होतो.

(क) मनात भिन्न विषय– वस्तू : खरेदीची वस्तू एक व विक्रीची वस्तू दुसरी असे घडून चूक होते तेव्हा खरी संमती नसल्यामुळे तो करार व्यर्थ ठरतो.

उदा. 'रॅफलिस विरुद्ध वायचेलहौस' या खटल्यात, प्रतिवादीने फिर्यादीकडील 'सुरत कॉटन' खरेदी करण्याचा करार केला. मुंबईहून या मालाच्या दोन बोटी सुटल्या, एक बोट ऑक्टोबरमध्ये सुटली, ह्याच बोटीतील माल आपणास मिळणार असे प्रतिवादीला वाटले आणि दुसरी बोट डिसेंबरमध्ये सुटली ती आपण देणार असे फिर्यादीला वाटले.

अशा प्रकारे मनात भिन्न विषय वस्तू असल्यामुळे तो करार व्यर्थ ठरला.

(ड) विषय– वस्तूच्या महत्त्वाच्या भागाची चूक : विषय– वस्तूचा महत्त्वाचा भाग म्हणून स्वरूप, दर्जा याचा समावेश होतो. जर मोहनलाल, हसमुखलालकडून उत्कृष्ट दर्जाच्या लेडीज छत्र्या खरेदी करण्याचे ठरवितो. परंतु उत्कृष्ट दर्जा म्हणजे काय किंवा त्यांचे स्वरूप काय? म्हणजे जपान पॉलिस्टर कापड, कॉटनचे कापड, फोल्डिंग की साधी याबद्दल काहींचे ठरले नसल्यामुळे हा करार व्यर्थ ठरला, रद्द झाला.

(३) वचनाच्या स्वरूपात चूक : एका वृद्ध स्त्रीने मुखत्यारी अधिकार पत्रावर सही करावयाची असे समजून तिने देणगी पत्रावर सही केली. तर अशी चूक वचनाच्या स्वरूपातील चूक होय. म्हणून कोटिने हे देणगीपत्र रद्द ठरविले. कारण स्त्रीने सही करताना कोणत्या प्रकारचे कागद आहेत यासंबंधी तिच्या मनात वेगळा समज अस्तित्वात होता.

'पाटणा हायकोटात' अशाच प्रकारची केस होती. फिर्यादीने जमीन कसण्यासाठी, देखभाल करण्यासाठी प्रतिवादीची नेमणूक केली. फिर्यादी वृद्ध होता. त्याचा 'भाडे-पट्टा' करार आहे असे सांगून 'देणगी पत्रावर' सही घेतली. हा करार व्यर्थ ठरला.

(४) अशिक्षित अंध यांनी चुकून सही केली : अंध व अशिक्षित व्यक्तींना नीटपणे कोणीतरी वाचून दाखविले पाहिजे, नीट समजावून सांगितले पाहिजे, अन्यथा त्यांच्याकडून कागदपत्रावर सही घेणे, अंगठ्याचा ठसा घेणे, यामुळे करार व्यर्थ ठरण्याची शक्यता जास्त असते.

(५) कायदेशीरदृष्ट्या असंभव : करारातील प्रमुख गोष्टीची कायदेशीरदृष्ट्या पूर्तता करता येत नसेल तर करार रद्द होतो.

(६) भौतिकदृष्ट्या असंभव : करारातील प्रमुख गोष्टीची भौतिकदृष्ट्या पूर्तता करणे अशक्य असेल तर तो करार रद्द होतो.

मर्यादा –

(१) दोन्ही व्यक्तींची चूक : कलम २० अनुसार कराराच्या अत्यंत महत्त्वाच्या गोष्टीबाबत दोन्ही व्यक्तींची चूक झाली तर तो करार 'व्यर्थ' ठरतो.

(२) चुकीचे मतप्रदर्शन : कलम २० अनुसार कराराच्या दृष्टीने अत्यंत महत्त्वाची विषय वस्तू म्हणजे कराराच्या वस्तूची किंमत होय. त्या संदर्भात जर चुकीचे मतप्रदर्शन केले तर ते चूक म्हणून ठरत नाही.

(३) कायद्याऐवजी वस्तुस्थितीची चूक : भारतात अमलात असलेल्या कायद्यासंबंधी व्यक्तीची चूक होता कामा नये. भारतातील कायद्यासंबंधीच्या अज्ञानामुळे किंवा चुकीच्या माहितीमुळे झालेला ठराव रद्द होत नाही तर वस्तुस्थितीची चूक झाल्यास करार रद्द होतो.

१.८ व्यर्थ करार (ठराव) (Void Agreements)

(कलम – ११,२०,२३,२४,२५,२६,२७,२८,२९,३०,५५)

(अ) व्याख्या : भारतीय करार कायदा – कलम – २ (जी) अनुसार, 'व्यर्थ ठराव' या संज्ञेची व्याख्या खालीलप्रमाणे केली आहे –

''जो ठराव कायदेशीररीत्या अंमलबजावणीस योग्य नसतो त्या ठरावास 'व्यर्थ ठराव' म्हणतात.''

अर्थ : कोणताही ठराव कायदेशीर ठराव होण्यासाठी तो व्यर्थ ठराव ठरविलेला नसलेला पाहिजे.

काही ठराव हे सामाजिक हितास बाधक असतात म्हणून कायद्याने तसे ठराव व्यर्थ ठरविलेले आहेतच. म्हणून

(अ) करारपात्र व्यक्ती,

(ब) मुक्त संमती,

(क) प्रतिफल इ.

सर्व गोष्टींची पूर्तता त्या ठरावात असली तरी देखील तो ठराव 'व्यर्थ ठराव' अथवा 'बेकायदेशीर ठराव' म्हणून ओळखला जाऊ शकतो.

परिणाम : व्यर्थ ठरावातील व्यक्तीच्या दृष्टीने परिणाम –

(१) कोणताही हक्क निर्माण होत नाही.

(२) कोणतीही जबाबदारी निर्माण होत नाही.

(३) कोणताही कायदेशीर परिणाम होत नाही.

(ब) व्यर्थ ठरावाची यादी : (एकूण ११)

यापूर्वीच्या प्रकरणातील व्यर्थ ठराव खालीलप्रमाणे आहेत –

(१) अपात्र व्यक्तीने केलेले ठराव **(कलम – ११)**

(२) मुक्त संमती संदर्भात करार करताना 'चूक' असलेला ठराव **(कलम–२०)**

(३) ज्या ठरावांचे उद्दिष्ट किंवा प्रतिफल बेकायदेशीर असते असे ठराव **(कलम– २३)**

(४) ज्या ठरावाचे उद्दिष्ट अगर प्रतिफल अंशत: बेकायदेशीर असलेला ठराव **(कलम– २४)**

(५) प्रतिफल नसताना केलेला ठराव **(कलम– २५)**

वरील पाच प्रकारचे ठराव हे 'व्यर्थ' म्हणून घोषित आहेत. या सर्वांचा अभ्यास आपण यापूर्वीच्या वेगवेगळ्या संबंधित प्रकरणातून केलेला आहे. तेव्हा याव्यतिरिक्त

जे 'व्यर्थ' ठराव आहेत त्याची माहिती आपण सविस्तरपणे घेऊ.

(क) इतर 'व्यर्थ ठराव'

(१) विवाह प्रतिबंधक ठराव, (कलम-२६)

(२) व्यापार-व्यवसाय-धंदा प्रतिबंधक ठराव, (कलम-२७)

(३) कोर्टात दावा लावण्याच्या हक्कावर प्रतिबंध करणारा ठराव, (कलम-२८)

(४) अनिश्चित अर्थाचा ठराव, (कलम-२९)

(५) पैजेचा ठराव, (कलम-३०)

(६) अशक्य कृती करण्याचा ठराव, (कलम-५६)

अशा प्रकारे एकूण ११ 'व्यर्थ' ठराव आहेत. आता वरील व्यर्थ ठरावासंबंधी सविस्तर माहिती घेऊ –

(१) विवाह–प्रतिबंधक ठराव (कलम-२६) : अल्पवयीन व अज्ञानी व्यक्ती सोडून कोणत्याही सज्ञान व्यक्तीचा विवाह जमू नये, यासाठी आडकाठी आणण्याचा प्रयत्न करण्यासाठी विवाह-प्रतिबंधक ठराव केला तर तो ठराव 'व्यर्थ ठराव' होतो.

प्रत्येक स्त्री-पुरुषाला आपल्या मर्जीनुसार व पसंतीनुसार सज्ञान व्यक्तीशी विवाह करण्याचा मूलभूत हक्क व स्वातंत्र्य आहे. त्यामुळे विवाह-प्रतिबंधक ठराव सामाजिक विरोधी ठराव आहे. व्यर्थ आणि बेकायदेशीर ठराव आहे.

पुनर्विवाह केल्यास दंड करून प्रतिबंध करता येणार नाही. उदा.'रावराणी व गुलाबराणी' या खटल्यात, 'दोन सह-विधवा मध्ये असा करार झाला की, दोघींपैकी कुणीही पुनर्विवाह केला तर तिच्या मयत पतीच्या संपत्तीपैकी निम्मी संपत्ती ही तिच्या वाटणीची तिने सोडून दिली पाहिजे.'

निर्णय : कोर्टाने हा करार रद्द ठरविला. कारण पुनर्विवाह असला तरी त्यात व्यक्तिस्वातंत्र्याचा हक्क हिरावून घेतला जातो. म्हणून असा करार 'व्यर्थ' आहे.

(२) व्यापार–व्यवसाय–धंदा प्रतिबंधक ठराव (कलम-२७) : कोणाही व्यक्तीला कायदेशीर व्यापार, व्यवसाय, धंदा करण्यास प्रतिबंध करणारा प्रत्येक ठराव हा 'व्यर्थ' आहे.

(अ) उदा. 'खेमचंद माणेकचंद विरुद्ध दयालदास बसारमल' या खटल्यात वर्षातून तीन महिने गिरणी बंद ठेवण्याचा करार 'व्यर्थ' ठरला.

(ब) उदा. 'कोलकता हायकोर्टातील', 'मधुब चंदर विरुद्ध राज कुँवर' यांच्या खटल्यात फिर्यादी व प्रतिवादी हे कोलकता येथील एक स्थानिक भागातील एकमेकांचे कट्टर वैरी होते. प्रतिवादीने फिर्यादीला त्या स्थानिक भागातील दुकान बंद करण्यासाठी

पैसे देण्याचा ठराव केला. फिर्यादीने त्या भागातील दुकान बंद केले, परंतु प्रतिवादीने पैसे देण्याचे नाकारले.

फिर्यादीने पैसे वसुलीसाठी दावा केला. कोर्टाने निर्णय दिला-प्रतिबंध हा संपूर्ण असू दे किंवा अंशत: असू दे, योग्य किंवा अयोग्य असू दे. जर व्यापार-व्यवसाय प्रतिबंधक ठराव असेल तर तो ठराव व्यर्थ ठरतो.

प्रतिबंधक ठराव करता येतो : व्यापार-नोकरी-व्यवसाय धंदा यांना प्रतिबंधक करणारा करार करता येत नाही. परंतु खालील दोन प्रसंगी तसा प्रतिबंधक ठराव केला तर तो कायदेशीर आहे.

(अ) त्याच प्रकारचा व्यवसाय करणे : शिकाऊ उमेदवार असताना त्याच प्रकारचा व्यवसाय करू नये असा प्रतिबंध करणारा ठराव केला तर तो कायदेशीर आहे. तसे कॉलेजमधील प्राध्यापकांनी मोकळ्या वेळात 'खाजगी शिकवण्या' करू नये. हा एक करार कायदेशीर आहे.

(ब) प्रशिक्षण संपल्यानंतर ठरावीक वर्षे नोकरी त्याच ठिकाणी केली पाहिजे असा ठराव 'कायदेशीर' आहे.

इतर अपवाद : व्यापार व्यवसाय इ. प्रतिबंधक ठरावास खालील अपवाद आहेत. म्हणजे व्यापार, नोकरी, धंदा, व्यवसाय इ.वर प्रतिबंध करणारे ठराव हे कायदेशीर असतात हे खालील उदाहरणावरून आपणांस समजून येईल.

(१) लौकिक-मूल्य विक्री : एखादी व्यक्ती आपला व्यवसाय लौकिक-मूल्यासह विकते तेव्हा खरेदीदार जोपर्यंत तो धंदा चालू ठेवणार आहे तोपर्यंत त्याच प्रकारचा व्यवसाय-धंदा विशिष्ट क्षेत्रामध्ये, विक्रेता चालविणार नाही असे मान्य करतो. कोर्टाला हे सर्व योग्य वाटले तर असा ठराव योग्य ठरतो.

कोलकता हायकोर्टातील, 'परसुल्ला मलीक विरुद्ध चंद्रकांत दास', या खटल्यात, फिर्यादीने प्रतिवादीला बोटीतून प्रवासी नेण्याचा आपला व्यवसाय लौकिक-मूल्यासह विकला व पुढील तीन वर्षे तसा व्यवसाय करणार नाही असा ठराव केला. हा करार कायदेशीर आहे. भागीदारी व्यवसाय विकल्यास हेच नियम लागू होतात.

(२) भागीदारी कायदा व प्रतिबंधात्मक करार : यामध्ये खालील चार प्रकारचे प्रतिबंधात्मक करार हे कायदेशीर करार आहेत.

(अ) दुसरा व्यवसाय नको : उदा.दौलतराम विरुद्ध धरमचंद यांच्यात बर्फ फॅक्टरीच्या भागीदारीचा करार होता. त्यांच्यामध्ये या व्यवसायाव्यतिरिक्त दुसरा कुठलाही व्यवसाय करू नये असे ठरले व याच व्यवसायाचा नफा वाटून घ्यावा असे कराराने बांधून घेतले. अशी तरतूद करून केलेला ठराव हा कायदेशीर आहे.

(ब) निवृत्तीनंतर तसाच धंदा करू नये : एखादा भागीदार फर्ममधून निवृत्त झाला तर त्याने विशिष्ट क्षेत्रात व विशिष्ट मुदतीत फर्मसारखाच व्यवसाय करू नये असा करार कायदेशीर आहे. अशा ठरावात कार्यक्षेत्र व मुदत घातलीच पाहिजे. प्रतिबंध योग्य असावा निवृत्त भागीदाराने फर्मच्याजवळ त्याच्या मालकीची जमीन जागा, इमारत असेल तर तिथे फर्मसारखाच धंदा करू नये ही रास्त मागणी आहे व योग्य प्रतिबंधात्मक अट आहे.

(क) विसर्जनानंतर तोच व्यवसाय नको : भागीदारी कायदा कलम ५४ अनुसार भागीदार संस्थेचे विसर्जन झाल्यानंतर कोणत्याही भागीदारीने फर्मचा जो व्यवसाय आहे तो करू नये. असा करार हा कायदेशीर आहे.

(३) संयोगीकरण/एकत्रीकरण : व्यवसायाचे संयोगीकरण व एकत्रीकरण हे बर्फ उत्पादक, धान्य व्यापारी, साखर उत्पादक इ.मध्ये कायदेशीर आहे. दर्जेदार उत्पादन स्थिर किमती, गळेकापू स्पर्धेचे उच्चाटन इ.मुळे समाजस्वास्थ्य सुधारण्यास मदत होते.

परंतु विशिष्ट जातीसाठीच व्यवसायाचा असा करार बेकायदेशीर ठरतो.

(४) एकमेव वितरण व्यवस्था करार : उदा.खरेदीदाराने कोलकता बाजारपेठेसाठी खरेदी केलेला माल हा मद्रास बाजारपेठेत विकता कामा नये. असा प्रतिबंधक करार हा कायदेशीर आहे.

(५) कामगाराबाबत प्रतिबंधक ठराव : व्यवसायाची नीतिमूल्ये, व्यवसायाची गुपिते ही व्यवसायाच्या मालकीची असतात. म्हणून कामगारांनी तो व्यवसाय सोडून गेल्यानंतर व्यवसायातील गुपिते बाहेर फोडू नयेत असा करार कायदेशीर आहे. म्हणून नोकराने आपल्या मालकाबरोबर स्पर्धा करणारा व्यवसाय करू नये व तसा प्रतिबंधक करार करता येतो. उदा.चार्लसवर्थ व मॅकडोनॉल्ड या खटल्यात झांजीबार येथे शल्य चिकित्सक म्हणून काम करीत असलेल्या 'ब' या डॉक्टरकडे 'अ' या व्यक्तीने तीन वर्षे साहाय्यक म्हणून काम करण्याचे ठरविले. परंतु १ वर्ष संपताच 'अ' ने 'ब' कडील नोकरी सोडली व स्वतंत्र धंदा करू लागला तर हे बेकायदेशीर आहे असा निर्णय दिला गेला.

(३) कोर्टात दावा लावण्याच्या हक्कावर प्रतिबंध करणारा ठराव (कलम-२८)

(१) एखाद्या व्यक्तीला आपल्यावर झालेल्या अन्यायाविरुद्ध कोर्टात जाऊन दाद मागता येऊ नये किंवा विशिष्ट मुदतीतच कोर्टात त्या व्यक्तीने दाद मागितली पाहिजे. अशा प्रकारचा जर करार झालेला असेल तर तो करार 'व्यर्थ' ठरतो.

अपवाद : वरील नियमाला खालील दोन प्रकारचे अपवाद आहेत –

(अ) लवादाकडे वाद सोपविण्याचा करार कायदेशीर होतो : जर दोन व्यक्तींनी असा करार केला की आपल्यामध्ये वाद निर्माण झाला तर आपण लवादाकडे ते सोपवून द्यावयाचे आणि त्यासंदर्भात लवादाने ठरवून दिलेली रक्कम एकाने दुसऱ्यास द्यावी, तर असा करार कायदेशीर असतो.

(ब) लेखी ठराव : जर दोन व्यक्तींनी लेखी ठराव करून असे नमूद केले की, दोघांच्यात तंटा निर्माण झाला तर तो आपण लवादांकडे सोपवावयाचा हा करार कायदेशीर आहे.

(२) कालमर्यादेचे बंधन : भारतीय मर्यादा कायद्यानुसार करारभंग केल्यापासून तीन वर्षांच्या आत कारवाई करता येते. परंतु जर एखाद्या करारामध्ये दोन वर्षांनंतर कारवाई करू नये असे नमूद केलेले असल्यास तो करार व्यर्थ ठरतो.

(३) अंशात्मक प्रतिबंधक करार कायदेशीर : कोलकता हायकोर्टातील, कॉन्टिनेन्टल ड्रग कंपनी लि. केमोइडस् अँड इंडस्ट्रीज लि. या खटल्यात तो करार मुंबई व आलीपोर कोर्टाच्या कायदेशीर कार्यक्षेत्रात येत होता. म्हणून त्यांच्यात असा करार ठरला की आपल्यात कोणत्याही प्रकारचा वाद उद्भवला तर आपण कायदेशीर किंवा अन्य मार्गाने वाद मिटविण्यासाठी मुंबई येथे जमावे हा करार कायदेशीर आहे.

(४) अनिश्चित अर्थाचा ठराव (कलम–२९) : ''ज्या ठरावांचे अर्थ अनिश्चित असतात किंवा त्या ठरावातील मजकुरांचा अर्थ लावता येणे शक्य नसते असे ठराव व्यर्थ होतात.''

उदा. खालील उदाहरणे अनिश्चित अर्थाचा ठराव दर्शवितात म्हणून ते ठराव व्यर्थ आहेत –

(अ) नष्टे यांनी १०० पोती तांदूळ कारंडे यांना विकण्याचे ठरविले आणि किंमत मात्र कारंडे ठरवितील. व्यर्थ करार.

(ब) प्रगतशील शेतकरी मोहिते यांनी शंकरनगर येथील पेवातील सर्व धान्य शामा पाटील यांना विकण्याचा करार केला. व्यर्थ करार.

(५) पैजेचा ठराव (कलम–३०) : भारतीय करार कायद्यातील कलम – ३० मध्ये पैजेच ठराव हे व्यर्थ असतात. अशी व्याख्या केली आहे.

सर विल्यम अन्सन यांच्या मते, ''अनिश्चित घटना घडल्यानंतर ठरलेले पैसे किंवा वस्तुरूपाने किंमत देण्याचे वचन म्हणजे पैजेचा ठराव होय.''

पैजेचा ठराव कायद्याने व्यर्थ ठरविला आहे. म्हणून पैज जिंकणाऱ्या व्यक्तिविरुद्ध पैज हरणारी व्यक्ती दिलेले पैसे वसुलीसाठी दावा करू शकत नाही. काही वेळेला विश्वास निर्माण होण्यासाठी पैजेचे पैसे पैज जिंकणाऱ्याला सहजपणे देता यावेत म्हणून तिऱ्हाईत व्यक्तीजवळ ठेवले असतील व पैज जिंकल्यानंतर ती तिऱ्हाईत व्यक्ती पैसे देण्यासाठी नकार देऊ लागली तर पैजेची रक्कम वसूल करण्यासाठी पैज जिंकणाऱ्या व्यक्तीस दावा लावता येणार नाही.

''ज्या करारामध्ये दोन्ही व्यक्ती (दोन्ही पक्ष) जिंकतात, परंतु एकही व्यक्ती हरत नाही, अशा कराराला पैजेचा करार म्हणताच येत नाही. एक हार, एक जीत असली तरच तो पैजेचा करार होतो.''

पैजेच्या ठरावाची आवश्यक वैशिष्ट्ये किंवा अटी

(१) पैजेच्या ठरावाला फक्त **दोन पक्ष** असतात.

(२) पैज जिंकणाऱ्याला ठरलेले पैसे किंवा वस्तुरूपातील किंमत हरणाऱ्या व्यक्तीने दिले पाहिजेतच.

(३) अनिश्चित घटना असलीच पाहिजे : मग भविष्यकाळामध्ये काय होईल ? हे सांगण्यासाठी किंवा भूतकाळातील अनिश्चित घटनेबद्दल काय झाले असेल ? याविषयी अंदाज करारात असले पाहिजे.

(४) परस्परांना लाभ अथवा हानीची संधी पाहिजेच : दोघांनाही लाभ अथवा हानी याबाबत संधी उपलब्ध झाली पाहिजे. जर लाभ हानीची दोघांना संधी नसेल तर तो करार पैजेचा करार होत नाही.

(५) घटनेवर कोणाचेही नियंत्रण नको : जी अनिश्चित घटना आहे त्यावर दोन्ही पक्षाचे नियंत्रण असू नये. जर करारातील एका व्यक्तीच्या हातात घडणारी घटना असेल तर तो पैजेचा ठराव होऊ शकत नाही.

(६) अनिश्चित घटनेत कोणताही लाभ नको : पैजेच्या करारातील कोणत्याही व्यक्तीचा त्या अनिश्चित घटनेमध्ये कोणत्याच प्रकारचा लाभ अथवा हित असता काम नये. त्यांचे घटना घडल्यानंतर पैजेचे पैसे घेणे किंवा देणे एवढेच उद्दिष्ट पाहिजे.

म्हणून सर्व विमा करारांमध्ये विमेदाराचे विमेयहित गुंतलेले असते. जर विमेय – हित नसताना विमा उतरवला तर तो जुगार ठरतो. पैजेचा करार ठरतो. म्हणून बिगर विमेय हिताचा करार हा व्यर्थ ठरतो.

(७) तेजी, मंदी, सट्टा : जर मालाच्या ठरावातील किमतीमधील व बाजारपेठेतील किमतीमधील फरकाच्या रकमेसाठीच ठराव असेल तर तो पैजेचा ठराव होतो व असा

ठराव व्यर्थ होतो.

जेव्हा तेजी मंदीच्या ठरावात वस्तूंची देवाण घेवाण करण्याचा हेतू स्पष्टपणे असतो तेव्हा असा ठराव पैजेचा ठराव होत नाही. तो कायदेशीर ठराव होतो.

(८) मुंबई इलाखा व पैजेचे ठराव आणि आनुषांगिक ठराव : मुंबई

इलाख्यामध्ये पैजेच ठराव आणि त्यातून उद्भवलेले आनुषांगिक ठराव हे 'बेकायदेशीर' म्हणून 'व्यर्थ' ठरविले आहेत.

परंतु इतर प्रांतात पैजेचे ठराव बेकायदेशीर ठरविलेले नाहीत. ते फक्त 'व्यर्थ' ठरविलेले आहेत. परंतु मूळ ठरावाशी आनुषांगिक असणारा ठराव हा 'व्यर्थ' होत नाही म्हणून आनुषंगिक ठराव हा कायदेशीररीत्या अंमलबजावणी योग्य होतो.

उदा. 'अ' 'ब' बरोबर १,००० रु.ची पैज हरला. 'अ' जवळ पैसे नव्हते म्हणून 'अ' ने 'क' कडून १,००० रु.चे कर्ज घेतले तर यामध्ये (१) 'अ' व 'ब' मध्ये पैजेचा ठराव व्यर्थ आहे. मुंबई सोडून, (२) 'अ' व 'क' मधील करार हा आनुषंगिक करार आहे. त्यामुळे तो करार 'व्यर्थ' नाही. म्हणून 'क' हा 'अ' कडून कायदेशीररीत्या पैसे वसूल करू शकतो.

(९) लॉटरी, शब्दकोडी इ. : स्पर्धा, नशिबाची परीक्षा, शब्दकोडी इ. मध्ये जर

''कौशल्यावर'' बक्षिसे मिळणार असतील तर त्याला ''पैजेचे ठराव'' म्हणत नाहीत.

परंतु जिथे नशिबाची परीक्षा आहे, संधी आहे व बक्षिसे ही चान्सवर आधारलेली असतात तेव्हा त्याला पैजेचे ठराव म्हणतात.

म्हणून, लॉटरी, शब्दकोडे यांना पैजेचे ठराव म्हणावे लागेल आणि शेअरबाजार, कौशल्य दाखविणारे खेळ, बुद्धिमत्तेची कसोटी पाहणारे खेळ यांचा मात्र पैजेच्या ठरावामध्ये समावेश करता येणार नाही.

पैजेचे करार व विम्याचे करार यातील फरक

पैजेचे करार	विम्याचे करार
१. कायद्याने 'व्यर्थ' ठरविलेत.	१. कायद्याने 'व्यर्थ' ठरविले नाहीत.
२. पैज हरल्याबद्दल पैसे द्यावे लागतात.	२. नुकसान भरपाई झालीच तर पैसे द्यावे लागतात.
३. कोणाचेही अनिश्चित घटनेत 'हित' दडलेले नसते.	३. विमेदाराचे विमेय वस्तूमध्ये 'हित' दडलेले असते.

४. घटना निश्चित असतात.	४. विमा करार मुदत संपणे किंवा 'मृत्यू' यांपैकी जे आगोदर ते निश्चितच असते. फक्त 'मुदत' किंवा 'मृत्यू' या दोन्ही पैकी एक होणार असते.
५. समाजहिताचे आहेत असे म्हणता येत नाही.	५. समाजहितासाठी असतात.
६. ठरावातील व्यक्ती व पैजेच्या ठरावातील व्यक्ती यांचा काहीच संबंध नसतो. उदा. सतपाल व युवराज यापैकी कोण हरणार ? यांची पैज 'अ' व 'ब' यांनी लावली, तर सतपाल व युवराज यांचा करार वेगळा व 'अ' 'ब' यांचा पैजेचा करार वेगळा त्या दोन्ही वेगवेगळ्या करारातील व्यक्तींचा कायदेशीर संबंध नाही.	६. करारातील व्यक्तींचा एकमेकांशी कायदेशीर संबंध असतो.

(६) अशक्य कृती करण्याचा ठराव (कलम–५६) : जर, एखादी अशक्य कृती करण्याबद्दल दोन व्यक्तींमध्ये ठराव झाला तर तो ठराव व्यर्थ होतो.

उदा. (अ) 'जादूगार धर्मेंद्र' हा 'अशोकराव सोनार' याचेशी जादूच्या सहाय्याने गुप्त खजिना नेमका कुठल्या जागी आहे हे शोधून लावण्याचा ठराव करतो. असा ठराव अशक्य असल्याने 'व्यर्थ' आहे.

तसेच,

(ब) १०० टन तेल विकण्याचा ठराव

(क) दोन समांतर रेषांची टोके जुळविण्याचा ठराव,

(ड) दोन महिन्यानंतर घोडा विकण्याचा ठराव परंतु एक महिन्यातच घोडा मरण पावतो,

(इ) पती असलेल्या विवाहित स्त्रीबरोबर लग्न करण्याचा ठराव इ.

हे सर्व ठराव 'व्यर्थ' आहेत, कारण हे सर्व अशक्य, बेकायदेशीर, मानवी शक्तीच्या पलीकडे असल्यामुळे 'व्यर्थ' आहेत.

१.९ करारांची पूर्तता (कलम – ३७ ते ६१)
(Performance of Contracts)

(अ) माहिती व अटी

करारामुळे करारातील व्यक्तींना हक्क व जबाबदाऱ्या निर्माण होत असतात. करारातील व्यक्ती ज्यावेळी हक्क व जबाबदाऱ्या यांची पूर्तता करतात तेव्हाच कराराची पूर्तता होत असते.

कराराची पूर्तता हा एक कराराची समाप्ती करण्याचा नियमित मार्ग आहे. करारातील व्यक्तींनी कराराच्या सर्व अटी व नियमांचे पालन कसे करावयाचे हे ठरले होते. त्याप्रमाणेच त्या व्यक्तींनी अटींचे पालन केले तर ते एकमेकांच्या जबाबदारीतून मुक्त होतात.

कलम – ३७ अनुसार, ''करारातील व्यक्तींनी करारातील आपापल्या वचनाची पूर्तता केलीच पाहिजे किंवा तशा प्रकारची इच्छा प्रकट केली पाहिजे.''

करारातील एखादी व्यक्ती मरण पावली तर त्या व्यक्तीच्या वारसावर किंवा प्रतिनिधीवर त्या कराराची पूर्तता करण्याची जबाबदारी येऊन पडते.

उदा.'अ'ने 'ब'ला १०,००० रुपयाचा माल ठरलेल्या तारखेला पाठविण्याचे कबूल केले. परंतु ठरलेल्या तारखेच्या पूर्वी 'अ' मरण पावला, तर या कराराची पूर्तता करण्याची जबाबदारी 'अ'च्या वारसदारावर येऊन पडते व 'अ'च्या वारसदाराला किंवा प्रतिनिधीला 'ब'ने मालाच्या किमतीचे १०,००० रुपये दिले पाहिजेत.

उदा. 'अ' पेंटरने 'ब' साठी एक तैलचित्र करण्याचे वचन दिले. तैलचित्र देण्याच्या तारखेच्या अगोदरच 'अ' पेंटर मरण पावला.

हा 'करार' असा आहे की व्यक्तिशः पूर्तता केली जाते. त्या ठिकाणी वारसादाराच्या हातून अगर 'ब' कडून या ठरावाची अंमलबजावणी होऊ शकणार नाही.

प्रत्यक्ष पूर्तता : कराराच्या ठरलेल्या अटीनुसार करारातील व्यक्ती कराराची पूर्तता करतात व कराराच्या जबाबदारीतून मुक्त होतात त्याला 'प्रत्यक्ष पूर्तता' म्हणतात.

पूर्ततेची इच्छा : करारातील एका व्यक्तीने करारपूर्तीसाठी दुसऱ्या व्यक्तीजवळ इच्छा व्यक्त केली आहे. अशावेळी जर करारभंग झाला तर करारपूर्तीसाठी इच्छा प्रदर्शित करणाऱ्या व्यक्तीचे नुकसान होत नाही.

करारपूर्ततेची इच्छा व तयारी दर्शविणे (कलम–३८) : करारामधील व्यक्तींना करारामुळे काही हक्क व जबाबदाऱ्या प्राप्त होतात. त्यांनी करारामधील वचन पाळले पाहिजे, पूर्ण केले पाहिजे. पूर्तता केली पाहिजे किंवा करारातील वचन पूर्ण करण्याची इच्छा व तयारी दिसली पाहिजे.

जेव्हा 'प्रस्तावक' आपल्या वचनाची पूर्तता करण्याची इच्छा व तयारी प्रस्ताव–स्वीकृत्याला दाखवितो तेव्हा 'प्रस्तावकाने' करारपूर्ततेची इच्छा व तयारी दाखविली आहे असे म्हणतात. इंग्रजीमध्ये यालाच Tender of Performance किंवा Offer of Performance असे म्हणतात.

अटी : करारपूर्ततेची इच्छा व तयारी दाखविण्यासाठी प्रस्तावकाने खालीलप्रमाणे वेगवेगळे घटक पूर्ण करणे आवश्यक आहे. (Essentials of a Valid Tender)

(१) विना अट : प्रस्तावकाने दर्शविलेली करारपूर्ततेची इच्छा व तयारी विना अट असली पाहिजे. करारामध्ये जे लिहिले आहे त्यापेक्षा कृती वेगळी दिसली तर तो करार सशर्त होतो.

उदा. बँक ऑफ म्हैसूर विरुद्ध बी.डी.नायडू यांच्या खटल्यानुसार – देय रकमेपेक्षा कमी रकमेची करारपूर्ततेची इच्छा व तयारी ही कायदेशीर ठरत नाही. म्हणजेच ती इच्छा, तयारी सशर्त होते.

उदा. 'अ' हा 'क'ची शिफारस असेल तरच 'ब'ला घोडा विकण्याची इच्छा व तयारी दर्शवितो. हा करार 'विनाअट' नसल्यामुळे कायदेशीर ठरत नाही. केवळ 'अ' ने 'ब'ला आपला घोडा २,००० रुपयाला देण्याची इच्छा दाखविली तरहा करार कायदेशीर ठरतो. कारण तो विनाअट आहे.

(२) उचित स्थल, काल : करारपूर्ततेची इच्छा व तयारी ही 'प्रस्तावकाने' उचित स्थल, काल पाहूनच केली पाहिजे. तशा प्रकारे करारात नमूद केलेले असतेच, म्हणून ठरलेल्या ठिकाणी व ठरलेल्या वेळीच कराराची पूर्तता करण्याची इच्छा व तयारी पाहिजे. करारात नमूद नसेल तर उचित स्थल, काल पाहूनच पूर्तता झाली पाहिजे.

सर्वसाधारणपणे व्यवसायाच्या ठिकाणी व व्यवसायाच्या कामकाजाच्या वेळात केलेली पूर्तता ही उचित स्थलकाल समजली जाते.

उदा. देय तारखेपूर्वी पैसे देण्याची इच्छा ही 'उचित काल' नाही.

उदा. 'ब' च्या दुकानाचे देणे 'अ' ने त्याच्या घराजवळ मॅनेजर 'क' हा राहतो त्याच्याजवळ दिले तर ती पूर्तता 'उचित स्थल' पाहून केलेली नाही.

(३) संपूर्ण पूर्तता हवी : प्रस्तावक वचनपूर्ती करताना संपूर्णत: कराराची असली पाहिजे. करारातील काही पैशाची किंवा काही मालाची पूर्तता चालणार नाही.

उदा. 'बेहरीलाल विरुद्ध राम गुलाम' यांच्या खटल्यानुसार, पूर्वी तसेच ठरले नसेल तर ऋणकोने सावकाराचे संपूर्ण देणे दिले पाहिजे. किंवा मुद्दल न देता फक्त व्याजच देण्याचे ठरविले तरी ते कायदेशीर ठरणार नाही.

(४) संपूर्ण पूर्तता समर्थपणे करण्याचे बंधन : उदा 'विरव्या विरुद्ध शिवव्या' खटल्याप्रमाणे, ''ऋणकोने पोस्टाने मनीऑर्डरने पैसे पाठवितो म्हणाला तर ते कायदेशीर होत नाही.'' त्याने आपल्या धनकोला रोख पैसे हातात आणून दिले तरच त्याची समर्थता व इच्छा दिसते.

(५) तपासून पाहण्याची मनसोक्त संधी हवी : करारात नमूद केलेलाच माल आपल्याला मिळाला आहे. याची खात्री करुन घेण्यासाठी प्रस्ताव स्वीकृता तो मिळालेला माल तपासून पाहू शकेल व त्यानुसार खात्री करु शकेल अशी मनसोक्त व योग्य संधी त्याला मिळेल अशी तरतूद असली पाहिजे.

उदा. 'अ' ने १ मार्च २००६ रोजी 'ब'च्या गुदामापर्यंत उत्कृष्ट दर्जाच्या कापसाचे १०० गट्ठे देण्याचे वचन दिले. याची योग्य पूर्तता व्हावयाची असल्यास 'अ' ने ठरलेल्या दिवशी 'ब'च्या गुदामापर्यंत १०० गट्ठे कापसाचे आणले पाहिजेत. ते उत्कृष्ट दर्जाचे कापसाचे गट्ठे आहेत हे 'ब' ने तपासून खात्री करुन घेईपर्यंत अवधी दिला पाहिजे. जर त्याला तपासणीची संधी दिली नाही व काही गट्ठे बाद असतील तर तो करार या अटीनुसार, बेकायदेशीर ठरतो.

(६) संयुक्त प्रस्ताव–स्वीकृता व त्यापैकी एकाकडे प्रकटीकरण : जेव्हा करारातील 'प्रस्ताव–स्वीकृता' अनेक असतात तेव्हा करार पूर्तता करण्याची इच्छा व तयारी ही त्यांच्यापैकी एकाजवळ प्रकट केली तरी चालते. म्हणजे त्या सर्वांच्या जवळ करारपूर्तीची इच्छा व तयारी प्रकट केल्यासारखे होतो.

उदा. एकत्र हिंदू कुटुंब पद्धतीतील जो 'कर्ता' असतो. त्याच्याजवळ वचनपूर्तीची इच्छा व तयारी दाखविली तरी ते कायदेशीर ठरते.

(७) करारानुसार द्यावयाची रक्कम प्रचलित चलनात असावी : करारानुसार द्यावयाची रक्कम सध्या जे चलन अस्तित्वात आहे त्याच भारतीय चलनात दिली पाहिजे.

उदा. पाकिस्तानी चलनात किंवा अमेरिकन चलनात किंवा चेकने सुद्धा ती रक्कम देऊन चालणार नाही.

(८) नमूद केलेल्याच वस्तू पाहिजेत : करार पूर्तीसाठी जो माल पाठविला असेल तोच माल करारात नमूद केलेला असला पाहिजे.

उदा. १०० पोती कोलम तांदूळ नमूद असेल तर १०० पोती रत्नागिरी तांदूळ देऊन चालणार नाही.

परिणाम : अशाप्रकारे, वरीलप्रमाणे करारपूर्तीसाठी प्रस्तावकाने आपली इच्छा व तयारी दर्शविण्यासाठी आठ अटींचे पालन केले पाहिजे. अशी तयारी व इच्छा 'प्रस्तावकाने' दाखविली आहे. परंतु 'प्रस्ताव–स्वीकृत्याने' करारपूर्ती स्वीकारण्याचे

नाकारले तर प्रस्तावक हा करार पूर्ततेच्या बंधनातून व जबाबदारीतून मुक्त होतो व झालेल्या नुकसानीबद्दल व करारभंगाबद्दल 'प्रस्ताव-स्वीकृत्या' विरुद्ध दावा लावू शकतो.

प्रकार : करारपूर्ततेची इच्छा व तयारी दोन तऱ्हेने दर्शविता येते –

(अ) वस्तूच्या स्वरूपात : मालाचा विक्रेता करारपूर्ततेसाठी माल पाठविण्याचे ठरवितो व खरेदीदार माल स्वीकारून किंमत भागवितो तेव्हा वस्तूच्या स्वरूपात करारपूर्ती झाली. खरेदीदाराने माल स्वीकारण्याचे नाकारल्यास वरीलप्रमाणे होतो.

(ब) पैशाच्या स्वरूपात : ऋणको आपले देणे संपूर्णपणे पैशात भागवू शकला पाहिजे. तशी त्याने तयारी व समर्थता दाखविली पाहिजे.

(ब) करारपूर्ती कोणी केली पाहिजे ? (कलम – ३७,४० ते ४५)
(Who should perform the Contract)

(१) कायदेशीर वारस (कलम – ३७) : सर्वसाधारणपणे 'प्रस्तावकाच्या' मृत्यूनंतर त्याच्या कायदेशीर वारसावर वचनपूर्ती करण्याची जबाबदारी येऊन पडते. विक्रेता किंवा खरेदीदार यांचा कायदेशीर वारस हा वचनपूर्ती करू शकतो.

उदा. 'अ' ने 'ब' ला ५,००० रुपये किमतीचे 'लक्ष्मी-विष्णू' मिलचे 'पॉलिस्टर शर्टिंग' १५ ऑगस्ट २००५ रोजी देण्याचा करार केला. १० ऑगस्ट २००५ रोजी 'अ' मरण पावला. 'अ'चा कायदेशीर वारसदार जो असेल त्याने या कराराची पूर्तता करण्यासाठी १५ ऑगस्ट, २००५ रोजी ५,००० रु. किमतीचे 'लक्ष्मी-विष्णू' मिलचे 'पॉलिस्टर शर्टिंग' पाठविले पाहिजे आणि ५,००० रुपये 'ब'ने त्या कायदेशीर वारसदाराकडे दिले पाहिजेत.

(२) प्रस्तावकाकडून पूर्तता (कलम – ४०) : एकूण परिस्थितीच्या स्वरूपावरून असे दिसले की, करारातील व्यक्तींनीच कराराची पूर्तता केली पाहिजे, तर अशा प्रकारची वचनपूर्तता ही प्रस्तावकाने स्वतःच केली पाहिजे. करारपूर्ततेसाठी त्यातील व्यक्तीचे कसब, कौशल्य व अढळ विश्वास हा त्या कराराचा आत्मा असेल तर त्याची पूर्तता ही 'प्रस्तावकानेच' करावी लागते. दुसऱ्याच्या नेमणुकीचा तिथे काहीच उपयोग होणार नाही.

उदा. मदनमोहन यांना माधवरावांनी एका विशिष्ट सुंदरीचे तैलचित्र तयार करून देण्याचे वचन दिले व ते तयार करण्यापूर्वीच माधवराव मरण पावले तर वचनपूर्ती होऊच शकत नाही. कारण ते सुंदरीचे चित्र मदनमोहनना फक्त माधवरावच देऊ शकणार होते. दुसऱ्या कोणाही व्यक्तीला तसे चित्र काढता येईलच असे नाही.

(३) लायक व्यक्ती (कलम-४०) : जर करारपूर्तीसाठी व्यक्तिगत कौशल्य, कसब, अढळ विश्वास याची गरज नसेल आणि करारपूर्ती करण्यापूर्वीच जर 'प्रस्तावक' मरण पावला तर त्याच्या कायदेशीर वारसदाराने त्या कराराची पूर्तता केली पाहिजे किंवा कायदेशीर वारसदाराला करारपूर्ती करण्यासाठी इतर कोणी 'लायक व्यक्ती' नेमावयाची असल्यास त्याप्रमाणे 'लायक व तज्ज्ञ' व्यक्तीची नेमणूक तो करू शकतो.

उदा. 'अ' या कंत्राटदाराने 'ब' या व्यापाऱ्याला ५ मजली इमारत बांधून देण्याचा करार केला. ती इमारत पूर्ण होण्यापूर्वीच 'अ' हा कंत्राटदार वारला तर त्याचा वारसदार ते घर बांधून पूर्ण करून देऊ शकेल किंवा त्याला शक्य नसल्यास तो दुसऱ्या 'हुशार तज्ज्ञ अनुभव' कंत्राटदाराची नेमणूक करू शकतो व त्या कराराची पूर्तता करू शकतो.

(४) तिऱ्हाईत इसम (कलम-४१) : भारतीय करार कायदा – कलम –४१ अनुसार, (इंग्रजी कायद्याप्रमाणेच) ''कपूरचंद गोधा वि. मीर नवाब हिमायत अलीखान अझमशहा'' या खटल्यानुसार जेव्हा 'प्रस्ताव-स्वीकृती' हा कराराची पूर्तता तिऱ्हाईत इसमाकडून करून घेण्याचे मान्य करतो त्यानंतर प्रस्ताव-स्वीकृता हा प्रस्तावकाकडून वचनपूर्ती करून मागू शकत नाही.

(५) संयुक्त प्रस्तावक/प्रस्ताव स्वीकृता (कलम-४२) : जेव्हा एखाद्या कराराची दोनपेक्षा जास्त व्यक्ती संयुक्तपणे पूर्तता करण्याचे ठरवितात तेव्हा –

(अ) सर्व 'संयुक्त प्रस्तावकांनी' आपल्या हयातीत ठरलेल्या वेळी, ठरल्याप्रमाणे, करारपूर्तता केली पाहिजे आणि,

(ब) 'संयुक्त प्रस्तावकांपैकी' एखादा मरण पावला तर त्याच्या कायदेशीर वारसदाराने इतर हयात असलेल्या संयुक्त प्रस्तावक व्यक्तीबरोबर कराराची पूर्तता केली पाहिजे.

(क) आणि सर्व 'संयुक्त प्रस्तावक' करारपूर्ती करण्यापूर्वीच मरण पावले तर सर्वांच्या सर्व कायदेशीर वारसांनी संयुक्तपणे करारपूर्ती केली पाहिजे.

(६) संयुक्त प्रस्तावकांची जबाबदारी सामूहिक किंवा वैयक्तिक असते. (कलम-४३) : (अ) संयुक्त प्रस्तावकांपैकी एकाला किंवा अनेकांना संपूर्ण करारपूर्ती करण्यासाठी भाग पाडले जाते.

उदा. 'अ' 'ब' व 'क' या तिघांनी मिळून 'ड'ला ३,००० रुपये देण्याचा ठराव केला. यावेळी 'अ' 'ब' 'क' हे तिघे संयुक्त प्रस्तावक आहेत. त्यापैकी 'अ'ला किंवा 'ब'ला किंवा 'क'ला करारपूर्ती करण्यास 'ड' हा भाग पाडू शकतो.

(ब) जर वरील उदाहरणात, फक्त 'अ'कडूनच संपूर्ण करारपूर्ती केल्यास 'अ' हा 'ब' व 'क' कडून आपल्या हिश्श्यासह समप्रमाणात करारपूर्तीच्या रकमेची वसुली करू शकतो. म्हणजे 'ब' कडून १,००० रु. व 'क' कडून १,००० रु. व स्वतःचे १,००० रुपये असे भाग पाडू शकतो.

(क) हिस्सा देण्याची असमर्थता : जर 'संयुक्त प्रस्तावकांपैकी' एकाने आपल्या हिश्शयाची रक्कम देण्याची असमर्थता दर्शविली व त्यामुळे जर नुकसान झाले तर, उरलेल्या 'संयुक्त प्रस्तावकांनी' ते नुकसान 'समप्रमाणात' वाटून घेतले पाहिजे.

(१) अंशत: दिवाळखोर संयुक्त प्रस्तावक : 'अ' 'ब' 'क' या तीन संयुक्त प्रस्तावकांनी 'ड'ला संयुक्तपणे ३,००० रु. देण्याचे वचन दिले. 'क'ला संपूर्ण रक्कम देण्याचे भाग पाडले. 'अ' दिवाळखोर झाला व रुपयातले फक्त ५० पैसे देऊ शकतो. अशावेळी 'अ' कडून 'क' १,००० रु. येण्यापैकी फक्त ५०० रु. वसूल करू शकतो. उरलेले २,५०० रु. पैकी 'ब' कडून समप्रमाणात म्हणजे निम्मे रु.१,२५० वसूल करू शकतो.

(२) पूर्णत: दिवाळखोर संयुक्त प्रस्तावक : वरील उदाहरणात 'क' हा दिवाळखोर झाला व त्याच्याकडून काहीच वसूल होत नाही व 'अ'ला संपूर्ण करारपूर्ती करण्यास भाग पाडले, अशा वेळी 'क'चे वाटणीचे १,००० रु. बुडले व तो टोटा 'अ' व 'ब'कडून समप्रमाणात वाटून घेतला पाहिजे. म्हणून 'अ' हा 'ब'कडून १,५०० रु. घेणार व स्वत:चे १,५०० रु. देणार.

(३) संयुक्त करारपूर्तता : वरील उदाहरणात 'अ' 'ब' 'क' या तीन 'संयुक्त प्रस्तावकांनी' 'ड' ला ३,००० रु. देण्याचे वचन दिले. 'अ' व 'ब' हे दोघे 'क' ला फक्त जामीन राहिले आहेत. 'क' करारपूर्तता करण्यास विसरला, त्यामुळे 'अ' व 'ब' यांना 'ड'ला ३,००० रु. देणे भाग पडले म्हणून 'अ' व 'ब'चे काहीही नुकसान होत नाही कारण 'अ' व 'ब' हे दोघे जामीन आहेत. त्यामुळे 'क'कडून सर्व रक्कम रु.३,००० 'अ' व 'ब' हे वसूल करू शकतात.

(७) एका संयुक्त प्रस्तावकाची मुक्तता व परिणाम (कलम–४४) : या कलमानुसार जर 'प्रस्ताव–स्वीकृत्याने' सर्व 'संयुक्त प्रस्तावकां'पैकी कोणाही एकाची करारपूर्तीपासून मुक्तता केली तर, त्याची जबाबदारीतून मुक्तता झाली किंवा इतर उरलेले 'संयुक्त प्रस्तावक' हे सुद्धा जबाबदारीतून मुक्त झाले असा अर्थ होत नाही.

तसेच, मुक्त केलेल्या एका 'संयुक्त प्रस्तावकाची' 'समप्रमाणात' हिस्सा भरण्याची जबाबदारीतून मुक्तता झाली असा अर्थ होत नाही. म्हणजेच, प्रस्ताव-स्वीकृताच्या दृष्टीने ती मुक्तता सोयीचे वाटते. म्हणून तात्पुरती असते.

(८) एक 'प्रस्तावक' आणि 'संयुक्त-प्रस्ताव-स्वीकृते' (कलम–४५) : जसे 'संयुक्त प्रस्तावक' असतात तसे 'संयुक्त-प्रस्ताव-स्वीकृते' (अनेक प्रस्ताव-स्वीकृता) असू शकतात.

करारपूर्ती करून मागण्याचा हक्क कोणास ?

जर अशाप्रकारे 'संयुक्त-प्रस्ताव-स्वीकृते' असतील तर कोणत्या संयुक्त-प्रस्ताव-स्वीकृत्यास करारपूर्ती करून मागण्याचा हक्क पोहोचतो ?

या प्रश्नाचे उत्तर कलम ४५ मध्ये दिलेले आहे. या कलमानुसार, करारपूर्तीच्या मागणीचा हक्क हा संयुक्त असतो, हा हक्क त्यांच्या संपूर्ण हयातभर राहतो.

(१) एक 'संयुक्त-प्रस्तावकाच्या' मृत्युनंतर त्याच्या कायदेशीर वारसदाराला करारपूर्ती मागणीचा हक्क हा संयुक्तरीत्या इतर जिवंत असलेल्या संयुक्त प्रस्तावकांच्या बरोबर प्राप्त होतो.

(२) जेव्हा, शेवटचा 'संयुक्त प्रस्तावक' हा मरण पावतो त्यावेळी करारपूर्ती मागणीचा हक्क हा संयुक्तपणे सर्व कायदेशीर वारसदारांना प्राप्त होतो.

उदा. 'ब' व 'क' या दोघांनी संयुक्तपणे 'अ'ला १५,००० रु. कर्जाऊ दिले व 'अ'ने ते पैसे व्याजासह 'ब' व 'क' यांना ठरलेल्या दिवशी देण्याचे वचन दिले.

जर संयुक्त-प्रस्तावकांपैकी 'ब' मरण पावला तर 'ब'चा कायदेशीर वारसदार व 'क' यांना संयुक्तपणे करारपूर्ती मागणीचा हक्क प्राप्त होतो. तसेच 'क' मरण पावला तर त्याचा कायदेशीर वारसदार व 'ब' यांना संयुक्तपणे करारपूर्तीचा हक्क प्राप्त होतो.

(क) करारपूर्तीतेचे स्थल – काल (कलम – ४६ ते ५०)
(Time and Place of Performance)

करारपूर्ता कोणी करावी या संदर्भात आपण माहिती घेतली. परंतु कलम ४६ ते ५० अनुसार, करारपूर्तीचे स्थल व काल या संदर्भात नियम दिले आहेत. त्याची खालीलप्रमाणे माहिती घेऊ –

(१) योग्य मुदतीत पूर्तता (कलम – ४६) : 'प्रस्तावक' व 'प्रस्ताव-स्वीकृता' यांच्यामध्ये करारपूर्तीची मुदत, वेळ, तारीख ठरलेली नसेल तर 'प्रस्तावकाने' स्वेच्छेने 'प्रस्ताव-स्वीकृता' व्यक्तीची वाट न पाहता, आपणहून योग्य मुदतीत, योग्य वेळी कराराची पूर्तता केली पाहिजे.

'योग्य मुदत' किती असावी हे कराराच्या स्वरूपावर अवलंबून असते. उदा. नाशवंत स्वरूपाचा माल, दूध, अंडी, फळे, भाजी, अन्न इ.बाबतीत ही मुदत किती असली पाहिजे हे सांगण्यासाठी मोठ्या विद्वान व्यक्तीची गरज लागणार नाही, असे म्हटल्यास वावगे ठरू नये. फार तर दोन दिवसांत अशा वस्तूची करारपूर्ती होणे म्हणजे 'योग्य वेळेत' करारपूर्ती होईल. नसलेल्या मालाची करारपूर्ती होणार नाही

(२) ठरलेला दिवस व वेळ (कलम–४७) : करारात जर स्थल, काल यांचा उल्लेख असेल तर 'प्रस्तावकाने' स्वेच्छेने कोणाचीही वाट न पाहता ठरलेल्या दिवशी, ठरलेल्या ठिकाणी, व्यवसायाच्या कामकाजाच्या वेळेत, उदा. सुट्टी सोडून १० ते ५ या

ऑफिस वेळेत, करारपूर्ती केली पाहिजे.

उदा. 'अ' ने १ जानेवारी रोजी 'ब' च्या गोडाऊनकडे माल पोहोचवण्याचे वचन दिले. परंतु 'अ' ने त्या दिवशी तो माल 'ऑफिस वेळ १० ते ५ असताना' त्याने सायंकाळी ६.३० वाजता आणला. त्यामुळे तो माल 'ब'ला मिळाला नाही.

यामध्ये 'अ' करारपूर्ती ठरलेल्या वेळी केली नाही असे सिद्ध झाले.

(३) ठरलेल्या दिवशी योग्य स्थल-काल (कलम-४८) : जेव्हा प्रस्तावकाने ठरलेल्या दिवशी, प्रस्ताव-स्वीकृत्याच्या इच्छेनुसार, सुचनेनुसार, करारपूर्ती करावयाची असते. तेव्हा प्रस्ताव-स्वीकृत्याने योग्य स्थल व काल या संदर्भात प्रस्तावकाला सूचना दिली पाहिजे व त्यानुसार प्रस्तावकाने करारपूर्ती केली पाहिजे.

(४) करारपूर्तीचे स्थल अनिश्चित असेल तर (कलम-४९) : जेव्हा करारात 'स्थल-निश्चिती' संदर्भात उल्लेख नसेल व प्रस्ताव-स्वीकृता व्यक्तीला सुचविले पाहिजे की, आपण स्थल-निश्चिती करावी त्याप्रमाणे त्या ठिकाणी करारपूर्ती करणे शक्य होईल.

उदा. 'अ' ने 'ब'ला ज्यूटचे १००० गठ्ठे १ जानेवारी रोजी पोहोचविण्याचे वचन दिले. अशावेळी 'अ' ने आपणहून 'ब'ला 'स्थल-निश्चिती'साठी विचारावे व 'स्थल-निश्चिती' केलेल्या ठिकाणी करारपूर्ती केलीच पाहिजे.

(५) प्रस्ताव स्वीकृत्याच्या मर्जीनुसार स्थल-काल निश्चिती (कलम-५०) : जर करारामध्ये 'स्थल-काल' निश्चित केलेले नसते आणि प्रस्ताव स्वीकृत्याच्या इच्छेनुसार स्थल-काल निश्चित केलेले असेल तर त्यानुसार प्रस्तावकाने त्याची करारपूर्ती केली पाहिजे.

उदा. 'ब' हा 'अ'ला २,००० रु. देणे लागतो. 'अ'ने 'ब'ला सुचविले की, तू 'क्ष' बँकेत माझे खाते आहे, त्या माझ्या खात्यावर २,००० रु भरुन यावेस. त्याप्रमाणे 'ब' ने 'अ'च्या खात्यावर 'क्ष' बँकेत पैसे भरले. पुढे 'क्ष' बँक दिवाळखोरीत निघाली, अशा वेळी 'ब'ने 'अ'च्या इच्छेनुसार करारपूर्ती केली आहे. त्यामुळे 'ब' हा करारातून मुक्त होतो. बँकेचे दिवाळे निघाले त्यामुळे 'अ' च्या झालेल्या नुकसानीस 'ब' हा जबाबदार नाही.

(५) परस्परावलंबी वचनांची पूर्तता (कलम-५१ ते ५४)

(Performance of Reciprocal Promises)

व्याख्या : कलम -२ (एफ) अनुसार, "जी वचने एकमेकांची प्रतिफले असतात किंवा प्रतिफलांचा भाग असतात त्याना परस्परावलंबी वचने असे म्हणतात."

ज्या करारामध्ये वचनांची देवाण-घेवाण आहे त्याला परस्परावलंबी वचने म्हणतात. म्हणजेच, दोन व्यक्तींनी आपापल्या वचनांची पूर्तता एकाच वेळी करण्याची गरज

यामध्ये असते.

नियम : परस्परावलंबी वचनांची पूर्तता करण्याचे नियम खालीलप्रमाणे आहेत. त्याची तरतूद कलम–५१,५२,५३ व ५४ मध्ये खालीलप्रमाणे आहे.

(१) वचनांची एकाच वेळी पूर्तता (कलम–५१) : जेव्हा, एखाद्या ''करारामधील परस्परावलंबी वचनांची एकाच वेळी पूर्तता करावयाची असते तेव्हा जोपर्यंत प्रस्ताव-स्वीकृता आपल्या परस्परावलंबी वचनाची पूर्तता करण्याची इच्छा व त्याचप्रमाणे तयारी दर्शवीत नाही, तोपर्यंत प्रस्तावकाने आपल्या परस्परावलंबी वचनांची पूर्तता करण्याची मुळीच गरज नसते.

उदा.'अ'ने 'ब'ला माल पाठवून देण्याचा करार केला. परंतु 'ब' हा मालाची किंमत देण्याची इच्छा व तयारी दाखवीत नाही. तोपर्यंत 'अ'ने 'ब'ला माल पाठविण्याची इच्छा व तयारी दाखविण्याची गरज नाही.

तसेच, मालाची किंमत दिल्याबरोबर जर, 'अ' हा माल पोहोचविण्याची इच्छा व तयारी दाखवीत असेल तरच 'ब'ने 'अ'ला पैसे देण्याची इच्छा दाखवावी.

येथे दोघांनी एकाचवेळी आपापल्या वचनांची पूर्तता करण्याची अपेक्षा आहे म्हणून हा परस्परावलंबी करार आहे.

(२) वचनपूर्ततेचा क्रम (कलम–५२) : जेव्हा करारामध्ये परस्परावलंबी वचनपूर्ततेचा क्रम स्पष्टपणे नमूद करण्यात येतो तेव्हा त्या क्रमानेच वचनपूर्तता झाली पाहिजे. परंतु वचनपूर्ततेचा क्रम करारात स्पष्टपणे नमूद केलेला नसेल तर व्यवहाराच्या स्वरूपावरून वचनपूर्ततेचा क्रम ठरविण्यात येईल.

उदा.अलाहाबाद हायकोर्टामधील, 'हशमन विरुद्ध लखनौ इम्प्रूव्हमेंट ट्रस्ट', या खटल्यानुसार, प्रतिवादीने नगरपालिकेकडून भाडेपट्टा कराराने एक जमीन घेतली व जमिनीची समपातळी करण्यासाठी ६३० रु. घ्यायचे व जमिनीचा ताबा द्यायचा असा प्रश्न प्रतिवादीने उपस्थित केला.

कोर्टाचा निकाल : ''सर्वसाधारण व्यवहारांमध्ये कामापूर्वी कामाचे दाम दिले जात नाही. काही कामाचे दाम हप्त्याने ॲडव्हान्स म्हणून देण्याची पद्धती चालू असते. परंतु करारात स्पष्टपणे नमूद केल्याशिवाय कराराची संपूर्ण किंमत कामापूर्वी दिली जात नाही.''

उदा. 'अ'ने 'ब'साठी २,००,००० रुपयांस बंगला बांधून देण्याचा करार झाला.

क्रम : (१) 'अ' ने बंगला बांधण्याचे वचन प्रथम पूर्ण केले पाहिजे.

(२) त्यानंतर 'ब'ने २,००,००० रुपये 'अ'ला देण्याचे वचन पूर्ण केले पाहिजे.

(३) एकाकडून पूर्तता करण्यास प्रतिबंध (कलम–५३) : जेव्हा करारातील दोन व्यक्तींपैकी एक व्यक्ती परस्परावलंबी वचनांची पूर्तता करण्यास अडथळे किंवा प्रतिबंध करते त्यावेळी, दुसऱ्या व्यक्तीच्या दृष्टीने तो करार 'वर्जनीय' ठरतो आणि अशा दुसऱ्या व्यक्तीला वचनपूर्ती न झाल्यामुळे आपली झालेली नुकसान भरपाई प्रतिबंध करणाऱ्या व्यक्तीकडून मागता येते.

उदा.प्रिव्ही कौन्सिल समोरील, क्लेनर्ट विरुद्ध अबोसो गोल्ड मायनिंग कं. खटल्यानुसार, खाणीवरील खडक काढण्यासाठी प्रतिवादीला क्रशर देण्याचे ठरले परंतु जो क्रशर दिला होता तो काम करण्यासाठी अगदीच तोकडा, अपुरा व गैरसोईचा होता.

या खटल्याचा असा निकाल दिला की, करार लहान क्रशर एक प्रकारे अडथळा व प्रतिबंध होता. त्यामुळे ठेकेदाराला या प्रतिबंधामुळे जे नुकसान झाले व खर्च झाला तसेच नफा बुडला होता तो सर्व दिला जावा.

(४) प्रस्तावक वचनपूर्तीस असमर्थ (कलम–५४) : जेव्हा प्रस्तावकाने प्रथम वचनपूर्ती करावी असे करारात ठरले असताना, जर प्रस्तावक वचनपूर्ती करण्यास असमर्थ ठरला तर प्रस्तावक हा प्रस्ताव स्वीकृता व्यक्तीला वचनपूर्तीसाठी आग्रह धरू शकत नाही. उलट, प्रस्तावकाने प्रथम वचनपूर्ती न केल्यामुळे प्रस्ताव स्वीकृत्याला जे नुकसान झाले असेल त्याची नुकसानभरपाई करून दिली पाहिजे.

उदा. 'अ'ने 'ब'ला मालाचे १०० गट्ठे विकण्याचे वचन दिले व तो माल दुसऱ्या दिवशी पोहोचविण्याचे कबूल केले. तसेच 'ब'ने मालाची किंमत महिन्याभराच्या आत देण्याचे वचन दिले.

'अ'ने वचनपूर्ती केली नाही. म्हणजे दुसऱ्या दिवशी 'अ'ने ठरल्याप्रमाणे 'ब'ला माल पाठविला नाही. त्यामुळे 'ब'ने आपले वचनपूर्ती करण्याचा सवालच निर्माण होत नाही. शिवाय 'ब'ला माल न येण्यामुळे जे नुकसान झाले असेल त्यासाठी त्याला नुकसान भरपाईच्या दावा लावता येतो.

(५) बेकायदेशीर कृत्य : परस्परावलंबी करारातील पहिला करार कायदेशीर कृत्य करण्याचा असेल तर तो वचनपूर्तीस कायदेशीर करार ठरतो. परंतु जो कायदेशीर कृत्य करण्याचा परस्परावलंबी करार असतो तो 'व्यर्थ' करार होतो. तसेच पर्यायी वचनात काही कायदेशीर वचने असतात तेवढीच फक्त करार ठरतात. व त्यांची करारपूर्ती करता येते अन्यथा तो करार व्यर्थ होतो.

करारपूर्तता व वेळा यांचा परस्परसंबंध (कलम-५५)
(Time For Performance)

करारपूर्तता व वेळ यांचा परस्परसंबंध काय आहे, हे या कलमानुसार समजून घ्यावयाचे आहे.

'ठरलेली वेळ' पाळणे म्हणजे कराराचा मान राखला जाणे होय, म्हणून ठरलेल्या वेळी करारपूर्तता झाली नाही, तर दुसऱ्या व्यक्तीला तो ठराव वर्ज्य करण्याचा अधिकार पोहोचतो शिवाय करारपूर्तता ठरलेल्या वेळी केल्या नसल्यामुळे जे नुकसान होईल त्याची नुकसानभरपाई करून द्यावी लागते.

ठरलेली वेळ हा कराराचा 'अर्क' आहे. त्यामुळे सर्वसाधारणपणे सर्वच करारामध्ये ठरलेली वेळ पाळणे हे करारपूर्तीचे ध्येय असते, त्यामुळे दोन्ही व्यक्तींना परमोच्च कोटीचा विश्वास वाढविता येतो.

परंतु करारामधील ठरलेली वेळ करारपूर्ततेसाठी विचारात घेतली नाही तर त्याचा करारावर काय परिणाम होतो हे कलम-५५ मध्ये स्पष्ट केले आहे.

(१) वेळ हा महत्त्वाचा घटक मानला जातो तेव्हा ठरलेल्या वेळी करारपूर्तता न करण्याचा परिणाम : करार व्यक्ती ठरलेल्या वेळी किंवा त्या अगोदर करारपूर्तता करण्यास बांधील असतात. जर ठरलेली वेळ हा कराराच 'अर्क' आहे अशा हेतूने करार केला असेल व करारपूर्ती ही ठरलेल्या वेळी किंवा त्याच्या अगोदर झाली नाही तर प्रस्ताव-स्वीकृत्याला करार वर्जनीय ठरत नाही. परंतु जर प्रस्ताव-स्वीकृत्याला करारपूर्तता न केल्यामुळे काही नुकसान झाले असेल तर नुकसानभरपाई मिळविण्याचा हक्क प्राप्त होतो.

(२) वेळ हा घटक महत्त्वाचा नसताना करारपूर्तता न करण्याचा परिणाम: करार करतेवेळी करार व्यक्तींच्या नजरेतून ठरलेली वेळ हा घटक महत्त्वाचा मानलेला नसतो तेव्हा, जर ठरलेल्या वेळी किंवा ठरलेल्या वेळेच्यापूर्वी करारपूर्तता केली नाही तर तो करार वर्जनीय ठरत नाही. परंतु जर प्रस्ताव स्वीकृत्याला करार पूर्तता न केल्यामुळे काही नुकसान झाले असेल तर नुकसानभरपाई मिळविण्याचा हक्क प्राप्त होतो.

(३) ठरलेल्या वेळे व्यतिरिक्त करारपूर्ती करण्याचा परिणाम : जर ठरलेल्या वेळी किंवा त्याच्या अगोदर करारपूर्तता केली नाही तर प्रस्ताव-स्वीकृता असा करार 'वर्जनीय' ठरवू शकतो. परंतु, करारातील ठरलेली वेळ संपून गेल्यानंतर 'प्रस्तावक' कराराची पूर्तता करतो व प्रस्ताव-स्वीकृता त्याची नुकसान भरपाई मागू शकत नाही.

ठरलेल्या वेळेनंतर करारपूर्तता जर प्रस्ताव –स्वीकृत्याने स्वीकारली व नुकसान

भरपाई मागावयाची असल्यास तशा प्रकारे प्रस्ताव-स्वीकृत्याने प्रस्तावकला आगाऊ सूचना दिली पाहिजे.

खालील प्रसंगी 'वेळ हा कराराचा अर्क' मानतात –

(१) वेळ हा करारात महत्त्वाचा घटक आहे असे जेव्हा करार करणाऱ्या व्यक्ती मानतात.

(२) विलंब हा नुकसानकारक, हानिकारक ठरतो तेव्हा 'वेळ' कराराचा अर्क आहे असे मानले जाते.

(३) कराराचे स्वरूप व गरज यावरून करारातील एक व्यक्ती वेळ वाढवून मागतात तेव्हा 'वेळ' कराराचा 'अर्क' आहे असे मानले जाते.

(४) व्यापार व्यवसाय उद्योगधंदा यामधील सर्वच करारामध्ये 'वेळ' हा कराराचा 'अर्क' असतो.

उदाहरणे :

(१) 'चायना कॉटन एक्स्पोर्टर्स विरुद्ध बिहारीलाल रामचंद्र कॉटन मिल्स लि.' व 'महावीर प्रसाद रूंगटार विरुद्ध दुर्गा दत्त' या दोन खटल्यात करारातील 'वेळ' हा कराराचा 'अर्क' मानला गेला.

(२) 'भुदरचंद्र विरुद्ध बेट्स्' या खटल्यात, प्रतिवादीने फिर्यादीला करारातील ठरलेल्या वेळी व त्यानंतर वाढवून दिलेल्या वेळेत देखील 'हत्ती' वेळेवर पोहोचविला नाही. त्यामुळे झालेल्या नुकसानीबद्दल प्रतिवादीने नुकसान भरपाई देण्याचा हुकूम झाला.

(ई) अंशत: कर्जफेडीचे अनेक कर्ज रकमेपोटी योग्य विभाजन (कलम–५९,६०,६१) (Appropriation of Payment)

कर्जदार व सावकार अशा करार करणाऱ्या दोन कर्जाच्या संदर्भात जेव्हा करार होतो, त्यावेळी त्यामध्ये –

(१) कर्जफेड करण्याची पद्धत,

(२) कर्जफेड करण्याची मुदत,

(३) कर्जावरील व्याजाचा दर,

या वरील तीन घटकांना सावकाराने व कर्जदाराने दोघांनाही, अत्यंत महत्त्व दिलेले असते.

कर्जदार, सावकाराकडून अनेक वेळा, अनेक प्रकारची व वेगवेगळ्या रकमेची कर्जे घेतो व त्याची अंशात्मक परतफेड करण्यासाठी एकच रक्कम देतो, अशावेळी ती

मिळालेली रक्कम कोणत्या तारखेच्या व रकमेच्या कर्जासाठी वापरली पाहिजे, या संदर्भात कलम-५९,६०,६१ मध्ये त्याचे नियम दिलेले आहेत.

(१) विशिष्ट कर्जफेडीचा निर्देश (कलम-५९) : कर्जदाराने अनेक कर्जे काढली आहेत. त्यावेळी 'एका विशिष्ट कर्जाचा परतफेडीचा हप्ता' असे नमूद करून जर सावकाराकडे ती रक्कम पाठविली असेल व त्यानुसार सावकाराने ती रक्कम स्वीकारली असेल तर त्या सावकाराने ती रक्कम स्वीकारली असेल तर त्या सावकाराने ती रक्कम विशिष्ट कर्जाची परतफेड करण्यासाठीच वापरली पाहिजे.

उदा. 'अ' कर्जदाराने 'ब' सावकाराला १ जून रोजी देय होणारी एक वचनचिठ्ठी १,००० रुपयाची लिहून दिली आहे आणि १ जून रोजी 'अ'ने 'ब'ला १,००० रु. पाठविले. अशाच रकमेचे दुसरे कर्ज नव्हते. त्यामुळे सावकाराने ते १,००० रुपये त्या 'वचनचिठ्ठी' कर्जाची परतफेड करण्यासाठीच वापरली पाहिजे हे उघडच आहे.

उदा. लग्नासाठी काढलेले कर्ज, बैलासाठी काढलेले कर्ज, विहिरीसाठी काढलेले कर्ज, अशी त्या विविध कर्जाची नावे आहेत. अशावेळी कर्जदाराने पैसे परत करताना लग्नाचे कर्जाचा हप्ता असा स्पष्ट उल्लेख केला असेल तर त्याच कर्जासाठी त्या रकमेचा वापर करावा.

(२) कर्जफेडीच्या वेळी विशिष्ट कर्जाचा उल्लेख नसतो तेव्हा (कलम-६०) : जेव्हा कर्जदाराने कर्जफेडीचा हप्ता पाठविताना कोणत्या एका विशिष्ट कर्जाचा हप्ता आहे, अशा प्रकारचा निर्देश केलेलाच नसतो व आलेला हप्ता कोणत्या कर्जासाठी आहे याचा काहीच पत्ता लागत नाही. अशावेळी, सावकार तो आलेला हप्ता आपल्या मर्जीनुसार त्याच्या कायदेशीर कर्जापोटी वापरू शकतो. मग असे कर्ज कालबाह्य ठरलेले असले तरी चालते. उदा. कमलेश्वरी विरुद्ध गंगाधर या खटल्यानुसार, कालबाह्य कर्जासाठी आलेला हप्ता विचारात घेतला.

(३) कर्जदार व सावकार दोघेही विशिष्ट कर्जाचा उल्लेख करीत नाहीत (कलम-६१) : जेव्हा कर्जदाराने आपल्या कर्जापोटी कर्जफेडीचा हप्ता पाठविला असताना त्याने त्याबरोबर कोणत्या एका विशिष्ट कर्जाचा हप्ता म्हणून उल्लेख करून जर रक्कम पाठविली नसेल व सावकाराने ती रक्कम स्वीकारली असून त्यावर त्याने कोणताच निर्णय घेतलेला नसेल तेव्हा 'प्रथम कर्ज प्रथम परतफेड' या तत्त्वाने त्याच्या कर्जाची परतफेड करून घेतली जाईल.

परंतु, जर कर्जदाराने एकाच दिवशी अनेक कर्जे काढली असतील व कर्जफेडीचा हप्ता पाठविला असताना दोघांनाही कोणताच निर्णय घेतला नसेल तर सावरकाराला मिळालेल्या रकमेचा वापर ही त्या कर्जदाराच्या सर्व कर्जापोटी 'कर्जाच्या प्रमाणात' विभागून परतफेड करून घेतली जाईल.

उदा.कर्ज नं.१ – रु.१५,०००

कर्ज नं.२ – रु.१०,०००

कर्जदाराने काढलेल्या या दोन कर्जाचे प्रमाण ३:२ असे येते. जर कर्जदाराने कर्जाचा हस्सा म्हणून ५,००० रुपये पाठविले व दोघेही कोणताच निर्णय घेत नाहीत अशावेळी ३:२ या प्रमाणात म्हणजे पहिल्या कर्जाला ३,००० रु. व दुसऱ्या कर्जाला २,००० रु. गृहीत धरले जाईल.

१.१० कराराची समाप्ती (Discharge of Contracts)

अर्थ : करारामुळे करार करणाऱ्या व्यक्तींना हक्क, कर्तव्ये, जबाबदाऱ्या, अधिकार प्राप्त होतात. करारातील हक्क व जबाबदाऱ्या यांची एकमेकांनी पूर्तता केल्यानंतर कराराची समाप्ती होते. एकपक्षीय जबाबदारी असते तेव्हा त्या व्यक्तीने ती जबाबदारी पूर्ण केली म्हणजे कराराची समाप्ती होते. जेव्हा कराराने निर्माण झालेली कायदेशीर जबाबदारी संपुष्टात येते तेव्हा कराराची समाप्ती होते. कराराची समाप्ती झाल्यानंतर करार व्यक्तींचे हक्क आणि जबाबदाऱ्या संपुष्टात येतात. द्विपक्षीय करारातील दोन्ही पक्षांनी आपापल्या जबाबदाऱ्या व कर्तव्ये यांची पूर्तता केल्यानंतर करार समाप्ती होते. करारविषयक संबंधाची जेव्हा समाप्ती होते तेव्हा कराराची समाप्ती होते. करार समाप्तीचे अनेक मार्ग, प्रकार किंवा पद्धती आहेत.

करार समाप्तीच्या पद्धती

१. करार पूर्तता	२. संमतीने	३.क्रल– मर्यादा संपणे	४.कायद्याची कृती	५.करार पूर्तता	६.करार भंग	७.तडजोड व संतोष	८.संधी न देणे
	अ. नूतनीकरण		अ. दिवाळे	अ. वस्तू नष्ट			
	ब. बदल		ब. मृत्यू	ब. परिस्थितीचा		९. प्रथम वचन पूर्ण न करणे	
	क. करार रद्द		क. अंतर्भाव	अभाव			
	ड. वचनात सूट		ड. महत्त्वाचा बदल	क. असमर्थता			
				ड. कायद्याचत बदल			
				इ. युद्धाचा भडका			

१. करारपूर्तता करून कराराची समाप्ती : कलम – ३७ अनुसार, कराराची पूर्तता केल्याने कराराची समाप्ती होते. जेव्हा करारातील व्यक्ती करारात नमूद केलेल्या आपापल्या वचनांची पूर्तता करतात तेव्हा त्याला 'करारपूर्तता' असे म्हणतात. करारपूर्तता करण्यामध्ये कोणताही तक्रार नसेल तर कराराची समाप्ती होते आणि करारातील

व्यक्तींमधील जी जबाबदारी निर्माण झालेली असते त्या जबाबदारीतून त्या व्यक्ती मुक्त होतात.

(२) संमतीने करार समाप्ती : कराराची सुरुवात जशी एकमेकांच्या संमतीने केली जाते तसेच कराराची समाप्ती सुद्धा करार व्यक्तींच्या संमतीने करता येते.

कलम – ६२ अनुसार, करारातील व्यक्तींनी जर ठरविले तर जुना करार रद्द करून त्याच्या जागी नवीन करार करून बदल घडवून, करार रद्द करून, वचनात सूट देऊन कराराची समाप्ती करता येते.

अशा प्रकारे या कलमातील तरतुदींनुसार कराराची समाप्ती खालील पद्धतीने करता येते.

(३) नूतनीकरण (Renovation) : जुन्या कराराच्या बदल्यात नवीन करार करणे म्हणजे नूतनिकरण किंवा नविनीकरण होय. नवीन करार पूर्वीच्याच व्यक्तींमध्ये होईल किंवा वेगळ्या व्यक्तींमध्ये होईल. नवीन करारांच्या अटीतसुद्धा बदल होऊ शकतो. नवीन करार केल्याने कराराच्या संपूर्ण अटी पूर्ण केल्या पाहिजेत. नवीन करारामुळे जुन्या कराराशी संबंधित व्यक्तींचे करारातील संबंध आपोआप संपुष्टात येतात व त्यांची जुन्या करारातून मुक्तता होते.

नवीन करार कायदेशीर असला पाहिजे अन्यथा मूळ करार पुन्हा आपली जागा घेऊन प्रस्थापित होतो.

उदा. 'अ' हा 'ब'ला कराराने १,००० रुपये देणे लागतो. 'क' हा 'अ'ला १,००० रुपये देणे लागतो. म्हणून 'अ''ब'ला म्हणाला, ''तू आता माझ्याकडून कर्ज वसूल करण्याऐवजी 'क'कडून वसूल कर.'' जर अशा प्रकारे तिघांनी अशा नवीन कराराला संमती दिली तरच तो नवीन करार अस्तित्वात येईल. अशावेळी या नवीन कराराला 'त्रिपक्षीय करार' म्हणतात. 'क' ने व 'ब'ने अशा नवीन कराराला संमती दिली नाही तर जुनाच करार अस्तित्वात येईल.

'त्रिपक्षीय करार' झाला तर 'ब' व 'क' यांचे नवीन करारात्मक नाते निर्माण होते आणि 'अ'चे 'ब' बरोबरचे व 'अ'चे 'क' बरोबरचे जुने संबंध संपुष्टात येतात व कराराची समाप्ती होते.

(ब) बदल करून (Alteration) : मूळ करारात बदल करून सुद्धा जुन्या कराराची समाप्ती करता येते. हा बदल 'अति महत्त्वाचा' किंवा 'अगदी नाममात्र' असू शकतो. करारातील बदलामुळे जर करार व्यक्तींचे हक्क व जबाबदाऱ्या यांच्यात जबरदस्त परिणाम होत असेल तर त्याला 'अति महत्त्वाचा बदल' म्हणतात. तसेच

रकमेत बदल, व्याज दरात बदल, एखाद्या व्यक्तीचा बलप्रयोग, रक्कम देण्याची

मुदत, वेळ, तारीख इ. गोष्टीत बदल झाला तर त्याला 'अति महत्त्वाचा' बदल म्हणतात. कारकुनी चुकांची दुरुस्ती हा नाममात्र बदल होय.

परिणाम : 'अतिमहत्त्वाचा' बदल जर करारातील व्यक्तींच्या संमतीने झाला असेल तर कराराची समाप्ती होते. जर, अतिमहत्त्वाचा बदल करताना दुसऱ्या व्यक्तीची संमती घेतली नसेल तर, असा बदललेला करार अतिमहत्त्वाचा बदल हा जाणीवपूर्वक केलेला बदल असा पाहिजे तरच तो करार वर्जनीय ठरतो. जर करारातील अति महत्त्वाचा बदल हा योगायोगाने किंवा चुकीने झाला असेल तर तो करार वर्जनीय ठरत नाही.

'बदल करून' आणि 'नूतनीकरणाद्वारे' कराराची समाप्ती यामध्ये आपणांस बरेच साम्य दिसते. परंतु 'बदल करून' करार समाप्ती करणे यामध्ये मूळ करारातील व्यक्तीच नवीन करारपूर्तीसाठी असतात. परंतु 'नूतनीकरण' करून कराराची समाप्ती यामध्ये नवीन करारामधील व्यक्ती वेगळ्या असू शकतात.

(क) करार रद्द करून : मूळ करार रद्द करून कराराची समाप्ती करता येते. करारपूर्तता करण्यापूर्वी करारातील व्यक्ती आपसात एकमताने ठरवतात की, आपण आपल्या करारपूर्तीच्या जबाबदारीतून मुक्त होऊ. जर तशा प्रकारे करारातील व्यक्तींचे एकमत झाले तरच तो करार संपुष्टात येतो आणि त्या करारातील व्यक्ती जबाबदारीतून मुक्त होतात. यालाच 'रद्दबातल करार' म्हणतात. जो करार 'वर्जनीय' ठरलेला असतो त्यातील दुसऱ्या व्यक्तींच्या इच्छेनुसार कराराची समाप्ती करता येते.

तसेच, करार व्यक्ती वाच्यता न करता करार रद्द करू शकतात. यामध्ये करारातील दोन्ही व्यक्ती करारपूर्ती न करता मौन पाळतात व बराच काळ करारपूर्ती केली नाही म्हणून तक्रारसुद्धा करीत नाहीत.

(ड) वचनात सूट (Remission) : करार कायद्यातील कलम – ६३ अनुसार, प्रस्ताव स्वीकृत्याला अंशत: किंवा पूर्णत: जबाबदारीची समाप्ती करून प्रस्तावकाच्या जबाबदारीतून सुटका करून घेता येते.

प्रत्यक्षात जेवढी वचनपूर्ती करावयाची असते त्यापेक्षा कमी वचनपूर्तीला संमती दिली जाते तेव्हा त्याला वचनात सूट म्हणतात.

प्रस्ताव स्वीकृत्याने आपला करारपूर्तता करून घेण्याचा हक्क सोडून दिला, माफ केला तर त्याला हक्काची सूट किंवा माफी म्हणतात (Waiver)

(३) कालमर्यादा संपणे (Lapse of Time) : कालबाह्य करारांची आपोआपच समाप्ती होते. सध्या करारामध्ये कालमर्यादा 'तीन' वर्षे असते. म्हणून ज्या व्यक्तीला कराराची पूर्तता करून घेण्याचा हक्क पोहोचलेला असतो अशा व्यक्तीने जर मर्यादा कायद्यानुसार 'तीन' वर्षांच्या आत आपल्या हक्काची अंमलबजावणी केली नाही तर अशा व्यक्तीचा दुसऱ्या व्यक्ती विरुद्ध कोर्टात दावा करण्याचा हक्क सुद्धा नष्ट होतो

आणि पुढे त्याचा प्रतिपरिणाम म्हणून दुसऱ्या व्यक्तीची करारातील जबाबदारीतून मुक्तता होते.

अशा प्रकारे 'कालमर्यादा संपली' तर कराराची आपोआपच समाप्ती होते.

(४) कायद्याची कृती : करारातील व्यक्तींची इच्छा असूनसुद्धा कायद्यापुढे त्यांचे काहीही चालत नाही. कायद्याची कृती करून करारांची समाप्ती करावी लागते. त्याच्या खालील पद्धती आहेत –

(अ) दिवाळे (Insolvency) : कोर्टाने जर प्रस्तावकाला दिवाळखोर म्हणून घोषित केले असेल तर त्या प्रस्तावकाला दिवाळखोर म्हणून घोषित करण्यापूर्वीचे जे देणे असेल ते सर्व आपोआपच निकालात निघते आणि अशा प्रकारे 'दिवाळखोर' म्हणून घोषित झाल्यानंतर आपोआपच करारांची समाप्ती होते.

(ब) मृत्यू (Death) : जेव्हा एखाद्या करारामध्ये व्यक्तिगत कौशल्य, कसब, कला याचाच मुख्य व महत्त्वाचा भाग असतो तेव्हा त्या प्रस्तावकाच्या मृत्यूमुळे अशा प्रकारच्या करारांची आपोआपच समाप्ती होते.

(क) अंतर्भाव/विलीनीकरण : जेव्हा कनिष्ठ दर्जाचा हक्क असलेला करार हा वरिष्ठ दर्जाचा हक्क असलेल्या करारात समाविष्ट करतात तेव्हा कनिष्ठ हक्काचा करार आपोआप रद्द होतो. त्याला 'विलीनीकरण' म्हणतात.

उदा. एखाद्या शेतजमिनीचे 'कूळ' म्हणून असलेले हक्क, हे तीच व्यक्ती त्या शेतजमिनीची खरेदी करून रीतसर कायदेशीर मालक बनते तेव्हा, आपोआपच लोप पावतात. विलीन होतात.

(ड) अनधिकृत महत्त्वाचा बदल (Unauthorised Alteration) : करारातील एखादी व्यक्ती ही त्यातील दुसऱ्या व्यक्तीची संमती न घेता करारामध्ये अनधिकृत असा महत्त्वाचा बदल करते, तेव्हा दुसऱ्या व्यक्तीच्या इच्छेनुसार तो करार 'वर्जनीय' ठरतो. म्हणजेच कराराची आपोआपच समाप्ती होते.

(५) करारपूर्तता अशक्य (Impossibility of Performance) : एखादे कार्य करणे हे अशक्य कोटीचे असते तेव्हा त्यासंदर्भात झालेला करार हा 'व्यर्थ' ठरतो. जे अशक्य असेल ते कधीच पूर्तता करण्याच्या दृष्टीने जबाबदारी निर्माण करीत नसते. तसेच कायदा अशक्य कार्य ओळखत नाही.

करारातील **कलम – ५६** अनुसार, प्रथम पासूनच अशक्य असलेले कार्य करण्याचा करार हा 'व्यर्थ' ठरतो. जर करार मूलत:च व्यर्थ असेल तर त्याची पूर्तता करण्याचा प्रश्नच निर्माण होत नाही. याला 'प्रारंभी अशक्यता' म्हणतात.

कलम – ५६ मधील दुसऱ्या परिच्छेदानुसार, "करार झाल्यानंतर करारातील जे

कार्य करावयाचे आहे ते करणे अशक्य झाले, किंवा प्रस्तावकाच्या आवाक्याबाहेरचे झाले, किंवा ते कार्य बेकायदेशीर ठरले तर तो करार 'व्यर्थ' ठरतो व बेकायदेशीर ठरतो. याला 'पश्चात अशक्यता' म्हणतात.''

करारपूर्ती अशक्य असल्याची उदाहरणे खालीलप्रमाणे –

(अ) विषय वस्तू नष्ट (Destruction of the Subject-Matter) : करारपूर्तता शक्य व्हावयाची असल्यास त्या कराराच्या विषय वस्तूचे, अखंडपणे अस्तित्व असेल पाहिजे तरच तो करार जिवंत असल्याचे लक्षण असते. कलम–२० अनुसार, करारातील व्यक्तींचा काहीच दोष नसताना कराराची विषयवस्तूच नष्ट झाली, तर करार झालेला असताना सुद्धा अशा कराराची पूर्तता करणे 'अशक्य' कोटीचे असते.

(ब) आवश्यक परिस्थितीचा अभाव (Non-Existance of a State of Things) : करारपूर्तता करण्यासाठी आवश्यक अशी परिस्थिती निर्माण झाली नाही तर त्या कराराची आपोआपच समाप्ती होते.

(क) प्रस्तावकाची असमर्थता किंवा त्याचा मृत्यू (Death or Incapacity of the Promissor) : जेव्हा एखादा करार हा प्रस्तावकाच्या कौशल्यावर व पात्रतेवर सर्वस्वी अवलंबून असतो तेव्हा त्याच्या असमर्थतेमुळे किंवा मृत्यू झाल्यामुळेच त्या कराराची आपोआपच समाप्ती होते.

(ड) कायद्यात बदल/सरकारी हस्तक्षेप (Change in Law or Government Intervention) : जेव्हा करारातील व्यक्तींना एखादे कार्य विशिष्ट प्रकारे करण्यास कायद्यात बदल करून किंवा सरकार हस्तक्षेप करून प्रतिबंध घातला जातो तेव्हा तो करार विफल ठरतो. बेकायदेशीर ठरतो व त्यामुळे त्या कराराची पूर्तता अशक्य होते.

(इ) युद्धाचा भडका उडाल्यास (Outbreak of War) : शत्रू राष्ट्र हद्दीत किंवा शत्रू राष्ट्राने काबीज केलेल्या हद्दीत राहणाऱ्या व्यक्तीबरोबर अगोदरच करार केलेला असेल तर तो करारच बेकायदेशीर ठरतो व त्या कराराची पूर्तता सुद्धा आपोआपच बेकायदेशीर ठरते व म्हणून त्या कराराची समाप्ती होते.

युद्धाचा भडका उडण्यापूर्वी केलेला करार हा कायदेशीर होता परंतु तो युद्धानंतर लगेच बेकायदेशीर ठरतो.

(६) करारभंग (Breach) : जेव्हा करारातील एखादी व्यक्ती ठरलेल्या वेळी कराराची पूर्तता करीत नाही तेव्हा त्या व्यक्तीने 'करारभंग' केला असे म्हणतात. अशा प्रकारे करारभंग हा सुद्धा एक प्रकारे 'करार समाप्ती' करण्याचा मार्ग आहे. करारभंगामुळे हक्क व जबाबदारी हे संपुष्टात येतात, परंतु करारभंग करणाऱ्या व्यक्तीची मात्र या

जबाबदारीतून मुक्तता होत नाही. तसेच त्या करारभंग करणाऱ्या व्यक्तीवर नवीनच जबाबदारी निर्माण होते. ती म्हणजे, करारभंगामुळे झालेली नुकसानभरपाई करून देण्याची जबाबदारी. त्यासाठी करारातील दुसरी व्यक्ती करारभंग करणाऱ्या व्यक्तीवर नुकसानभरपाईसाठी कोर्टात दावा लावू शकतो.

(७) तडजोड व संतोष (Accord and Satisfaction) : करारभंग केल्यानंतर करार व्यक्तीमध्ये एक नवीन करार होतो. नव्या करारामध्ये नवीन मोबदला देण्याचे ठरते. प्रस्ताव-स्वीकृता नवीन मोबदला जरी कमी असला तरी प्रस्तावकाला स्वीकारण्याविषयी विनंती करतो. अशावेळी प्रस्तावक तडजोड करण्यास तयार झाला तर दोघांचाही लाभ होतो व तेवढ्यावरच ते दोघेही संतोष मानतात. दोघेही कराराच्या जबाबदारीतून असे मुक्त होतात.

(८) 'प्रस्ताव-स्वीकृत्याने' प्रस्तावकाला करारपूर्ततेची संधी दिली नाही (Refusal of Opportunity by the Promissor to the Promisee to Perform his Promise) : तर अशा कारणांमुळे कराराची समाप्ती आपोआपच होते. परंतु प्रस्ताव-स्वीकृता हा संधी न दिल्यामुळे करारातून मुक्त होत नाही. उलट प्रस्तावकाला जे नुकसान झाले त्याबद्दल त्या प्रस्ताव-स्वीकृत्याने त्याला नुकसान भरपाई करून दिली पाहिजे. अन्यथा प्रस्तावक त्याच्याविरुद्ध कोर्टात दावा लावू शकतो.

उदा. ज्यूट ड्रेस मॅन्युफॅक्चरिंग कंपनीकडे, सांगली नगरपालिकेने ७० रुपयाला एक खाकी शर्ट व पँट या दराने १०० शर्ट पँट साठी ऑर्डर दिली. एवढ्यात कोल्हापूर नगरपालिकेला तसेच अर्जंट कपडे पाहिजे होते व दर वाढवून दिल्यामुळे त्या ड्रेस मॅन्युफॅक्चरिंग कंपनीने सांगली नगरपालिकेला ठरलेल्या वेळी कपडे दिले नाही. त्यामुळे त्यांच्याशी करार संपुष्टात आला. परंतु सांगली नगरपालिकेने या ड्रेस कंपनीवर नुकसान- भरपाईचा दावा लावला तर वरील तरतुदीनुसार, त्यांच्यासारखा निकाल लागतो.

(९) प्रस्ताव-स्वीकृत्याने करारप्रमाणे प्रथम पूर्ण करावयाचे वचन पूर्ण न केल्यास (Default of the Promisee to Perform his Promise) : जेव्हा प्रस्ताव-स्वीकृता करारप्रमाणे प्रथम आपले वचन पूर्ण करीत नाही त्यामुळे प्रस्तावकाला आपले वचन पूर्ण करणे अशक्य झाले तर अशा कारणांमुळे प्रस्तावक आपल्या वचनातून मुक्त होतो आणि प्रस्ताव-स्वीकृत्याकडून करारभंगाबद्दल नुकसानभरपाई वसूल करू शकतो.

१.११ करारभंग व उपययोजना (कलम – ७३ ते ७५)

(Breach of Contract and Remedies) :

अर्थ : करारभंग म्हणजे करार व्यक्तींपैकी प्रस्तावक किंवा प्रस्ताव स्वीकृता याने ठरलेल्या वेळी, ठरलेल्या ठिकाणी, करारातील वचन न पाळणे होय. अशा प्रकारे ज्या व्यक्तीने वचन पाळले नाही त्या व्यक्तीमुळे दुसऱ्या व्यक्तीचा तोटा होतो, त्रास होतो, दुखापत होते. अशा प्रकारे झालेला तोटा, त्रास, दुखापत म्हणजे नुकसान (Damage) असे म्हणतात. ज्या व्यक्तीचे असे नुकसान झालेले असते ती व्यक्ती ज्याच्यामुळे नुकसान झाले त्या व्यक्तीकडून नुकसानभरपाई करून घेण्यासाठी योग्य ती उपाययोजना करू शकते.

उपाययोजना : करारभंग केल्यानंतर ज्या व्यक्तीचे नुकसान झाले त्या व्यक्तीला अनेक प्रकारे उपाययोजना करता येतात. त्या खालीलप्रमाणे-

(१) करार रद्द करून तसे कळविणे.

(२) नुकसानभरपाई मिळावी म्हणून कोर्टात दावा करणे.

(३) 'काम तसे दाम' तत्त्वाने योग्य तेवढी भरपाई मागणे.

(४) कराराची पूर्तता ठरल्यावेळी व्हावी म्हणून कोर्टात दावा करणे.

(५) अंमलबजावणीस स्थगिती मिळावी म्हणून दावा करणे इ.

तत्त्व : करारभंग झाल्यामुळे ज्या व्यक्तीचे नुकसान झाले त्या व्यक्तीला 'करारभंग' न होता 'करारपूर्ती' झाली असती तर ज्या स्थितीला किंवा आर्थिक अवस्थेला ती व्यक्ती आली असती तशी स्थिती व आर्थिक अवस्था निर्माण करण्यासाठी कोर्टमधून नुकसानभरपाईचा हुकूम केला जातो.

नुकसान झाल्याबद्दल त्या व्यक्तीला भरपाई करण्याच्या उद्देशाने निवाडा केला जातो. अपकृत्याबद्दल दंड होतो. परंतु, नुकसान झाल्याबद्दल जी भरपाई देण्याचा निवाडा केला जातो तो म्हणजे चुकीबद्दल दंड असत नाही. नुकसानभरपाईसाठी निवाडा हा एक 'सर्वसाधारण कायदा' आहे. 'सर्वसाधारण कायदा उपाययोजना' व 'नुकसानीचे मोजमाप' करण्याचे नियम कलम – ७३ ते ७५ यामध्ये दिले आहेत.

नुकसानभरपाईचे प्रकार : 'नुकसान' कशा स्वरूपाचे आहे त्यावरून नुकसानीचे प्रकार खालीलप्रमाणे पाडले जातात.

(अ) पूर्वस्थिती नुकसानभरपाई (Compensatory Damages) : याला सर्वसामान्य प्रकारची नुकसानभरपाई म्हणतात. ज्या व्यक्तीचे नुकसान झाले आहे त्या व्यक्तीचे प्रत्यक्ष किती नुकसान झाले याचा अभ्यास करून तशाप्रकारे निवाडा केला जातो. करारभंगामुळे प्रत्यक्ष झालेले नुकसानभरपाईचा निवाडा म्हणजे 'पूर्वस्थिती नुकसानभरपाई' म्हणतात. करारभंगाच्या दिवशी जी अवस्था अस्तित्वात होती त्याचा

करार कायदा सर्वसामान्य तत्त्वे / (८९)

विचार प्रामुख्याने नुकसान भरपाईची रक्कम ठरवताना केला जातो.

(ब) विशेष नुकसानभरपाई (Special Damages) : वरील प्रकारच्या सर्वसामान्य नुकसानभरपाई व्यतिरिक्त करार करताना करारातील दोन्ही व्यक्तींना माहीत असलेल्या विशेष कारणामुळे, विशेष परिस्थितीमुळे जी हानी होते त्याची भरपाई म्हणजे विशेष नुकसानभरपाई होय. उदा. नफ्यात घट झाल्यामुळे होणारा तोटा हे खास व असामान्य परिस्थितीमुळे निर्माण झालेला अप्रत्यक्ष तोटा दर्शविणारे उदाहरण आहे.

(क) शिक्षेदाखल नुकसानभरपाई (Exemplary Damages) : फक्त खालील दोन प्रसंगी न्यायालय शिक्षेदाखल नुकसान भरपाईचा आदेश देऊ शकते.

उदा. (१) विवाह करारभंग

(२) चलनक्षम दस्तऐवजाचा कायदा, कलम – ३१ चे उल्लंघन करून बँकेने धनादेशाचा केलेला अनादर,

या दोन प्रकारच्या करारभंगाबद्दल जी नुकसानभरपाई करून देण्याचा जो आदेश दिला जातो त्याला 'शिक्षेदाखल नुकसानभरपाई' म्हणतात.

(ड) नाममात्र नुकसानभरपाई : जेव्हा कायदेशीर हक्काचे केवळ तांत्रिक उल्लंघन केल्यामुळेच 'नाममात्र नुकसानभरपाई'चा आदेश दिला जातो. अशा प्रकारच्या कायदेशीर हक्काच्या तांत्रिक उल्लंघनामुळे करारातील दुसऱ्या व्यक्तीचे नुकसान झालेले असतेच असे नाही.

नुकसानभरपाईचे नियम (Rules Regarding Damages) :

भारतीय करार कायदा कलम – ७३ अनुसार, "जेव्हा करारभंग केला जातो, तेव्हा करारभंगामुळे ज्या व्यक्तीला हानी सहन करावी लागते, त्या व्यक्तीला, करारभंग करणाऱ्या व्यक्तीकडून नैसर्गिक परिस्थिती असताना जेवढे नुकसान झालेले असते तेवढी नुकसानभरपाई करून घेण्याचा हक्क असतो. तसेच, करार करणाऱ्या व्यक्तीला करार करतानाच असे माहीत असते की, करारभंगामुळे नुकसान उद्भवणार आहे, तर अशा वेळी नुकसान झालेल्या व्यक्तीला नुकसान भरपाई करून घेण्याचा हक्क असतो.'' परंतु अप्रत्यक्ष तोटा, व दूरच्या काळात होणारा तोटा भरून दिला जाणार नाही. तसेच नुकसान कमी होण्यासाठी त्याचे प्रयत्न असले पाहिजे.

'१८५४ मध्ये गाजलेला खटला' हॅडली विरुद्ध बॉक्सडेल (Hadley V/s. Baxendale) व नुकसानभरपाईचे नियम

खटल्याची हकिकत : फिर्यादी हे ग्लोसेस्टर (Gloucester) या ठिकाणी एक कारखानदार होते. क्रँकशाफ्ट मोडल्यामुळे त्यांची गिरणी बंद पडली. दुसरा क्रँकशाफ्ट त्यांच्याजवळ नव्हता. फिर्यादीने ग्रिनीच येथील 'जॉयी आणि कं.' यांच्याकडे नव्या क्रँकशाफ्टची ऑर्डर दिली. तशाच प्रकारचा क्रँकशाफ्ट तयार करण्यासाठी म्हणून

जॉयी आणि कं.ने मोडलेला क्रँकशाफ्ट नमुना पाहण्यासाठी फिर्यादीला पाठवून देण्यास सांगितले. क्रँकशाफ्ट एका खाजगी मालवाहतूक करणाऱ्या फर्मजवळ ग्रिनीचकडे पाठवण्यासाठी दिली. या मालवाहतूक करणाऱ्या व्यक्तीजवळ फिर्यादीच्या क्लार्कने असे सांगितले की, क्रँकशाफ्ट मोडल्यामुळे गिरणी बंद पडली आहे. त्यामुळे ताबडतोब क्रँकशाफ्ट पोहोचविला पाहिजे.

तरीसुद्धा, मालवाहतूक करणाऱ्याच्या निष्काळजीपणामुळे मोडका क्रँकशाफ्ट पोहोचविण्यास खूप विलंब झाला, त्याचा विपरीत परिणाम म्हणजे नवीन क्रँकशाफ्ट कित्येक दिवस मिळाला नाही. त्या कालावधीमध्ये फिर्यादीची गिरणी बंद पडली आणि त्यांना जो नफा मिळाला असता तो सुद्धा बुडाला. अंदाजे ३०० पौंड इतका नफा बुडला म्हणून फिर्यादीने प्रतिवादीविरुद्ध दावा ठोकला.

निकाल : या खटल्याच्या संदर्भात न्यायमूर्ती 'आल्डरसन बी.' यांनी खालीलप्रमाणे निकाल दिला.

(अ) फिर्यादीच्या दैनंदिन स्वरूपाच्या बुडालेल्या फायद्यास प्रतिवादी हा जबाबदार राहतो, कारण त्याला त्या संदर्भात फिर्यादीच्या क्लार्कने कल्पना दिली होती.

(ब) फिर्यादीच्या विशेष करारातून निर्माण होणाऱ्या फायद्यास प्रतिवादी जबाबदार राहू शकत नाही, कारण त्याला त्या संदर्भात फिर्यादीच्या क्लार्कने तशी कल्पना दिली नव्हती. याशिवाय

वरील खटल्याच्या आधारे नुकसान भरपाई संदर्भात खालीलप्रमाणे नियम आहेत :

(१) फिर्यादीला आर्थिकदृष्ट्या पूर्वस्थितीला आणणे : नुकसान भरपाई देण्यात कायद्याचे महत्त्वाचे तत्त्व म्हणजे, फिर्यादीला तो करार पूर्ण झाला असता तो ज्या आर्थिक स्थितीला पोहोचला असता तेवढेच आर्थिक नुकसान भरपाई करून दिले जाईल.

(२) न्याय्य नुकसानभरपाई : करारभंग झाल्यामुळे जे नुकसान होते ते अशा प्रकारे मिळेल की, जे नियमित दैनंदिन, नैसर्गिक योग्य व न्याय असेल इतपतच मिळेल.

(३) विशेष नुकसानीचा खुलासा : फिर्यादीला नेहमीच्या नुकसानीपेक्षा आणखी जादा विशेष नुकसानी झाली असेल, तर करार करते वेळी प्रतिवादीला या विशेष नुकसानीबद्दल पूर्वकल्पना, पूर्वसूचना दिलेली असेल तरच अशी विशेष नुकसानभरपाई करून मिळेल अन्यथा नाही.

(४) अप्रत्यक्ष व दूरच्या काळातले नुकसान : करारभंग केल्यामुळे फिर्यादीला जे अप्रत्यक्ष नुकसान (Indirect Loss) किंवा दूरच्या काळातले नुकसान होते (Remote Loss) त्याची भरपाई करून दिली जाणार नाही.

(५) नुकसानीचे मोजमाप : नुकसानभरपाईच्या रकमेचे मोजमाप करताना फिर्यादीला करारपूर्तता करण्यासाठी जी किंमत मोजावी लागते ती विचारात घेतली जाते. परंतु प्रतिवादीच्या दृष्टीने करारपूर्तीच्या खर्चाची रक्कम विचारात घेत नाहीत.

उदा. 'युनियन ऑफ इंडिया विरुद्ध त्रिभुवनदास लालजी पटेल' या दिल्ली हायकोर्टातील खटल्यानुसार, मालविक्री करार भंग झाल्यामुळे नुकसानभरपाई रकमेचे मोजमाप करण्यासाठी, करारभंग झालेल्या दिवशीची करार किंमत व बाजारपेठेतील किंमत यातील फरक विचारात घेतात.

(६) किमान तोटा व्हावा : करारभंग झाल्यामुळे फिर्यादीचे नुकसान होत असते. अशा प्रकारे जे नुकसान होणार असते ते कमीत कमी कसे राहिल यासाठी त्या फिर्यादीने वाजवी प्रयत्न केलेले असलेच पाहिजेत. फिर्यादीने किमान तोटा व्हावा यासाठी वाजवी प्रयत्न करीत असताना जरी काही खर्च आला असेल तर तो खर्च हा नुकसानभरपाई रकमेबरोबर मागण्याचा त्याला हक्क आहे. परंतु अवाजवी खर्चाची रक्कम त्याला मिळणार नाही.

(७) वसुलीस प्रतिबंध नाही : नुकसानभरपाईचे मूल्यमापन करणे कठीण काम आहे, हे जरी खरे असले तरी फिर्यादीला नुकसानभरपाई वसूल करण्यास कोणताही प्रतिबंध करता येत नाही.

(८) शिक्षेदाखल नुकसानभरपाई अपवाद : करारभंग केला म्हणून प्रतिवादीला शिक्षेदाखल नुकसान भरपाई देण्यास सांगता येत नाही. परंतु अपवाद म्हणून खालील प्रसंगी शिक्षेदाखल नुकसानभरपाई करून द्यावी लागते.

उदा. (अ) चेकचा अनादर बँकेने चुकीने केला तर,

(ब) विवाह करारभंग केला तर,

(क) वास्तव मालमत्ता विक्रेता मालकी हक्क सिद्ध करण्यास असमर्थ ठरला तर.

(९) प्रत्यक्ष नुकसान असलेच पाहिजे : कलम-७३ अनुसार, कोणत्याही परिस्थितीत, फिर्यादीला प्रत्यक्ष नुकसान झालेले सिद्ध होत नाही तोपर्यंत नुकसानभरपाईसाठी प्रतिवादीला आदेश देता येत नाही. नाममात्र नुकसानभरपाईच्या वेळी देखील, नुकसानी झाल्याबद्दलचा पुरावा दाखवावाच लागतो.

(१०) करारसमयी ठरविलेले अंदाजे नुकसानभरपाई व दंड (Liquidated Damages & Penalty) : करार व्यक्ती, करार समयी कायदा करतात की, करार व्यक्तींपैकी जो कोणी करारभंग करतो त्याने करारातील दुसऱ्या व्यक्तीला ठरलेली नुकसानभरपाई दिली पाहिजे. अशाप्रकारे नुकसानभरपाईची जी रक्कम ठरविलेली असते त्याला 'दंड किंवा अंदाजे नुकसान भरपाई' असे म्हणतात.

दंड व नुकसानभरपाई यामध्ये फरक आहे. करारात नमूद केलेली नुकसानभरपाईची रक्कम ही प्रत्यक्षात झालेल्या नुकसानाइतकी असते तेव्हा त्यास ''अंदाजे नुकसानभरपाई'' असे म्हणतात. जेव्हा करारात नमूद केलेली नुकसान भरपाईची रक्कम ही अंदाजे नुकसानीपेक्षा जास्त असते तेव्हा त्यास 'दंड' असे म्हणतात. दंड म्हणजे नुकसानीपेक्षा जास्त रक्कम होय. अशा प्रकारे कोणी करारभंग करु नये व केल्यास नुकसानीपेक्षा जास्त रक्कम द्यावी लागेल ही भीती वाटावी म्हणून जादा रकमेचा समावेश केलेला असतो.

कलम–७४ अनुसार, भारतात दंड व अंदाजे नुकसानभरपाई यात फरक मानला जात नाही. कोर्टाने 'दंड किंवा अंदाजे नुकसान' यांपैकी नुकसानभरपाई म्हणून देण्यासाठी नमूद केलेली रक्कम या दोन संज्ञेपैकी एकाचा तरी उल्लेख केलाच पाहिजे. असे त्यांच्यावर बंधन नाही. फिर्यादी व्यक्तीला नुकसान भरपाई म्हणून द्यावयाची रक्कम करारात नमूद केलेल्या 'अंदाजे रकमेपेक्षा' जास्त असणार नाही एवढी दक्षता कोर्टाने घेतली पाहिजे अशी तरतूद या कलमामध्ये केली आहे. एखाद्या व्यक्तीने सरकारी हिताचे कार्य करण्यासाठीचा करार केलेला असेल व त्यातील कराराचा भंग केला तर त्या करारात नमूद केलेली सर्व रक्कम त्याने दिली पाहिजे.

कलम–७५ अनुसार, जेव्हा करारातील एखाद्या व्यक्तीला करारपूर्तता करणे अशक्य वाटते आणि त्यामुळे त्या व्यक्तीने जर करार रद्द केला तर दुसऱ्या व्यक्तीचे जे वाजवी व प्रत्यक्ष नुकसान झाले असेल ते करार रद्द करणाऱ्या व्यक्तीने भरपाई करून दिले पाहिजे.

(११) 'काम तसे दाम' (Quantum Merit) : या संदर्भात मागे आपण माहिती घेतलेली आहे. करारभंग झाल्यानंतर ज्याला नुकसान पोहोचलेले असेल त्याला जेवढे काम झाले असेल तेवढी नुकसानभरपाई रक्कम मागण्याचा हक्क असतो. या तत्त्वानुसार एखाद्याने मोफत कृत्य करण्याचा उद्देश नसताना दुसऱ्यासाठी कृत्य केले असेल व त्या दुसऱ्या व्यक्तीने अशा कृत्यापासून लाभ उठविला असेल तर त्याने त्याबद्दल कृत्य करणाऱ्या व्यक्तीला योग्य तो मोबदला दिला पाहिजे.

'आभासी करारातील' कृत्याबद्दल देखील 'काम तसे दाम' तत्त्वावर मोबदला मागता येतो.

अपवाद : या तत्त्वाला अपवाद आहे (अ) जेथे संपूर्ण करारपूर्तता ठरलेली असते, (ब) ज्या व्यक्तीने करारभंग केला आहे. या दोन प्रसंगी 'काम तसे दाम' तत्त्वावर मोबदला मागता येत नाही.

(१२) न्यायालयाची मनाई (Injunction) : जेव्हा करार व्यक्तिपैकी एखादी व्यक्ती करारभंग करणार आहे असे दुसऱ्या व्यक्तीला वाटते तर अशी दुसरी व्यक्ती कोर्टात जाऊन करारभंग होऊ नये यासाठी कोर्टातून करारभंग करण्यास प्रतिबंध करणारा आदेश म्हणजेच न्यायालयाचा मनाई हुकूम आणू शकते.

प्रश्नसंग्रह

अ) खालील संज्ञा/संकल्पना २० शब्दांत स्पष्ट करा.

१) 'करार' म्हणजे काय ?

२) 'प्रस्ताव' म्हणजे काय ?

३) 'प्रस्तावाची स्वीकृती' म्हणजे काय ?

४) 'प्रतिफल' म्हणजे काय ?

५) 'प्रस्तावाचे संवहन' म्हणजे काय ?

६) 'करार' करण्याची पात्रता म्हणजे काय ?

७) 'अज्ञान व्यक्ती' म्हणजे काय ?

८) 'मुक्त संमती' ही संकल्पना स्पष्ट करा.

९) 'बलप्रयोग' म्हणजे काय ?

१०) 'असत्य कथन' म्हणजे काय ?

११) अनुचित प्रभावाची व्याख्या सांगा.

१२) धोका/कपट म्हणजे काय ?

१३) 'व्यर्थ ठराव' ही संकल्पना स्पष्ट करा ?

१४) 'पैजेचे ठराव' म्हणजे काय ?

१५) 'संभाव्य करार' म्हणजे काय ?

१६) मौन पाळणे केव्हा धोका ठरते ?

१७) कराराची पूर्तता केव्हा होते ?

१८) 'करारभंग' म्हणजे काय ?

१९) 'कराराची समाप्ती' म्हणजे काय ?

२०) 'चूक' ह्या संज्ञेची व्याख्या द्या.

२१) 'वर्जनीय ठराव' म्हणजे काय ?

२२) करारपूर्ती कोणी केली पाहिजे ?

ब) खालील प्रश्नांची उत्तरे थोडक्यात द्या. (५० शब्दांत)

१) कराराचे स्वरूप स्पष्ट करा.

२) प्रस्तावाच्या आवश्यक बाबी कोणत्या ?

३) स्वीकृती संबंधीचे कायदेशीर अटी सांगा.

४) प्रस्तावाची स्वीकृती केव्हा रद्द होते ?

५) प्रतिफलाची वैशिष्ट्ये सांगा.

६) एखादा ठराव केवळ प्रतिफल नाही म्हणून व्यर्थ ठरतो काय ?

७) करार करण्यासाठी पात्रता कोणती ?

८) संमती केव्हा मुक्त ठरते ?

९) करारातील मुक्त संमतीचे महत्त्व सांगा.

१०) असत्य कथनाच्या पद्धती सांगा.

११) कायदेशीर उद्दिष्ट व प्रतिफल म्हणजे काय ?

१२) व्यर्थ ठरावाचे प्रकार सांगा.

१३) पैजेच्या ठरावाची लक्षणे सांगा.

१६) कराराची पूर्तता कशी केली जाते ?

१७) कराराची समाप्ती कोणत्या मार्गांनी होते ?

१८) करारभंगाचे प्रकार सांगा.

१९) अनुचित प्रभावाची उदाहरणे सांगा.

२०) बलप्रयोगाची उदाहरणे सांगा.

२१) अज्ञान व्यक्ती कोणते करार करू शकत नाही ?

२२) कायदेशीर करारात प्रतिफलाचे महत्त्व सांगा.

२३) प्रस्तावासंबंधी कायदेशीर नियम कोणते ?

२४) पडदानशीन स्त्रीचे करार थोडक्यात स्पष्ट करा.

२५) व्यर्थ ठराव आणि वर्जनीय ठराव यांतील फरक स्पष्ट करा.

२६) बेकायदेशीर ठराव व अंमलबजावणीस अयोग्य ठराव म्हणजे काय ?

क) खालील प्रश्नांची उत्तरे १५० शब्दांत लिहा.

१) कायदेशीर कराराच्या अटी सांगा.

२) भारतीय करार कायद्यानुसार कराराचे स्वरूप स्पष्ट करा.

३) ''सर्व करार हे ठराव असतात परंतु सर्वच ठराव करार असतीलच असे नाही,'' स्पष्ट करा.

४) कराराचे प्रकार स्पष्ट करा.

५) प्रस्ताव म्हणजे काय ? प्रस्तावासंबंधी कायदेशीर तरतुदी कोणत्या ?

६) प्रस्तावाची स्वीकृती म्हणजे काय ? त्याबाबतचे नियम स्पष्ट करा ?

७) प्रस्ताव व प्रस्तावाची स्वीकृती केव्हा रद्द करता येते ?

८) प्रस्तावाचे संवहन, स्वीकृतीचे संवहन, प्रस्ताव व प्रस्तावाची स्वीकृती परत घेणे यासंबंधी कायद्यातील तरतुदी सांगा.

९) 'प्रतिफल' म्हणजे काय ? प्रतिफलाची वैशिष्ट्ये सांगा.

१०) कोणकोणत्या परिस्थितीत प्रतिफल नसलेले करार हे करार ठरतात ?

११) 'प्रतिफलविरहित करार व्यर्थ ठरतात' स्पष्ट करा. या नियमास कोणते अपवाद आहेत.

१२) मुक्त संमती म्हणजे काय ? संमती केव्हा मुक्त ठरते ?

१३) मुक्त संमतीची व्याख्या द्या. करारातील मुक्त संमतीचे महत्त्व स्पष्ट करा.

१४) करार करण्याची पात्रता म्हणजे काय ? करार करण्यासाठी कोणत्या व्यक्ती अपात्र आहेत ?

१५) अज्ञान व्यक्ती म्हणजे काय ? अज्ञान व्यक्ती कोणते करार करू शकत नाही ?

१६) बलप्रयोग म्हणजे काय ? त्याचा करारावर होणार प्रभाव स्पष्ट करा.

१७) धोका/कपट म्हणजे काय ? त्याची लक्षणे सांगा.

१८) चूक म्हणजे काय ? चूक किती प्रकारे होऊ शकते ? चुकीचा करारावर होणार परिणाम सांगा.

१९) धोका म्हणजे काय ? मौन पाळणे केव्हा धोका ठरते ?

२०) कायदेशीर उद्दिष्ट्य व प्रतिफल म्हणजे काय ? एखादा ठराव केवळ प्रतिफल नाही म्हणून व्यर्थ ठरू शकतो काय ? कारणे सांगा.

२१) व्यर्थ ठराव म्हणजे काय ? त्याचे प्रकार सांगा.

२२) विम्याचे करार हे पैजेच्या ठरावासारखेच असतात. पण ते व्यर्थ नसतात. चर्चा करा.

२३) कराराची पूर्तता म्हणजे काय ? करारपूर्ततेची इच्छा व तयार दाखविण्यासाठी प्रस्तावकाने कोणत्या वेगवेगळ्या अटी पूर्ण करणे आवश्यक आहे ते स्पष्ट करा ?

२४) कराराची समाप्ती म्हणजे काय ? करार समाप्तीच्या पद्धती सांगा.

२५) करारभंग केल्यानंतर कोणती उपाययोजना करता येते ? तसेच करारभंग– बद्दलच्या नुकसानभरपाईचे तत्त्व कोणते ? स्पष्ट करा.

२६) कराराची अंमलबजावणी करताना 'वेळ आणि ठिकाण' यासंबंधी कायद्यातील तरतुदी सांगा.

ड) दीर्घोत्तरे लिहा. (५०० शब्दांत)

१) करार म्हणजे काय ? कराराचे स्वरूप स्पष्ट करून कायदेशीर कराराच्या अटी सांगा.

२)   'करार' म्हणजे काय ? करारांचे प्रकार स्पष्ट करा.

३)   'प्रस्ताव' या संज्ञेची व्याख्या द्या. प्रस्ताव आणि प्रस्तावाची स्वीकृती याबद्दलच्या कायदेशीर अटी सांगा.

४)   प्रस्ताव कसा केला जातो, स्वीकारला जातो व परत घेतला जातो ? उदाहरणासहित स्पष्ट करा.

५)   प्रस्तावाचे संवहन, स्वीकृतीचे संवहन, प्रस्ताव व प्रस्ताव स्वीकृती परत घेणे, यासंबंधी कायद्यातील तरतुदी स्पष्ट करा.

६)   'प्रतिफल' म्हणजे काय ? त्याचे करारातील महत्त्व विशद करा.

७)   'प्रतिफल विरहित ठराव व्यर्थ होतो' या नियमाला असलेल्या अपवादांची चर्चा करा.

८)   'सर्व करार हे ठराव असतात, पण सर्वच ठराव हे करार नसतात' या विधानांची चर्चा करा.

९)   भारतीय करार कायद्यानुसार करार करणाऱ्या व्यक्तीच्या पात्रतेबाबत असलेल्या तरतुदींची चर्चा करा.

१०)   'मुक्त संमती' या संज्ञेची व्याख्या द्या. संमती मुक्त संमती केव्हा होते याची चर्चा करा.

११)   'अनुचित प्रभाव' या संज्ञेची व्याख्या द्या. संमती अनुचित प्रभावाने मिळविण्यास ठराव व्यर्थ होतो काय ? चर्चा करा.

१२)   'धोका/कपट' म्हणजे काय ? कराराच्या कायदेशीरपणावर त्याचा काय परिणाम होतो ते लिहा.

१३)   'असत्य विधान' म्हणजे काय ? ठरावातील एका व्यक्तीने दुसऱ्या व्यक्तीकडून असत्य विधानाने मान्यता मिळविली तर तो ठराव त्या व्यक्तीवर कोणत्या परिस्थितीत बंधनकारक असतो ?

१४)   'व्यर्थ ठराव' म्हणजे काय ? करार कायद्याने कोणते ठराव व्यर्थ ठरविले आहेत ते सांगा.

१५)   'प्रत्येक बेकायदेशीर ठराव व्यर्थ असतो परंतु प्रत्येक व्यर्थ ठराव बेकायदेशीर असतोच असे नाही' स्पष्ट करा.

१६)   'व्यापार व्यवसायाला प्रतिबंध करणारे ठराव व्यर्थ ठरतात' या विधानाची चर्चा करा. व्यापार व व्यवसायाच्या प्रतिबंधाला अपवाद कोणते ?

१७)   पैजेचे ठराव म्हणजे काय ? पैजेच्या ठरावाची लक्षणे सांगा. त्याचे अपवाद स्पष्ट करा.

१८) कराराची कायदेशीर पूर्तता कशाला म्हणतात ? कराराची पूर्तता कोणी करावयाची असते?

१९) 'कराराची पूर्तता' म्हणजे काय ? कराराच्या पूर्ततेच्या कायदेशीर अटी सांगा.

२०) कराराच्या पूर्ततेत वेळेला महत्त्व असते याबद्दलची चर्चा करा.

२१) कराराची समाप्ती म्हणजे काय ? कराराची समाप्ती कोणत्या मार्गांनी होते ?

२२) करारभंग म्हणजे काय ? करारभंगामुळे निर्दोष पक्षाला कोणते अधिकार मिळतात ?

२३) करारभंगाची व्याख्या द्या. करार भंगाबद्दल कोणते उपाय उपलब्ध आहेत?

२४) 'चूक' या संज्ञेची व्याख्या द्या. चुकीचे प्रकार सांगा.

२५) पैजेचा ठराव म्हणजे काय ? त्याच्या आवश्यक अटी कोणत्या त्या सांगून त्याची विम्याच्या कराराशी तुलना करा.

२६) 'व्यर्थ ठराव' व 'वर्जनीय ठराव' यातील फरक स्पष्ट करा.

विशेष करार
Special Contracts

प्रस्तावना :

करार कायदा १८७२ मधील कायदेशीर करारासाठी आवश्यक गोष्टी व करारासाठी आवश्यक असणारी सर्वसामान्यतत्त्वे यांची माहिती आपण मागील प्रकरणात घेतली याच कायद्यातील विशेष कराराचा समावेश या प्रकरणात केला आहे.

२.१ तादृश्य किंवा आभासी करार (कलम-६८, ६९,७०,७१,७२)
(Quasi Contracts)

प्रास्ताविक : कायदेशीर उद्देश, प्रतिफल, पात्र व्यक्ती इ. अटी पूर्ण होत असतील व करार व्यक्तींची एकमेकांची वचने पाळण्याची इच्छा व तयारी असेल तरच तो करार कायदेशीर होतो. करारातील व्यक्ती एकमेकांना देवाण-घेवाण करून अपेक्षित लाभ मिळावा अशी अपेक्षा करतात. याला 'वास्तव करार' (Contract in fact) असे म्हणतात. प्रस्ताव करणारी व्यक्ती असते तिला 'प्रस्तावक' म्हणतात व प्रस्ताव स्वीकारण्यास 'प्रस्ताव-स्वीकृता' म्हणतात. या दोघांच्यामध्ये व्यवहार किंवा करार झाल्यामुळे त्यांच्यात 'ऋणको' व 'धनको' असे नाते निर्माण होते, हे खरेखुरे नाते

असते; सत्य स्थितीवर आधारलेले असते.

(अ) व्याख्या : भारतीय करार कायदा-भाग-५ मध्ये नमूद केले आहे, 'करारातील निर्माण झालेल्या संबंधासारखी नाती' म्हणजेच, ''जेव्हा दोन व्यक्तींमध्ये करार निर्माण झाला आहे असे कायदा मानतो तेव्हा त्या प्रकाराच्या करारास 'आभासी करार' किंवा 'तादृश्य करार' म्हणतात.''

जेव्हा एक व्यक्ती नकळत दुसऱ्या व्यक्तीसाठी एखादे असे कृत्य करते की, त्या नकळत केलेल्या कृत्याचा फायदा दुसरी व्यक्ती घेते; तेव्हा अशा दोघांमध्ये कराराचे संबंध कायद्याने निर्माण केले जातात आणि दुसऱ्या व्यक्तीने पहिल्या व्यक्तीस त्याच्या कृत्याबद्दल मोबदला देण्यास भाग पाडले जाते.

'आभासी करार' हे कायद्याने जन्माला घातलेले करार आहेत म्हणून अशा करारामुळे एका व्यक्तीच्या एखाद्या नकळत केलेल्या कृत्याचा फायदा मोफतपणे दुसऱ्या व्यक्तीस घेता येत नाही.

आभासी/तादृश्य करार म्हणजे 'अव्यक्त करार' असेही म्हणता येते.

याउलट, कायदेशीर करार हा खऱ्या अर्थाने करार मानला जातो. या दोन प्रकारातील फरक व तुलना खालीलप्रमाणे करता येईल.

(ब) तुलना

तादृश्य/आभासी करार	खरा/वास्तव/कायदेशीर करार
१. प्रस्ताव नसतो.	१. प्रस्ताव असतो.
२. स्वीकृती नसते.	२. स्वीकृती असते.
३. ठरावाचा अभाव.	३. ठराव असतो.
४. वचनाचा अभाव.	४. वचन असते.
५. कायद्याने एका व्यक्तीवर जबाबदारी लादली जाते.	५. कायद्याने दुसऱ्या व्यक्तीला हक्क प्राप्त करून दिले जातात.
६. करारातून जबाबदारी निर्माण झालेली नसते.	६. करारातून जबाबदारी निर्माण झालेली असते.
७. नुकसानीतून जबाबदारी निर्माण झालेली नसते.	७. नुकसानीतून जबाबदारी निर्माण होते.

८. हा करार न्याय्य प्रतिपालावर आधारलेला आहे.	८.दोन व्यक्तीने कराराच्या वेळीच ठरविलेल्या प्रतिफलावर आधारलेला आहे.
९. हा करार वकील, न्यायाधीश या मंडळींनी जन्माला घातलेला आहे.	९. हा करार, करार करणाऱ्या दोन व्यक्तींनी जन्माला घातलेला आहे.
१०. हा करार 'अन्यायी संपन्नावस्था' तत्त्वावर आधारलेला आहे कारण नसताना दुसऱ्याला खर्चात टाकून स्वत: श्रीमंत होणे याला 'अन्यायी' संपन्नावस्था म्हटले जाते.	१०. हा करार 'न्याय्य' तत्त्वावर आधारलेला आहे.

(क) तादृश्य कराराचे प्रकार

१.अपात्र व्यक्तीस जीवनावश्यक वस्तूंचा पुरवठा व त्याची भरपाई (कलम ६८)	२.देणे असलेल्या व्यक्तीचे देणे हितसंबंध गुंतलेल्या दुसऱ्या व्यक्तीने भागविणे (कलम ६९)	३.मोफत नसलेल्या कृत्याच्या लाभ उठविणाऱ्या व्यक्तीची जबाबदारी (कलम ७०)	४. दुसऱ्याची हरवलेली वस्तू सापडणाऱ्याची जबाबदारी (कलम ७१)	५. एखादी वस्तू / रक्कम चुकीने अथवा बलप्रयोगाने दुसऱ्या व्यक्तीस देणे (कलम ७२)

(१) अपात्र व्यक्तीस जीवनावश्यक वस्तूंचा पुरवठा व त्याची भरपाई (कलम ६८) : जर एखाद्या अपात्र व्यक्तीस जीवनावश्यक वस्तूंचा पुरवठा, दुसऱ्या एखाद्या व्यक्तीने केलेला असेल, तर अशा दुसऱ्या व्यक्तीला त्या अपात्र व्यक्तीच्या मालमत्तेतून, पुरवठा केलेल्या जीवनावश्यक वस्तूंची किंमत परतफेड करून घेता येईल.

उदा. 'अ'ने 'ब' या भ्रमिष्ट व्यक्तीच्या पत्नीस, मुलास जीवनोपयोगी वस्तूंचा पुरवठा केल्यास वरीलप्रमाणेच किंमत वसुलीचा 'अ'ला हक्क प्राप्त होतो.

वस्तू व सेवा : अन्न, वस्त्र, निवारा, शिक्षण, पाणी, विवाह, धार्मिक विधी इ. साठी दिलेले कर्ज किंवा पुरवठा इ.चा समावेश होतो. या सर्व वस्तू-सेवा यांचा पुरवठा त्याच्या व्यक्तिमत्त्वाला, रुबाबाला, पदाला सुयोग्य असल्या पाहिजेत.

किंमत वसूल करण्याची सवलत फक्त त्या अपात्र व्यक्तीच्या मालमत्तेतूनच मिळते. जर त्या अपात्र व्यक्तीची खासगी मालमत्ता नसेल तर किंमत वसुलीची सवलत नष्ट होते. वसुलीची अवाजवी किंमत असता कामा नये. रास्त किंमतच वसूल करता येईल.

वरील उदाहरणात तादृश्य करार असल्याचे दिसते.

(२) देणे असलेल्या व्यक्तीचे देणे हितसंबंध गुंतलेल्या दुसऱ्या व्यक्तीने भागविणे (कलम–६९) : ''जेव्हा एखादी व्यक्ती एखादे देणे देण्यासाठी कायद्याने बांधील असते, परंतु अशी व्यक्ती ते देणे देत नसते. त्यामुळे त्या अशा देण्याशी हितसंबंध असलेल्या दुसऱ्या व्यक्तीने देणे भागविले तर असे देणे भागविणाऱ्या दुसऱ्या व्यक्तीला पहिल्या व्यक्तीकडून दिलेली रक्कम वसूल करण्याचा हक्क प्राप्त होतो.''

अटी : दुसऱ्या व्यक्तीने भागविलेली रक्कम वसूल करावयाची असल्यास खालील अटींची पूर्तता केली पाहिजे.

(अ) 'प्रतिवादी' हा कायद्याने देणे लागत असला पाहिजे.

(ब) 'वादी' ते देणे देण्यासाठी उत्सुक असला पाहिजे, ते देणे भागविले नसते तर 'वादी'चे नुकसान झाले असते. अशी परिस्थिती निर्माण झाली असली पाहिजे.

(क) भागविलेली रक्कम ही दुसऱ्यालाच दिली असली पाहिजे.

उदा.(१) घरमालकाचा नगरपालिकेचा बाकी घरफाळा भाडेकरूने भरल्यास ती रक्कम भाडेकरूस घरमालकांकडून वसूल करण्याचा हक्क प्राप्त होतो.

(२) शेतकऱ्याचा शेतसारा कुळाने भरल्यास कुळाला ही रक्कम शेतकऱ्याकडून वसूल करण्याचा हक्क प्राप्त होतो.

(३) मोफत नसलेल्या कृत्याचा लाभ उठविणाऱ्या व्यक्तीची जबाबदारी (कलम–७०) : ''जेव्हा एखादी व्यक्ती कायदेशीर दृष्टिकोनातून मोफत न करण्याच्या हेतूने, दुसऱ्या एखाद्या व्यक्तीसाठी एखादे कृत्य करते किंवा वस्तू पाठविते, अशा वेळी ती दुसरी व्यक्ती त्या कृत्यापासून किंवा वस्तूपासून लाभ उठविते; म्हणून या दुसऱ्या व्यक्तीने पहिल्या व्यक्तीला अशा कृत्याचा योग्य मोबदला किंवा वस्तूची योग्य किंमत दिली पाहिजे किंवा दुसऱ्या व्यक्तीने पहिल्या व्यक्तीस ती वस्तू तरी परत केली पाहिजे.''

उदा. (१) 'अ' व्यापाऱ्याने चुकीने काही विक्रेय माल 'ब'च्या घरी ठेवला. 'ब'ला वाटले हा 'विक्रेय माल' आपल्या घरात आहे म्हणजे आपल्याच मालकीचा आहे. त्याने तो माल स्वत:साठी वापरला अशावेळी यांच्यात 'तादृश्य करार' संबंध प्रस्थापित झाले; म्हणून 'ब'ने 'अ'ला त्या मालाची किंमत दिलीच पाहिजे.

(२) 'पसंतीवर मालाची विक्री' या अटीवर पाठविलेला माल परत दिला नाही व वापरला तर त्याची किंमत माल वापरणाऱ्याने विक्रेत्याला दिलीच पाहिजे; हा तादृश्य स्वरूपाचा करार आहे.

(४) दुसऱ्याची हरवलेली वस्तू सापडणाऱ्याची जबाबदारी असणे (कलम-७१) : जेव्हा एखाद्या व्यक्तीला दुसऱ्या व्यक्तीची हरवलेली वस्तू सापडते आणि तो ती वस्तू आपल्याजवळ ठेवतो, त्यावेळी अशा व्यक्तीने त्या वस्तूची निक्षेपगृहीता (Bailee) जशी काळजी घेतो त्याप्रमाणेच त्या वस्तूची काळजी घेतली पाहिजे.

वस्तू सापडणारी व्यक्ती व त्या वस्तूचा मालक यांच्यात करार नसतो, तरी 'कायदा' त्या दोघांच्यात करार असल्याचे सांगतो.

हक्क : वस्तू सापडणाऱ्या व्यक्तीला काही हक्क प्राप्त होतात –

(अ) अशी व्यक्ती, त्या वस्तूचा सांभाळ करण्यासाठी जो योग्य खर्च आलेला असेल तेवढा मालकाकडून मिळेपर्यंत ती वस्तू आपल्याजवळ ठेवू शकते.

(ब) मालकाने हरवलेली वस्तू आणून देण्यास बक्षीस जाहीर केले असेल तर असे बक्षीस मिळेपर्यंत ती वस्तू आपल्याजवळ ती व्यक्ती ठेवू शकते; परंतु वस्तूची देखभाल करण्यासाठी त्रास पडला खर्च आला तर त्याची नुकसान भरपाई करण्यासाठी दावा करता येत नाही. बक्षीस मिळविण्यासाठी ती व्यक्ती दावा करू शकते.

(क) खरा मालक मिळेपर्यंत ती वस्तू जवळ ठेवण्याचा त्या व्यक्तीला हक्क असतो.

(ड) इंडियन पिनल कोड कलम ४०३ अनुसार जर ती वस्तू स्वत:साठी त्या व्यक्तीने वापरली, गैरवापर केला, किंवा मालकाचा शोध लागण्याचे साधन त्याला माहीत असतानासुद्धा त्याने त्याचा शोध घेण्याचे टाळले तर त्याला फौजदारी गुन्ह्याखाली दोषी ठरविले जाईल.

अधिकार : वस्तू सापडणाऱ्या व्यक्तीस जर ती वस्तू सांभाळणे अशक्य होऊन बसले तर अशा काही कारणावरून त्याला सापडलेली वस्तू विकण्याचा अधिकार प्राप्त होतो.

(अ) सापडलेली वस्तू सांभाळण्याचा खर्च वस्तूच्या मूळ किमतीच्या २/३ पेक्षा जास्त असेल तर,

(ब) सापडलेली ती वस्तू जर नाशवंत स्वरूपाची असेल तर,

(क) योग्य तेवढा प्रयत्न करून देखील वस्तूच्या मालकाचा शोध लागला नसल्यास,

(ड) वस्तूच्या मालकाचा शोध घेण्यासाठी व वस्तूचा सांभाळ करण्यासाठी आलेला खर्च जर मूळ मालक देण्यास नकार देत असेल तर अशी वस्तू तो विकू शकतो.

(५) एखादी वस्तू/रक्कम चुकीने अथवा बलप्रयोगाने दुसऱ्या व्यक्तीस देणे (कलम ७२) : ''जेव्हा एखाद्या व्यक्तीला एखादी वस्तू किंवा रक्कम चुकीने अथवा बलप्रयोगामुळे दिली असेल, तर अशावेळी ती वस्तू किंवा रक्कम त्या दुसऱ्या व्यक्तीला परत दिली पाहिजे.'' स्वेच्छेने पैसे/वस्तू दिल्यास ती परत मागण्याचा हक्क नसतो.

उदा.(१) 'अ' व 'ब' हे दोघे संयुक्तपणे 'क'ला १०० रु. देणे लागतात. 'अ' ने 'क'ला १०० रु. दिले. याची 'ब'ला मुळीच कल्पना नव्हती. परत 'ब' ने 'क'ला १०० रु. दिले. अशावेळी 'क' ने 'ब'चे चुकीने दिलेले १०० रु. परत दिलेच पाहिजेत.

(२) 'क्ष' ने मनीऑर्डर चुकीने 'अ' ऐवजी 'ब'ला पाठविली. अशावेळी 'ब'ने मनीऑर्डर परत 'क्ष'ला दिली पाहिजे.

(३) 'अ' कर्जदाराने 'ब' सावकाराला २४० रुपये कर्ज फेडण्यासाठी ४२० रु.चुकीने पाठविले. अशावेळी 'ब'ने 'अ'ला १८० रु. जास्त आलेले परत दिलेच पाहिजेत.

जेवढे काम, तेवढे दाम (काम तसे दाम)
(Quantum Meruit OR as much as earned)

याला आपल्या दैनंदिन जीवनात 'काम तसे दाम' म्हणतात. करारपूर्ती करीत असताना एकूण कराराच्या कामापैकी (अ) थोडेच काम पूर्ण केले असेल, (ब) थोडीच सेवा दिली असेल, (क) दुसऱ्या व्यक्तीने करारपूर्तता करण्यात अडथळे निर्माण केले असतील, किंवा (ड) दुसऱ्या व्यक्तीने करारपूर्तता करताना प्रतिबंध केला असेल (इ) किंवा करार मोडला असेल किंवा (फ) आकस्मिक प्रसंगामुळे ते काम पूर्ण होऊ शकले नसेल तर, काम करणाऱ्या व करारपूर्ती करणाऱ्या व्यक्तीला जेवढे काम केले असेल तेवढ्या कामाचा मोबदला मागण्याचा व मिळण्याचा हक्क असतो.

'काम तसे दाम' : या तत्त्वावर खालीलप्रमाणे विविध घटक सांगता येतील.

(१) मोफत नसलेल्या कृत्याचा फायदा : जेव्हा एखादी व्यक्ती मोफत नसलेल्या कृत्याचा फायदा उठविते. अशावेळी त्या व्यक्तीने त्या मोफत नसलेल्या कृत्याचा जेवढ्या प्रमाणात फायदा उठविला असेल तेवढ्या प्रमाणात ते कृत्य करणाऱ्या व्यक्तीस त्या कृत्याबद्दल मोबदला दिला पाहिजे.

(२) करार व्यर्थ ठरतो तेव्हा : काही अडचणींमुळे करार जेव्हा व्यर्थ ठरतो तेव्हा अशा कराराची काही प्रमाणात एका व्यक्तीने पूर्तता केल्याचा फायदा दुसऱ्या व्यक्तीला मिळतो. तेव्हा दुसऱ्या व्यक्तीने काम करणाऱ्या व्यक्तीला त्याने केलेल्या कामाबद्दल मोबदला दिला पाहिजे.

(३) जेव्हा कराराची पूर्तता होण्यापूर्वींच करार रद्द होतो : काही कारणामुळे करारपूर्तता चालू असतानाच करार रद्द करणे भाग पडते; अशावेळी करार पूर्तता जेवढी केली असेल तेवढाच मोबदला दुसऱ्या व्यक्तीने दिला पाहिजे.

उदा. स्कूटर कंपनीला ५००० पिस्टन्सचा पुरवठा करण्याचा करार आहे. परंतु

कामगारांचा बेमुदत संप सुरू झाला व फक्त २५०० पिस्टन्सचा पुरवठा केला; अशा वेळी तेवढ्या कामाचे पैसे स्कूटर कंपनीकडून मागण्याचा हक्क आहे.

(४) करारात मोबदला ठरविला नसेल तेव्हा : करारात मोबदला न ठरविता करारपूर्तता केली असेल तर 'प्रस्ताव–स्वीकृत्याने' त्या कामाचा योग्य तो मोबदला 'प्रस्तावकाला' दिला पाहिजे.

(५) असमाधानकारक करारपूर्तता : जेव्हा प्रस्तावकाने करारातील काम असमाधानकारकपणे पूर्ण केले असेल तर जरी प्रस्तावकाला पूर्ण मोबदला मागण्याचा हक्क असला तरी अशा असमाधानकारक करारपूर्ततेबद्दल प्रस्ताव–स्वीकृता त्या रकमेतून काही रक्कम वजा करू शकतो. तसा त्याला हक्क असतो.

(६) करारपूर्ती केलेले काम मोजता येते तेव्हा : काही कारणामुळे अर्धवट करारपूर्ती होते; जर करारपूर्ती केलेले काम मोजता येत असेल, त्या कामाची विभागणी करता येत असेल तर, प्रस्तावकास जेवढ्या प्रमाणात कामाची पूर्तता झाली असेल त्याच प्रमाणात पैसे मागण्याचा हक्क राहतो. उदा. निम्मे घर बांधले तर करार किमतीची निम्मी रक्कम मागण्याचा हक्क आहे.

(७) करारपूर्ती केलेले काम पूर्ण व अपूर्ण ठरविता येत नाही तेव्हा : उदा. चित्रकाराने अर्धवट चित्र तयार केले असेल व पुढे ते चित्र पूर्ण करण्यास असमर्थ असेल तर त्याला अशा अर्धवट करारपूर्तीचा मोबदला मागण्याचा हक्क नाही.

२.२ नुकसानभरपाईचे करार आणि जामिनकीचे करार
(Contract of Indemnity & Contract of Gurantee) :

२.२.१ अर्थ व व्याख्या (Meaning and definition) :
''एक व्यक्ती आपल्या स्वत:च्या वर्तणुकीमुळे किंवा इतर व्यक्तींच्या वर्तणुकीमुळे दुसऱ्या व्यक्तीचे झालेले नुकसान भरून देण्याचा करार करते, तेव्हा त्या करारास 'नुकसानभरपाईचा करार' म्हणतात.''

ìA Contract of indemnity is a contract by which one person promises to save the other from loss caused to him by the conduct the promisor himself or by the conduct of the third person.î

नुकसानभरपाईच्या करारात नुकसानभरपाईचे वचन देणारा वचन स्वीकृत्याला अपेक्षित नुकसानीची भरपाई करण्याचे वचन देतो. नुकसानभरपाईचा करार हा दोन पक्षातील करार असून त्या कराराद्वारे नुकसानभरपाईचे वचन देणारा स्वत:च्या वर्तणुकीमुळे किंवा तिऱ्हाईताच्या वर्तणुकीमुळे नुकसान झाल्यास भरून देण्याची हमी,

वचन, स्वीकृती त्याला देतो. नुकसानभरपाईच्या करारात नुकसानीचे वचन देणारा स्वत:च्या किंवा दुसऱ्या व्यक्तीच्या वर्तणुकीमुळे वचन स्वीकृत्याचे नुकसान भरून देण्यास जबाबदार राहतो. नुकसानभरपाईच्या करारात अपघात अगर अनपेक्षित घटनांमुळे होणारे नुकसान भरून देण्याच्या कराराचाही समावेश होतो. अग्निविमा किंवा सागरी विमा हे देखील नुकसानभरपाईचे करार आहेत. जोपर्यंत विशिष्ट घटना घडून नुकसान होत नाही तोपर्यंत नुकसानभरपाईची जबाबदारी निर्माण होत नाही. अपघातामुळे आणि कराराशी संबंधित नसणाऱ्या घटनांमुळे होणाऱ्या नुकसानीची भरपाई करण्यास नुकसानभरपाईचे वचन देणारा जबाबदार रहात नाही.

२.२.२ नुकसानभरपाईचे वचन स्वीकारणाऱ्याचे हक्क (कलम १२४)
(Rights of gurantor)

नुकसानभरपाईच्या करारात वचन स्वीकृता वचनदात्याकडून खालील रकमा वसूल करू शकतो. १. वचन गृहीत्याविरुद्ध कोर्टात फिर्याद झाल्यानंतर जी नुकसानभरपाई वचन गृहीत्याला तिऱ्हाईताला द्यावी लागेल अशी रक्कम.

२. तिऱ्हाईत व्यक्तीने वचन गृहीत्याविरुद्ध नुकसानभरपाईसाठी दावा दाखल केला असेल तर द्यावी लागणारी रक्कम वसूल करता येते. अर्थात, असा खर्च वचन गृहीत्याने काळजीपूर्वक व काटकसरीने आणि वचनदात्याच्या संमतीने करणे आवश्यक आहे.

३. वचन गृहीत्याविरुद्ध तिऱ्हाईताने दावा लावला तर वचनदात्याच्या सल्ल्यानुसार तडजोड केली असेल तर तडजोडीत द्यावी लागणारी रक्कम.

२.२.३ जामिनाचे करार (Contract of Guarantee) :
भारतीय करार कायद्यानुसार, ''तिसऱ्या व्यक्तीने दिलेले वचन तिने पूर्ण केले नाही किंवा त्या व्यक्तीने देणे असलेली रक्कम दिली नाही तर ते वचन आपण पूर्ण करू किंवा ती रक्कम आपण देऊ असा करार एक व्यक्ती दुसऱ्या व्यक्तीशी करते, तेव्हा त्यास जामिनीचा करार म्हणतात.''

ìA contract of guarantee is a contract to perform the promise or to discharge the liability of a third person in case of his default.î

जामिनकीच्या करारात प्रमुख कर्जदार (Principal Debtor), (Creditor) आणि जामीनदार (Surety) असे तीन पक्ष असतात. व्यक्तीला पैशांच्या स्वरूपात कर्ज अगर इतर जबाबदारी घ्यावयाची असेल तर जामीन द्यावा लागतो किंवा मालमत्ता तारण

ठेवावी लागते पण कर्ज देणारा सावकार कर्जाला एखाद्या व्यक्तीला जामीन देण्यास सांगतो. म्हणजेच सावकार कर्जदाराला त्याने घेऊ केलेल्या कर्जाबद्दल मालमत्तेच्या तारणाबरोबर, कर्ज परत न केल्यास जबाबदार राहण्यासाठी म्हणून (एखाद्या व्यक्तीला) जामीनदार राहण्यास सांगतो.

उदाहरणार्थ : 'अ' ने 'ब'ला १०,००० रु.चे कर्ज 'क' ला देण्यासाठी विनंती केली आणि असे वचन दिले की, 'क'ने वेळेत कर्जाची रक्कम परत केली नाही तर ती स्वत: आपण देऊ. अशा करारास 'जामीनकीचा करार' म्हणतात. या करारात 'ब' हा सावकार, 'क' कर्जदार आणि 'अ' जामीनदार आहे.

२.२.४ जामीनदाराचे हक्क व जबाबदाऱ्या
(Rights and Libilities of Indemnity Holder) :
१. जामीनदाराची कर्जाबद्दलच्या वचनाची जबाबदारी
(Liability of Surety)

करारात जबाबदारीविषयी काहीही तरतूद नसेल अगर जामीनदाराने स्वत:च्या जबाबदारीवर करारात कोणतेही बंधन घातलेले नसेल तर प्रमुख कर्जदार कर्जाबद्दल जितका सावकारास जबाबदार राहतो, तितक्याच प्रमाणात जामीनदार सावकारास जबाबदार राहतो म्हणजे कर्जदाराच्या जबाबदारीएवढीच जबाबदारी जामीनदाराची असते.

प्रमुख कर्जदाराने करारात ठरल्याप्रमाणे कर्जाची रक्कम परत करण्यात चूक केल्यास जामीनदाराची जबाबदारी निर्माण होते. प्रमुख कर्जदाराने कर्ज परत केले नाही तर त्याची नोटीस सावकाराने जामीनदाराला देण्याची आवश्यकता नसते, सावकार कर्जाची फेड करण्यासाठी प्रथम कर्जदाराविरुद्ध फिर्याद न लावता जामीनदाराविरुद्ध लावू शकतो. सावकार कर्जाची फेड करण्याची तारीख आल्यावर कर्जदार अगर जामीनदाराकडून कर्जाची वसुली करू शकतो. पैसे वसुलीसाठी सावकाराने कर्जदाराकडे प्रथम जाणे आवश्यक नाही. कर्जदाराविरुद्ध दावा न लावता सावकार जामीनदाराविरुद्ध दावा लावू शकतो. सावकार प्रमुख कर्जदाराकडून जेवढी रक्कम वसूल करू शकतो. (उदाहरणार्थ – कर्जाची रक्कम, व्याज, दावा लावण्यास खर्च इत्यादी.) तेवढीच रक्कम जामीनदाराकडून वसूल करू शकतो.

२. जामीनदाराचे कर्जदाराविरुद्धचे हक्क
(Rights of Surety against Principal Debtor)

अ) प्रमुख कर्जदाराने सावकाराचे कर्ज परत न केल्यामुळे ते जामीनदारास भरावे लागले तर सावकाराला कर्जदाराविरुद्ध जे हक्क प्राप्त होतात तेच हक्क जामीनदाराला

कर्जदाराविरुद्ध प्राप्त होतात. जामीनदाराने सावकारास दिलेली रक्कम कर्जदाराने जामीनदारास दिली पाहिजे.

ब) जामीनकीच्या प्रत्येक करारात कर्जदाराने जामीनदाराला नुकसानभरपाईचे वचन दिलेले असते. जामीनदार सावकाराला दिलेल्या प्रत्यक्ष रकमेइतकी रक्कम कर्जदाराकडून वसूल करू शकतो पण सावकाराला दिलेल्या अयोग्य रकमेबाबत कर्जदार जामीनदारास जबाबदार नसतो.

३. जामीनदाराचे सावकाराविरुद्धचे हक्क
(Right of Surety Against Creditor)

अ) जामीनदार आपले वचन पूर्ण करतो, त्यावेळेस त्याला सावकाराला कर्जदाराविरुद्ध असणारे अधिकार प्राप्त होतात; म्हणजेच जामीनदार करारानुसार वचन पूर्ण केल्यानंतर प्रमुख कर्जदाराचा सावकार बनतो.

ब) सावकाराला कर्जदाराच्या तारण मालमत्तेविरुद्ध जे अधिकार प्राप्त झालेले असतात, तेच अधिकार जामीनदाराला प्राप्त होतात. कर्जदाराने सावकाराकडे तारण ठेवलेली मालमत्ता सावकाराच्या ताब्यात येते. जामीनदाराच्या परवानगीशिवाय सावकाराने जर कर्जदाराची मालमत्ता विकली तर तेवढ्या प्रमाणात जामीनदाराची जबाबदारी कमी होते. जामीनदाराने प्रमुख कर्जदाराचे भागवले असेल तरच त्याची जबाबदारी कमी होते.

२.२.५ जामीनदाराची जामीनदारीच्या करारातून मुक्तता केव्हा होते?
(Termination of Gurantor from Contract)

खालील प्रकारे जामीनदाराची जामीनदाराच्या करारातून मुक्तता होते.

१. जामीनदारीच्या रद्दतेची नोटीस दिल्याने (Notice of Revocation) : जामीनदार सावकाराला जामीनदारीच्या रद्दतेची नोटीस ज्यावेळेस देतो, त्यावेळेस तो जामीनदाराच्या करारातून मुक्त होतो. परंतु, जामीनदाराने नोटीस देण्यापूर्वी सावकार आणि कर्जदार यांच्यामध्ये काही व्यवहार झाले असतील तर त्यास जामीनदार जबाबदार राहतो.

२. जामीनदाराचा मृत्यू (Death of Surety) : जामीनदाराचा मृत्यू झाला तर संतत जामीनदारी रद्द होते. जामीनदाराच्या मृत्यूची नोटीस सावकाराला द्यावी लागत नाही. जामीनदाराच्या मृत्युनंतरच्या व्यवहारांना जामीनदाराची मालमत्ता जबाबदार रहात नाही.

३. कराराचे नूतनीकरण (Innovation) : ज्यावेळेस मूळ कर्जदार आणि सावकार

मूळ करार बदलून नवीन करार करतात किंवा मूळ करारातील करार व्यक्ती बदलतात तेव्हा जामीनदार जामीनदारीच्या करारातून मुक्त होतो.

४. मूळ करारात बदल (Variation in Contract) : ज्यावेळेस सावकार आणि कर्जदार, जामीनदाराच्या परवानगीशिवाय मूळ करारात बदल करतात, तेव्हा बदल केलेल्या तारखेपासून नंतरच्या व्यवहारांना जामीनदार जबाबदार राहात नाही.

५. प्रमुख कर्जदारास मुक्त केल्यास (Release of Principal Debtor) : ज्या वेळेस सावकार करारद्वारे प्रमुख कर्जदारास करारातून मुक्त करतो त्यावेळेस जामीनदार देखील करारातून मुक्त होतो.

६. एखादे कृत्य केल्याने अगर न केल्याने (By the Act or Comission to do any Act) : सावकाराने असे एखादे कृत्य केले असेल तर अगर केले नसेल तर की यामुळे कर्जदार मुक्त होते असेल, तर जामीनदार देखील आपल्या करारातून मुक्त होतो.

७. सावकाराने कर्जदाराशी तडजोड केल्यास (Arrangement with Principal Debtor) : ज्यावेळेस सावकार जामीनदाराच्या परवानगीशिवाय प्रमुख कर्जदाराशी तडजोड करतो किंवा कर्जफेडीसाठी जादा मुदत देतो किंवा कर्जाच्या वसुलीसाठी कोर्टात फिर्याद करणार नाही असा करार करतो, त्यावेळेस जामीनदार जामिनकीच्या करारातून मुक्त होतो.

८. जामीनदाराची प्रमुख कर्जदाराविरुद्ध असलेली उपाययोजना नष्ट झाली तर (Impairment of Surety's Remedy Against Principal Debtor) : सावकाराने प्रमुख कर्जदाराविरुद्ध असलेल्या जामीनदाराच्या हक्काविरुद्ध एखादे कृत्य केल्यास किंवा जामीनदाराच्यासाठी आवश्यक असणारे एखादे कृत्य न केल्यास आणि त्यामुळे जामीनदाराची प्रमुख सावकाराविरुद्ध असलेली उपाययोजना नष्ट झाली तर, जामीनदार जामीनदारीच्या करारातून मुक्त होतो. सावकाराच्या ताब्यात असलेली कर्जदाराची मालमत्ता विकल्यास अगर नष्ट झाल्यास तेवढ्या करारातून जामीनदार मुक्त होतो; तसेच जामीनदार कर्जदाराकडून कर्ज वसूल करण्याच्या हक्कापासून वंचित झाला तर तो करारातून मुक्त होतो.

९. सावकाराने जामीनदारीच्या कराराला जामीनदाराची मान्यता फसवणुकीने, अगर असत्य विधानाने मिळवली असेल तर असा करार व्यर्थ होतो आणि जामीनदार करारातून मुक्त होतो.

१०. संयुक्त जामीनदाराने तयारी न दाखविल्यास : संयुक्त जामीदारीचा करार सेल आणि करारातील जबाबदारी उचलण्यास संयुक्त जामीनदार म्हणून असलेली दुसरी व्यक्ती तयार न झाल्यास करार रद्द होतो.

११. सावकाराने तारण मालमत्ता परत केल्यास (If creditor release the security) : सावकाराने आपल्या ताब्यात तारण म्हणून असलेली प्रमुख कर्जदाराची मालमत्ता जामीनदाराच्या परवानगीशिवाय प्रमुख कर्जदारास परत केली तर तेवढ्या प्रमाणात जामीनदार करारातून मुक्त होतो.

२.२.६ कोणत्या परिस्थितीत जामीनदाराची जामिनकीच्या करारात मुक्तता होत नाही ? (Non-termination of gurantor from contract)

जामीनदाराची जामिनकीच्या करारातून मुक्तता खालील बाबतीत होत नाही.

१. ज्यावेळेस सावकार प्रमुख कर्जदाराला कर्ज फेडण्यासाठी जादा मुदत देण्याचा किंवा त्याच्यावर कर्ज वसुलीसाठी फिर्याद दाखल न करण्याचा करार एखाद्या तिऱ्हाईत व्यक्तीबरोबर करतो, तेव्हा जामीनदार आपल्या करारातून मुक्त होत नाही.

२. सावकाराने प्रमुख कर्जदाराविरुद्ध त्याने कर्जफेड न केल्यामुळे फिर्याद दाखल केली नाही अगर इतर उपाययोजना केली नाही तर जामीनदार जामिनकीच्या करारातून मुक्त होत नाही.

३. जामीनदारीच्या करारात एकपेक्षा जास्त जामीनदार संयुक्तरीत्या जबाबदार असतात, त्यावेळेस सावकाराने एखाद्या जामीनदारास जबाबदारीतून मुक्त केल्यास, दुसरा जामीनदार जामिनकीच्या करारातून मुक्त होत नाही, त्याचप्रमाणे जामीनदारीच्या करारातून मुक्त केलेला जामीनदार त्याच्या दुसऱ्या संयुक्त जामीनदाराबद्दलच्या असलेल्या जबाबदारीतून मुक्त होत नाही.

४. प्रमुख कर्जदार कायद्याच्या नियमाने (दिवाळखोरीचा कायदा) कर्जातून मुक्त झाला तरी जामीनदार जबाबदारीतून मुक्त होत नाही.

२.२.७ नुकसानभरपाईचे करार आणि जामिनकीचे करारातील फरक
(Difference between indemnity and gurantee)

१. पक्ष : नुकसानभरपाईच्या करारात वचनदाता आणि वचन स्वीकृता असे दोन पक्ष असतात. जामिनकीच्या करारात कर्जदार, सावकार आणि जामीनदार असे तीन पक्ष असतात.

२. जबाबदारी : नुकसानभरपाईच्या करारात वचनांची पूर्तता करण्याची जबाबदारी वचनदात्यावर असते. जामीनदारीच्या करारांत जामीनदाराची जबाबदारी प्रमुख असत नाही ; तर मुख्य जबाबदारी कर्जदाराची असते. कर्जदाराने आपले वचन पूर्ण केले नाही तरच जामीनदाराची जबाबदारी निर्माण होते ; म्हणजेच जामिनकीच्या करारात

जामीनदाराची जबाबदारी दुय्यम दर्जाची असते.

३. जबाबदारीचे स्वरूप : नुकसानभरपाईच्या करारातील वचनदात्याची जबाबदारी भविष्यकाळात निर्माण होणारी असते. नुकसानभरपाईच्या करारातील वचनदात्याची जबाबदारी भविष्यकाळात निर्माण होईलच असे सांगता येत नाही. जामीनकीच्या करारात जामिनदार जामीन राहतो, ती रक्कम ठराविक असते. मात्र, नुकसानभरपाईच्या करारातील नुकसानभरपाईची भविष्यकाळात लागणारी रक्कम ठराविक असत नाही.

४. उद्देश : नुकसानभरपाई कराराचा उद्देश भविष्यकाळात व अनिश्चित स्वरूपाच्या संभाव्य कारणांमुळे होणाऱ्या नुकसानीपासून वचनगृहीताचे संरक्षण करणे हा असतो, तर जामिनकीच्या कराराच्या उद्देश दुसऱ्या व्यक्तीच्या कर्जाच्या परतफेडीबद्दल किंवा वर्तनाबद्दल हमी किंवा जबाबदारी स्वीकारणे हा असतो.

५. करारांची संख्या : नुकसानभरपाईच्या वेळी एकच करार होतो, तर जामिनीच्यावेळी प्रमुख कर्जदार आणि सावकार, जामिनाला आणि सावकार आणि जामीनदाता आणि प्रमुख कर्जदार यांच्यामध्ये असे तीन करार होतात.

६. हितसंबंध : नुकसान भरपाईच्या करारात वचनदात्याचे हितसंबंध गुंतलेले असतात. नुकसान भरपाईच्या करारातील व्यवहारात फायदा होण्याची शक्यता जास्त असते. कारण वचनगृहीत्याला वचनदात्याने स्वीकारलेल्या जबाबदारीबद्दल काहीतरी द्यावे लागते. उदाहरणार्थ – विमेदार विमा कंपनीला स्वीकारलेल्या जबाबदारीबद्दल विमा हप्ता द्यावा लागतो. जामिनकीच्या करारात जामिनदार ऋणकोने घेतलेल्या कर्जाबद्दल सावकाराला हमी देतो आणि व्यवहारास मदत करतो. जामीनदाराचा जामिनकीचा करार फक्त ऋणको पैसे परत देईल याबद्दल हमी द्यावी लागते.

७. हक्क अगर अधिकार : जामीनदाराच्या करारात प्रमुख कर्जदाराने सावकार भागवावयाचे कर्ज जामीनदाराने भागवले तर जामीनदार कर्जदाराचा सावकार बनतो. तसेच सावकाराने कर्जदाराची धारण केलेली मालमत्ता जामीनदाराच्या ताब्यात येते. नुकसानभरपाईच्या करारात वचनस्वीकृत वचनदात्याकडून नुकसानभरपाईची रक्कम अगर तिऱ्हाईताने दावा दाखल केला असल्यास त्याचा खर्च वसूल करू शकतो.

२.३. निक्षेपाचे करार (Contracts of Bailment)

२.३.१ अर्थ व व्याख्या   (Meaning and Definition) :

निक्षेप म्हणजे, 'एका व्यक्तीने कराराने दुसऱ्या व्यक्तीला विशिष्ट हेतूने वस्तू पाठविणे आणि हेतू पूर्ण झाला म्हणजे दुसऱ्या व्यक्तीने वस्तू पाठविणाऱ्या व्यक्तीला ती वस्तू

परत पाठवावयाची किंवा त्या व्यक्तीने दिलेल्या सुचनेप्रमाणे व्यवस्था लावावयाची या व्यवहारास निक्षेप म्हणतात.'

Bailment is, ìThe delivery of goods by one person to another for some purpose, upon a contract that they shall, when the purpose is accomplished, be returned or otherwise disposed of according to the direction of the person delivering them.î

निक्षेपाच्या करारात 'निक्षेपदाता' (Bailor) (वस्तू पाठविणारा) आणि 'निक्षेपगृहीता' (Bailee) (वस्तू स्वीकारणारा) अशा दोन व्यक्ती असतात. निक्षेप करारावर आधारित असतो, तर काही वेळेस निक्षेप करार कायद्याने निर्माण होतो. निक्षेपात विशिष्ट हेतूने अस्थिर मालमत्तेत पैशांचा समावेश केला जात नाही. निक्षेपात काही विशिष्ट हेतूने तात्पुरत्या काळासाठी वस्तूचे हस्तांतर केले जाते, म्हणजेच काही काळासाठी वस्तूची मालकी बदलते. निक्षेपात वस्तू एके ठिकाणी राहून चालत नाही. निक्षेपातील वस्तूचे हस्तांतर प्रत्यक्ष, साहाय्यक अगर विधायक असू शकते. वस्तूंची शारीरिकरीत्या मालकी बदलते किंवा निक्षेपातील वस्तूच्या बदल्यात निक्षेपदाता अशी एखादी गोष्ट करतो की त्याचा परिणाम म्हणून वस्तू निक्षेपगृहीत्याच्या ताब्यात असेल तर वस्तूची मालकी बदलणे आवश्यक ठरत नाही. वस्तूची शारीरिकरीत्या मालकी बदलली नाही तरी वस्तू निक्षेपगृहीत्याच्या ताब्यात असणे योग्य ठरते.

निक्षेपात निक्षेपगृहीत्याने हेतू पूर्ण झाल्यानंतर अगर कामगिरी पूर्ण झाल्यानंतर वस्तू मूळ स्वरूपात किंवा बदललेल्या स्वरूपात निक्षेपदात्याला परत करावयाची असते.

उदाहरणार्थ – जवाहिऱ्याने पैलू पाडल्यानंतर हिरे परत करावयाचे असतात; तसेच वाचावयास ग्रंथालयातून नेलेले पुस्तक जसेच्या तसे परत करावयाचे असते; जर पैशांच्या बदल्यात मालमत्तेचे हस्तांतर केले असेल तर ती मालमत्तेची विक्री होईल त्याला निक्षेप म्हणता येणार नाही.

२.३.२ निक्षेपाचे घटक (लक्षणे) (Essentials of Bailment) :

निक्षेपाचे घटक पुढीलप्रमाणे सांगता येतील–

१) निक्षेपामध्ये वस्तूचे प्रदान किंवा हस्तांतरण एका व्यक्तीकडून दुसऱ्या व्यक्तीकडे झाले असले पाहिजे. कोणत्या चल मालमत्तेला 'वस्तू' असे म्हणतात. परंतु, पैसा ही चल मालमत्ता असली तरी ती 'वस्तू' ठरणार नाही.

२) वस्तूच्या हस्तांतरणाद्वारे वस्तूचा ताबा एका व्यक्तीकडून दुसऱ्या व्यक्तीकडे गेला पाहिजे; हे हस्तांतरण तात्पुरत्या स्वरूपाचे असते.

३) निक्षेपात एका विशिष्ट उद्देशासाठी वस्तूचा ताबा एक व्यक्ती दुसऱ्या व्यक्तीला

देत असते.

४) तो विशिष्ट हेतू पूर्ण झाल्यानंतर निक्षेपाची वस्तू निक्षेपदात्याला परत मिळणे आवश्यक असते किंवा त्या वस्तूच्या मालकाच्या आदेशाप्रमाणे निक्षेपगृहीत्याने निक्षेपित वस्तूची विल्हेवाट लावणे आवश्यक असते.

२.३.३ निक्षेपाचे प्रकार (Kinds of Bailment) :

१) सुरक्षिततेसाठी निक्षेप (Bailment for Safe Custody) : आपली वस्तू सुरक्षित राहावी या उद्देशाने ज्यावेळी निक्षेपदाता ती वस्तू निक्षेपगृहीत्याकडे देतो त्यावेळी त्या निक्षेपाला 'सुरक्षिततेसाठी निक्षेप' असे म्हणतात. उदा. दागदागिने व मौल्यवान वस्तू सुरक्षित रहाव्यात म्हणून बँकेच्या लॉकरमध्ये ठेवणे.

२) तारणासाठी निक्षेप (Pledge) : कर्ज घेताना सावकाराजवळ कर्जदाराने आपली मालमत्ता किंवा एखादी वस्तू ठेवणे हा 'तारणासाठी निक्षेप' म्हणता येईल.

३) वाहतुकीसाठी निक्षेप (Bailment for Repairs or Modifications) वस्तू एका ठिकाणाहून दुसऱ्या ठिकाणी नेण्यासाठी वाहतूक कंपनीच्या ताब्यात देणे म्हणजे वाहतुकीसाठी निक्षेप होय.

४) दुरुस्तीसाठी किंवा सुधारणेसाठी निक्षेप (Bailment for Repairs or Maintenance) : एखादी वस्तू दुरुस्तीसाठी किंवा सुधारणेसाठी दिल्या जात असतील तर अशा निक्षेपाला दुरुस्ती अथवा सुधारणेसाठी निक्षेप असे म्हटले जाईल.

५) सशुल्क निक्षेप (Bailment For Reward) : निक्षेपाचा कार्याबद्दल ज्यावेळी निक्षेपगृहीता निक्षेपदात्याबद्दल शुल्क आकारतो त्यावेळेला निक्षेपाला 'सशुल्क निक्षेप' असे म्हणतात.

६) निःशुल्क निक्षेप (Bailment without Reward) : जेव्हा निक्षेपाच्या कर्जाबद्दल निक्षेपाला किंवा निक्षेपगृहीत्यांना कोणतेही भाडे किंवा शुल्क घ्यावे लागत नाही तेव्हा ते 'निःशुल्क निक्षेप' समजले जाते.

२.३.४. निक्षेपदात्याचे हक्क आणि कर्तव्ये (Rights and Duties of Bailor)
निक्षेपदात्याचे हक्क (Rights of Bailor) :

१. करार रद्द करण्याचा हक्क : निक्षेपाच्या करारातील वस्तू निक्षेपगृहीत्याने करारात सांगितलेल्या हेतूसाठीच वापरली पाहिजे. निक्षेपगृहीत्याने करारातील वस्तू जर करारात सांगितलेल्या हेतुऐवजी दुसऱ्याच हेतूसाठी वापरली तर निक्षेपदाता करार रद्द करू शकतो.

२. **वस्तू परत घेण्याचा हक्क :** निक्षेपदात्याने ज्या हेतूसाठी वस्तू निक्षेपगृहीत्याकडे पाठवली आहे तो हेतू पूर्ण होताच वस्तू परत मिळवू शकतो.

३. **नुकसानभरपाई मागण्याचा हक्क :** निक्षेपातील वस्तू निक्षेपगृहीत्याने इतर हेतूसाठी वापरली आणि त्यामुळे वस्तूचे नुकसान झाले ते भरपाई करून मागण्याचा हक्क निक्षेपदात्यास मिळतो.

४. **निक्षेप वस्तूची किंमत व नुकसानभरपाई मागण्याचा हक्क :** निक्षेपात निक्षेपगृहीयाकडे दिलेली वस्तू त्याच्या निष्काळजीपणामुळे गहाळ झाली अगर वस्तूस नुकसान पोहोचले तर वस्तूची किंमत किंवा वस्तूच्या नुकसानीबद्दल नुकसान भरपाई मागता येते.

५. **वस्तू इतर वस्तूत मिसळली तर नुकसानभरपाई मागणे :** निक्षेपदात्याच्या वस्तूत निक्षेपगृहीत्याने आपल्या वस्तू मिसळल्या असतील आणि वस्तू स्वतंत्र करता येत नसतील तर निक्षेपदाता वस्तूची किंमत निक्षेपगृहीत्याकडून वसूल करू शकतो. तसेच वस्तू स्वतंत्र करता येत असतील तर त्यासाठी आलेला खर्च वसूल करता येते.

६. **तिऱ्हाईत व्यक्तीने वस्तूचे नुकसान केले तर नुकसानभरपाई मिळवणे :** निक्षेपाची वस्तू निक्षेपगृहीत्याच्या ताब्यात असताना तिऱ्हाईत व्यक्तीने वस्तूचे काही नुकसान केले आणि नुकसानभरपाईची रक्कम निक्षेपगृहीत्याला दिली तर ती मिळवण्याचा हक्क निक्षेपदात्याला मिळतो.

७. **निक्षेपातील वस्तूत अगर नफ्यातील वाढ मिळवणे :** निक्षेपाची वस्तू निक्षेपगृहीत्याच्या ताब्यात असताना त्यामध्ये वाढ झाली तर किंवा निक्षेपातील वस्तूपासून नफा झाला तर तो मिळवण्याचा हक्क निक्षेपदात्याला असतो.

८. **कराराचा भंग केल्यास वस्तू परत मिळविणे :** निक्षेपगृहीत्याने करारातील अटीचा भंग केला तर निक्षेपदाता वस्तू परत घेऊ शकतो. तसेच निक्षेपगृहीत्याने वस्तू परत करण्याचे नाकारल्यास त्याच्याविरुद्ध फिर्याद लावता येते.

निक्षेपदात्याची कर्तव्ये (Duties of Bailor) :

१. **निक्षेपातील वस्तूचे दोष सांगणे :** निक्षेपातील वस्तूची माहिती असलेले दोष निक्षेपदात्याने निक्षेपगृहीत्याला सांगितले पाहिजेत; तसे दोष न सांगितल्यास आणि दोष न सांगितल्यामुळे निक्षेपगृहीत्याने काही नुकसान झाल्यास ते निक्षेपदात्याने भरून दिले पाहिजे.

२. **कामगिरीचा मोबदला देणे :** निक्षेपदात्याने निक्षेपाच्या कामगिरीबद्दलचा मोबदला निक्षेपगृहीत्याला दिला पाहिजे.

३. इतर खर्च निक्षेपगृहीत्याला देणे : निक्षेपातील कामगिरीबद्दल निक्षेपगृहीत्याला मोबदला द्यावयाचा नसेल तर निक्षेपातील वस्तूच्या वाहतुकीचा आणि वस्तू दुरुस्तीचा खर्च निक्षेपगृहीत्याला दिला पाहिजे.

४. नुकसान भरपाई देणे : निक्षेप भाड्यासाठी असेल आणि निक्षेपदात्याने माहिती असलेले दोष न सांगितल्यामुळे निक्षेपगृहीत्याला काही नुकसान पोहोचले तर ते निक्षेपदात्याने भरून दिले पाहिजे.

५. चुकीच्या निक्षेपाबद्दल नुकसानभरपाई : निक्षेपदात्याने अधिकार नसलेल्या अगर मालकी नसलेल्या वस्तूचा निक्षेप केल्यामुळे निक्षेपगृहीत्याला ख-या मालकास काही नुकसानभरपाई द्यावी लागली तर ती निक्षेपदात्याने, निक्षेपगृहीत्याला भरून दिली पाहिजे.

६. मुदती आधी करार रद्द केला तर खर्च देणे : निक्षेपदात्याने मुदती आधी करार रद्द केला तर निक्षेपगृहीत्याने केलेला खर्च निक्षेपदात्याने भरून दिला पाहिजे.

२.३.५ निक्षेपगृहीत्याचे हक्क आणि कर्तव्ये
(Rights and Duties of Bailee)

निक्षेपगृहीत्याचे हक्क (Rights of Bailee) :

१. मोबदला मिळविणे : निक्षेपगृहीत्याला त्याने निक्षेपात केलेल्या कामगिरीबद्दल योग्य मोबदला निक्षेपदात्याकडून मिळवण्याचा अधिकार असतो; तसेच करारात मोबदला देण्याची तरतूद नसेल तर निक्षेपासाठी केलेला खर्च मिळवता येतो.

२. वस्तूचे संरक्षण : निक्षेपातील वस्तूंचा वापर करण्यास निक्षेपगृहीत्याला कोणी अटकाव केला तर अगर वस्तूला नुकसान पोहोचले तर निक्षेपातील वस्तूच्या मालकाला वस्तूबाबत जे उपाय ति-हाईताविरुद्ध मोजता येतात, तेच उपाय निक्षेपगृहीत्याला योजता येतात.

३. निक्षेपाचा हक्क निक्षेपदात्याला नसेल तर द्यावी लागणारी नुकसानभरपाई मिळवणे : निक्षेपदात्याला निक्षेपातील वस्तूची मालकी नसेल तर त्यामुळे मूळ मालकाला द्यावी लागणारी नुकसानभरपाई निक्षेपगृहीता निक्षेपदात्याकडून वसूल करू शकतो.

४. वस्तूतील दोषामुळे होणारी नुकसानभरपाई मिळवणे : निक्षेपामधील वस्तूत असलेल्या दोषामुळे निक्षेपगृहीत्याला नुकसान सोसावे लागले तर ते निक्षेपदात्याकडून वसूल करता येते.

५. वस्तू ताब्यात ठेवण्याचा हक्क : निक्षेपगृहीत्याने निक्षेपातील वस्तूसाठी केलेल्या कामगिरीबद्दल मोबदला मिळविण्यासाठी निक्षेपगृहीता वस्तू ताब्यात ठेवू शकतो.

६. निक्षेप करारातील निक्षेपदात्याची कर्तव्ये पूर्ण करून देण्यासाठी निक्षेपगृहीता निक्षेपदात्यावर फिर्याद लावू शकतो.

निक्षेपगृहीत्याची कर्तव्ये (Duties of Bailee) :

१. वस्तू परत करणे : निक्षेपगृहीत्याने निक्षेपातील वस्तू विषयीची कामगिरी पूर्ण होताच ती निक्षेपदात्याला परत केली पाहिजे.

२. निक्षेपातील वस्तूचे रक्षण : निक्षेपगृहीत्याने निक्षेपातील वस्तूची काळजी घेतलीच पाहिजे आणि त्याच्या दुर्लक्षतेमुळे वस्तू गहाळ झाली अगर वस्तूचे नुकसान झाले तर ते निक्षेपदात्यास भरून दिले पाहिजे.

३. वस्तूतील वाढ अगर फायदा परत करणे : निक्षेपातील वस्तू ताब्यात असताना त्यामध्ये वाढ झाल्यास अगर फायदा झाल्यास तो निक्षेपदात्यास परत दिला पाहिजे.

४. करारानुसार वस्तूचा वापर : निक्षेपगृहीत्याने करारामध्ये दिलेल्या अटीनुसार आणि निक्षेपदात्याच्या सूचनेनुसार वस्तूचा वापर केला पाहिजे.

५. निक्षेपातील वस्तू इतर वस्तूत न मिसळणे : निक्षेपगृहीत्याने निक्षेपदात्याच्या परवानगीशिवाय निक्षेपातील वस्तू आपल्या वस्तूत मिसळू नये, तसेच निक्षेपदात्याच्या संमतीखेरीज आपल्या वस्तूत निक्षेपातील वस्तू मिसळल्यास वस्तू वेगळ्या करण्याचा खर्च त्याने सोसला पाहिजे.

६. नुकसानभरपाई देणे : निक्षेपगृहीत्याने निक्षेपातील वस्तूचा अयोग्य रीतीने वापर केल्याने वस्तूला नुकसान पोहोचल्यास ते निक्षेपदात्याला भरून दिले पाहिजे.

२.३.६ निक्षेपगृहीत्याचा विशिष्ट ताबेहक्क
(Particular Lien of Bailee)

निक्षेपगृहीत्याचा विशिष्ट ताबेहक्क हा विशिष्ट व्यवहारापुरता मर्यादित असतो. विशिष्ट ताबेहक्क म्हणजे दुसऱ्या व्यक्तीच्या त्या वस्तूच्या संबंधी झालेल्या व्यवहाराबद्दलची येणे असलेली रक्कम वसूल होईपर्यंत ती वस्तू ताब्यात ठेवण्याचा हक्क, हा विशिष्ट वस्तूपुरता व विशिष्ट व्यवहारापुरता मर्यादित असतो.

उदाहरणार्थ – 'अ' ते 'ब' कडे हिऱ्याचे दगड पैलू पाडण्यासाठी आणि पॉलिश करण्यासाठी दिले; व जोपर्यंत 'अ' त्याच्या मजुरीचे पैसे देत नाही तोपर्यंत 'ब' हिरे आपल्याकडे ठेवू शकतो.

निक्षेपाच्या करारातील आवश्यकतेनुसार जर निक्षेपगृहीत्याने करार झालेला नसतानादेखील निक्षेपातील वस्तूसाठी मजुरी आणि कार्यकौशल्यासाठीचा मोबदला मिळेपर्यंत त्याच्याकडे असलेल्या वस्तू ताब्यात ठेवू शकतो. त्यामुळे निक्षेपगृहीत्याला त्याच्याकडे असलेल्या वस्तूवर त्याने दिलेली मजुरी व कौशल्याचा मोबदला मिळेपर्यंत विशिष्ट ताबेहक्क प्राप्त होतो. विशिष्ट ताबेहक्क प्राप्त होण्यासाठी निक्षेपगृहीत्याबरोबर हक्काच्या विरुद्ध असा करार झालेला नसावा; तसेच निक्षेपगृहीत्याने निक्षेपातील वस्तूसाठी आपली मजुरी व कौशल्य दिले असले पाहिजे; निक्षेपगृहीत्याला फक्त निक्षेपातील वस्तूवरच ताबेहक्क प्राप्त होईल.

विशिष्ट ताबेहक्क प्राप्त होण्यासाठी निक्षेपगृहीत्याने सेवा, मजुरी किंवा कौशल्य दिले असले पाहिजे व रक्कम येणे असली पाहिजे. निक्षेपगृहीत्याने करारानुसार विशिष्ट काळात किंवा योग्य अशा काळात आपले काम पूर्ण न केल्यास त्याचा वस्तूवरील विशिष्ट ताबेहक्क नष्ट होतो. निक्षेपगृहीत्याखेरीज, प्रतिनिधी, भागीदार, दुसऱ्याची हरवलेली वस्तू सापडणारा, तारण स्वीकारणारा अदत्त विक्रेता यांनादेखील विशिष्ट ताबेहक्क प्राप्त होतो.

२.३.७ निक्षेपाच्या कराराची समाप्ती
(Termination of a Contract of Bailment)
खालील परिस्थितीत निक्षेपाच्या कराराची समाप्ती होईल.

१) ज्या उद्देशासाठी किंवा कार्यासाठी वस्तू निक्षेपित केल्या असतील तो उद्देश किंवा ते कार्य पूर्ण झाल्यानंतर.

२) एका निश्चित मुदतीकरता वस्तूंचा निक्षेप केला असेल तर ती मुदत संपल्यानंतर.

३) निक्षेपाच्या करारातील अटींचे निक्षेपगृहीत्याने पालन केले नाही तर निक्षेपदाता निक्षेपाचा करार रद्द करून आपल्या वस्तू परत घेऊ शकते.

४) नि:शुल्क निक्षेप असल्यास निक्षेपदाता निक्षेप केव्हाही रद्द करू शकतो. परंतु त्यामुळे निक्षेपगृहीत्याचे काही नुकसान होत असेल तर ते भरून देण्याची जबाबदारी निक्षेपदात्यावर राहील.

५) निक्षेपदाता किंवा निक्षेपगृहीता यापैकी कोणाचाही मृत्यू झाल्यास आणि निक्षेप नि:शुल्क असल्यास निक्षेपाची समाप्ती होईल.

२.४ वस्तुतारणाचे करार (Contract of Pledge)

२.४.१ अर्थ व व्याख्या (Meaning and Definition) :

वस्तुतारणाची व्याख्या (Contract of Pledge Definition) : 'कर्जफेडीच्या हमीसाठी किंवा वचनपूर्तीच्या हमीसाठी वस्तूचा निक्षेप होतो, तेव्हा त्या निक्षेपास वस्तुतारण म्हणतात.'

ìPledge is the bailment of goods as security for payment of a debt or performance of a promise.î

कर्जफेडीच्या हमीखातर किंवा वचनपूर्ततेच्या हमीखातर जी व्यक्ती वस्तू तारण ठेवते त्यास 'तारणदाता' (Pawnor) आणि जी व्यक्ती वस्तूचे तारण स्वीकारते त्यास 'तारण स्वीकृता' (Pawnee) असे म्हणतात. वस्तूतारण करारात तारणदात्याने वस्तूचे हस्तांतरण प्रत्यक्षपणे अगर विधायकपणे तारण स्वीकृत्याकडे केले पाहिजे; तारण वस्तूचे हस्तांतर होणे व वस्तुतारण स्वीकृत्याच्या ताब्यात जाणे कायदेशीर कराराच्या दृष्टीने आवश्यक आहे.

२.४.२ तारण स्वीकृत्याचे हक्क (Rights of Pawnee) :

वस्तुतारण करारातील तारण स्वीकृत्याला खालील अधिकार असतात.

१. विशेष ताबे हक्क (Right of Lien) : तारण स्वीकृत्याला, फक्त कर्जाची रक्कम भागवण्यासाठी आणि वचनाची पूर्तता करण्यासाठी वस्तुतारण म्हणून स्वत:जवळ ठेवता येते असे नाही तर त्याचबरोबर कर्जावरील व्याज आणि वस्तू सांभाळण्यासाठी आणि सुरक्षित ठेवण्यासाठी येणाऱ्या खर्चासाठी वस्तू तारण म्हणून ठेवता येते; यालाच तारण स्वीकृत्याचा विशेष ताबेहक्क म्हणतात.

२. पुढील काळातील कर्जासाठी ताबेहक्क : कर्जासाठी अगर वचनाची पूर्तता करण्यासाठी वस्तू तारण ठेवल्यानंतर तारण स्वीकृता तारणदात्यास पुढील काळात कर्ज देतो, त्यावेळेस तारणदात्याने तारण ठेवलेली वस्तू नंतरच्या कर्जाच्या फेडीसाठी हमी म्हणून ताब्यात ठेवण्याचा हक्क तारण स्वीकृत्याला असतो.

३. विशेष खर्च वसुलीचा हक्क : तारणस्वीकृत्याला तारण वस्तू सांभाळण्यसाठी विशेष खर्च आला तर असा खर्च तारणदात्याकडून वसूल करता येतो; पण त्या खर्चाच्या वसुलीसाठी वस्तू तारण म्हणून ठेवता येत नाही.

४. तारणदात्याच्या नावे असलेल्या वस्तूवर ताबा मिळवणे : तारणदात्याने तिऱ्हाईताकडून वर्जनीय ठरावाने अगर बलप्रयोग, कपट, असत्य विधान, नैतिक प्रभाव इत्यादी मार्गाने वस्तू मिळवली असेल आणि तिऱ्हाईताने ठराव वर्ज्य करण्यापूर्वी वस्तू

तारण स्वीकृत्याकडे पाठवली असेल तर तारणस्वीकृत्याला अशा वस्तूवर कायदेशीर ताबा मिळविण्याचा हक्क असतो.

५. कर्जवसुलीसाठी दावा लावण्याचा हक्क : तारणदात्याने करारानुसार वेळेत कर्ज परत केले नाही तर अगर वचनाची पूर्तता केली नाही तर तारण स्वीकृता तारणदात्याविरुद्ध कोर्टात दावा लावू शकतो.

६. पूरक तारण म्हणून वस्तू जवळ ठेवणे : कर्ज रकमेच्या वसुलीसाठी तारणस्वीकृता तारणदात्याविरुद्ध दावा लावून तारण वस्तू पूरक तारण म्हणून जवळ ठेवू शकतो.

७. तारण वस्तूची विक्री करण्याचा हक्क : तारणस्वीकृता, तारणदात्याने करारानुसार कर्जफेड केली नाहीतर अगर वचनाची पूर्ती केली नाही तर तारणदात्याला नोटीस देऊन तारणवस्तूची विक्री करू शकतो.

८. तारण वस्तूची विक्री करून नुकसान झाल्यास भरपाईचा हक्क : तारणवस्तूची विक्री करून येणारी रक्कम कर्जाच्या रकमेपेक्षा कमी असेल तर तारण स्वीकृता कमी असेल तेवढी रक्कम तारणदात्याकडून वसूल करू शकतो पण तारणवस्तूची विक्रीची किंमत कर्जाच्या रकमेपेक्षा जास्त असेल तेवढी रक्कम तारणदात्याला दिली पाहिजे.

२.४.३ वस्तुतारण आणि निक्षेप यांतील फरक
(Difference between Pledge and Bailment)

१. वस्तुतारणामागे कर्जासाठी हमी किंवा वचनाची पूर्तता करण्याच्या हमीसाठी हा हेतू असतो.

तर निक्षेपात वस्तू अनेक हेतूसाठी उदाहरणार्थ – दुरुस्तीसाठी, सुरक्षिततेसाठी, उपयुक्त बनवण्यासाठी इत्यादींसाठी, विशिष्ट काळासाठी पाठविली जाते.

२. वस्तुतारणातील वस्तूवरील ताबे हक्क विशिष्ट असते तर निक्षेपात वस्तूवरील ताबेहक्क सर्वसाधारण असतो.

३. वस्तुतारणाचे सर्व करार हे निक्षेपाचे करार असतात परंतु निक्षेपाचे सर्वच करार तारणाचे करार असत नाहीत. मालाची मालकी नसलेल्या व्यक्तीला वस्तू तारण केव्हा ठेवता येते.

२.४.४ मालाची मालकी नसलेल्या व्यक्तीचे वस्तुतारण
(Pledge by Non Oweners) :

वस्तूचा मालक वस्तुतारण ठेवू शकतो ; परंतु खालील परिस्थितीत व्यक्ती वस्तूची खरी मालक नसताना देखील वस्तुतारण ठेवू शकतो.

अ) व्यापार प्रतिनिधीने तारण ठेवणे : व्यापार प्रतिनिधीने खालील पद्धतीने वस्तूचे तारण ठेवणे कायदेशीर समजले जाईल.

१. व्यापार प्रतिनिधीने वस्तूच्या मूळ मालकाची संमती घेतलेली असावी.

२. तारण ठेवावयाच्या वस्तूची आणि वस्तूच्या अधिकारपत्राची मालकी व्यापारप्रतिनिधीकडे असावी.

३. नेहमीच्या व्यवहारात वस्तू तारण ठेवल्या पाहिजेत.

४. तारण स्वीकृत्याने विश्वासाने तारण स्वीकारले पाहिजे.

५. तारण स्वीकृत्याला वस्तूतील दोषातील अगर व्यापार प्रतिनिधीला असलेल्या हक्काची माहिती असता कामा नये.

ब) मालाच्या विक्रीनंतर विक्रेत्याने अगर खरेदीदाराने तारण ठेवणे : ज्यावेळेस वस्तूच्या विक्रेत्याकडे वस्तूचा ताबा असतो किंवा वस्तूच्या खरेदीदाराकडे विक्रेत्याच्या संमतीने ताबा असतो ; तेव्हा वस्तू तारण ठेवण्यासाठी खालील अटी पूर्ण कराव्या लागतात.

१. तारण स्वीकृत्याने विश्वासाने तारण स्वीकारले पाहिजे.

२. तारण स्वीकृत्याला वस्तूच्या पूर्वीच्या विक्री व्यवहाराची माहिती नसावी.

३. विक्रेता आणि खरेदीदाराला नसलेल्या अधिकाराची माहिती तारण स्वीकृत्याला नसावी.

क) मर्यादित हक्क असणाऱ्या व्यक्तीने मर्यादित तारण ठेवावे : ज्या व्यक्तीला वस्तूमध्ये मर्यादित हक्क आहे किंवा मर्यादित हितसंबंध आहे तितक्या प्रमाणात त्याने केलेले तारण कायदेशीर ठरते.

ड) मालाच्या संयुक्त मालकांनी तारण ठेवणे : ज्यावेळेस वस्तूला एकापेक्षा जास्त मालक असतात त्यावेळेस वस्तू त्याच्या ताब्यात असेल आणि तारणाला सर्वांची संमती असेल तरच तारण कायदेशीर ठरते.

इ) वर्जनीय करारातील वस्तूचे तारण : जर वस्तू एखाद्या व्यक्तीकडून बलप्रयोगाने, फसवणुकीने, असत्य विधानाने अगर नैतिक वजनाने मिळवली असेल आणि त्या व्यक्तीने वस्तू मागण्यापूर्ती तारण ठेवली तर असे तारण कायदेशीर होते. त्यासाठी तारण स्वीकृत्याला वस्तूच्या मालकी हक्काच्या दोषांबद्दल माहिती असू नये.

प्रश्न :

खालील प्रश्नांची २० शब्दांत उत्तरे लिहा.

१) नुकसानभरपाईचा करार म्हणजे काय ?

२) जामिनकीचा करार म्हणजे काय ?

३) सह–जामीनदाता म्हणजे काय ?

४) 'निक्षेप' म्हणजे काय ?

५) 'तारण' म्हणजे काय ?

६) निक्षेपाची लक्षणे कोणती ?

खालील प्रश्नांची ५ शब्दांत उत्तरे लिहा.

१) जामीनदार आपल्या जबाबदारीतून केव्हा मुक्त होतो ?

२) नुकसानभरपाईचा करार आणि जामिनकीचा करार यांतील फरक स्पष्ट करा ?

३) निक्षेपगृहीत्याची कर्तव्ये कोणती ?

४) मालमत्ता तारण ठेवणे व गहाण ठेवणे यात कोणता फरक आहे ?

खालील प्रश्नांची १५० शब्दांत उत्तरे लिहा.

१) जामिनकीचा करार म्हणजे काय ? जामीनदाराची त्याची जबाबदारी कोणती ते सांगून तो आपल्या जबाबदारीतून केव्हा मुक्त होतो ते सांगा ?

२) नुकसानभरपाईचा करार म्हणजे काय ? जामिनकीच्या कराराहून तो कसा व कोणत्या बाबतीत केला आहे ?

३) सह–जामीनदाते आणि त्यांचे परस्परसंबंध याविषयी कायद्यातील तरतुदी स्पष्ट करा.

४) निक्षेपगृहीत्याचे अधिकार व कर्तव्ये स्पष्ट करा.

५) निक्षेपदात्याचे अधिकार व कर्तव्ये सांगा.

६) तारण म्हणजे काय ? तारणगृहीत्याचे अधिकार सांगा.

७) निक्षेप आणि तारण यातील फरक स्पष्ट करा. वस्तूची मालकी नसताना वस्तू तारण ठेवता येते काय ते सांगा.

खालील प्रश्नांची ३०० शब्दांत उत्तरे लिहा.

१) नुकसानभरपाईचे करार म्हणजे काय ? त्याबाबत कोणते कायदेशीर नियम आहेत?

२) नुकसानभरपाईच्या करारातील नुकसानभरपाईचे वचन स्वीकारणाऱ्याचे हक्क सांगा.

३) नुकसानभरपाईचा करार व जामिनकीच्या करारातील फरक स्पष्ट करा.

४) जामिनकीचा करार म्हणजे काय ? जामीनदाराचे हक्क सांगा.

५) जामीनदाराची जामिनकीच्या करारातून मुक्तता केव्हा होते ते स्पष्ट करा. कोणत्या परिस्थितीत त्याची जामिनकीच्या करारातून मुक्तता होत नाही.

६) 'निक्षेप' म्हणजे काय? निक्षेपदात्याचे व निक्षेपगृहीत्याचे अधिकार व कर्तव्ये सांगा.

७) 'वस्तूतारण' या संज्ञेची व्याख्या द्या. तारण गृहीत्याचे अधिकार कोणते ? निक्षेप आणि तारण यातील फरक स्पष्ट करा.

प्रकरण ३

भारतीय मालविक्री कायदा, १९३०
The Sale of Goods Act, 1930

३.१ प्रास्ताविक (Introduction)

भारतीय मालविक्री कायदा १९३०
(The Sale of Goods Act 1930)

कोणत्याही व्यवसायात मालांची विक्री करणे ही अगदी सर्वसामान्य घटना असते. १९३० पर्यंत मालाची खरेदी विक्री भारतीय करार कायदा १८७२ (प्रकरण VII) नुसार नियमित केले जात होते. या कायद्यातील काही कलमे (कलम

भारतीय मालविक्री कायदा, १९३० / (११५)

७६ पासून १२३ पर्यंत) आणि काही स्वतंत्र कलमे घालून मालविक्री कायदा १९३० तयार करण्यात आला. १ जुलै १९३० ला 'भारतीय मालविक्री कायदा १९३०' या नावाने तो भारतीय संसदेत संमत करण्यात आला. २२ सप्टेंबर १९६३ या कायद्यातील भारतीय हा शब्द काढून टाकण्यात आला आणि त्यामध्ये काही दुरुस्ती करून 'मालविक्री कायदा (दुरुस्ती) १९६३' असे त्याचे नामकरण करण्यात आले. या कायद्यात एकूण ६६ कलमे असून जम्मू आणि काश्मिर सोडून उर्वरित भारताला हा कायदा लागू होतो.

मालाच्या विक्री कायद्यान्वये झालेल्या करारास भारतीय करार कायद्यातील बहुतेक सर्व तरतुदी लागू होतात. उदा. करारपात्र व्यक्ती, स्वेच्छेने दिलेली संमती, पैजेचा ठराव, व्यापारधंदा प्रतिबंधक ठराव वगैरे बाबतीतील तरतुदी. मात्र या दोन्ही कायद्यांमध्ये 'प्रतिफल' म्हणजे 'कराराचा मोबदला' यांच्या व्याख्येमध्ये थोडा फरक असून मालाच्या विक्री-कराराचे प्रतिफल हे मालाची किंमत (Price) म्हणजेच चलनाच्या स्वरूपात असते.

मालाच्या विक्री करारात मालाची विक्री करणारा विक्रेता हा मालाची किंमत खरेदीदाराकडून घेऊन मालाची विक्री करतो, तर मालाची किंमत देऊन खरेदीदार मालाची मालकी विक्रेत्याकडून घेतो.

व्यापारात होणाऱ्या अनेक व्यवहारांमध्ये वस्तूंच्या खरेदी-विक्री व्यवहारांना फार आपआपसातील व इतर ग्राहकांशी होणारे व्यवहार नियंत्रित करणे हा प्रस्तुत कायद्याचा मुख्य उद्देश आहे.

३.२ मालविक्री कराराची व्याख्या आणि अर्थ
(Definition and Meaning Contract of Sales of Goods)

मालविक्री कायदा १९३० कलम ४ (१) नुसार ''ज्या कराराद्वारे योग्य किमतीच्या मोबदल्यात विक्रेता आपला मालखरेदीदाराकडे हस्तांतरित करतो किंवा हस्तांतरित करण्याचा ठराव करतो. या कराराला मालविक्री करार असे म्हणतात.''

मालविक्री करार हा विनाअट किंवा शर्तींवर केला जाऊ शकतो.

या संकल्पनेत कायद्याच्या कलम ४ (२) नुसार ''मालविक्री करार'' या संकल्पनेत सर्वसामान्यपणे मालाची विक्री आणि मालविक्री ठराव या दोन्हींचा समावेश होतो.

प्रमुख व्याख्या (Important Definitions)
कोणत्याही कायद्याच्या स्पष्टीकरणासाठी त्या कायद्यातील प्रमुख संज्ञांच्या व्याख्या पाहणे आवश्यक आहे. या कायद्यातील काही प्रमुख व्याख्या –

(१) ग्राहक (क्रेता) : वस्तू खरेदी करणाऱ्या किंवा वस्तू खरेदी करणाचे कबूल करणाऱ्या व्यक्तीला 'ग्राहक' किंवा 'क्रेता' असे म्हणतात.

(२) विक्रेता : वस्तूंची विक्री करणाऱ्या किंवा विक्री करणाचे कबूल करणाऱ्या व्यक्तीला 'विक्रेता' असे म्हणतात.

(३) वस्तू किंवा माल : विक्रीचा करार म्हणजे वस्तू किंवा माल विकण्यासंबंधीचा करार त्यामुळे वस्तू किंवा माल म्हणजे काय हे पाहणे आवश्यक आहे. कलम २ (ब) प्रमाणे – व्याख्या – ''पैसा आणि दावा योग्य हक्क सोडून (Actionable Claims) सोडून कोणत्याही चल (जंगम) संपत्तीचा समावेश वस्तू किंवा माल या संज्ञेत होतो. वस्तूमध्ये कंपनीचे महामंडळाचे भाग, उभी पिके, गवत आणि जमिनीश निगडित असलेल्या किंवा विक्रीच्या वेळी जमिनीपासून वेगळ्या करावयाच्या असतात त्या वस्तूंचा समावेश होतो. या कायद्यानुसार वस्तूंचे पुढील दोन मुख्य प्रकार करण्यात आलेले आहेत.''

(अ) विशिष्ट वस्तू (Specific Goods) : वस्तू विक्रीच्या वेळी ज्या पूर्णपणे वेगळ्या काढता येतात व ज्यांची पूर्णपणे ओळख पटलेली असते अशा वस्तूंना 'विशिष्ट वस्तू' असे म्हणतात.

(ब) भावी किंवा भविष्यकालीन वस्तू (Future Goods) : म्हणजे अशा वस्तू की ज्यांच्या विक्रीचा करार होताना त्या अस्तित्वात नसतात. त्या करार झाल्यानंतर उत्पादित (Manufactured) किंवा निर्माण (Produced) केल्या जातात. उदा. तयार होत असणारी इमारत/घर.

(४) किंमत किंवा मूल्य (Price) : वस्तूंच्या खरेदीबद्दल पैशाच्या स्वरूपात विक्रेत्याला दिलेल्या मोबदल्याला 'किंमत' किंवा ' मूल्य' असे म्हणतात. किंमत ही नेहमी पैशाच्या स्वरूपात व्यक्त केली जाते.

(५) वस्तूंचे प्रदान (Delivery of Goods) : एका व्यक्तीने स्वखुषीने दुसऱ्या व्यक्तीला दिलेला वस्तूंचा ताबा म्हणजे 'वस्तूंचे प्रदान' होय.

(६) प्रदानयोग्य स्थिती (Deliverable State) : वस्तू विक्रीच्या करारानुसार ग्राहकाने वस्तू ताब्यात घेतल्यासच पाहिजेत अशा स्थितीत जेव्हा वस्तू असतात तेव्हा त्या स्थितीला 'प्रदानयोग्य स्थिती' असे म्हणतात.

(७) संपत्ती (मालमत्ता) : संपत्ती म्हणजे वस्तूंच्या किंवा मालाच्या स्वरूपातील संपत्ती. कोणत्याही चल संपत्तीचा समावेश 'संपत्ती' या संज्ञेमध्ये होईल.

आवश्यकता :

करार कायद्यातील तरतुदी या सामान्यपणे कोणत्याही कराराला लागू होतात पण ज्यावेळी विशिष्ट अटींचा किंवा शर्तींचा समावेश करणे आवश्यकता असते, तसेच ज्यावेळी एखाद्या विशिष्ट व्यवहारासाठी विशेष तरतुदींची गरज असते त्यावेळी त्यासंबंधातील विशेष कायद्याची गरज असते. विक्री व्यवहारातील फसवणुकीच्या प्रकारात किंवा अटींच्या उल्लंघनांची मर्यादा ठरविण्यासाठी तसेच कराराच्या अंमलबजावणीसाठी कायदेशीर कक्षा ठरविण्यासाठी करार कायदा अपूरा पडत होता. त्याचप्रमाणे वस्तूविक्रीतील विविधता आणि वस्तू विक्री व्यवहारात वाढलेली गुंतागुंत यामुळे माल विक्री व्यवहारासाठी स्वतंत्र कायद्याची गरज निर्माण झाली.

व्यापारात होणाऱ्या अनेक व्यवहारांमध्ये वस्तूंच्या खरेदी–विक्री व्यवहारांना स्वतंत्र कायदेशीर चौकट निर्माण करणे व व्यापाऱ्यांचे आपआपसातील व इतर ग्राहकांशी होणारे व्यवहार नियंत्रित करणे हा या कायद्याचा मुख्य उद्देश आहे.

३.३ विक्रीच्या कराराची निर्मिती (Formation of a Contract of Sale) :

ज्यावेळी कराराने मालाचे हस्तांतरण झालेले असते, त्यावेळी त्यास मालाची 'विक्री' (Sale) असे म्हणतात.

मालविक्रीचा करार म्हणजे काय ? : ''ज्या कराराद्वारे विक्रेता किमतीच्या मोबदल्यात वस्तूवरील आपला मालकी हक्क ग्राहकाला हस्तांतरित करण्याचा ठराव करतो त्या कराराला वस्तू विक्रीचा करार किंवा वस्तू विक्रीचा ठराव असे म्हणतात.''

विक्रीचे दोन प्रकार आहेत –

(अ) प्रत्यक्ष विक्री (Sale) (ब) वस्तुविक्रीचा ठराव (Agreement of Sale)

(अ) वस्तूची विक्री (Sale) : एखाद्या करारानुसार जेव्हा वस्तूंची मालकी विक्रेत्याकडून खरेदीदाराकडे हस्तांतरित झालेली असते त्यावेळी त्यास 'मालाच्या विक्रीचा करार' (Sale) असे म्हणतात.

(ब) वस्तू–विक्रीचा ठराव (Agreement of Sale) : मालाच्या विक्रीच्या करारानुसार जेव्हा मालाची मालकी खरेदीदाराकडे भविष्यकाळात हस्तांतरित व्हावयाची असते तेव्हा (किंवा काही अटींची पूर्तता केल्यावरच हस्तांतरित व्हावयाची असते तेव्हा) त्यास 'मालाच्या विक्रीचा ठराव' असे म्हणतात.

मालविक्रीच्या कराराची आवश्यक लक्षणे/वैशिष्ट्ये
(Essentials of a contract of sale of goods) :
विक्रेता व खरेदीदार यांच्यात वस्तू विकण्याचा आणि विकत घेण्याचा करार झाला

म्हणजे त्याला 'वस्तू विक्रीचा करार' असे म्हणतात. असा करार झाल्यानंतर किमतीच्या मोबदल्यात विक्रेता खरेदीदाराला वस्तूंचा मालकी हक्क हस्तांतरित करतो.

वस्तू विक्रीच्या करारासाठी आवश्यक परिस्थिती/लक्षणे :

(१) वस्तू विक्रीचा करार हा केवळ चल संपत्तीचा म्हणजेच वस्तूंच्याच विक्रीचा करार असला पाहिजे.

(२) या करारात विक्रेता आणि खरेदीदार असे दोन स्वतंत्र पक्ष असले पाहिजेत.

(३) वस्तूंची विक्री किमतीच्या मोबदल्यात झाली पाहिजे. किंमत पैशाच्या स्वरूपात असली पाहिजे. एक वस्तू घेऊन तिच्या मोबदल्यात दुसरी वस्तू देणे ही विक्री ठरणार नाही.

(४) मालविक्रीचा करार होण्यासाठी प्रस्ताव आणि त्याला स्वीकृती मिळणे आवश्यक आहे.

(५) करार करणाऱ्या व्यक्तीची करार करण्याची पात्रता, मुक्त संमती, कायदेशीर प्रतिफल, कायदेशीर उद्दिष्ट हे करार कायद्यातील आवश्यक घटक मालविक्रीच्या करारातही असणे आवश्यक असते.

(६) मालविक्रीचा करार लेखी किंवा तोंडी असू शकतो.

(७) मालविक्रीच्या करारात वस्तूंवरील मालकीहक्क करार होताच खरेदीदाराकडे जातो. त्याचबरोबर मालकी हक्काबरोबरच मालाची जोखीमही (Risk) खरेदीदाराकडे हस्तांतरित होते.

(८) वस्तूच्या विक्रीच्या करारासाठी भारतीय करार कायदा कलम १० मधील सर्व अटी पूर्ण केल्या पाहिजेत. मालविक्री कराराची वरील सर्व लक्षणे आहेत. यापैकी एखादाही घटक नसेल तर संबंधित करार योग्य करार अथवा कायदेशीर करार ठरणार नाही.

म्हणूनच वस्तूंची विक्री आणि त्यासारखेच भासणारे इतर व्यवहार ह्यात कायद्याच्या दृष्टीने फरक करण्यात येतो. त्याचे विवेचन पुढे केले आहे.

भाडे कराराने खरेदीचा ठराव (Hire Purchase Agreement) : भाडे खरेदी पद्धतीने वस्तू खरेदी केल्यास विक्रेता आणि ग्राहक यांच्यात एक ठराव होतो. ज्या ठरावाने मालाची संपूर्ण किंमत हप्त्याने देण्याचे ठरले असून सर्व हप्ते मुदतीत भरल्यास मालाची मालकी खरेदीदाराकडे जाते व मुदतीत हप्ता/हप्ते न भरल्यास, भरलेली रक्कम भाड्यापोटी जमा करून माल परत आपल्या ताब्यात घेण्याचा हक्क विक्रेत्यास असतो.

भाडे खरेदीच्या ठरावात दोन गोष्टी महत्त्वाच्या असतात – (अ) वस्तूचा विक्रेता व खरेदीदार यांच्यातील भाडे देण्या–घेण्यासंबंधीचा ठराव या ठरावानुसार ग्राहक भाड्याबद्दल निश्चित रक्कम देण्याचे कबूल करतो आणि

(ब) विक्रेत्याच्या दृष्टीने खरेदीदाराला विशिष्ट माल विशिष्ट अटीवर विकण्याचा हा एक ठराव होय. या ठरावातील अट अशी असते की, खरेदीदार ठरलेल्या वेळी हप्त्याची रक्कम विक्रेत्याला देईल. शेवटचा हप्ता दिल्यानंतर या ठरावाचे रूपांतर विक्रीमध्ये होऊन वस्तूंचा मालकी हक्क विक्रेत्याकडून खरेदीदाराकडूच जाईल. जर ग्राहकाने एखाद्या हप्त्याची रक्कम दिली नाही तर वस्तूवरील मालकी हक्क विक्रेत्याकडेच राहील व अशा परिस्थितीत संबंधित वस्तू खरेदीदाराकडून परत घेण्याचाही अधिकार विक्रेत्याला असतो.

लिलावाने मालाची विक्री (Auction Sale) : ज्यावेळी अनेक खरेदीदार जाहीर रीतीने मालाची किंमत ठरवितात व सर्वांत जास्त किंमत देऊ इच्छिणाऱ्या व्यक्तीस मालाची विक्री करण्यात येते त्यास 'मालाची लिलावाने विक्री' असे म्हणतात. मालाचा लिलाव विक्रेता किंवा त्याचा प्रतिनिधी करतो.

जेव्हा मालाची विक्री लिलावाने करावयाची असते तेव्हा लिलावाच्या तारखेची, वेळेची व ठिकाणची जाहिरात देण्यात येते. त्या तारखेस त्या ठिकाणी लिलाव बोलणारे (Bidder) हजर राहतात व मालाची किंमत बोलतात. जो सर्वांत जास्त किंमत देतो त्यास माल विकण्यात येतो. लिलाव करणारी व्यक्ती हातोडीचे तीन ठोके टेबलावर मारते. तिसरा ठोका पडला की मालाची विक्री होते. तिसरा ठोका पडण्याअगोदर लिलाव बोलणारी व्यक्ती आपला प्रस्ताव मागे घेऊ शकते. मात्र तिसरा ठोका पडला की विक्री पूर्ण होत असल्याने लिलाव बोलणाऱ्या व्यक्तीस आपला प्रस्ताव मागे घेता येत नाही.

मालाची विशिष्ट किंमत आल्याशिवाय विक्री होणार नाही अशी अट लिलाव करणारी व्यक्ती घालू शकते.

३.४ विक्री आणि विक्रीचा ठराव
(Sale and Contract of Sale)

मालाची विक्री व मालाच्या विक्रीचा ठराव यांमधील फरक
(Difference between sale and contract of sale)

फरकाचा मुद्दा	विक्री	विक्रीचा ठराव
१. कराराची अंमलबजावणी	हा वर्तमान करार आहे. यात कराराची अंमलबजावणी झालेली असते.	हा भावी करार आहे. यात कराराची अंमलबजावणी भविष्यकाळात व्हावयाची असते.
२. मालकी हक्क	विक्रीमध्ये वस्तूवरील मालकी हक्क विक्रेत्याकडून ग्राहकाकडे ताबडतोब जातो.	विक्रीच्या ठरावात मालकी हक्कांचे हस्तांतरण विक्रीच्या ठरावाच्यावेळी ताबडतोब होते नाही. वस्तूंचा मालकी हक्क काही काळानंतर किंवा काही अटी पूर्ण झाल्यानंतर खरेदीदाराला मिळतो.
३. वस्तूची किंमत वसूल न झाल्यास	खरेदीदाराने मालाचे पैसे दिले नाहीत तर विक्रेता किंमत वसुलीकरिता ग्राहकांविरुद्ध दावा करून किंमत वसूल करू शकतो.	विक्रीच्या ठरावातील वस्तूंची किंमत खरेदीदाराने दिली नाही किंवा वस्तु घेतल्या नाहीत, तर विक्रेता किंमत वसुलीकरिता ग्राहकावर दावा दाखल करू शकणार नाही. तो फक्त वचन– भंगामुळे झालेल्या नुकसान– भरपाईबद्दल दावा दाखल करू शकतो.
४. नुकसान भरपाई– बाबत जबाबदारी	विक्रीनंतर मालाचे काही नुकसान झाल्यास त्याची जबाबदारी खरेदीदारावर असते. मग वस्तू खरेदीदाराच्या ताब्यात असो किंवा विक्रेत्याच्या.	याउलट विक्रीच्या ठरावातील मालाचे नुकसान झाल्यास त्याची जबाबदारी विक्रेत्यावर असते. मग वस्तू खरेदीदाराच्या ताब्यात असो वा विक्रेत्याच्या.
५. मालाची विक्री	विक्रेत्याने खरेदीदाराला विकलेल्या वस्तूंची फेरविक्री केल्यास खरेदीदार विक्रेत्या– कडून आपणास झालेली	मालाची मालकी खरेदीदाराकडे गेलेली नसल्याने विक्रेत्याने फेर– विक्री केल्यास खरेदीदाराला फक्त नुकसानभरपाई मागता येते.

भारतीय मालविक्री कायदा, १९३० / (१२१)

	नुकसानभरपाई मागू शकतो व ज्या व्यक्तीने तो माल फेर-विक्रीमध्ये घेतला आहे त्याविरुद्ध ताबा मिळण्यासाठी दावा करू शकतो.	मात्र मालाचा ताबा मागता येत नाही.
६.माला संबंधीचे हक्क	मालाची मालकी खरेदीदाराकडे ताबडतोब गेल्याने तो ते हक्क जगातील सर्व व्यक्तींच्या विरुद्ध वापरू शकतो.	माल विक्रीच्या ठरावात मालकी विक्रेत्याकडे राहिल्याने मालाबाबत हक्क व अधिकार जेव्हा खरेदीदारास मिळतात तेव्हा त्याचा उपयोग त्याला विक्रेत्याविरुद्ध (Right in Person) च करता येतो.
७. माल न स्वीकारल्यास	खरेदीदाराने माल खरेदी करण्याचे नाकारल्यास विक्रेता मालाच्या किंमतीसाठी दावा करून किंमत वसूल करू शकतो.	खरेदीदाराने माल न स्वीकारल्यास विक्रेता फक्त नुकसानभरपाई मागू शकतो.
८. खरेदीदार दिवाळखोर झाल्यास	करार झाल्यानंतर खरेदीदार दिवाळखोर झाल्यास करारा-तील वस्तूंवर विक्रेत्याचा ताबेहक्क नसल्यास विक्रेत्याने सदरची वस्तू खरेदीदाराच्या अधिकृत प्रतिनिधीकडे दिली पाहिजे.	मालाची किंमत देण्याच्या आतच खरेदीदार दिवाळखोर झाल्यास विक्रेता, संपूर्ण किंमत मिळत नसेल तर खरेदीदाराच्या अधिकृत प्रतिनिधीस माल देण्याचे नाकारू शकतो.
९. विक्रेता दिवाळखोर झाल्यास	करार झाल्यानंतर विक्रेता दिवाळखोर बनल्यास खरेदीदार विक्रेत्याच्या अधिकृत प्रतिनिधीकडून वस्तूचा ताबा मागू शकतो.	विक्रेता दिवाळखोर बनल्यास खरेदीदाराने वस्तूंची किंमत दिली असल्यास खरेदीदाराला मालाची मागणी करता येत नाही. मात्र दिवाळखोर विक्रेत्याच्या मालमत्ते-तून येईल ती किंमत स्वीकारावी लागते.

३.५ वस्तू आणि तिचे वर्गीकरण
(Goods and their Classification)

मालाच्या कराराची विषय–वस्तू (Subject matter of the Contract of Sale) : विक्री–करार हा माल विकण्यासंबंधीचा करार होय. त्यामुळे विक्रीच्या कराराची विषयवस्तू म्हणजे विषय किंवा माल. अनेक प्रकारच्या चल वस्तूंचा माल यामध्ये समावेश होतो. ज्या ज्या मालाचे हस्तांतरण होऊ शकते. त्या वस्तूला 'माल' असे म्हणता येईल. उदा. कापड, धान्य, फर्निचर, सोने, चांदी इ. भाग अचल संपत्तीचा उदा.जमीन, इमारत इ.चा 'वस्तू' मध्ये समावेश होत नाही. परंतु जमिनीशी निगडित असलेल्या पण जमिनीपासून वेगळ्या केल्या जाऊ शकणाऱ्या आणि ज्यांचे हस्तांतरण होऊ शकते, अशा वस्तूंचा समावेश 'वस्तू' मध्ये होतो. उदा. शेतीतील पिके, गवत इ.

वस्तूंचे प्रकार : पुढील तीन मुख्य प्रकार आहेत.

(१) विद्यमान किंवा हजर वस्तू (Existing Goods)

(२) भावी वस्तू (Future Goods)

(३) संभाव्य किंवा घटनाश्रित वस्तू (Contingent Goods)

विद्यमान किंवा हजर वस्तू : या वस्तूचे खालीलप्रमाणे वर्गीकरण करता येते.

(अ) विशिष्ट किंवा निश्चित वस्तू (Ascertained Goods)

(ब) अनिश्चित वस्तू (Unascertained Goods)

(अ) विशिष्ट किंवा निश्चित वस्तू : जी वस्तू विक्रीच्या वेळी विद्यमान आहे, जिची विक्रेता व खरेदीदार यांना ओळख पटली आहे व जिच्या विक्रीबाबत एकमत झालेले आहे अशा वस्तूला विशिष्ट किंवा निश्चित वस्तू असे म्हणतात. या प्रकारच्या वस्तू विक्रीसमयी विद्यमान असतात आणि त्यांची निवड, छाननी, मोजमाप करून त्या वेगळ्या करता येतात.

(ब) अनिश्चित वस्तू (Generic or Unascertained Goods) : ज्या वस्तू निश्चित नाहीत अथवा अनिश्चित असतात, विक्रीच्या वेळी विद्यमान नसतात, वर्णनाद्वारे किंवा वर्णन आणि नमुन्याद्वारे त्यांची विक्री होते.

(२) भावी किंवा भविष्यकालीन वस्तू (Future Goods) : विक्रीच्या ठरावाच्या वेळी ज्या वस्तू विद्यमान किंवा उपलब्ध नसतात त्या वस्तूंना भावी किंवा भविष्यकालीन वस्तू असे म्हणतात. या वस्तू करार झाल्यानंतर तयार किंवा उत्पन्न केल्या जातात.

(३) संभाव्य किंवा घटनाश्रित वस्तू (Contingent Goods) : संभाव्य वस्तू म्हणजे अशा वस्तू की, ज्यांच्या विक्रीचा ठराव केला जातो त्यावेळी त्या वस्तू

विक्रेत्याजवळ विद्यमान नसतात. परंतु या वस्तू इतर कोणाजवळ तरी उपलब्ध असतात आणि विशिष्ट घटना घडल्यानंतर त्या विक्रेत्याजवळ येतात. या वस्तूंमध्ये भावी वस्तूंचाही समावेश होतो.

भावी आणि संभाव्यश्रित वस्तू विकण्यासंबंधी 'करार' हे 'विक्रीचे ठराव' (Agreement of Sale) ठरतात तर विशिष्ट किंवा निश्चित वस्तू विकण्यासंबंधीचे करार हे 'विक्रीचे करार' (Contract of Sale) ठरतात.

वस्तूंच्या प्रकारानुसार त्यांच्या मालकी हक्कांचे हस्तांतरण विशिष्ट किंवा निश्चित वस्तूंच्या विक्रीचा करार झाल्यानंतर त्वरित त्या वस्तूंचा मालकी हक्क आणि त्या वस्तूंची जोखीम (Risk) विक्रेत्याकडून खरेदीदाराकडे हस्तांतरित होते.

अनिश्चित वस्तूंच्या विक्रीचा ठराव झाल्यानंतर वस्तूंचा मालकी हक्क त्या वस्तू निश्चित झाल्याशिवाय खरेदीदाराकडे हस्तांतरित होत नाही.

मालाची किंमत/मूल्य आणि विक्रीच्या करारात त्याचे महत्त्व : माल विक्रीचा करार कायदेशीर होण्यासाठी त्यात प्रतिफलाची गरज असते. माल विक्रीच्या करारात माल ज्या पैशाच्या प्रतिफलासाठी विकला जातो त्यास मालाची 'किंमत/मूल्य' असे म्हणतात. माल विक्रीच्या करारात वस्तूंच्या मालकी हक्कांचे हस्तांतरण मूल्याच्या मोबदल्यात झाले पाहिजे.

मालाची किंमत ही रोख रकमेत, चेकद्वारे, हुंडीद्वारे विक्रेत्यास दिली जाते. माल विक्रीचा करार कायदेशीर होण्यासाठी मालाची किंमत पैशाच्या स्वरूपात देण्याचा ठराव विक्रेता व खरेदीदार यांच्या दरम्यान होणे आवश्यक असते.

मूल्याचे आवश्यक घटक :

(अ) वस्तूंचे मूल्य हे पैशाच्या स्वरूपात असले पाहिजे.

(ब) ते निश्चित किंवा निश्चित करण्यायोग्य असले पाहिजे.

(क) ते वास्तविक असले पाहिजे, काल्पनिक नको.

मालाची किंमत ठरविण्याच्या पद्धती (Modes of Fixing Prices) : सामान्यत: विक्रेता व खरेदीदार आपसात बोलणी करून वस्तूंची किंमत ठरवितात किंवा मालविक्रीच्या करारात निर्देशित पद्धतीनुसार मूल्य ठरविले जाते.

मालविक्री कायद्याच्या कलम ९ व १० प्रमाणे मूल्य/किंमत निर्धारणासंबंधी पुढील नियम आहेत –

(१) विक्रेता आणि खरेदीदारी परस्पर संमतीने विक्रीच्या करारात वस्तूंची कोणतेही मूल्य निश्चित करू शकतात. मग हे मूल्य/किंमत योग्य आहे किंवा नाही यासंबंधी न्यायालयाला चौकशी करता येत नाही.

(२) विक्रीच्या करारात मूल्य निर्धारणाची जी विशिष्ट पद्धत निर्देशित केलेली असेल त्याप्रमाणे मूल्यनिर्धारण केले जाते.

(३) व्यापारी क्षेत्रात मूल्य निर्धारणाची जी पद्धत चालत आलेली असेल त्या पद्धतीप्रमाणे मूल्यनिर्धारण होऊ शकेल.

(४) वरील कोणत्याही पद्धतीप्रमाणे वस्तूंचे मूल्य ठरले नसेल तर खरेदीदाराने वस्तूंचे योग्य किंवा वाजवी (Reasonable) मूल्य देणे आवश्यक आहे. योग्य मूल्य काय राहील हे संबंधित व्यवहारातील पद्धतीनुसार ठरविले जाईल (कलम ९(२))

(५) मूल्य/किंमत निर्धारण खरेदीदार व विक्रेता सोडून एखाद्या त्रयस्थ, तिऱ्हाईत पक्षामार्फत होईल असे उभयपक्ष ठरवू शकतात. परंतु या तिऱ्हाईत व्यक्तीने मूल्य निर्धारण केले नाही तर माल विक्रीचा ठराव व्यर्थ होईल. (कलम १०/११)

मूल्य/किंमत देण्याच्या पद्धती (Mode of Payment) वस्तूंचे ठरलेले मूल्य खरेदीदाराने देशात प्रचलित आलेल्या चलनातच विक्रेत्याला देणे आवश्यक आहे. इतर कोणत्याही स्वरूपात दिलेले मूल्य स्वीकारण्याकरिता विक्रेता जबाबदार राहणार नाही. परंतु विक्रेत्याने स्पष्ट किंवा ध्वनित करार करून इतर चलनात दिलेले मूल्य स्वीकारण्याचे मान्य केले असेल तरच, विदेशी चलनात किंवा धनादेश अथवा हुंडीच्या स्वरूपात ग्राहकाने दिलेले मूल्य स्वीकारण्यासाठी विक्रेता जबाबदार राहील.

वस्तू खरेदीच्या वचनाच्या पालनाबाबत हमी म्हणून कधीकधी ग्राहक वस्तूंच्या एकूण किमतींपैकी काही रक्कम आगाऊ देतो. वस्तूंच्या मूल्याच्या संपूर्ण रकमेतून खरेदीदाराने ही आगाऊ रक्कम वळती करून घ्यावी. विक्रीच्या कराराबाबत ग्राहकाकडून चूक झाल्यास ही रक्कम जप्त केली जाऊ शकते. याउलट विक्रेत्याकडून काही चूक झाल्यास ही रक्कम विक्रेत्याने ग्राहकाला परत करणे आवश्यक राहील.

३.६ मालविक्री करारातील प्रमुख व दुय्यम अटी

(Conditions and Warranties in the Contract of Sale) :

मालविक्रीचा करार होत असताना विक्रेता आणि ग्राहक काही अटी किंवा अपेक्षा नमूद करत असतात. उदा. वस्तूंचा दर्जा काय राहील, वस्तूंचे हस्तांतरण केव्हा व कोठे देण्यात येईल, वस्तूंची किंमत केव्हा, कोठे दिली जाईल, वस्तूंची ने-आण करण्याचा खर्च कोणी करावा इ. खरेदीदार-विक्रेता यांच्यामध्ये काही वेळा अशा अटी ठरतील की त्यांच्या पूर्ततेशिवाय करार पूर्तता अशक्य होईल. काही अटी केवळ करारपूर्ततेस मदत करणाऱ्या असतील, यामध्ये परस्परांनी एकमेकांना घातलेली बंधने एकतर 'अटी' (प्रतिबंध) किंवा ती 'आश्वासने' (अपेक्षा) असतात.

वस्तू विक्रीच्या करारातील प्रतिबंध आणि आश्वासने : प्रतिबंध/प्रमुख अटी (Conditions) :

'मालाच्या विक्रीच्या करारातील जी अट करारातील मुख्य उद्दिष्ट पूर्ण होण्यास आवश्यक असते आणि एका व्यक्तीने ती अट पूर्ण न केल्यास दुसऱ्या व्यक्तीला करार रद्द करण्याचा हक्क प्राप्त होतो. त्या अटीस प्रमुख अट/प्रतिबंध असे म्हणतात.' (कलम १२(२)) (ëA condition is a stipulation essential to the main purpose of the contract the breach of which gives rise to treat the contract as a repudiated.)

मालविक्रीच्या करारात तो करार पूर्ण होण्याच्या दृष्टीने काही अटी महत्त्वाच्या असतात. एखाद्या व्यक्तीने कराराची पूर्तता करण्याच्या दृष्टीने एखादी अट पूर्ण न केल्यास कराराची पूर्तता होणेच अशक्य असते व दुसऱ्या व्यक्तीना करार रद्द करण्याचा हक्क प्राप्त होतो. तेव्हा अशा अटीस 'प्रमुख अट' असे म्हणतात.

उदा. 'अ'ने 'ब'कडून रत्नागिरी २४ या नमुन्याचा तांदूळ खरेदी करण्याचा करार केला असता 'ब'ने 'अ'ला त्याच नमुन्याचा माल पाठविला पाहिजे. समजा, त्याने जर 'आंबेमोहोर' अगर 'बासमती' या दुसऱ्या नमुन्याचा माल पाठविला तर करारातील प्रमुख अट म्हणजे 'रत्नागिरी २४' तांदूळ पाठविणे ही अट पाळली गेली नाही. म्हणून प्रमुख अटीचा भंग झाला असे समजण्यात येईल. 'अ'ने आपल्याला विशिष्ट म्हणजे 'रत्नागिरी २४ तांदूळ' पाहिजे म्हणून करार केलेला असतो. अशा वेळी जर दुसऱ्या दर्जाचा तांदूळ/माल पाठविला तर हा करार रद्द करू शकतो.

दुय्यम अट/आश्वासन (Warranty) : 'मालाच्या विक्रीच्या करारातील जी अट करारातील प्रमुख उद्दिष्ट पूर्ण होण्यास पूरक (Collateral) असते आणि ती अट एका व्यक्तीने पूर्ण केली नाही तर, दुसऱ्या व्यक्तीस नुकसानभरपाई मागण्याचा हक्क प्राप्त होतो. अशा अटीला दुय्यम अट/आश्वासन असे म्हणतात.' मात्र या अटीचा भंग झाल्यास खरेदीदाराला माल परत पाठविण्याचा आणि करार रद्द करण्याचा हक्क नसतो. **(कलम १२(३))**

(A warranty is a stipulation collcteral to the main purpose of the contract, the breach of which gives rise to a claim for damages but not a right to reject the goods and treat the contract as a repudiated.)

मालविक्रीच्या व्यवहारामध्ये हा व्यवहार पूर्ण व्हावा म्हणून अशा काही अटी करारात घालता येतात की, ज्यांच्यामुळे अटींची पूर्तता होणे हे कराराच्या पूर्ततेसाठी पूरक असते. म्हणजे अशी अट ही कराराची पूर्तता होण्यास आवश्यक नसली तरी ती पूरक

असते. करारातील अशा अटीला 'दुय्यम अटी/आश्वासन' असे म्हणतात. या अटीची पूर्तता एका व्यक्तीकडून न झाल्यास दुसऱ्या व्यक्तीस करार रद्द करण्याचा अधिकार मिळत नाही, मात्र त्या व्यक्तीला नुकसान भरपाई मागता येते.

उदा.'अ'ने 'ब' या तांदूळ विक्रेत्याकडून ५० पोती तांदूळ 'अ'च्या दुकानी पाठविण्याचा करार केला. परंतु 'ब'ने तो तांदूळ 'अ'च्या दुकानी न पाठविता त्याच्या दुसऱ्या ठिकाणी असलेल्या गोडाऊनला पाठविला म्हणून दुय्यम अटीचा भंग झाला असून 'अ'यास गोडाऊनमधून माल/तांदूळ दुकानी आणण्याचा जो वाहतुकीचा खर्च झाला तो 'ब'कडून नुकसानभरपाई म्हणून वसूल करता येईल.

प्रमुख अटीचा भंग हा आश्वासन–भंग म्हणून केव्हा मानता येईल.

मालविक्रीच्या करारातील काही महत्त्वाच्या अटीचे पालन झाले नाही तर निर्दोष पक्षाला विक्रीचा करार रद्द करण्याचा तसेच त्याबाबत नुकसानभरपाई मागण्याचा अधिकार मिळतो. परंतु विक्रेत्याने प्रमुख अटीचा भंग केला असला तरी निर्दोष पक्ष करार रद्द न करता अटीच्या भंगामुळे त्याला झालेल्या नुकसानीच्या भरपाईची मागणी करीत असेल तर प्रमुख अटी भंग हा 'आश्वासन भंग' झाल्याचे मानले जाईल.

विक्रेत्याने प्रमुख अटीचा भंग केला असला तरी खालील परिस्थितीला दुय्यम अटीचा भंग झाला आहे असे समजता येते.

१. आपखुषीने स्वत: हक्क सोडून देणे : विक्रेत्याने प्रमुख अटीचा भंग केला असताही खरेदीदार करार रद्द न करता त्याच्या खुशीने करार रद्द करण्याचा हक्क स्वत:हून सोडून देतो व दुय्यम अटीचा भंग झाला आहे असे समजतो. यावेळी खरेदीदाराने दुय्यम अटीचा भंग झाला असे मानल्यामुळे त्याला नुकसानभरपाई मागता येते. मात्र प्रमुख अटीचा भंग झाला असता तो दुय्यम अटीचा भंग झाला असे मानल्यामुळे त्यास करार रद्द करता येत नाही आणि तसा एकदा खरेदीदाराने निर्णय घेतला तर त्याला नंतर बदलता येत नाही.

उदा.'क्ष'ने 'य'ला १ जानेवारी रोजी १०० पोती तांदूळ पाठविण्याचा करार केला. १०० पोती तांदूळ १ जानेवारीला न पाठविता १ फेब्रुवारीला पाठविला. 'य'ने 'क्ष'चा पाठविलेला माल स्वीकारल्यास त्यास 'क्ष'कडून फक्त नुकसानभरपाई मागता येते. यामध्ये 'क्ष'कडून प्रमुख अटीचा भंग झालेला असतानाही त्याचे रूपांतर जणू दुय्यम अटीचा भंग झालेला असतानाही त्याचे रूपांतर जणू दुय्यम अटीचा भंग झालेला आहे असे मानून दुय्यम अटीत केले असे मानण्यात येते.

२. वस्तू वेगळ्या करणे शक्य नसेल तेव्हा एकसंघी माल स्वीकारल्यास: जेव्हा विक्रीचा माल वेगळा करणे शक्य नसेल आणि खरेदीदाराने त्या संपूर्ण मालापैकी

प्रतिबंध अट / प्रमुख अट आणि /दुय्यम अट/आश्वासन यातील फरक

प्रमुख अट/प्रतिबंध	दुय्यम अट/आश्वासन
१. मालविक्रीच्या करारातील प्रमुख उद्दिष्ट पूर्ण करण्यासाठी ज्या अटीची पूर्तता होणे आवश्यक असते त्याला प्रमुख अट/प्रतिबंध म्हणतात. या अटीच्या पूर्तेशिवाय मुख्य उद्दिष्ट पूर्ण होत नाही.	१.मालविक्रीच्या ठरावातील जी अट/ आश्वासन मुख्य उद्दिष्ट पूर्ण करण्यास पूरक अगर साहाय्यक असते त्याला दुय्यम अट/आश्वासन म्हणतात. मुख्य उद्देशाची पूर्तता आश्वासनाच्या पूर्तेवर अवलंबून नसते.
२. प्रतिबंधाचे/प्रमुख अटीचे पालन न झाल्यास वा भंग झाल्यास निर्दोष/दुसऱ्या व्यक्तीला करार रद्द करण्याचा किंवा नुकसानभरपाई मागण्याचा किंवा हे दोन्ही अधिकार मिळतात.	२.आश्वासनाचे पालन न झाल्यास निर्दोष/ दुसऱ्या व्यक्तीला करार रद्द करता येत नाही. या व्यक्तीला दोषी व्यक्तीकडून फक्त नुकसान– भरपाईची मागणी करण्याचा अधिकार मिळतो.
३. एखाद्या वेळी प्रमुख अटीचा भंग झाल्यास तो दुय्यम अटीचा भंग झाला आहे असे समजता येते, म्हणजेच प्रमुख अटींचे रूपांतर दुय्यम अटीत करता येते.	३. परंतु आश्वासन/दुय्यम अटीचा भंग झाल्यास त्याला प्रमुख अटीचा भंग झाला असे मानता येणार नाही.

मालाचा काही भाग स्वीकारला असेल तर तो राहिलेला माल घेण्याचे नाकारू शकत नाही.

उदा. 'क्ष'ने 'य'कडून रत्नागिरी २४ या नमुन्याचा तांदूळ मागितला असता नमुनेदाखल आलेला तांदूळ हा संपूर्ण मिसळलेला तांदूळ आहे व त्यामध्ये वेगवेगळ्या जातीचा कमी दर्जाचाही तांदूळ मिसळलेला आहे. हे 'क्ष'ला कळलेले असतानाही त्याने नमुनेदाखल आलेल्या १० पोती तांदूळातील ३ पोती खर्च केली. २ पोती आपल्या दुकानातून दुसऱ्याला विकली तर त्याला उरलेला ५ पोती तांदूळ नमुनेदाखल नाही म्हणून परत पाठविता येणार नाही.

३. मालाचे हस्तांतरण झालेले असल्यास : ज्या वस्तूंचा मालकीहक्क खरेदीदाराकडे हस्तांतरित झालेला आहे अशा विशिष्ट मालाचा विक्री–करार झालेला असेल आणि विक्रेत्याने पूर्ण करायला हवी अशी एखादी अट पूर्ण न करता प्रमुख अटीचा भंग केला असेल तर खरेदीदार हा प्रमुख अटीचा भंग आश्वासन/दुय्यम अट

भंग मानू शकेल.

४. निश्चित/विशिष्ट वस्तू करारामध्ये अटीचा भंग झाल्यास : विशिष्ट किंवा निश्चित अशा मालाचा विक्रि करार झाल्यास त्या मालाचा मालकी हक्क ताबडतोब विक्रेत्याकडून खरेदीदाराकडे जातो. अशा वेळी मालकी हक्क खरेदीदाराकडे गेला असताना विक्रेत्याने एखाद्या अटीचे पालन केले नाही. तरी खरेदीदार आपल्या इच्छेनुसार करार अमलात आणू शकेल. अशा वेळी प्रमुख अटीचा भंग हा दुय्यम अटीचा भंग झाला असे मानण्यात येईल.

विक्रीच्या करारातील अध्याहृत प्रमुख अटी व दुय्यम अटी

(Implied Conditions and Warranties in Contract of Sale) :

मालविक्रीच्या करारामध्ये विक्रेता व खरेदीदार काही अटी स्वत: विचारांती ठरवितात. काही आश्वासने ठरवितात. यापैकी कोणती प्रमुख अट व कोणती दुय्यम अट मानावी याबाबतही स्पष्टपणे ठरविलेले असते. त्यांना 'प्रकट अटी व आश्वासने' (Expressed Conditions and Warranties) असे म्हणतात. परंतु अटी व आश्वासने खरेदीदार व विक्रेता स्पष्टपणे न ठरविताही मालविक्रीच्या कायद्याने करारात अंतर्भूत आहेत असे मानले जाते. म्हणजे या अटी व आश्वासने कायद्याने करारात अंतर्भूत केली जातात त्यांना 'अध्याहृत अटी' (Implied) व 'अध्याहृत आश्वासने' असे म्हणतात. अशा ध्वनित/गृहीत किंवा अध्याहृत अटी व आश्वासने याचे पालन करण्याची जबाबदारी करारातील दोन्ही पक्षांवर राहते.

अध्याहृत प्रमुख अटी (Implied Conditions) :

१. मालाच्या मालकी हक्काबाबतची प्रमुख अट (Condition as to Title) : विक्रेता खरेदीदाराला जो माल विकतो तो माल विकण्याचा कायदेशीर हक्क त्याला असणे आवश्यक आहे. कारण मालाच्या विक्रीच्या ठरावात मालाची मालकी विक्रेत्याकडून खरेदीदाराकडे जात असते. त्यामुळे विक्रेत्याला मालाची मालकी नसेल तर खरेदीदार तो ठराव रद्द करू शकतो.

२. मालाच्या वर्णनाबाबत प्रमुख अट (Conditions as to the Description of Goods) : खरेदीदार माल घेत असताना मालाची विक्री मालाचे वर्णन करून केली जाते. त्यावेळी खरेदीदाराला विकलेली वस्तू ही करारात वर्णन केल्याप्रमाणे असली पाहिजे.

३. मालाच्या नमुन्याबाबत प्रमुख अट (Conditions as to the Sample) : मालाची खरेदीदाराला विक्री करत असताना त्याला एखादा नमुना दाखवून खरेदी

नमुन्यानुसार केली असेल तर खरेदीदाराला दिलेला सर्व माल हा त्याने पसंत केलेल्या नमुन्यानुसार असला पाहिजे. हा पाठविलेला माल नमुन्यानुसार आहे की नाही हे तपासून पाहण्याची संधीही खरेदीदारास दिली पाहिजे. अशी तपासणी करताना मालामध्ये वरवर सहज दिसणारा अंतर्गत दोष नसला पाहिजे असा दोष आढळल्यास खरेदीदाराला माल नाकारण्याचा हक्क राहतो.

४. मालाचा नमुना व वर्णन या दोन्ही नुसार केलेल्या विक्रीबाबत प्रमुख अट (Conditions as to Sample and Description) : मालाची विक्री नमुना आणि वर्णन या दोन्हीच्या आधारावर झाली असेल तर विक्रेत्याने खरेदीदाराला दिलेल्या वस्तू नमुना आणि वर्णन या दोन्हीप्रमाणे असल्या पाहिजेत.

५. खरेदीदाराने विक्रेत्याकडून घेतलेला माल त्याची गरज भागविणारा असला पाहिजे : मालाची खरेदी करत असताना ती कोणत्या कामासाठी केली जाते याचे कारण खरेदीदाराने विक्रेत्याला सांगितले असेल आणि खरेदी करताना तो पूर्णपणे विक्रेत्याच्या कौशल्यावर, निर्णयावर अवलंबून राहिला असेल तर खरेदीदाराने खरेदी केलेली वस्तू त्याच्या कामासाठी उपयोगी पडली पाहिजे. तो माल खरेदीदाराची गरज पूर्ण करणारा असला पाहिजे. यासंबंधी करारात ध्वनित प्रमुख अट अंतर्भूत असते.

मात्र मालाच्या खरेदी वेळी त्या मालाचे गुण, प्रत, दर्जा, त्याचा उपयोग यासंबंधी काही अध्याहृत प्रमुख अटी या विक्रीच्या करारात नसतात. कारण त्याला कायद्याचा 'खरेदीदाराने सावध असले पाहिजे' हा नियम लागू होतो.

खरेदीदार सावधान (Rule of Caveat Emptor or Buyer Beware) : खरेदीदार वस्तूंची खरेदी करत असताना त्याने स्वत: मालाचे नीट परीक्षण करावे. वस्तू तपासून, हाताळून पाहावी. ती ज्या कारणासाठी तो विकत घेतो आहे तो आपला हेतू साध्य होतो की नाही याचे समाधान झाल्याशिवाय, त्याची स्वत:ची खात्री पटल्याशिवाय त्याने वस्तू खरेदी करू नये. कारण विक्रेता फक्त खरेदीदाराने मागितलेला माल देत असतो. त्याने विकलेला माल जर खरेदीदाराने निष्काळजीपणे तपासणी न करता घेतला तर तो माल खरेदीदाराची गरज पुरवितो की नाही हे पाहण्याची जबाबदारी विक्रेत्याची नसते. त्यामुळे तो माल खरेदी करताना, तिचा दर्जा, उपयोग, गुणधर्म इ.सर्व बाबी या खरेदीदाराने पाहिल्या पाहिजेत व त्याबद्दल 'खरेदीदार सावधान' असे कायद्याच्या भाषेत म्हटले जाते. म्हणजे खरेदीदाराने वस्तू खरेदी केल्यानंतर ती त्याच्या उपयोगी पडलीच पाहिजे अशी गृहीत प्रमुख अट किंवा दुय्यम अट या मालविक्रीच्या करारात नाही त्यामुळे खरेदीदाराने एखादी वस्तू खरेदी केल्यानंतर तिच्यात दोष आढळून आल्यास किंवा ती खराब निघाल्यास त्याकरिता खरेदीदार स्वत:च जबाबदार राहील. त्याची

कोणतीही जबाबदारी विक्रेत्यावर येत नाही. त्यामुळे ही सदोष वस्तू/माल परत घेण्यासही विक्रेता जबाबदार राहणार नाही. या नियमालाच 'खरेदीदार सावधान' असे म्हणतात.

'खरेदीदार सावधान' या नियमाला अपवाद : सर्वसाधारणपणे माल खरेदीच्या बाबतीत जरी हा 'खरेदीदार सावधान' नियम लागू असला तरी खालील अपवादात्मक परिस्थितीत मात्र हा नियम काटेकोरपणे लागू होणार नाही. म्हणजेच खरेदीदाराने खरेदी केलेली वस्तू ही त्याच्या खरेदीचा उद्देश, हेतू पूर्ण करणारी असली पाहिजे असाही खालील अपवादात्मक परिस्थितीत नियम आहे –

(१) वस्तूची खरेदी करीत असताना खरेदीदाराने विक्रेत्याला ती वस्तू कोणत्या कारणासाठी कशासाठी पाहिजे आहे हे स्पष्टपणे सांगितले व या वस्तूच्या निवडीबाबत तो विक्रेत्याच्या निवडीवर पूर्णपणे अवलंबून राहिला तर ती वस्तू खरेदीदाराने स्पष्टपणे सांगितलेल्या त्याच्या विशिष्ट कारणासाठी उपयोगी पडलीच पाहिजे मात्र अशी वस्तू व्यापाऱ्याच्या म्हणजेच विक्रेत्याच्या नेहमीच्या रोजच्या व्यवहारातील वस्तू असली पाहिजे.

मात्र खरेदीदाराने व्यवहारात रूढ असलेल्या अशा एखाद्या विशिष्ट व्यापारी मुद्रेची अथवा विशिष्ट नावाची वस्तू मागितली व तीच विक्रेत्याकडून खरेदी केली तर ती वस्तू खरेदीदाराची विशिष्ट गरज पूर्ण करणारी आहे की नाही हे पाहण्याची जबाबदारी विक्रेत्यावर नाही.

(२) विक्रेत्याने एखादी वस्तू जर वर्णनाने खरेदीदारास विकली असेल तर ती वस्तू त्या वर्णनाबरहुकूम असली पाहिजे.

(३) एखाद्या वस्तूचा उपयोग कोणत्या विशिष्ट कारणासाठी किंवा कोणत्या हेतूसाठी करावयाचा हे व्यापारी रूढी, प्रथा, संकेत वा रीवाजाने ठरविलेले असेल तर ती वस्तू अशा ठरलेल्या उपयोगासाठी योग्य असली पाहिजे.

(४) एखादी वस्तू जी खाणेयोग्य वा पिण्यायोग्य आहे अशाच उपयोगासाठी विक्रेत्याने त्या वस्तूंची विक्री केली असेल तर ती वस्तू त्या संबंधित उपयोगासाठी योग्यच असली पाहिजे ती अपायकारक असता कामा नये.

(५) वस्तूची विक्री करताना विक्रेत्याने खरेदीदाराची जाणूनबुजून फसवणूक केली असेल, तर त्यावेळी वरील मालविक्री कायद्यातील 'खरेदीदार सावधान' हा नियम लागू होणार नाही व त्यामुळे अशा वेळी खरेदीदार विक्रेत्याला पूर्णपणे जबाबदार धरून खरेदी रद्द करू शकेल.

अध्याहृत दुय्यम अटी/आश्वासने (Implied Warranties) :
(१) खरेदीदाराने विक्रेत्याकडून खरेदी केलेल्या मालाचा संपूर्ण ताबा त्यास

मिळाला पाहिजे. म्हणजेच खरेदीदाराने खरेदी केलेल्या मालाच्या मालकी हक्कात कोणासही हस्तक्षेप करता येणार नाही व तसा कोणी हस्तक्षेप केला तर विक्रेत्याने खरेदीदारास नुकसानभरपाई दिली पाहिजे.

(२) खरेदीदाराने विक्रेत्याकडून घेतलेल्या वस्तूवर तिऱ्हाईताचा कोणताही तारण हक्क नसला पाहिजे. जर असा तिऱ्हाईताचा त्या वस्तूवर तारण हक्क असेल तर आणि खरेदीदाराला त्या तिऱ्हाईत व्यक्तीचे कर्ज फेडण्यासाठी काही रक्कम खर्च करावी लागली तर, तो ती रक्कम विक्रेत्याकडून कायद्याने वसूल करून घेऊ शकतो.

(३) एखाद्या वस्तूचा उपयोग कोणत्या कारणासाठी वा हेतूसाठी करावयाचा हे बाजारातील रूढी व रीतीरिवाजानुसार ठरविले गेले असेल त्यावेळी ती वस्तू त्या विशिष्ट कारणासाठी/हेतूसाठी उपयोगी असली पाहिजे.

३.७ मालाच्या मालकी हक्कांचे हस्तांतरण

(Transfer of Ownership of Goods Between Seller and Buyer) :

मालविक्रीच्या करारामध्ये मालाची मालकी हक्क विक्रेत्याकडून खरेदीदाराकडे हस्तांतरित होणे हा विक्रीच्या कराराचा मूळ हेतू असतो. कारण त्याचवेळी विक्रेत्याचे त्या मालावरील सर्व स्वामित्व संपुष्टात येते व मालाची मालकी त्याचबरोबर त्याची जबाबदारी ही खरेदीदाराकडे हस्तांतरित होत असते व असे स्वामित्व प्राप्त झाल्यावरच खरेदीदार त्या मालाचा संपूर्ण मालक बनतो व त्या मालकीसंबंधी तो सर्व जगाविरुद्ध आपले हक्क बजावू शकतो.

मालाचे हे मालकी हक्कांचे हस्तांतरण विक्रेत्याकडून खरेदीदाराकडे कधी होईल याबाबत उभयपक्ष परस्परांत ज्यावेळी ते ठरवतील त्यावेळी असे सामान्यपणे म्हणता येईल. परंतु करारातील उभयपक्षांनी यासंबंधी काहीच ठरविले नाही तर मात्र मालविक्रीच्या कायद्यातील कलम १८ ते २५ यामध्ये यासंबंधीचे नियम दिलेले आहेत.

मालाच्या मालकी हक्काचे हस्तांतरण केव्हा होईल यासंबंधी नियम पाहावयाचे झाले तर त्याचे मुख्य ३ भाग पडतात –

(१) माल निश्चित असेल तर

(२) माल अनिश्चित असेल तर व

(३) मालाची विक्री ही 'माल विकत घ्या किंवा परत करा' या अटीवर झाली असेल तर याविषयी नियमाची स्पष्टता खाली दिलेली आहे :

१. माल निश्चित असेल तर (कलम १९ ते २२) (Passing of Transfer of Property in case of Specific or ascertained Goods) :

विशिष्ट किंवा निश्चित मालाच्या विक्रीचा करार झाला असेल तर करारातील उभयपक्ष म्हणजे विक्रेता व खरेदीदार ज्यावेळी मालकी हक्क अनुक्रमे हस्तांतरित करण्याचे ठरवतील त्यावेळी मालाची मालकी विक्रेत्याकडून खरेदीदाराकडे जात असते. अर्थात याबद्दल उभयपक्षांनी स्पष्टपणे ठरविले नाही तर करार पूर्ण झाल्याबरोबर मालाचा मालकी हक्क खरेदीदाराकडे हस्तांतरित झाला असे समजण्यात येईल किंवा करारातील अटी, त्यादृष्टीने उभयपक्षांनी अटींची पूर्तता वगैरे गोष्टींवरून हे स्पष्ट करता येईल.

विक्रेता व खरेदीदार यांच्यातील अनुक्रमे विक्री व खरेदीचा माल निश्चित असेल तर, मालकी हक्क केव्हा खरेदीदाराकडे जातो याबद्दल मालविक्री कायद्यात तीन नियम आहेत –

(अ) माल निश्चित पाठविण्याच्या स्थितीत असल्यास (Specific Goods in Deliverable State) (Sec.20) : विशिष्ट किंवा निश्चित वस्तूंच्या विक्रीचा करार झाला असेल आणि असा माल प्रदानयोग्य म्हणजे पाठविण्याच्या स्थितीत असेल तर करार झाल्याबरोबर करारामधील वस्तूची मालकी विक्रेत्याकडून खरेदीदाराकडे जात असते.

वस्तू पाठविण्याच्या स्थितीत असणे (In a deliverable state) म्हणजे खरेदीदाराने ज्यावेळी मालाचा ताबा करारानुसार घेतला पाहिजे अशा अवस्थेत माल असणे होय.

उदा. 'अ'ने 'ब'ला आपल्या गोडाऊनमधील १०० किलो सूर्यफूल तेल ३० रु.किलोप्रमाणे विकण्याचा करार केला. त्यावेळी हे तेल डबल पॉलिथिन बॅग्जमध्ये भरून सीलबंद करून १० किलोची प्रत्येक पिशवी या प्रकारामध्ये विक्रेत्याने खरेदीदाराला द्यावयाची असे करारात ठरले. त्यावेळी सीलबंद डबल पॉलिथिन बॅग्ज तयार ठेवून 'अ'ने 'ब'ला त्यासंबंधीची स्पष्ट कल्पना देईपर्यंत या सूर्यफूल तेलाचा मालकी हक्क 'अ'कडून 'ब'कडे हस्तांतरित होणार नाही. मात्र 'अ'ने 'ब'ला सूचना दिल्याबरोबर या तेलाचा मालकी हक्क 'ब'कडे हस्तांतरित होईल.

(ब) माल निश्चित परंतु पाठविण्याच्या स्थितीत नसल्यास (Specific Goods but not to be put in a Deliverable state) : माल निश्चित असेल परंतु तो खरेदीदाराकडे पाठविण्याच्या, योग्य त्या स्थितीत आणावयाचा असेल तर, विक्रेत्याने तो प्रदान योग्य स्थितीत येण्यासाठी त्यावर योग्य त्या सर्व प्रक्रिया करून तसे पूर्ण केल्याबद्दलची सूचना खरेदीदारास दिल्यानंतरच त्या मालाचे स्वामित्व/ मालकी हक्क विक्रेत्याकडून खरेदीदाराकडे हस्तांरित होतात. **(कलम २१ अनुसार)**

उदा. 'क्ष'ने 'य' बरोबर त्याच्या गोडाऊनमध्ये असलेल्या २०० पोती शेंगांचे होईल ते

तेल घेण्याचा करार केला तर त्या शेंगदाण्यावर प्रक्रिया होऊन त्याचे शेंगतेल पूर्ण तयार होऊन ते सीलबंद डब्यात भरेपर्यंत व तसे तेल नेण्यास योग्य झाल्याची सूचना 'य' ने 'क्ष'ला देईपर्यंत मालाचा मालकी हक्क 'य'कडून 'क्ष'कडे हस्तांतरित होणार नाही.

(क) निश्चित प्रदानयोग्य वस्तूंचा विक्री करार झाला असेल परंतु त्याची किंमत ठरविण्यासाठी काही गोष्टी करणे आवश्यक असल्यास (When seller has to do something to goods to ascertain price) (Sec.22)

निश्चित अथवा पाठविण्याच्या प्रदान योग्य स्थितीत आहे अशा मालाच्या विक्रीचा करार झाला असेल. परंतु त्या निश्चित प्रदान योग्य मालाची नेमकी किंमत ठरविण्यासाठी विक्रेत्याने काही गोष्टी, क्रिया पार पाडणे आवश्यक असल्यास.

उदा. त्या मालाची मोजणी करणे, अथवा वजन करणे, त्याचा दर्जा, प्रत ठरविणे, त्याची चव वा आकार पाहणे इ. तर या सर्व गोष्टी पूर्ण करून विक्रेत्याने त्या मालाची किंमत ठरविल्यानंतरच मालाची मालकी खरेदीदाराकडे हस्तांतरित होते. (कलम २९ नुसार)

२. माल अनिश्चित असेल तर (कलम १८ व २३ अन्वये) (Passing of Ownership of Goods in case of Generic or Unascertained Goods) (Sec. 18 and 23).

ज्यावेळी मालविक्रीचा करार मालाच्या वर्णनावरून केला जातो. परंतु अशा कराराच्यावेळी माल निश्चित केलेला नसतो, तो माल अनिश्चित आहे असे मानले जाते. अशावेळी खालील नियमानुसार मालाच्या मालकी हक्काचे हस्तांतरण होते.

(अ) माल अनिश्चित असेल तर, (कलम १८ अन्वये) : ज्यावेळी मालविक्रीचा करार केला जातो पण विक्री करावयाचा माल हा अनिश्चित असतो त्यावेळी माल निश्चित केल्यानंतरच मालाची मालकी ही विक्रेत्याकडून खरेदीदाराकडे जाते.

उदा. 'क्ष'ने 'य'च्या गोडाऊनमधील आंबेमोहर जातीच्या तांदळाची १०० पोती खरेदी केली. गोडाऊनमध्ये अनेक प्रकारचे वेगवेगळ्या जातीचे तांदूळ भरलेले आहेत. त्यावेळी १०० पोती आंबेमोहर तांदूळ पूर्णपणे स्वच्छ करून बाजूला काढल्यानंतरच त्या मालाची मालकी ही विक्रेत्याकडून खरेदीदाराकडे म्हणजे 'य'कडून 'क्ष'कडे जाईल.

(ब) अनिश्चित माल वेगळा काढून तो प्रदान योग्य बनविणे (Sale of Unascertained Goods after Appropriation) : ज्यावेळी अनिश्चित अशा मालाची वर्णनाप्रमाणे विक्री करण्याचा करार केला जातो व विक्रेत्याने खरेदीदाराच्या

संमतीने केलेला करार पूर्ण करण्याच्या हेतूने वर्णनाप्रमाणे माल निश्चित करून तो पाठविण्याच्या स्थितीत म्हणजेच प्रदानयोग्य अशा अवस्थेत आणून निराळा ठेवला असेल तर तो प्रदानयोग्य स्थितीत वेगळा काढताच मालाची मालकी विक्रेत्याकडून खरेदीदाराकडे जाते (कलम २३ (१) नुसार)

उदा. 'क्ष'ने 'य'कडून १० टन तेल विकत घेतले. ज्यावेळी 'य'हा हे १० टन तेल 'क्ष'ने घेऊन जावे अशा स्थितीत वेगळे काढून डबे भरून इतर तेलापासून वेगळे काढतो तेव्हा या मालाची मालकी 'य'कडून 'क्ष'कडे जाते.

(३) पसंत असेल तर ठेवा नाहीतर परत करा. म्हणजेच जांगड पद्धतीने मालाची विक्री केल्यास मालाच्या मालकी हक्काचे हस्तांतरण (Where goods are sold on ìSale on Approval, Sale or Returnî basis)

ज्यावेळी विक्रेता खरेदीदाराकडे ''पसंत असेल तर ठेवा नाहीतर परत करा'' अशा अटीवर करार करून माल पाठवितो त्यावेळी त्या मालाच्या मालकी हक्काचे हस्तांतरण खालील नियमाने होते –

(अ) खरेदीदाराने मालाची आपली पसंती विक्रेत्याला कळविल्याबरोबर त्या मालाचा मालकी हक्क विक्रेत्याकडून खरेदीदाराकडे हस्तांतरित होतो. ह्यामध्ये खरेदीदाराने प्रत्यक्ष आपली पसंती तोंडी/लेखी कळविली नाही, परंतु आपल्या वर्तणुकीवरुन मालाचा आपण स्वीकार केला आहे असे कळविल्यासही हा मालविक्री करार पूर्ण झाला असे समजण्यात येईल.

उदा. 'य'ने 'क्ष'कडे पसंत असेल तर ठेवा किंवा परत करा या तत्त्वावर २५ पोती रत्नागिरी तांदूळ पाठविला. यावेळी 'क्ष'ने २५ पोती तांदूळ तर आपल्या गोदामात उतरवून घेतलाच पण त्याची ठरल्याप्रमाणे रोख किमतही आपल्या प्रतिनिधीमार्फत 'य'कडे पाठविली तर, 'क्ष'ला हा माल पसंत पडला असेच त्याचे हे कृत्य दर्शविते. त्यामुळे या २५ पोत्याची रक्कम पाठविल्या क्षणी 'क्ष' हा तांदळाचा मालक होतो.

(ब) विक्रेत्याने खरेदीदाराकडे माल पाठविला व खरेदीदाराला माल पसंत अगर नापसंत असल्याचे कळविण्यासाठी विशिष्ट मुदत कळविली त्यावेळी दिलेल्या मुदतीत निर्णय न कळविता खरेदीदाराने तो माल आपल्याजवळ ठेवून घेतल्यास ही कळविलेली निश्चित मुदत संपल्यानंतर आपोआप खरेदीदाराला हा माल पसंत आहे असे समजून या मालाची मालकी विक्रेत्याकडून खरेदीदाराकडे जाते.

यावेळी मालाची पसंती अगर नापसंती कळविण्यासाठी जर विशिष्ट अशी मुदत घातली नसेल तर योग्य कालावधी संपल्याबरोबर मालाचा मालकी हक्क खरेदीदाराकडे हस्तांतरित होईल. (कलम ६३ अन्वये)

भारतीय मालविक्री कायदा, १९३० / (१३५)

मालाच्या अधिकाराचे हस्तांतरण/मालाची विक्री करण्याचा हक्क
(Transfer of Title to the Goods) :

मालविक्रीच्या करारामध्ये नेहमीच मालाची विक्री पूर्ण झाल्यावर मालाची मालकी ही विक्रेत्याकडून खरेदीदाराकडे जात असते. अर्थात यासाठी मालकी हक्क खरेदीदाराकडे जाण्यासाठी विक्रेत्याला ती वस्तू विकण्याचा किंवा त्या वस्तूच्या मालकी हक्काचे हस्तांतरण करण्याचा अधिकार असणे अत्यावश्यक असते व त्यामुळेच विक्रेता हा मालाचा कायदेशीर मालक असला पाहिजे अशी विक्रीच्या कायद्यात अध्याहृत प्रमुख अट आहे.

वस्तूच्या अधिकाराचे हस्तांतरण म्हणजे काय ? : खरेदीदाराच्या ताब्यात वस्तू देणे, त्याला ती सोपविणे म्हणजेच प्रदान करणे म्हणजे मालाच्या अधिकाराचे हस्तांतरण नव्हे. वस्तूच्या संपूर्ण मालकी हक्काचे हस्तांतरण म्हणजे त्या मालाच्या अधिकाराचे हस्तांतरण होय. सर्वसाधारणपणे वस्तूंचा खरा मालकच वस्तूंची विक्री करू शकतो व त्याने स्वत: मालाची विक्री केली तरच खरेदीदारालाही मालाचे सर्व मालकी हक्क मिळतात. परंतु वस्तूंची विक्री करताना एखाद्याने त्याला वस्तूंचा मालकी हक्क नसतानाही किंवा त्यास वस्तू विक्री करण्याचा अधिकृत अधिकार नसताना जर मालाची विक्री केली असेल तर अशा वस्तू खरेदी करण्याच्या खरेदीदाराला त्या मालाबद्दल योग्य मालकी हक्क (Good Title) मिळणार नाही.

विक्रेत्याने त्याला वस्तूंचा मालकी हक्क नसताना विक्री केल्यास :

जर विक्रेता मालाचा मालक नसेल तर तो खरेदीदाराला मालाचा मालकी हक्क देऊ शकत नाही, म्हणजेच विक्रेत्याला तो विकत असलेल्या मालाबद्दल असलेल्या मालकीपेक्षा जास्त अधिकार अथवा जादा मालकी हक्क खरेदीदाराला देता येत नाहीत. विक्रेत्याच्या मालकी हक्कात जर काही दोष असतील तर त्या मालाच्या खरेदीनंतर खरेदीदाराच्याही मालकी हक्कात तेच दोष निर्माण होतील म्हणजेच विक्रेता त्याला असलेले मालकी हक्कच खरेदीदाराला हस्तांतरित करू शकतो.

(Nemo dat quod non habet-No one can transfer a better title than he himself possesses) म्हणजेच 'ज्याच्याजवळ जे नाही ते तो दुसऱ्याला देऊ शकत नाही'. ''कोणताही विक्रेता आपल्या अधिकारापेक्षा चांगला अधिकार, खरेदीदाराला हस्तांतरित करू शकत नाही.'' म्हणजेच एखाद्या चोराकडून त्याने चोरी केलेला माल भले त्या मालाची संपूर्ण किंमत देऊन जरी खरेदीदाराने खरेदी केला तर खरेदीदार त्या वस्तूंचा मालक कधीच बनू शकणार नाही.

वस्तूंच्या कायदेशीर मालकालाच किंवा त्याच्या अधिकृत प्रतिनिधीलाच माल विकण्याचा अधिकार असतो. म्हणून त्यांच्यापैकी कोणीही मालविक्री केल्यास खरेदीदाराला त्याला मालाचा चांगला अधिकार संपूर्ण मालकी हक्क मिळेल. विक्रेत्याचा अधिकार जर सदोष असेल तर खरेदीदाराच्या मालकी हक्कातही तेच दोष येतील. मग खरेदीदाराने योग्य किमतीच्या मोबदल्यात माल खरेदी केला असो किंवा विक्रेत्याच्या मालकी हक्कात दोष आहेत किंवा प्रतिनिधीचे अधिकार दोषपूर्ण आहेत याची काहीही कल्पना खरेदीदाराला नसो.

वरील नियमाला अपवाद : खालील परिस्थितीत विक्रेत्याला मालविक्रीचा चांगला अधिकार नसला तरीदेखील खरेदीदाराला त्याने खरेदी केलेल्या मालाचा, वस्तूचा चांगला अधिकार म्हणजेच मालकी हक्क वा स्वामित्व मिळते. मात्र खालील अपवादात्मक परिस्थितीत हा अधिकार मिळतो –

(१) खरेदीदार स्वत: निर्दोष असला पाहिजे.

(२) खरेदीदाराला विक्रेत्याच्या किंवा त्याच्या प्रतिनिधीच्या दोषपूर्ण अधिकाराची कल्पना नसली पाहिजे.

(३) त्याने चांगल्या भावनेने व किमतीच्या मोबदल्यात माल खरेदी केला असला पाहिजे.

१. मालाची विक्री व्यापारी प्रतिनिधीने केल्यास (कलम २७) (Sale by Mercantile Agent) : मालाच्या मालकाच्या संमतीने ज्याच्या ताब्यात माल आहे किंवा मालाचे अधिकारपत्र आहे व धंद्यातील रीतीरिवाजानुसार व प्रथेनुसार मालकाच्यावतीने ज्याला मालाची विक्री करणे, विक्रीसाठी वस्तू अडत्याकडे पाठविणे, माल खरेदी करणे किंवा माल तारण ठेवून कर्ज काढणे असे सर्व अधिकार असतात तो 'व्यापारी प्रतिनिधी' होय.

ज्यावेळी अशा व्यापारी प्रतिनिधीकडे मालाचा ताबा असतो. मालकी दर्शविणारे मालाचे महत्त्वाचे दस्तऐवज म्हणजेच कागदपत्र असतात आणि नेहमीच्या धंद्यातील रूढ पद्धतीने तो मालाची विक्री करतो त्यावेळी खरेदीदाराला त्या मालाचे मालकी हक्क प्राप्त होतात. काही वेळा अशा व्यापारी प्रतिनिधीस त्या मालाचे विक्री करण्याचे हक्क नसतानाही त्याने मालविक्री केली आणि ज्या खरेदीदाराने त्याच्याकडून माल घेतला त्याने प्रामाणिकपणे शुद्ध हेतूने माल खरेदी केला व या प्रतिनिधीस माल विकण्याचा अधिकार नाही हे या खरेदीदाराला माहीत नाही अशा वेळीसुद्धा खरेदीदाराला त्या मालाचे पूर्ण मालकी हक्क प्राप्त होतात.

अर्थात व्यापारी प्रतिनिधीला विक्रीचे हक्क नसतानाही खरेदीदाराला पूर्ण दोषविरहित

मालकी हक्क प्राप्त होतात. पण अशा विक्रीत पुढील अटी पूर्ण होणे आवश्यक असते –

(अ) मालाचा ताबा अथवा दस्तऐवज हे व्यापारी प्रतिनिधीच्या ताब्यात त्याच्या मालकाच्या संमतीने असले पाहिजेत.

(ब) मालाची विक्री ही व्यापारी प्रतिनिधीने केलेली असावी, साधारण प्रतिनिधीने नव्हे.

(क) व्यापारी प्रतिनिधीने केलेली मालविक्री ही त्या व्यापारी प्रतिनिधीच्या नेहमीच्या धंद्याचा भाग असली पाहिजे.

(ड) व्यापारी प्रतिनिधीने विक्रीचा व्यवहार करताना त्याला मालविक्रीचा अधिकार नाही हे खरेदीदाराला माहीत नसले पाहिजे व त्याने केलेली खरेदी ही प्रामाणिकपणे सद्सद्विवेकबुद्धीने केली पाहिजे.

२. मालाच्या मालकाने त्याच्या वर्तणुकीने विक्रेत्यास मालविक्री करण्याचा हक्क आहे असे भासविल्यास (Title by Estoppel) : एखादा विक्रेता त्याला मालविक्रीचा हक्क नसताना आपल्याला तसा अधिकार आहे असे भासवीत असेल व त्या नात्याने आपण विक्री करीत आहोत असे खरेदीदाराला सांगत असेल व त्यावेळी मालाचा खरा मालक हे सर्व पाहत असताना ऐकत असताना विक्रेत्याच्या त्या बोलण्यावर काही आक्षेप न घेता उलट गप्प बसत असेल व त्यामुळेच खरेदीदार विक्रेत्याच्या त्या बोलण्यावर विश्वास ठेवून माल त्या तथाकथित विक्रेत्याकडून खरेदी करीत असेल तर मालविक्रीचा करार पूर्ण झाल्यावर मूळ मालकास विक्रेत्यास मालविक्रीचा अधिकार नव्हता असे म्हणता येणार नाही. यावेळी तथाकथित विक्रेता म्हणून जो माल विकतो त्याला चांगला अधिकार नसतानाही खरेदीदाराला मालाचा चांगला अधिकार मिळतो. कारण या ठिकाणी मूळ मालक आपल्या वर्तणुकीने विक्रेत्याला विक्रीचा अधिकार आहे असे भासवित असल्याने त्याला प्रतिबंधाची हरकत आहे.

उदा. 'अ'ने 'ब'कडे आपली फियाट कार ठेवण्यासाठी दिली. 'ब'ने 'क'ला ही फियाट विकली. हा विक्रीचा व्यवहार करताना 'अ' समोरच होता व तो हा विक्रीचा सर्व व्यवहार पाहत होता. पण त्याने 'ब'च्या या वागण्यावर कोणताही आक्षेप घेतला नाही किंवा 'ब' हा त्या गाडीचा मालक नाही वगैरेबाबत 'क'ला काही माहिती दिली नाही. त्यामुळे 'ब'ला मालविक्रीचा अधिकार नसतानाही 'क'ला या मालविक्रीच्या करारातून चांगला अधिकार प्राप्त होतो. मालकी हक्क प्राप्त होतो.

३. मालाची विक्री ही संयुक्त मालकापेक्षा एका मालकाने केल्यास (कलम २५) (Sale by one of the co-owner) : जेव्हा इतर सर्व मालकांच्या संमतीने मालाचा संपूर्ण ताबा हा एकाच मालकाच्या ताब्यात असेल व त्या मालकाने

त्याला त्या मालाची विक्री करण्याचा अधिकार नसतानाही माल खरेदी केला व खरेदीदाराला त्या संयुक्त मालकाला संपूर्ण मालाची विक्री करण्याचा अधिकार नाही हे माहीत नसताना प्रामाणिकपणे खरेदीदाराने मालाची किंमत देऊन माल खरेदी केल्यास खरेदीदाराला त्या मालाचे मालकीहक्क प्राप्त होतात. (कलम २८) परंतु यासाठी खालील अटी पूर्ण होणे आवश्यक आहे –

(अ) सर्व मालकांच्या संमतीने संयुक्त मालकीची वस्तू एका मालकाच्या ताब्यात असली पाहिजे.

(ब) खरेदीदाराने प्रामाणिकपणे सद्सद्विवेकबुद्धीने व किमतीच्या मोबदल्यात मालाची खरेदी केली असली पाहिजे.

(क) मालविक्री करण्याच्या वेळी खरेदीदाराला विक्रेत्याला वस्तू विकण्याचा अधिकार नाही या मालाच्या दोषपूर्ण अधिकाराबद्दल कोणतीही कल्पना नसली पाहिजे.

उदा. 'स' आणि 'य' यांच्या संयुक्त मालकीची मेटॅडोर 'य'च्या संमतीने 'क्ष'जवळ आहे. 'क्ष' व 'य' दोघेही आळीपाळीने ह्या मेटॅडोरचा वापर करीत होते पण 'क्ष'ने 'य'च्या संमतीशिवाय ही मेटॅडोर रक्कम रु.७५,००० ला 'अ' या खरेदीदाराला विकली. जरी 'क्ष'ला ही मेटॅडोर विकण्याचा हक्क नसतानाही 'अ'ला या मेटॅडोरबाबत संपूर्ण मालकी हक्क/चांगला अधिकार मिळेल.

४. एकदा विकलेल्या मालाची, माल ताब्यात असल्याने विक्रेत्याने फेरविक्री केल्यास (Sale by Seller in Possession of Goods after Sale) : मालाची एकदा पूर्ण विक्री झाली. परंतु खरेदीदाराच्या संमतीने विक्री झाल्यानंतरही तो माल किंवा त्या मालाची अधिकारपत्रे विक्रेत्याच्या ताब्यात असतील आणि असा विक्री केलेला माल विक्रेता पुन्हा दुसऱ्या खरेदीदाराला विकतो तेव्हा दुसरा खरेदीदार प्रामाणिक असून त्याला पहिल्या विक्रीची काहीही माहिती नसेल आणि त्याने किंमत देऊन माल खरेदी केला तर विक्रेत्याच्या अधिकारात दोष असूनही दुसऱ्या खरेदीदाराला मालाचा पूर्ण मालकी हक्क मिळेल.

५. वर्जनीय करारातून मालाचा ताबा मिळालेल्या विक्रेत्याने मालाची विक्री केल्यास (कलम ३९) (Sale by a Person in Possession of Goods under Voidable Contract) : भारतीय करार कायदा १९ व १९(अ) प्रमाणे जे करार वर्जनीय आहेत अशा वर्जनीय कराराद्वारे एखाद्या विक्रेत्याजवळ मालाचा ताबा आहे आणि दुसऱ्या व्यक्तीने तो करार रद्द करण्यापूर्वीच विक्रेत्याने त्या मालाची विक्री केली असेल व खरेदीदार प्रामाणिक असून त्यास विक्रेत्यास मालविक्री करण्याचा हक्क नाही हे माहीत नसेल अशा वेळी त्या खरेदीदाराला त्या मालाचे पूर्ण मालकी हक्क प्राप्त

होतात.

उदा. अनैतिक वजनाने 'क्ष'ने 'य'कडून त्याची मोटारसायकल विकत घेण्याचा करार केला. 'य'ने नैतिक वजनाखाली 'क्ष' हा त्याचा बॉस असल्याने करराला संमती दिली असल्याने हा करार वर्जनीय ठरेल म्हणून 'य' हा करार रद्द करू शकेल. परंतु 'य'ने करार रद्द करण्यापूर्वीच 'क्ष'ने ती मोटारसायकल 'अ'ला विकली. 'अ'ने वस्तूची किंमत दिल्याने व त्याला 'क्ष'च्या दोषपूर्ण विक्री अधिकाराची कल्पना नसल्याने या मालविक्री करारात चांगला अधिकार प्राप्त होईल.

६. खरेदीदाराने मालाची किंमत न देताच ताबा मिळालेल्या मालाची विक्री केल्यास (Sale by Buyer in Possession after the Contract of Sale) : खरेदीदाराने मालविक्रीच्या ठरावाने मालाची पूर्ण किंमत न देताही मालाचे पूर्ण मालकी हक्क त्याला मिळाले नसतानाही विक्रेत्याच्या संमतीने त्याच्या ताब्यात माल असल्याने तो माल त्या खरेदीदाराने आपण मालाचे पूर्ण मालक आहोत असे भासवून दुसऱ्या खरेदीदाराला विकला असेल आणि त्या दुसऱ्या खरेदीदाराला पहिल्या विक्रेत्याचा त्या मालावर ताबेहक्क आहे हे माहीत नसून वस्तूंची किंमत देऊन प्रामाणिकपणे त्याने माल खरेदी केल्यास त्याला मालाचे मालकी हक्क प्राप्त होतात.

७. अदत्त विक्रेत्याने मालाची पुनर्विक्री केल्यास (ëResale of Goods by a Unpaid Sellerí) : मालविक्रीचा करार पूर्ण होत असताना खरेदीदाराने त्या मालाची किंमत न दिल्याने किंवा तो दिवाळखोर म्हणून जाहीर झाल्याचे कळाल्यामुळे विक्रेत्याने त्या मालावर आपला ताबेहक्क बजावला किंवा प्रवासात माल अडवून ताब्यात घेतला आणि नंतर त्याची पुनर्विक्री केली असेल तर दुसऱ्या खरेदीदाराला त्या मालाचे मालकी हक्क प्राप्त होतात.

८. इतर कायद्याच्या तरतुदीखाली झालेली विक्री

(ëSale under the Provision of other Actsí) :

(अ) तारणदात्याने आश्वासनभंग केल्यामुळे तारणगृहित्याने तारण ठेवून घेतलेल्या मालाची विक्री केल्यास वस्तूंची खरेदी करणाऱ्या खरेदीदाराला त्या वस्तूबाबत मालकी हक्क प्राप्त होतात.

(ब) हरवलेली वस्तू सापडल्याने, त्या व्यक्तीने वस्तूच्या मालकाचा शोध न लागल्याने संबंधित वस्तूची विक्री केल्यास ती वस्तू विकत घेणाऱ्या खरेदीदाराला चांगला हक्क प्राप्त होतो.

(क) न्यायालयीन व्यवस्थापक, संपत्तीच्या विक्रीकरिता न्यायालयीन नियुक्त प्रतिनिधी, कंपनीचा लिक्विडेटर, मृत्युपत्राद्वारे संपत्तीच्या देखरेखीकरिता नियुक्त

व्यवस्थापक यांनी त्या मालाची विक्री केल्यास घेणाऱ्या खरेदीदाराला मालाचा मालकी हक्क प्राप्त होईल.

मालाच्या विक्रीच्या कराराची अंमलबजावणी
(Performance of the Contract of sale)

इतर कराराप्रमाणे मालविक्रीच्या कराराचीही अंमलबजावणी करावी लागते. याबाबत मालविक्री कराराच्या कायद्यात खालीलप्रमाणे नियम दिलेले आहेत –

(१) मालविक्रीच्या करारानुसार मालाची पाठवणी म्हणजेच वस्तूंचे प्रदान करणे हे विक्रेत्याचे आणि माल प्रत्यक्ष स्वीकारून वस्तूंची/मालाची किंमत देणे हे खरेदीदाराचे प्रमुख कर्तव्य असते.

मालविक्रीच्या करारानुसार वेगळे ठरले नसल्यास, विक्रेत्याने मालाची पाठवणी करणे आणि ग्राहकाने किंमत देणे या दोन्ही गोष्टी एकाच वेळी झाल्या पाहिजेत. म्हणजेच विक्रेत्याने किमतीच्या मोबदल्यात खरेदीदाराला मालाचा ताबा देण्यास तयार असले पाहिजे व मालाच्या मोबदल्यात मालाची किंमत देण्याकरिता खरेदीदाराची संमती असली पाहिजे. (कलम ३२)

म्हणजेच मालविक्रीच्या कराराची पूर्तता करणे म्हणजे विक्रेत्याने किमतीच्या मोबदल्यात मालाची पाठवणी करणे आणि ग्राहकाने वस्तूंची किंमत चुकती करून मालाचा ताबा स्वीकारणे होय.

मालाची पाठवणी आणि त्यासंबंधीचे नियम (Delivery of Goods and Rules as to the Delivery) : एका व्यक्तीकडून दुसऱ्या व्यक्तीकडे मालाचा ताबा आपखुशीने जाणे म्हणजेच मालाची पाठवणी होय. वस्तूंच्या पाठवणीमध्ये विक्रेत्याकडून खरेदीदाराकडे वस्तूंचा ताबा मिळणे आवश्यक असते.

माल पाठविण्याच्या पद्धती : 'प्रदानच्या पद्धती' :
मालाची पाठवणी खालील तीन प्रकारांनी करता येते –

१. प्रत्यक्ष पाठवणी किंवा वास्तविक प्रदान (Actual Delivery) : ज्यावेळी मालाचा प्रत्यक्ष ताबा विक्रेत्याकडून किंवा त्याच्या अधिकृत प्रतिनिधीकडून खरेदीदाराकडे किंवा त्याच्या प्रतिनिधीकडे दिला जातो तेव्हा त्याला मालाची 'प्रत्यक्ष पाठवणी' असे म्हणतात.

२. सांकेतिक पाठवणी किंवा सूचक प्रदान (Symbolic Delivery) : ज्यावेळी मालाचे आकारमान किंवा वजन बरेच मोठे असते त्यावेळी त्या मालाचा प्रत्यक्ष ताबा घेणे अवघड जाते व ते शक्यही नसते अशावेळी विक्रेता वस्तूंचा ताबा

देणारे साधन खरेदीदाराला देतो. याला वस्तूंची 'सांकेतिक पाठवणी' असे म्हणतात.

उदा. विक्री झालेल्या वस्तू ज्या गोडाऊनमध्ये आहेत त्याच्या किल्ल्या खरेदीदाराला देणे. रेल्वे पावती खरेदीदाराकडे देणे.

रचनात्मक पाठवणी/प्रदान (Constructive Delivery) : ज्यावेळी विक्री होणारा माल हा तिऱ्हाईत व्यक्तीच्या ताब्यात असतो अथवा विक्रेत्याच्या ताब्यात असतो व अशी तिऱ्हाईत व्यक्ती किंवा विक्रेता खरेदीदारातर्फे माल आपल्या ताब्यात ठेवतो किंवा खरेदीदार असा माल ठेवण्याची संमती देतो तेव्हा अशी संमती दिल्याबरोबर विक्रेत्याने खरेदीदाराला रचनात्मक पद्धतीने मालाचा ताबा दिला आहे असे म्हणतात.

मालाच्या पाठवणीविषयी असणारे/प्रदानासंबंधी नियम

(Rules as to Delivery of Goods) (कलम ३२ ते ३७)

१. पाठवणीची पद्धती (Mode of Delivery) : मालाची पाठवणी कोणत्या पद्धतीने करावयाची ही गोष्ट कराराप्रमाणे खरेदीदाराने स्वत: माल उचलावयाचा की, विक्रेत्याने त्याच्याकडे पोहोचता करावयाचा यावर अवलंबून राहील. यामध्ये मालाची पाठवणी व मालाची किंमत देणे या दोन्ही क्रिया करारात ठरलेल्या क्रमाने व्हावयास हव्या. जर ह्याविषयी कोणताही उल्लेख नसेल तर व्यापारी रूढीनुसार किंवा किंमत देणे व वस्तूंची पाठवणी या दोन्ही क्रिया एकाच वेळी घडल्या पाहिजेत.

२. पाठवणीचे ठिकाण (Place of Delivery) : मालविक्रीच्या करारात माल पाठवणीच्या ठिकाणाचा उल्लेख केलेला असतो. याप्रमाणे ठरलेल्या ठिकाणी, खरेदीदाराच्या कामाच्या दिवशी (Working Days) आणि कामाच्या तासात (Working Hours) विक्रेत्याने मालाची पाठवणी करणे अत्यावश्यक असते. मात्र माल पाठवणीच्या ठिकाणाचा उल्लेख करारात नसेल तर, विक्रीचा करार होताना ज्या ठिकाणी माल असेल त्या ठिकाणीच मालाची पाठवणी होईल. विक्रीच्या कराराच्या वेळी मालाची निर्मिती झाली नसेल तर ज्या ठिकाणी मालनिर्मिती होईल त्या ठिकाणी मालाची पाठवणी केली जाईल.

३. पाठवणीची वेळ (Time of Delivery) : ज्यावेळी माल पाठवणीची वेळ/ मुदत करारात लिहिलेली असते, त्यावेळी त्या मुदतीत विक्रेत्याने खरेदीदाराकडे माल पाठविला पाहिजे. करारात विरोधी उल्लेख नसेल तर, खरेदीदाराने मागणी केल्याशिवाय वस्तूंची पाठवणी करण्याकरिता विक्रेता जबाबदार राहणार नाही. **(कलम ३५)**

मालविक्रीच्या करारात ज्यावेळी माल पाठवणीची मुदत ठरलेली नसेल त्यावेळी योग्य मुदतीत विक्रेत्याने खरेदीदाराकडे माल पाठविला पाहिजे. विक्रेता योग्य वेळी तो माल ग्राहकाकडे पाठवण्यासाठी जबाबदार राहील. योग्य वेळ कोणती हे प्रत्येक कराराच्या

परिस्थितीवरून व मालावरून ठरविले जाईल. **(कलम ३६(२))**

४. माल खरेदीदाराच्या ताब्यात जाईल अशा पद्धतीने मालाची पाठवणी केली पाहिजे. मालाची पाठवणी प्रत्यक्ष, सूचक अथवा रचनात्मक यापैकी कोणत्याही पद्धतीने करता येईल.

५. माल पाठवणीची मागणी करण्याची वेळ (३६(४)) : खरेदीदाराने मालाच्या पाठवणीची मागणी योग्य वेळी विक्रेत्याकडे सादर केली पाहिजे. अन्यथा विक्रेता हा माल पाठवणीकरिता जबाबदार राहणार नाही. योग्य वेळ कोणती हे त्या करारातील मालावर व परिस्थितीवर अवलंबून असते.

६. विक्रीचा माल तिसऱ्या व्यक्तीच्या ताब्यात असल्यास : मालविक्रीच्या कराराच्या वेळी विक्रीचा माल हा तिऱ्हाईत व्यक्तीच्या ताब्यात असेल तर ती तिसरी व्यक्ती आपण खरेदीदाराच्या वतीने तो माल आपल्या ताब्यात ठेवत आहोत अशी स्वतःची संमती जोपर्यंत जाहीर करीत नाही, तोपर्यंत विक्रेत्याने खरेदीदाराला मालाची पाठवणी केली असे मानले जाणार नाही. **(कलम ३६(३))**

७. माल पाठवणीचा खर्च (कलम ३६ (५)) : मालविक्रीच्या करारानुसार वेगळे काही ठरले नसल्यास माल पाठवणीचा सर्व खर्च विक्रेत्याला करावा लागतो. माल स्वीकृतीचा सर्व खर्च खरेदीदाराने केला पाहिजे.

८. चुकीच्या प्रमाणात मालाची पाठवणी केल्यास (कलम ३७) : मालविक्री करारानुसार ठरलेल्या प्रमाणापेक्षा कमी किंवा जास्त प्रमाणात मालाची पाठवणी केल्यास खालील नियम लागू होतील –

(अ) विक्रीच्या करारात ठरलेल्या प्रमाणापेक्षा कमी प्रमाणात विक्रेत्याने खरेदीदाराला माल पाठविल्यास मालाची ती पाठवणी नाकारण्याचा अधिकार खरेदीदाराला असतो. परंतु कमी प्रमाणात झालेली मालाची पाठवणी खरेदीदाराने स्वीकारल्यास कराराप्रमाणे ठरलेल्या दराने त्या मालाची किंमत देण्याकरिता खरेदीदार हा जबाबदार राहतो.

(ब) करारात ठरल्यापेक्षा जास्त प्रमाणात विक्रेत्याने खरेदीदाराला माल पाठविल्यास खरेदीदार माल स्वीकारण्याचे नाकारू शकतो किंवा जादा आलेला माल विक्रेत्याला परत पाठवून कराराप्रमाणे ठरलेल्या प्रमाणातील माल तो स्वीकारू शकतो. परंतु खरेदीदाराने, विक्रेत्याने पाठविलेला संपूर्ण माल स्वीकारल्यास त्याला करारात ठरलेल्या दराप्रमाणे जास्तीच्या मालाची किंमत द्यावी लागेल.

(क) मालविक्रीचा करार हा वर्णनाप्रमाणे माल द्यावयाचा ठरला असल्यास व करारात ठरलेल्या वर्णनाप्रमाणे विक्रेत्याने आणखी वेगळ्या वर्णनाचा किंवा वेगळ्या

दर्जाचा माल पाठविला तर; खरेदीदार हा ठरलेल्या वर्णनाप्रमाणे माल स्वीकारून उरलेल्या मालाचा स्वीकार करण्यास नकार देऊ शकेल.

(ड) काही वेळा खरेदीदार व विक्रेता यांच्यात मालविक्रीच्या करारानुसार काही वेगळे ठरले असल्यास किंवा व्यापारी रूढी किंवा प्रथेनुसार काही वेगळे ठरले असल्यास वरील नियम लागू होणार नाहीत.

९. मालविक्रीच्या करारात ठरलेल्या अटीनुसार मालाची पाठवणी केली पाहिजे: करारात ठरल्यापेक्षा जास्त, कमी किंवा दुसऱ्या म्हणजे वेगळ्या प्रतीचा/ दर्जाचा किंवा ठरल्यापेक्षा वेगळ्या वर्णनाचा माल जर विक्रेत्याने खरेदीदारास पाठविला तर त्याला 'अयोग्य मालाची पाठवणी' असे म्हणतात व असा माल नाकारण्याचा खरेदीदारास पूर्ण हक्क असतो.

मालाची हप्त्याने पाठवणी (कलम ३८) (Delivery by Instalments) :

(अ) मालविक्रीच्या करारात मालाची पाठवणी विक्रेत्याने खरेदीदाराकडे एकाच हप्त्यात करावयाची असते व खरेदीदारानेही एकाच हप्त्यात मालाची संपूर्ण किंमत विक्रेत्यास दिली पाहिजे. मालविक्रीच्या करारात हप्त्याने माल पाठवावा अशी तरतूद असल्याखेरीज विक्रेत्यास माल हप्त्याने पाठविता येत नाही.

(ब) मालविक्रीच्या करारात हप्त्याने माल पाठविण्याची तरतूद नसताना जर विक्रेत्याने हप्त्याने माल पाठविला तर खरेदीदार तो माल स्वीकारण्याचे नाकारू शकतो.

(क) जर मालविक्रीच्या करारामध्ये हप्त्याने माल पाठविण्याचे ठरले असेल व प्रत्येक हप्त्याची वेगळी किंमत देण्याचे ठरविले असेल तर; त्याप्रमाणे विक्रेत्याने खरेदीदाराला माल हप्त्यामध्ये दिला पाहिजे आणि खरेदीदाराने तो माल हप्त्यामध्ये स्वीकारून विक्रेत्याला वस्तूंची किंमत दिली पाहिजे.

(ड) परंतु मालविक्री करारात ठरल्याप्रमाणे विक्रेत्याने विशिष्ट हप्त्याच्या मालाची पाठवणी केली नाही किंवा दोषपूर्ण माल पाठविला तर खरेदीदाराला कराराचा भंग झाला असे मानता येईल किंवा खरेदीदाराने मालाची किंमत देण्याचे नाकारल्यास विक्रेत्यास कराराचा भंग झाला असे मानता येईल. अर्थात उभयतांना हा करार संपूर्ण भंग की अंशत: भंग झाला असे मानावयाचे हे मात्र उभयतांतील मालविक्रीच्या कराराच्या अटी, एकंदर परिस्थिती लक्षात घेऊन निश्चित करता येईल.

मालवाहतूक करणाऱ्याकडे मालाची पाठवणी (कलम ३९)

(Delivery of Goods to Carrier or wharfinger) : माल पाठवणी ही विक्रेत्याने माल वाहतूक करणाऱ्याकडे केली असता खालील नियम लागू होतात –

(अ) मालविक्रीच्या कराराप्रमाणे विक्रेत्याने ग्राहकाला वस्तू पाठवावयाच्या

असतील तर विक्रेत्याने त्या हेतूने माल वाहतूक करणाऱ्याकडे, वाहकाकडे मालाची पाठवणी केली असता ती खरेदीदाराकडे केली असे मानले जाते.

(ब) खरेदीदार विक्रेता यांच्यात वेगळे ठरले नसल्यास विक्रेत्याने वस्तूंचे स्वरूप व करारातील इतर परिस्थिती लक्षात घेऊन खरेदीदाराच्या हितसंरक्षणाच्या दृष्टिकोनातून मालाच्या सुरक्षिततेसाठी विक्रेत्याने वाहकाबरोबर करार केला पाहिजे. कारण विक्रेत्याने असे केले नाही आणि वाहतुकीमध्ये वाहनामुळे किंवा वाहकाच्या दुर्लक्षामुळे मालाचे काही नुकसान झाले तर ते विक्रेत्याला सहन करावे लागेल.

(क) विक्रेत्याने खरेदीदाराला माल समुद्राने पाठवावयाचा असल्यास दोघांमध्ये वेगळे काही ठरले नाही, तर खरेदीदाराला योग्य सूचना देऊन जो माल समुद्रमार्गे न्यावयाचा आहे त्या मालाचा विमा उतरविण्याची संधी दिली पाहिजे. हा विमा उतरविण्याची विक्रेत्याने सूचना दिली नाही तर मालाची जोखीम विक्रेत्यावर राहील.

(ड) साधारणत: विक्रेता विक्रीच्या मालाची जोखीम आपल्याकडे घेतो असा कायदा असला तरी मालाची अल्पशी अशी झीज होईल ती मात्र खरेदीदारालाच सहन करावी लागले. (कलम ४०)

मालाची स्वीकृती (कलम ४१ ते ४४) (Acceptance of Goods by Buyer) : खरेदीदाराने माल आपल्या ताब्यात घेणे म्हणजे मालाची स्वीकृती होय. खालील परिस्थितीत खरेदीदाराने माल स्वीकारला असे मानता येईल.

(अ) खरेदीदाराने आपण माल स्वीकारला असल्याची सूचना विक्रेत्याला पाठविल्यास.

(ब) खरेदीदाराला माल मिळाल्यानंतर त्याने तो माल स्वत:चाच आहे हे मानून विक्रेत्याच्या मालकीहक्काविरुद्ध एखादे कार्य केल्यास.

(क) करारात ठरलेली वेळ निघून गेल्यास किंवा योग्य वेळ निघून गेल्यानंतरही, खरेदीदार आपण वस्तू स्वीकारण्याचे नाकारतो वगैरे काही सूचना विक्रेत्याला वेळ निघून गेल्यावर देत असल्यास किंवा सूचना न करता माल फक्त आपल्या ताब्यात ठेवीत असल्यास.

मालाचे परीक्षण करण्याची खरेदीदाराला संधी : कलम ४१ (Buyers Right of Examining the Goods) : ज्यावेळी विक्रेता खरेदीदाराकडे मालाची पाठवणी करतो त्यावेळी खरेदीदाराने पूर्वी माल पाहिला नसेल तर खरेदीदाराला पाठविलेला माल हा करारानुसार आहे की नाही हे पाहणी करण्याची संधी विक्रेत्याने दिली पाहिजे व मालाच्या परीक्षणानंतर खरेदीदाराचे समाधान झाले तरच खरेदीदार मालाची पाठवणी स्वीकारील. माल परीक्षणाची संधी खरेदीदारास दिली नाही तर;

खरेदीदार मालाची पाठवणी स्वीकारणार नाही. अर्थात संधी देऊनही खरेदीदाराने मालाची तपासणी केली नाही तर; खरेदीदार मालाची पाठवणी स्वीकारणार नाही. अर्थात संधी देऊनही खरेदीदाराने मालाची तपासणी केली नाही तर मात्र खरेदीदाराने माल स्वीकारला आहे असे मानले जाईल.

माल स्वीकारण्याचे खरेदीदाराने नाकारल्यास त्यासंबंधी त्याची जबाबदारी कलम ४३ (Liability of Buyer for Rejecting or Neglecting Delivery of Goods) : खरेदीदाराला माल नाकारण्याचा अधिकार असताना, त्याने विक्रेत्याने पाठवणी केलेला माल नाकारल्यास त्या वस्तू/माल विक्रेत्याकडे परत पाठवण्याची जबाबदारी खरेदीदाराची नाही.

करारातील अटीप्रमाणे विक्रेत्याने खरेदीदाराला मालाची पाठवणी स्वीकारण्याची विनंती केली असेल परंतु खरेदीदाराने योग्य मुदतीत/अथवा ठरलेल्या वेळेत वस्तूंची पाठवणी घेण्याचे नाकारल्यास व या दरम्यान खरेदीदाराच्या या दुर्लक्षामुळे मालाचे काही नुकसान झाले असेल तर असे नुकसान हानी भरून देण्याची जबाबदारी खरेदीदारावर राहते. त्याचप्रमाणे या मुदतीत मालाच्या देखरेखीकरिता, त्याच्या सुरक्षित जपणुकीकरिता विक्रेत्याला जो वाजवी खर्च येत असेल तो ही भरून देण्याची जबाबदारी ही खरेदीदारावर राहील. (कलम ४३ नुसार)

माल समुद्रातून पाठवावयाचा असल्यास करण्यात येणारे करार : मालाची पाठवणी/प्रदान हे समुद्रमार्गे करावयाचे असल्यास खालील तीन प्रकारचे करार करण्यात येतात –

१. एफ.ओ.बी.करार (Free on Board Contract) : विक्रेता ज्यावेळी आपल्या खर्चाने माल हा जहाजावर चढवितो. तेव्हा या करारात त्याची जबाबदारी संपते. माल ज्या क्षणी जहाजावर चढविला जातो त्याक्षणी खरेदीदाराची जबाबदारी चालू होते. कारण माल जहाजावर चढविल्याबरोबर त्या मालाची मालकी खरेदीदाराकडे जाते. मात्र जहाजावर माल चढविण्यापर्यंतचा सर्व खर्च विक्रेत्यास करावा लागतो. मात्र माल जहाजावर चढवित असल्याचे विक्रेत्याने खरेदीदारास कळविले पाहिजे. कारण माल जहाजावर पोहोचवला की, वाहतूक खर्च, मालाचा विमा उतरविणे वगैरे गोष्टी खरेदीदारास कराव्या लागतात. म्हणून माल जहाजावर पोहोचविल्याचे विक्रेत्याने खरेदीदारास न कळविल्यास तो माल जहाजात प्रवासात असताना मालाची जोखीम/ जबाबदारी विक्रेत्याची राहते.

२. सी. आय.एफ.करार (Cost, Insurance and Freight Contract) : ज्या करारामध्ये मालाच्या किमतीत, मालाची किंमत, विम्याचा खर्च व वाहतुकीचा

खर्च या सर्वांचा समावेश केलेला असतो अशा करारास सी.आय.एफ. करार असे म्हणतात.

मालाची मूळ किंमत, मालाच्या विम्याचा खर्च व खरेदीदाराच्या ठिकाणापर्यंत माल वाहतुकीचा खर्च या सर्व खर्चाचा व किमतीचा समावेश करून या करारपद्धतीत मालाची किंमत ठरवून दिली जाते. या करारात मालाचे बिल, विमा पॉलिसी व माल वाहतुकीच्या खर्चाचे बिल अशी सर्व कागदपत्रे माल जहाजावर चढविल्याबरोबर व विमा उतरल्यानंतर विक्रेता, हा खरेदीदाराकडे पाठवितो. त्यावेळी खरेदीदाराला तो स्वीकारून त्या कागदपत्रानुसार होणारा सर्व खर्च/सर्व रक्कम विक्रेत्यास द्यावी लागते. विक्रेता खरेदीदारास ही कागदपत्रे बँकेतर्फेही पाठवू शकतो. ही विक्रेत्याने पाठविलेली सर्व कागदपत्रे ज्यावेळी खरेदीदार जहाजाच्या संबंधित अधिकाऱ्याकडे हजर करतो तेव्हाच खरेदीदारास या सर्व मालाचा ताबा मिळतो. खरेदीदाराने बँकेत ही सर्व रक्कम भरल्यानंतर किंवा विक्रेत्याने त्या रकमेवरील काढलेली हुंडी स्वीकारताच बँक खरेदीदारास कागदपत्र देते. मात्र विक्रेत्याने जहाजावरील मालाचा आपला ताबा सोडला नसल्यास खरेदीदार ही सर्व रक्कम देईपर्यंत मालाची मालकी खरेदीदाराकडे जात नाही.

एक्स–शिप करार (Ex-Ship Contract) : ज्यावेळी विक्रेता व खरेदीदार यांच्यात झालेल्या कराराप्रमाणे विक्रेत्यास स्वतःच्या खर्चाने माल खरेदीदाराच्या ठिकाणापर्यंत जहाजाने नेऊन पोहचवावा लागतो. तेव्हा त्या करारास एक्स–शिप करार असे म्हणतात. या करारामध्ये मालाचा प्रत्यक्ष ताबा खरेदीदाराकडे गेल्याशिवाय मालाची मालकी खरेदीदाराकडे जात नाही.

मालविक्रीच्या कराराचा भंग : विक्री कराराचा भंग केल्यास मिळणारे अधिकार (Remedies for Breach of the Contract of Sale)

मालविक्रीच्या करारामुळे खरेदीदार व विक्रेता अशा या कराराशी संबंधित दोन्ही पक्षांना हक्क व अधिकार मिळतात. तसेच करार पूर्ततेसंबंधी त्यांच्यावर काही जबाबदाऱ्याही पडतात.

एखाद्या पक्षाने मालविक्रीच्या करारातील अटींचे पालन केले नाही; तर निर्दोष पक्षाला करार भंग करणाऱ्या पक्षाविरुद्ध कायद्यानुसार खालील हक्क प्राप्त होतात –

१. विक्रेत्याला खरेदीदाराविरुद्ध खालील हक्क मिळतात : मालविक्रीच्या करारात खरेदीदाराने करारातील अटींचे पालन केले नाही तर म्हणजेच करारभंग झाला तर विक्रेत्याला खरेदीदाराविरुद्ध योग्य त्या कोर्टात खालील बाबींसाठी दावे दाखल करता येतात –

(अ) मालाच्या किमती वसुलीसाठी योग्य कोर्टात दावा दाखल करणे (कलम ५५ अन्वये) :

(अ) मालविक्रीच्या करारानुसार मालाचा मालकी हक्क खरेदीदाराला हस्तांतरित झाला असूनही खरेदीदार मालाच्या करारात ठरलेले मूल्य/किंमत देण्याची टाळाटाळ करीत असेल किंवा मालाची किंमत देतच नसेल तर विक्रेता किंमत वसुलीकरिता खरेदीदाराविरुद्ध दावा दाखल करू शकेल **(कलम ५५)**

(ब) मालविक्रीच्या करारानुसार संबंधित मालाची मालकी खरेदीदाराकडे गेलेले नसून माल कराराच्या पूर्ततेसाठी पाठविलेला असतो आणि मालाची पाठवणी केली असेल किंवा केलीही नसेल. परंतु करारातील अटीप्रमाणे ठराविक दिवशी मालाची किंमत देण्याचे खरेदीदाराकडून ठरले असेल त्या ठरल्यादिवशी मालाची किंमत मिळाली नसेल तरीही विक्रेता खरेदीदाराविरुद्ध किंमत वसुलीसाठी योग्य त्या कोर्टात दावा दाखल करून किंमत खरेदीदाराकडून वसूल करून घेऊ शकतो.

(क) नुकसानभरपाईसाठी योग्य त्या कोर्टात दावा दाखल करणे : जर करारातील अटींचे पालन न करता खरेदीदार माल स्वीकारण्याबाबत तसेच मालाची ठरलेली किंमत देण्याबाबत टाळाटाळ करीत असेल तर त्यामुळे विक्रेत्याला नुकसान होईल त्या नुकसानभरपाईच्या वसुलीसाठी विक्रेता खरेदीदाराविरुद्ध योग्य त्या कोर्टात दावा दाखल करू शकतो.

२. खरेदीदाराला विक्रेत्याविरुद्ध खालील हक्क मिळतात : मालविक्रीच्या करारात ठरल्याप्रमाणे विक्रेत्याने करारातील अटींचे पालन केले नाही तर म्हणजेच विक्रेत्याने करारभंग केला तर खरेदीदाराला योग्य त्या कोर्टात खालील बाबींसाठी विक्रेत्याविरुद्ध दावा दाखल करता येतो –

(अ) करारपूर्ततेसाठी विक्रेत्याविरुद्ध दावा दाखल करणे : जेव्हा करारामध्ये निश्चित मालविक्री करण्याचे ठरलेले असते. परंतु मालविक्रीच्या कराराचा भंग करून विक्रेता खरेदीदाराकडे माल पाठविण्याचे नाकारतो तेव्हा खरेदीदार करारपूर्ततेसाठी त्याच्याविरुद्ध योग्य त्या कोर्टात दावा दाखल करून त्यास माल पाठविण्यास भाग पाडू शकतो. खरेदीदार त्या विक्रेत्याला नुकसानभरपाई देऊन अधिकार बजावू देत नाही. **(कलम ५८)**

(ब) नुकसानभरपाई वसुलीकरिता दावा (Suit for Damages) : मालविक्रीच्या करारातील अटीनुसार मालाची पाठवणी करण्यास विक्रेता विलंब करीत असेल किंवा मालाची पाठवणी करीत नसेल तर त्यामुळे खरेदीदाराला जे नुकसान

होईल ते भरुन मागण्याकरिता खरेदीदार विक्रेत्याविरुद्ध दावा दाखल करू शकेल. **(कलम ५७)**

(क) आश्वासन/दुय्यम अट भंग केल्याबद्दल दावा (Suit for Breach of Warranty) : विक्रेत्याने जर एखाद्या दुय्यम अटीचा/आश्वासनाचा भंग केला असेल किंवा विक्रेत्याने केलेल्या एखाद्या महत्त्वाच्या अटीचा भंग हा खरेदीदाराने आश्वासन म्हणजेच दुय्यम अटीचा भंग मानला असेल तर खरेदीदार संबंधित मालाचा स्वीकार करण्यास नकार देऊ शकणार नाही. परंतु खरेदीदार हा –

(अ) दुय्यम अटीचा भंग झाल्याचा परिणाम म्हणून मालाची किंमत कमी करण्यासाठी दावा दाखल करू शकेल किंवा

(ब) दुय्यम अटीचा भंग झाल्याने त्याला झालेले नुकसान भरुन मागण्यासाठी तो विक्रेत्याविरुद्ध दावा दाखल करू शकेल **(कलम ५९)**

३. मालाची पाठवणी करण्याच्या तारखेपूर्वीच करारभंग झाल्यास (Repudiation of Contract before Due Date) **(कलम ६०)** : मालविक्रीच्या करारानुसार मालपाठवणीची जी तारीख ठरली असेल त्या तारखेपूर्वीच एखाद्या पक्षाने कराराचा भंग केल्यास दुसरा निर्दोष पक्ष करार अजून पूर्ण व्हावयाचा आहे असे समजून पाठवणीच्या तारखेपर्यंत वाट पाहू शकतो किंवा करारभंग झाला आहे असे मानून दोषी पक्षाविरुद्ध नुकसान भरपाईकरिता दावा लावू शकतो.

व्याजाबद्दल न्यायालयीन आदेश (कलम ६१) (Interest by Way of Damages) : मालविक्रीच्या कायद्यानुसार विक्रेत्याला किंवा खरेदीदाराला पुढील परिस्थितीत व्याज किंवा विशेष नुकसानभरपाई, वस्तू विक्रीच्या करारात विरोधी उल्लेख केला असल्यास मिळू शकेल.

(१) विक्रेत्याने किंमत वसुलीसाठी खरेदीदाराविरुद्ध केलेल्या दाव्यामध्ये –

(अ) ज्या दिवशी खरेदीदाराला माल दिला असेल त्या दिवसापासून किंवा

(ब) ज्या दिवशी करारातील अटीप्रमाणे मालाची किंमत देणे आवश्यक होते त्या दिवसापासून किमतीच्या रकमेवर खरेदीदाराने व्याज द्यावे असा आदेश न्यायालय देऊ शकेल.

(२) विक्रेत्याने करारातील अर्टीचे पालन न करता करारभंग केला म्हणून त्याच्याकडून मालाची किंमत परत मिळावी म्हणून खरेदीदाराने केलेल्या दाव्यामध्ये, ज्या ज्या दिवशी खरेदीदाराने विक्रेत्याला मालाची किंमत दिली असेल, त्या त्या दिवसापासून विक्रेत्याने खरेदीदाराला व्याज द्यावे असा आदेश न्यायालय देऊ शकेल.

३.९ लिलावाने विक्री (Sale by Auction) :

ज्यामध्ये मालाची सार्वजनिक विक्री केली जाते व सर्वात जास्त किंमत बोलणाऱ्या व्यक्तीला मालाची विक्री करण्यात येते त्याला 'लिलावाने विक्री' असे म्हणतात. मालविक्रीच्या कायद्यात माल लिलावाने विक्री करण्याबाबत खालील नियम आहेत–

(१) मालाचे वेगवेगळे गट करून त्यांची लिलावाने विक्री केली असेल तर प्रत्येक स्वतंत्र गटासाठी स्वतंत्र विक्रीचा करार करावा लागेल.

(२) लिलाव करता लिलाव पूर्ण झाल्याचे जाहीर करण्यासाठी साधारणपणे आपल्या समोरील टेबलावर ३ वेळा हातोडी वाजवतो. याप्रमाणे हातोडी वाजविण्यात आली किंवा असा यासंबंधी नियम जाहीर करून इतर अन्य मार्गाने लिलाव पूर्ण झाल्याचे जाहीर केले की त्याच क्षणी मालविक्रीच्या कराराची निर्मिती झाली असे मानले जाई.

(३) लिलावकर्त्याने लिलाव ३ वेळा पुकारून लिलाव विक्री पूर्ण झाल्याचे जाहीर करेपर्यंत लिलाव बोली बोलणारी व्यक्ती आपली बोली (Bid) रद्द करू शकेल.

(४) विक्रेता किंवा त्याच्या वतीने त्याचा अधिकृत प्रतिनिधी लिलावात बोली बोलण्याचा अधिकार स्वत:कडे घेऊ शकतो. असा लिलाव बोलण्याचा अधिकार घेतला असेल तरच विक्रेता किंवा त्याचा प्रतिनिधी लिलावाच्या वेळी बोली बोलू शकेल.

(५) लिलावात बोली बोलण्याचा अधिकार विक्रेत्याने राखून ठेवला आहे असे लिलावाच्या वेळी लिलाव बोलण्यापूर्वी जाहीर करण्यात आले नाही तर विक्रेत्याने त्याच्या वतीने त्याच्या अधिकृत प्रतिनिधीने बोललेली बोली योग्य ठरणार नाही. याविरुद्ध, लिलावापूर्वी जाहीर न करता बोली बोलण्यात आल्यास व वस्तूंची विक्री करण्यात आल्यास 'फसवून अथवा कपटाने मालाची विक्री' झाली असे खरेदीदाराला मानता येईल.

(६) लिलावाने विक्री होण्यापूर्वी लिलावात मालाची एक विशिष्ट किमान किंमत आल्याशिवाय मालाची विक्री करू नये अशी स्पष्ट सूचना विक्रेता किंवा मालाचा मालक लिलावकर्त्याला देऊ शकतो. हा नियम मालाच्या मालकाच्या हितसंरक्षणासाठी आहे. बोली बोलणारे आपसात लिलावाच्या वेळी स्पर्धा किंवा मालाची किंमत वाढू नये म्हणून एकमेकांविरुद्ध बोलू नये असे ठरवित असतील तर ते बेकायदेशीर आहे व यावर उपाय म्हणूनच मालाचा मालक त्या मालाची विशिष्ट किंमत आल्याशिवाय अथवा किमान किंमत आल्याशिवाय मालाची विक्री करू नये अशी सूचना लिलावकर्त्याला देऊ शकतो.

प्रश्न :

अ) खालील प्रश्नांची उत्तरे २० शब्दांत लिहा

१. माल किंवा वस्तू म्हणजे काय ?
२. वस्तूचे मूल्य किंवा किंमत म्हणजे काय ?
३. व्यापारी अभिकर्ता अगर प्रतिनिधी म्हणजे काय ?
४. मालविक्री करार म्हणजे काय ?
५. वर्तमान वस्तू म्हणजे काय ?
६. भावी वस्तू म्हणजे काय ?
७. निश्चित वस्तू म्हणजे काय ?
८. अनिश्चित वस्तू म्हणजे काय ?
९. प्रमुख अट म्हणजे काय ?
१०. दुय्यम अट म्हणजे काय ?
११. माल पाठवणी म्हणजे काय ?
१२. गर्भित अट म्हणजे काय ?
१३. मालविक्रीचा ठराव म्हणजे काय ?
१४. लिलाव पद्धती म्हणजे काय ?

ब. खालील प्रश्नांची उत्तरे ५० शब्दांत लिहा.

१. वस्तू किंवा मालाचे विविध प्रकार कोणते ?
२. मालविक्री कराराच्या आवश्यक अटी कोणत्या ?
३. कायदेशीर मालविक्री करार कसा होतो ?
४. अट आणि आश्वासन म्हणजे काय ?
५.   माल पाठवणीचे प्रकार सांगा.
६. मालविक्री कराराची वैशिष्ट्ये सांगा.
७. वस्तूच्या मालकी हक्काचे हस्तांतरणाचे नियम सांगा.
८. वस्तूतील जोखीमेचे हस्तांतर कसे होते.
९. लिलाव पद्धतीच्या विक्री संबंधीचे नियम स्पष्ट करा.

क) खालील प्रश्नांची उत्तरे १५० शब्दांत लिहा.

१. मालविक्री करार स्पष्ट करून त्यातील आवश्यक अटींचे वर्णन करा.

२. मालविक्री कायद्यानुसार वस्तूचे विविध प्रकार स्पष्ट करा.

३. मालविक्री करारात किमतीचे महत्त्व स्पष्ट करून ती कशी निर्धारित केली जाते ते सांगा.

४. वर्तमान वस्तू व भविष्यकालीन वस्तूमधील फरक स्पष्ट करा.

५. मालविक्री कायद्यातील कराराच्या 'विषयवस्तूबाबतच्या' तरतुदी स्पष्ट करा.

६. अट आणि आश्वासन म्हणजे काय ? त्यातील फरक स्पष्ट करा.

७. स्पष्ट व गर्भित अट म्हणजे काय ? गर्भित अटींचे स्पष्टीकरण करा.

८. 'ग्राहकाने सावध असावे' स्पष्ट करा.

९. विक्रेत्याकडून खरेदीदाराकडे मालकीहक्काचे हस्तांतर केव्हा व कसे होते?

१०. पसंत पडल्यास खरेदी करा या विधानाचे स्पष्टीकरण करा.

११. मालविक्री कायद्यानुसार खरेदीदाराचे हक्क व कर्तव्ये स्पष्ट करा.

१२. खरेदीदाराने माल स्वीकारला हे कोणत्या परिस्थितीत समजले जाते ?

१३. लिलाव पद्धती म्हणजे काय ? या विक्रीसंबंधीचे नियम स्पष्ट करा.

ड) खालील प्रश्नांची उत्तरे ३०० ते ५०० शब्दांत लिहा.

१. मालविक्रीचा करार म्हणजे काय ? या कराराच्या आवश्यक अटी सांगून वस्तूच्या विविध प्रकारांचे वर्णन करा.

२. प्रमुख अट व दुय्यम अट म्हणजे काय ? कोणत्या परिस्थितीत अटीचा भंग आश्वासनाचा भंग समजला जातो ? या करारातील गर्भित आश्वासनांचे वर्णन करा.

प्रकरण ४

ई-करार (ई-व्यवहार; ई-कॉमर्स)

e-Contracts (e-Commerce)

प्रस्तावना (Introduction)

'कॉमर्स' हा शब्द 'ई-कॉमर्सच्या उत्पत्तीमध्ये सर्वांत महत्त्वाचा आहे. खरेदी – विक्रीचे व्यवहार जेव्हा इलेक्ट्रॉनिक माध्यमातून होतात तेव्हा त्याला 'ई-कॉमर्स' असे म्हणतात. ह्या खरेदी-विक्रीमध्ये वस्तू व सेवांची खरेदी केली जाते. सध्या यासाठी इंटरनेट व कॉम्प्युटर नेटवर्कचा वापर केला जातो. इंटरनेट प्रसारामुळे ई-व्यवहारांना खूप महत्त्व प्राप्त झाले. ई-कॉमर्सची उत्पत्ती १९९७ मध्ये झाली. इ. बिझनेस ही संकल्पना IBN या कंपनीने १९९७ मध्ये रुजवली.

ई-व्यापार म्हणजे इलेक्ट्रॉनिक माध्यमाद्वारे होणारा व्यापार. हा शब्द ई-कॉमर्स व ई-मेल या संकल्पनेचे व्याप्त रूप होय. सध्या ई-कॉमर्स www या नेट वर गुंतलेले

आहे. जागतिकीकरणाच्या व्यवहारांमध्ये www या साखळीचा मोठ्या प्रमाणात उपयोग होत आहे.

व्यवसाय करताना व्यापाऱ्यांसमोर अनेक उद्दिष्टे असतात. त्यासाठी संदेशवहन आणि माहिती तंत्रज्ञानाचा उपयोग करावा लागतो. या सर्व गोष्टींचा उपयोग ई-कॉमर्समधून केला जातो. ई-कॉमर्समुळे जगाच्या कानाकोपऱ्यातील व्यापाराची व तंत्रज्ञानाची माहिती सेकंदात मिळू शकते. जागतिकीकरणाच्या टप्प्यांमध्ये ई-कॉमर्स हा खूप महत्त्वाचा दुवा आहे. ई-कॉमर्समुळे व्यवहारांच्या वेळा सांभाळाव्या लागत नाहीत तर २४ तास व्यवहार करण्याची चांगली सुविधा म्हणून याकडे पाहिले जाते. ऑनलाइन व्यवहारामुळे सर्व जग एकच बाजारपेठ झाली आहे.

४.१ ई-व्यवहार अर्थ (Meaning of e-commerce)

अर्थ : इलेक्ट्रॉनिक माध्यमाद्वारे जेव्हा व्यापारी ग्राहकांपर्यंत संवाद साधतो तेव्हा त्याला 'ई-कॉमर्स' असे म्हणतात. ग्राहक व व्यापारी यांच्यात त्यामुळे जवळीक साधता येते. जागतिकीकरणात महत्त्वाचा वाटा म्हणून ई-कॉमर्सकडे पाहिले जाते.

ई-कॉमर्समुळे कोट्यवधी रुपयांची उलाढाल होते. नेटवरून वस्तू व सेवा-विक्रीचा एक मार्ग म्हणजे ''ई-कॉमर्स'' होय.

बरेच लोकांना असे वाटते की ''ई-कॉमर्स'' म्हणजे ऑनलाइन खरेदी; पण ही संकल्पना याहीपेक्षा खूप मोठी आहे. ई-कॉमर्समुळे जगाच्या कानाकोपऱ्यात वस्तू व सेवांची देवाणघेवाण शक्य झाली आहे.

ई-कॉमर्सची वैशिष्ट्ये (Features of e-commerce)

(१) ग्राहकांशी जवळीक (Close contact with customer)

ग्राहकांशी जवळीक साधण्याचे हे एक प्रभावी साधन आहे. ग्राहकांचे समाधान, करता येते. ग्राहकांच्या तक्रारी, ग्राहकांना हवी असलेली माहिती लगेचच पाठविता येते.

(२) सोईस्कर सेवा (Convenient service) ई-कॉमर्समुळे ग्राहकांना सोईस्कर सेवा पुरविता येतात.

(३) समन्वय (Co-ordination) ई-मेलच्या माध्यमातून ग्राहक, पुरवठादार व्यापारी यांच्यात समन्वय साधला जातो.

(४) सभेचे नियोजन व त्यांची अंमलबजावणी (Planning and execution of meeting) सर्व सभेचे नियोजन व त्यामध्ये समन्वय साधणे संगणकाद्वारे सहज शक्य होते. वक्ता, हॉटेल, वार्ता या सर्व गोष्टी ई-कॉमर्समुळे दोन सेकंदांत ठरविता येतात.

(५) ऑनलाइन सुरक्षितता (Online safety) :- बरेच प्रकारणे विषाणू संगणकाला घातक ठरतात. त्यामुळे ई-कॉमर्समध्ये धोका होऊ शकतो म्हणून इंटरनेट सुरक्षिततेचा उपाय योजणे महत्त्वाचे ठरते. ॲन्टिव्हायरस सुरक्षितता महत्त्वाची आहे.

(६) व्यापारविस्तार (Business expansion) :- ई-कॉमर्सद्वारे बाजारपेठ विस्तारित करणे तसेच जास्तीतजास्त ग्राहक मिळविणे शक्य होते. ग्राहकांसाठी ऑनलाईन शॉपिंग सोईचे ठरते.

४.२ ई-कॉमर्सचे महत्त्व (Importance of e-commerce)

ई-कॉमर्सचे खूप फायदे आहेत. ई-व्यवहार करताना, विक्रीचा भाग म्हणून ई-कॉमर्सकडे पाहिले जाते. आकडेवारीची देवाण-घेवाणसुद्धा ई-कॉमर्समध्ये होते.

अ) ग्राहकांच्या दृष्टीने ई-कॉमर्सचे फायदे

(१) अनेक पर्याय उपलब्ध (Many options dailable) - ई-कॉमर्समुळे एका वस्तूचे किंवा सेवेचे अनेक पर्याय उपलब्ध असतात. अनेक नमुने आपल्याला घरबसल्या पहाण्यास मिळतात.

उदा : अमेरिकेला ग्रिटिंग किंवा रक्षाबंधनाला राखी पाठवायची झाल्यास पर्यायांवर क्लिक करून send म्हटले की घरपोच राखी मिळते.

(२) विलंब टाळता येतो (Elimination of delay) :- ऑनलाइन सेवेमुळे वस्तू व सेवा मिळविण्यासाठी रांगेत उभे राहण्याचा वेळ वाचतो. उदा :- विमान तिकीट, बस तिकीट, सिनेमा, रेल्वे यांची बुकिंगच ऑनलाईन मिळतात.

(३) सतत व्यवहार (Continuous transactions) :- ऑनलाईन व्यवहार २४ तास, सातही दिवस चालू असतात. त्यामुळे ग्राहक त्यांच्या वेळेनुसार व्यवहार करतात.

(४) माहिती मिळते (Availability of information) :- ग्राहकांना ऑनलाइन माहिती पाठविणे शक्य होते. घरबसल्या ग्राहकांना आपल्या शंकांचे निवारण करणे शक्य होते.

(५) जलद व्यवहार (Speedy Transactions) :- पूर्वी सर्व व्यवहार पोस्टाने व्हायचे त्यामुळे थोडा विलंब होत होता. आता कॅटलॉग, बिल, वस्तूंचे वर्णन, खरेदी सूचना, खरेदी अटी ह्या सर्व गोष्टी पटकन होतात.

ब) व्यापाऱ्यांच्या दृष्टीने ई-कॉमर्सचे फायदे :

(१) व्यवसाय वाढ / वृद्धी (Business expansion)

ई-कॉमर्समुळे बाजारपेठ विस्तारित करणे तसेच जास्तीतजास्त ग्राहक मिळविणे

शक्य होते. ऑनलाइन बरेच ग्राहक आकर्षित करता येतात.

(२) ग्राहकांशी जवळीक (Close contact with customers)

ई-कॉमर्समुळे व्यापाऱ्यांना ग्राहकांशी जवळीक साधणे शक्य होते. ग्राहकांच्या समस्या सोडविणे शक्य होते. त्यामुळे ग्राहकांच्या शंकांचे निरसन करता येते व ग्राहक टिकवून ठेवता येतात.

(३) नफ्याचे प्रमाण जास्त (Increase in profit margin)

ई-कॉमर्समुळे चांगल्या दर्जाच्या वस्तू विकण्यासाठी गुंतवणूक कमी करावी लागते. ई-कॉमर्समध्ये जास्त लोकांवर अवलंबून रहावे लागत नाही व त्यामुळे नफ्याचे प्रमाण वाढते.

(४) जागतिकबाजारात स्थान (Good place in Globalisation)

इंटरनेटमुळे आपण कोणत्याही व्यापाराशी करार करू शकतो. त्यामुळे खूप मोठी आंतरराष्ट्रीय बाजारपेठ उपलब्ध झाली आहे.

४.३ ई-कॉमर्सचे स्वरूप (Nature of e-commerce)

ई-कॉमर्स / ई-व्यवहार साधारणत: पुढील प्रकारचे असतात

B to B	B to C	C to C	C to B	B to E	B to G
व्यवसाय ते व्यवसाय	व्यवसाय आणि ग्राहक	ग्राहक आणि ग्राहक	ग्राहक आणि व्यवसाय	व्यवसाय आणि कर्मचारी	व्यवसाय आणि शासन

१) व्यवसाय आणि व्यवसाय (Business to Business)

दोन व्यवसायांमधील परस्परसंबंध ई-कॉमर्सद्वारे प्रस्थापित करता येतात. हे दोन व्यवहार इलेक्ट्रॉनिक डेटा इंटरचेंज (EDI) द्वारे होतात. त्यामुळे व्यवसाय कार्यक्षम होण्यास मदत होते. ई-कॉमर्स कंपनी पुरवठादार, वितरक आणि एजंटशी व्यवहार करू शकते. असे व्यवहार software 2000 द्वारे हाताळता येतात. लहान किंवा माध्यम उद्योगांना खूप मोठ्या संधी उपलब्ध करता येतात.

परंतु बरेच व्यावसायिक हे साखळी मार्गाद्वारेच (पारंपरिक पद्धतीने) पुरवठा करण्याचे ठरवितात हा याचा एक तोटा दिसून येतो. software मुळे चुका होण्याचे प्रमाण कमी आहे.

२) व्यवसाय आणि ग्राहक (B to C - Business to Customer) :

व्यवसाय आणि ग्राहक, ई-कॉमर्सद्वारे वस्तू व सेवा ग्राहकांपर्यंत शेवटच्या

उपभोक्त्यापर्यंत पोहचविता येतात.

या व्यवहाराची सर्वात मोठी site म्हणजे amazon-com आहे. ही कंपनी ऑनलाइन पुस्तकविक्रेती आहे. २४ तास, ७ दिवस आणि ३६५ अहोरात्र सेवा या माध्यमाद्वारे पुरविल्या जातात.

उदा : विमानसेवा, बँकिंग सेवा, पर्यटनसेवा

३) ग्राहक आणि ग्राहक (C to C-Consumer to Consumer)

या प्रकारात लिलावपद्धतीने होणाऱ्या खरेदी – विक्रीच्या व्यवहारासारखे व्यवहार होतात. व्यापाऱ्यांचा संबंध येत नाही. ग्राहकांचेच ग्राहकांशी संबंध येतात.

उदा : e - Buy Bid or Buy com, Baazi

या लिलावांच्या साइट आहेत. यामध्ये जुन्या किंवा नवीन वस्तूंची खरेदी–विक्री होते.

४) ग्राहक आणि व्यवसाय (C to B-Consumer to Business) :

यामध्ये ग्राहक हा केंद्रबिंदू असतो. ग्राहकांना वस्तू व सेवांच्या निवडीला खूप वाव असतो. विक्री किंमत ठरवण्याची संधी ग्राहकांना मिळते.

e. g :- price line com ह्या मध्ये पर्यटनकंपनी, हॉटेल, विमानसेवा या विविध व्यवसायांची माहिती व त्यांच्या किमती देण्याचे काम केले जाते.

५) व्यवसाय आणि कर्मचारी(B to E-Business to Employee)

ग्राहकांची काळजी व ग्राहकांच्या तक्रारी निवारण्याचे काम येथे होते.

६) व्यवसाय व शासन (B to G-Business to Government)

शासनाचे अनेक नियम, अटी, अनेक प्रकारची खाती या सर्व गोष्टींची माहिती येथे मिळते. प्रत्यक्ष त्या खात्यामध्ये जाण्यापेक्षा वेबसाइटवरच माहिती मिळते. त्यामुळे सामान्य जनता व शासकीय कर्मचारी यांच्या वेळेत बचत होते. व्यवसाय व शासन – ई–कॉमर्समधून स्मार्ट शहराची संकल्पना पुढे आली.

ई–कॉमर्समुळे पुढील सुविधा प्राप्त होतात.

सेवांची नावे	उपलब्ध वेबसाइटस
१) इंटरनेट पुस्तक केंद्र (Internet Book shop) बऱ्याच प्रकारची पुस्तके, त्यांचे उतारे याची माहिती घरबसल्या	www.amazon.com www.bookshop.blackwell.com www.bol.wm

मिळते. किंमत किती आहे? तसेच संशोधनासाठी उपयोग होतो.	
२) किराणावस्तू (Grocery supplies) प्रत्यक्ष दुकानात न जाता किराणा वस्तूंची यादी पाठविली की वस्तू घरपोच मिळतात.	www.sainsbury co.u.k. www.bigbazar.com www.bonestore.com
३) इलेक्ट्रॉनिक वर्तमानपत्रे (electronics Newspaper) ऑनलाइन वर्तमानपत्रे पाहता येतात. वर्तमानपत्रातील मजकूर इंटरनेटवर पाहता येतो.	www.esakal.com www.times of India.com
४) इंटरनेट बँकिंग (Internet Banking) इंटरनेट बँकिंग हा ई-कॉमर्सचा खूप महत्त्वाचा भाग आहे. आपल्या खात्याची माहिती ऑनलाइन घरी मिळते.	RBI has taken many steps to provide better services to customers like National Electronic Fund transfer.
५) सौंदर्यप्रसाधने (सेंट, शांपू)	Dragstore.com
६) बागबगिचे व्यवस्थापन	Garden.com

याव्यतिरिक्त संगणक, खेळणी, दागदागिने, सेंट या प्रकारच्या वस्तूंची उलाढाल ई-कॉमर्सद्वारे होते.

४.४ ई – करार (e-Contracts)

"An e-contract is a contract modelled executed and extracted by a software system. Computer programms are used to automate business programmes that govern e-contracts. e-contract can be mapped to inter - related programmes which have to be specified carefully to satisfy, the contract requirement. These programmes do not have the capabilities to handle complex relationships between parties to an e-contract,

ई-कॉमर्स म्हणजे दोन वैध पक्षांमध्ये इलेक्ट्रॉनिक माध्यमाद्वारे होणारा करार होय. यात पुढीलप्रमाणे तीन टप्पे असतात.

जाहिरात व संशोधन अवस्था
|
आदेश व पेमेंट अवस्था
|
मालाची डिलिव्हरी अवस्था.

या सर्व अवस्था इलेक्ट्रॉनिक माध्यमाद्वारे पार पाडल्या जातात. हा साधा व्यवहार नसून हा एक 'करार' आहे. आणि हा करार इलेक्ट्रॉनिक माध्यमाद्वारे होतो म्हणून त्याला ''ई-करार'' असे म्हणतात.

''ई-करार म्हणजे सॉफ्टवेअर पद्धतीद्वारा बनविलेला (Modelled) अमलात आणलेला व कायदेशीरपणे बनविलेला करार होय. व्यावसायिक प्रक्रिया स्वयंचलित होण्यासाठी वापरण्यात येणाऱ्या कॉम्प्युटर प्रोग्रामला ई-करार म्हणतात.'' इलेक्ट्रॉनिक स्वरूपात तयार केलेला करार म्हणजे ई-करार या करारावर इलेक्ट्रॉनिक सही केली जाते.

४.४ (अ) ई-कराराची निर्मिती : नेहमीचे जे करार केले जातात त्यावर दस्ताऐवज वापरले जातात. पण ई-करारात कोणत्याही प्रकारचे दस्तऐवज वापरले जात नाहीत. व्यवसायसंस्थेला करार टाइप करून ई-मेल करू शकतो त्यावर इलेक्ट्रॉनिक सही केली जाते व करार केला जातो. या व्यवहारात प्रत्यक्ष सही नसते तर इलेक्ट्रॉनिक माध्यमाद्वारे सही केली जाते.

व्यवसायसंस्था मेलद्वारे करार पाठविते.

दुसरी व्यवसायसंस्था यावर स्वीकृती दर्शविते : स्वीकृती I agree ह्या पर्यायावर क्लिक करून दर्शविता येते. पेनने सही करता येणे शक्य नसल्यामुळे इलेक्ट्रॉनिक सही दर्शविली जाते. सहीच्या खाली नाव टाइप केले जाते.

या प्रकारचे करार software download करताना वापरले जातात. I agree या बटणावर क्लिक केले की करार मंजूर आहे असे गृहीत धरले जाते.

खरेदीदार विक्रेत्याचा सर्व वस्तू, त्याच्या किमती, अटी या सर्व गोष्टी कॉम्प्युटरवर जाणून घेतो. त्याचे समाधान झाल्यावर तो कॉम्प्युटरवर ऑर्डर देतो. नंतर ऑर्डर पक्की झाल्याचे कळवितो (विक्रेता) नंतर वस्तूंचे पैसे पाठविले जातात. त्यानंतरच वस्तूची पाठवणी होते.

अशा परिस्थितीत विक्रेता करार झाला की नाही ? याबाबत साशंक असतो.

ई-कराराचे दोन प्रकार पडतात :

१) वेब रॅप करार (Web - wrap Agreement)

वेबवर आधारित जे करार असतात त्या करारांना web - wrap करार असे म्हटले जाते. या करारात संमती ही I agree ह्या बटणावर क्लिककरूनच दर्शविली जाते.

२) श्रिंक रॅप करार (Shrink wrap Agreement)

एखादे software सॉफ्टवेअर डाउनलोड करायचे असल्यास CD - Rom वरून इन्स्टॉल केले जाते. जी व्यक्ती हे सॉफ्टवेअर वापरते ती व्यक्ती सर्व अटी मान्य करते.

उदा :- मॉयक्रोसॉफ्ट ऑफिस सॉफ्टवेअर, पेंटब्रश, मायक्रोसॉफ्ट वर्ड

४.४ (ब) ई–कराराची मान्यता / वैधता Legality of e-contract

ई–कराराची वैधता भारतीय कायदा करार १८७२ मध्ये नमूद केल्याप्रमाणे खालील बाबींनी पडताळता येते :-

a. करारामध्ये प्रस्ताव (offer) आणि स्वीकृती (acceptance) असली पाहिजे.

b. दोन किंवा त्यापेक्षा अधिक व्यक्ती करारात असल्या पाहिजेत.

c. दोन्ही पक्षांनी एकाच विषयावर सहमती दर्शविली पाहिजे. (consensus and Idean)

d. दोन्ही पक्षांमध्ये कायदेशीर संबंध (Legal Relationship) करण्याचाच हेतू असला पाहिजे.

e. करारात प्रतिफल (Consideration) असायला हवे.

f. करारावर दोन्ही पक्षांच्या सह्या असाव्यात.

a) करारामध्ये प्रस्ताव आणि स्वीकृती असली पाहिजे.
(Offer and acceptance)

ई–व्यापारामध्ये वस्तूंची वेबसाईटवर जाहिरात दिली जाते. जेव्हा अशा प्रकारची जाहिरात दिली जाते त्यावेळी तो प्रस्ताव नसून ते निमंत्रण (Inviting offer) आहे असेच म्हटले आहे. खरेदीवर सर्व अटी मान्य करून किंमत अशी आहे त्या किमतीला घेण्यास तयार आहे असे कळविते. ई–करारामधे संदेशवहन पूर्ण होत नसले तरी स्वीकर्त्याच्या बाबतीत कॉम्प्युटरद्वारा जी स्वीकृती दिलेली असते आणि तीसुद्धा स्वीकर्त्याची माहिती नसतानादेखील, अशा प्रकारचे करार वैध समजले जातात. बच्याच वेळा असे प्रश्न उठतात की कॉम्प्युटरवर दिलेला प्रस्ताव / स्वीकृती ग्राह्य धरली जाईल का ? कायद्यात –

भारतीय करार कायदा १८७२ प्रमाणे पुढील तरतुदी आवश्यक आहेत :-

१) प्रथम एका व्यक्तीकडे मान्यतेसाठी प्रस्ताव येतो.

२) ती व्यक्ती प्रस्ताव मान्य करते व त्यावर सही करते.

३) प्रस्तावाला स्वीकृती दिली आहे असे म्हटले जाते.

४) प्रस्ताव मान्य केल्यावर ते (Promise) वचन होते.

ह्या करारात संदेशवहन तेव्हाच पूर्ण होते जेव्हा स्वीकर्त्याच्या बाबतीत प्रस्तावकर्त्याला व्यवहाराची पूर्ण माहिती होते.

b) करारातील पक्ष (Parties to the contract)

करारातील दोन्ही पक्ष करार करण्यास सक्षम असावे लागतात. दोन्ही पक्ष नैसर्गिक असणे गरजेचे असते. अमेरिका आणि इंग्लंडच्या कायद्यानुसार या दोन तरतुदी करार करताना आवश्यक असतात.

कॉम्प्युटर ही नैसर्गिक व्यक्ती नाही तर ती कायदेशीर बाब धरली जात नाही. भारतीय कायद्यानुसार खरेदीदार आणि विक्रेता या नैसर्गिक व्यक्ती आहेत. त्यामुळे हा करार (कॉम्प्युटर) अवैध नाही.

c) कायदेशीर संबंध निर्माण करण्याचा हेतू असला पाहिजे

(Intention to create a legal Relationship)

दोन्ही पक्ष जेव्हा करार करतात तेव्हा तो वैध होण्यासाठी दोन्ही पक्षांचा हेतू कायदेशीर संबंध प्रस्थापित करणे असावा. जेव्हा कायदेशीर हेतू असतो तेव्हा जर (presumption) गृहीतकाला आव्हान दिले तर सिद्ध करण्याची जबाबदारी आव्हान देणाऱ्यावर असते.

वैध / अवैध ठरविण्यासाठी दोन्ही पक्षांची मीटिंग (बैठक) ठरवावी लागते. परंतु अशा व्यवहारात दोन पक्षांची मीटिंग होऊ शकत नाही. विक्रेत्याला अडचणी निर्माण होऊ शकतात.

d) प्रतिफल / मोबदला (consideration)

प्रत्येक करारात मोबदला असणे आवश्यक असते. मग तो ई-करार असो किंवा प्रत्यक्ष करार असो. जेव्हा ई-करार केला जातो तेव्हा सुरक्षिततेबाबत खूप मोठे प्रश्न निर्माण होतात. पण तसे प्रश्न उद्भवणार नाहीत यासाठी पुढील काळजी घ्यावी लागते.

१) ग्राहकांना सर्व की - पॉइंट्स व्यवस्थित दिले पाहिजेत.

२) व्यवहाराची लिखित निश्चिती असावी.

३) व्यवहार नाकारण्याची मुभा दिली जावी.

४) विशिष्ट कालावधी दिला नसेल तर व्यवहाराची पूर्तता तीस दिवसांच्या आत व्हावी.

५) अपुऱ्या माहितीमुळे किंवा व्यवहाराच्या संदिग्धतेमुळे सात दिवसांच्या आत दंडाशिवाय व्यवहार नाकारता यावा.

६) खरेदीदाराने अगाऊ रक्कम देण्याची शिफारस असावी.

७) क्रेडिट कार्डच्या गैरवापराबद्दल नुकसान झाले तर त्यांना भरपाई दिली गेली पाहिजे.

या सर्व अडचणी आटोनॉमस कॉम्प्युटर वापरामुळे येतात.

e) **दायित्व व नुकसान** (Liability and damage)

ई–करारात अनेक व्यावसायिक गुंतलेले असतात. त्यांनी केलेल्या करारबाबत ते जबाबदार असतात. करारभंग झाला की दायित्व निर्माण होते. पण अनेक उदा : प्रोग्रॅमिंग चूक, कारकुनी चूक इ.

खालील तंत्रामुळे जबाबदारी मर्यादित होते :

a. विमा

b. ई–कॉमर्सबाबतचे कायदे व नियम

c. अंकेक्षण नियंत्रण कार्यक्रम व आढावा.

d. योग्य मनुष्यबळ व्यवस्थापन

e. नोटीस व डिस्क्लोजर यंत्रणा

f. व्यावसायिक भागीदार व वैध तांत्रिक मुद्दे

g. मान्य पद्धती, मार्गदर्शक सूचना.

f) **इलेक्ट्रॉनिक / डिजिटल सही :**

कोणत्याही माहितीवर किंवा रेकॉर्डवर केंद्र सरकारने विहित केल्याप्रमाणे इलेक्ट्रॉनिक सहीद्वारे अधिप्रमाणन केले असले तर ते अधिप्रमाणन सहीची गरज पूर्ण करते. (माहिती तंत्रज्ञान कायदा २००० कलम २.)

४.४ (क) इलेक्ट्रॉनिक अभिलेखांचे आरोपण (उपार्जन), पोचपावती अभिस्वीकृती व पाठवणी

(Attribution, Acknowledgement and despatch of e-Records)

ई–रेकॉर्ड (e-Records)

१) जर रेकॉर्ड तयार करणाऱ्याने पाठविले असेल

२) जर रेकॉर्ड तयार करणाऱ्याने ते पाठविण्याचा अधिकार एखाद्या दुसऱ्या व्यक्तीला दिला असेल व त्या व्यक्तीने ते रेकॉर्ड पाठविले असेल किंवा

३) मूळ व्यक्तीने किंवा तिच्या वतीने अधिकार असणाऱ्या एखाद्या व्यक्तीने

स्वयंचलितपणे कार्यरत होण्यासाठी माहिती यंत्रणेद्वारे पाठविले असेल तर ते रेकॉर्ड मूळ व्यक्तीकडे आरोपित करता येईल. (कलम ११)

पोचपावती (Acknowledgement)

१) ई-रेकॉर्ड पोहोच मूळ व्यक्तीला मिळाल्यावरच ई-रेकॉर्ड बंधनकारक असेल अशी अट घातली असेल तर पोच मिळेपर्यंत ई-रेकॉर्ड मूळ व्यक्तीने पाठविले नाही, असे मानण्यात येईल.

२) ई-रेकॉर्ड फक्त पोच मिळाल्यानंतरच बंधनकारक असेल अशी अट मूळ व्यक्तीने घातली नसेल आणि मान्य केलेल्या वेळेत किंवा वेळ मान्य केली नसेल तर वाजवी कालावधी नमूद करून त्या कालावधीत आपल्याला पोच मिळालीच पाहिजे व पोच वाजवी कालावधीत मिळाली नाही तर ई-रेकॉर्ड त्याने पाठविलेच नव्हते असे समजले जाईल. (कलम १२)

ई-रेकॉर्ड पाठविणे व स्वीकारण्याची वेळ व जागा
(Dispatch of e-Records)

१) जेव्हा ई-रेकॉर्ड मूळ व्यक्तीच्या नियंत्रणाबाहेरील संगणक साधनात प्रवेश करतो तेव्हा तो पाठविण्यात आला असे म्हणता येते.

२) प्रेषितीने ई-रेकॉर्ड स्वीकारण्यासाठी संगणक नेमून दिला असेल तर ई- रेकॉर्ड संगणकात प्रवेश करील तेव्हा ते पोहोचले असेल किंवा जर संगणक साधनमार्ग नेमला नसेल तर प्रेषिती जेव्हा ते रेकॉर्ड काढून घेईल तेव्हा ते पोहोचले असेल.

३) मूळ व्यक्ती व प्रेषिती यांच्यात काही वेगळा करार झाला नसेल तर मूळ व्यक्तीच्या व्यवसायाच्या जागेहून ते पाठविले आहे असे मानण्यात येईल व प्रेषितीच्या व्यवसायाच्या जागी मिळाल्याचे मानण्यात येईल.

४) या कलमाच्या प्रयोजनासाठी –

अ) जर मूळ व्यक्ती आणि प्रेषिती यांच्या व्यवसायाच्या जागा एकाहून जास्त असतील तर व्यवसायाची प्रमुख जागा ही व्यवसायाची जागा मानली जाईल.

ब) जर मूळ व्यक्ती व प्रेषिती यांच्या व्यवसायाच्या जागाच नसतील तर त्यांच्या नेहमीच्या व्यवसायाच्या जागेला व्यवसायाची जागा मानण्यात येईल.

क) कॉर्पोरेट बॉडी (Corporate Body) बद्दल त्यांची जेथे नोंदणी केली असेल त्या जागेला निवासाची नेहमीची जागा मानण्यात येईल.

४.५ इलेक्ट्रॉनिक सही (Digital / Electronic Signature)

अर्थ (Meaning)

माहिती तंत्रज्ञान कायद्यातील कलम २ मध्ये झालेल्या दुरुस्तीनुसार २७ ऑक्टोबर, २००९ पासून डिजिटल सहीऐवजी इलेक्ट्रॉनिक सही हा शब्द वापरला जातो. ''इलेक्ट्रॉनिक सही म्हणजे कोणत्याही इलेक्ट्रॉनिक रेकॉर्डचे इलेक्ट्रॉनिक पद्धतीने किंवा वर्गणीदाराने केलेले अधिप्रमाणन (Authentication) होय.''

दोन प्रकारच्या इलेक्ट्रॉनिक सह्या वैध ठरतात –

१) इलेक्ट्रॉनिक सही

२) आगाऊ इलेक्ट्रॉनिक सही

म्हणजेच आगाऊ ई-सही कायदेशीर सर्व बाबी पूर्ण करू शकते. ज्याप्रमाणे हाताने सही केल्यास ती कायदेशीर पुरावा मानली जाते, त्याप्रमाणेच ई-सही सुद्धा मानली जाते.

कार्ये :

१) गोपनीयता : कोणत्याही व्यवहाराची गोपनीयता इलेक्ट्रॉनिक सहीद्वारे राखली जाते.

२) कागदपत्रांमध्ये सुसूत्रता : इलेक्ट्रॉनिक सहीमुळे कागदपत्रांमध्ये अथवा लेखांमध्ये कोणतेही फेरफार करण्याचा अधिकार राखून ठेवला जातो. अर्थातच त्या त्या जबाबदार अधिकाऱ्यांनाच फेररचनेचे अधिकार असतात. इलेक्ट्रॉनिक सही गोपनीय असल्याने ती कोणालाही वापरता येत नाही. त्यामुळे कागदपत्रांचा गैरफायदा घेतला जाऊ शकत नाही आणि सर्व माहिती एकत्रितपणे ठेवणे शक्य होते.

३) अधिप्रमाण : इलेक्ट्रॉनिक सहीद्वारे संदेशकर्ता ओळखणे तत्काळ सुलभ होते.

४) बंधनकारकता : संदेशकर्ता कोणत्याही परिस्थितीत ई-करार अथवा व्यवहार अर्धवट सोडू शकत नाही, अथवा करारात बदल करण्यावर कायद्याने बंधने घालण्यात आली आहेत.

५) इलेक्ट्रॉनिक सही : सही ही संरक्षित असल्याने सहीची अफरातफर करता येत नाही.

तसेच कोणत्याही कराराबाबतच्या कायदेशीर बाबींमध्येसुद्धा इलेक्ट्रॉनिक सहीचा वापर करू शकतो.

उदा. कंपनी (सुधारित) कायद्याप्रमाणे कंपन्यांच्या नोंदणी अधिकाऱ्याकडे केल्या जाणाऱ्या सर्व कागदपत्रांच्या पूर्ततेसाठी इलेक्ट्रॉनिक सहीचा वापर केला जातो.

४.६ डिजिटल सही प्रमाणपत्रे (Digital Signature Certificate)

कलम ३५ : डिजिटल सही प्रमाणपत्र मिळविण्यासाठी अर्ज – कोणत्याही व्यक्तीला डिजिटल सही प्रमाणपत्र मिळविण्यासाठी केंद्रशासनाने विहित केलेल्या नमुन्यामध्ये विहित फी (रु. २५०००/–) आणि प्रमाण प्रथा विवरणपत्र (Certificate Practice Statement) (कलम २(h) नुसार) प्रमाण अधिकाऱ्याकडे सादर करता येतो. योग्य चौकशी केल्यानंतर डिजिटल सही प्रमाणपत्र देता येते. प्रमाणपत्र देताना खालील बाबींची तो ग्वाही देतो –

१) प्रमाणपत्रामध्ये सूचिबद्ध करावयाच्या पब्लिक–की (Public Key) शी अनुरूप अशा प्रायव्हेट–की (Private Key) अर्जदाराकडे आहेत. २) डिजिटल सही निर्माण करण्यास सक्षम अशी प्रायव्हेट की अर्जदाराकडे आहे. ३) प्रमाणपत्र सूचिबद्ध करण्यासाठी लागणारी पब्लिक–की अर्जदाराने धारण केलेल्या प्रायव्हेट–की द्वारे करण्यात आलेल्या सही पडताळणीसाठी वापरता येऊ शकते.

कलम ३६ : कागदपत्रांची पडताळणी प्रमाणपत्र – अधिकारी डिजिटल सही प्रमाणपत्र देताना कलमांच्या तरतुदी, कायद्याचे नियमन इ. सर्व बाबींची पूर्तता झाली असल्याचे तसेच सर्व माहिती अचूक असल्याचे पडताळून घेतो. कलम ३५ मधील तरतुदींचाही विचार केला जातो.

कलम ३७ : डिजिटल सही प्रमाणपत्रांचे निलंबन – डिजिटल सही प्रमाणपत्र सूचीमध्ये नमूद केलेल्या वर्गणीदाराने किंवा त्यांच्या वतीने कृती करण्यासाठी रीतसर प्राधिकृत करण्यात आलेल्या कोणत्याही व्यक्तीने तशा प्रकारची विनंती केल्यास; प्रमाण अधिकारी डिजिटल सही प्रमाणपत्रे निलंबित करू शकतो. निलंबन करण्यापूर्वी कलम ३९ अन्वये अर्जदाराला तो तशी नोटीस जाहीर करतो. वर्गणीदार त्याची बाजू मांडणार असल्यास प्रमाणपत्र १५ दिवसांपेक्षा अधिक कालावधीसाठी निलंबित करता येणार नाही. प्रमाणपत्र निलंबित केल्यास ते वर्गणीदारास कळविणे आवश्यक आहे.

कलम ३८ : डिजिटल सही प्रमाणपत्र रद्दबातल करणे – खालील बाबींमध्ये प्रमाणन अधिकारी प्रमाणपत्र रद्द करू शकतो.

१) वर्गणीदाराने अथवा त्याने नेमलेल्या दलालाने अशा प्रकारची विनंती केल्यास. २) वर्गणीदाराचा मृत्यू झाला असेल किंवा कर्जबाजारी झाला असल्यास. ३) भागीदारी संस्था किंवा कंपनीचे विघटन किंवा समापित झाल्यास. ४) प्रमाणपत्रातील महत्त्वाच्या गोष्टी खोट्या असल्यास किंवा त्या लपविण्यात आल्यास. ५) कायद्याच्या तरतुदींची, नियमांची पूर्तता न केल्यास. ६) प्रायव्हेट–की किंवा सुरक्षा यंत्रणेत केलेल्या तडजोडींचा प्रमाणपत्राच्या विश्वासार्हतेवर परिणाम होत असल्यास.

कलम ३९ : निलंबन किंवा रद्द करण्याची नोटीस (कार्यवाही)

प्रमाणपत्र– निलंबनाची नोटीस वर्गणीदाराला पाठविल्यानंतरच निलंबनाचा निर्णय प्रमाणन अधिकाऱ्यास घेता येतो. अशाप्रकारची नोटीस प्रमाणपत्रांमध्ये सांगण्यात आलेल्या संग्रहस्थानांमध्ये प्रसिद्ध करावी लागते.

४.७ ई–करारातील कायदेशीर बाबी
(Legal Issues Involved In e-Contracts)

माहिती तंत्रज्ञानाच्या व इलेक्ट्रॉनिक युगात प्रत्येकाला आपले काम त्वरित व्हावे असे वाटते. यासाठी इंटरनेटची मदत होते. इंटरनेटच्या वापरामुळे इ व्यवहारांमध्ये प्रचंड प्रमाणात वाढ झाली आहे. ई–कॉमर्समुळे व्यवसाय करणे सोपे झाले आहे. त्यामुळे पण वस्तूंना जागतिक मागणी उपलब्ध झाली आहे. त्याचबरोबर ई–कॉमर्समुळे व इंटरनेटच्या वापरामुळे अनेक प्रश्न निर्माण झाले आहेत ते पुढीलप्रमाणे –

१) गोपनीयता व सुरक्षितता (Security and Privacy) :

ग्राहकाला जेव्हा ई–व्यवहार करावयाचा असतो तेव्हा त्याने संबंधित साइटवर क्लिक करावे लागते. त्या साईटवर वस्तूंची सर्व माहिती दिलेली असते. वस्तू खरेदी करावयाची असल्यास ग्राहकाला आपल्या क्रेडिट कार्डचे वर्णन द्यावे लागते. त्यानंतर काही दिवसांतच वस्तू ग्राहकाला घरपोच मिळते. हा व्यवहार ग्राहकाला अत्यंत सोपा वाटतो परंतु ग्राहकाची सर्व माहिती या व्यवहारामुळे व्यावसायिकाला समजते. त्यामुळे गोपनीयतेचा व सुरक्षिततेचा प्रश्न उद्भवतो. व्यापारी चिन्ह ही बौद्धिक संपदा मानली. जाते. त्यामुळे बौद्धिक संपदा कायदा व माहिती तंत्रज्ञान कायदा यांमधील तरतुदी विचारात घेऊनच ई–करार करावे लागतात.

३) ई–व्यवहार (e-Transactions) :

सध्या सर्वच देशांमध्ये ई–व्यवहारांचे प्रमाण वाढलेले आहे. त्यामुळे बरेच देश इ व्यवहारासंबंधी कायदे करीत आहेत. मात्र जागतिक स्तरावर ई–कॉमर्ससाठी कायदे करणे अवघड आहे.

४) लेजिस्लेशन डायलेमा (Legislation Dilemma) :

ई–व्यवहाराचे न्यायक्षेत्र कोणते असेल ते सांगता येत नाही. स्थानिक विक्रेत्याकडून वस्तू खरेदी केल्या तर त्या संदर्भातील हक्कांबाबत आपल्याला माहिती असते. परंतु एखादी वस्तू ई–कराराने विदेशातून खरेदी केली तर या करारास कोणत्या देशाचा नियम लागू होईल ते स्पष्ट नसते. त्यामुळे ई–व्यवहारांच्या बाबतीत आंतरराष्ट्रीय कायद्याची गरज आहे.

५) ऑनलाइन अटी व कायदे (Online Terms & Conditions, Laws):

ग्राहकांची वैयक्तिक माहिती सुरक्षित राहावी ही प्रत्येक व्यावसायिकाची जबाबदारी

असते. सरकारही याबाबत कायदेशीर बंधने घालत असते. प्रत्येक देशाच्या अशा कायद्याचा जागतिक व्यवहारावर परिणाम होत असतो. त्यामुळे प्रत्येक व्यावसायिकाने ई-व्यवहार करताना अटी व शर्तींचा विचार करावा.

प्रश्न

१) खालील प्रश्नांची २० शब्दांत उत्तरे द्या.

१) ई- व्यापार म्हणजे काय ? आणि ई- कॉमर्स म्हणजे काय ?

२) प्रतिफल म्हणजे काय ? आणि प्रस्ताव म्हणजे काय ?

३) डिजिटल सही ही संकल्पना स्पष्ट करा.

४) ई- करार म्हणजे काय ?

५) ई- रेकॉर्डचे आरोपण म्हणजे काय ?

६) डिजिटल प्रमाणपत्र म्हणजे काय ?

७) लेजिस्लेशन डायलेमा म्हणजे काय ?

२) खालील प्रश्नांची उत्तरे ५० शब्दांत लिहा.

१) ई- कॉमर्सची वैशिष्ट्ये सांगा.

२) ई- कराराची निर्मिती कशी होते ?

३) ई- करारातील पक्ष कोणते ?

४) डिजिटल सहीचे कार्य सांगा.

३) खालील प्रश्नांची १५० शब्दांत उत्तर लिहा.

१) ई-कॉमर्सचे स्वरूप सांगा.

२) ई-कॉमर्सचे महत्त्व स्पष्ट करा.

३) ई-रेकॉर्डचे आरोपण अभिस्वीकृती व पाठवणीबद्दल माहिती द्या.

४) डिजिटल सहीचा अर्थ सांगून तिचे कार्य स्पष्ट करा.

५) डिजिटल सही प्रमाणपत्रातील कायदेशीर तरतुदी सांगा.

४) खालील प्रश्नांची ५०० शब्दांत उत्तरे लिहा.

१) ई-कॉमर्सची संकल्पना स्पष्ट करून त्याचे महत्त्व स्पष्ट करा.

२) ई-करार पूर्ण होण्यासाठी कोणत्या बाबींची पूर्तता झाली पाहिजे हे स्पष्ट करा.

३) डिजिटल सही म्हणजे काय ? ती कशी कार्य करते ते सविस्तर सांगा

४) ई-करारात उद्भवणाऱ्या कायदेशीर समस्या स्पष्ट करा.

❖　❖　❖

प्रकरण ५

ग्राहक संरक्षण कायदा, १९८६
Consumper Protection Act (CPA)

५.१ प्रस्तावना (Introduction)

५.२ विषय-विवेचन (Subject Analysis)

५.१ प्रस्तावना (Introduction)

सर्व आर्थिक व्यवहारांचा 'ग्राहक' हा केंद्रबिंदू आहे. समाजातील प्रत्येक व्यक्ती ही अंतिमरीत्या ग्राहक आहे. प्रत्येक व्यक्तीला जन्मापासून मृत्युपर्यंत 'ग्राहकांची' भूमिका बजवावी लागते. आपल्या अमर्याद गरजा भागविण्यासाठी ग्राहकाला आपल्या उत्पन्न व खर्चाचा योग्य मेळ घालावा लागतो. वस्तू व सेवा खरेदी करताना ग्राहकाचा बाजारात व्यापारी व व्यापारी व्यवहारांशी संबंध येतो. परंतु, ग्राहकांचे अज्ञान, उदासीन वृत्ती, बेफिकीरपणा व त्यांचे असंघटित स्वरूप याचा फायदा घेऊन उत्पादक व विक्रेते ग्राहकांचे निरनिराळ्या पद्धतीने शोषण करतात. भारतात निरक्षरतेचे प्रमाण जास्त असल्याने आपण फसविले जात आहोत हेच निरक्षरतेमुळे समजत नाही.

वस्तू व सेवांसंदर्भात निर्माण होणाऱ्या तक्रारींचे जलद गतीने निराकरण होणे आवश्यक आहे. ग्राहकांची फसवणूक व लुबाडणूक करणाऱ्यांवर अंकुश ठेवण्यासाठी व ग्राहकांच्या हक्कांची जपवणूक होण्यासाठी आज संघटित ग्राहकशक्तीच्या प्रयत्नाला यश येऊन १९८६ साली 'ग्राहक संरक्षण कायदा' लोकसभेने संमत करून या कायद्याद्वारे स्थापन झालेल्या परिषदा-कक्षाद्वारे व ग्राहक न्यायालयाद्वारे ग्राहकांच्या तक्रारींचे जलद गतीने निराकरण होण्यास मदत झाली आहे. या घटकात १९८६ च्या ग्राहक संरक्षण कायद्यातील तरतुदींची व त्याद्वारे स्थापन झालेल्या विविध यंत्रणांची, ग्राहक हक्क जपणुकीसाठी केल्या जात असलेल्या कार्याची आपण माहिती करून घेणार आहोत.

५.२ विषय-विवेचन (Subject Analysis)

आज ग्राहकांचे शोषण हा जणू अर्थव्यवस्थेचा स्थायिभाव झाला आहे. ग्राहकाला

वेठीला धरून सर्व आर्थिक व्यवहार केले जात आहेत. आज असे एकही क्षेत्र नाही जेथे ग्राहकाचे शोषण होत नाही. खासगी उद्योगापासून, निमसरकारी, सरकारी उद्योग – सेवा उद्योगांपर्यंत सर्वत्र पद्धतशीरपणे शोषण चालू आहे. डॉक्टरी व्यवसायापासून सरकारी दवाखान्यांपर्यंत, रिक्षापासून बस – रेल्वेपर्यंत, वीज, टेलिफोन, पाणी, रस्ते, करमणुकीचे साधने, बँका, विमा, फार काय न्यायालयातूनही ग्राहकांचे शोषण होत आहे. ज्या समाजात साक्षरांचे शोषण होते तिथे निरक्षरांच्या शोषणाला कोणतीही मर्यादा असत नाही.

ग्राहकांचे होणारे शोषण थांबावे, ग्राहकांचे हक्क जपले जावेत म्हणून भारतात फार पुरातन काळापासून प्रयत्न केले जात आहेत. 'ग्राहक संरक्षण' विषयाचा जनक म्हणून कौटिल्याचा ऊर्फ चाणक्याचा उल्लेख करता येईल. ग्राहकांच्या पाठीशी शासनाशी दंडशक्ती उभी करून फसवणूक व अनुचित व्यापारी पद्धतीवर नियंत्रण ठेवून ग्राहकांच्या शोषणमुक्तीचे अभियान कौटिल्याने सुरू केले.

५.२.१ ग्राहक संरक्षणाची आवश्यकता
(Need of Consumer Protection)

अर्थशास्त्रात 'ग्राहक' सार्वभौम आहे असे मानले जाते. मात्र प्रत्यक्षात ग्राहक अत्यंत दुर्बल दुर्लक्षणीय व निरुपद्रवी घटक असल्याचे दिसून येते. लोकशाही राज्यात ग्राहकांना वस्तू निवडीचे स्वातंत्र्य आहे असे म्हटले जाते. परंतु, प्रत्यक्षात मात्र तसे नाही. अनेकदा तर उपलब्ध असलेली वस्तू खरेदी करणे किंवा वस्तुशिवाय भागविणे हेच पर्याय ग्राहकासमोर असतात. सध्याच्या जाहिरातबाजीच्या युगात तर ग्राहकाची क्षणोक्षणी फसवणूक होण्याची शक्यता नाकारता येत नाही. म्हणूनच ग्राहकांना संरक्षण देण्याची गरज आहे. त्यालाच ग्राहक संरक्षणाचे महत्त्व असेही समजले जाते. ग्राहकांची फसवणूक खालील कारणांमुळे होत असते.

(१) निकृष्ट प्रकारचा माल :

ग्राहकांना बाजारात अनेक वेळा निकृष्ट प्रकारचा माल खरेदी करावा लागतो. मालाच्या प्रतीबाबत ग्राहकांना अभावानेच मार्गदर्शन मिळते. विक्रेते मालाच्या प्रतिबद्दल ग्राहकांना व्यवस्थित माहिती देतातच असे नाही. व्यवस्थित मार्गदर्शन मिळत नसल्यामुळे त्यांना निकृष्ट प्रकारचा माल खरेदी करावा लागतो. उदा. रंग जाणारे कापड, नवेपणीच किंवा खरेदी करता बरोबरच बिघडणारी नवीन यंत्रे, हलक्या दर्जाच्या लाकडापासून बनविलेले फर्निचर इत्यादी.

(२) भेसळ :

मालात भेसळ करणे ही आज सर्वसामान्य स्वरूपाची बाब झालेली आहे. आजकाल

ग्राहकांना दर्जेदार व शुद्ध माल मिळणे कठीण झाले आहे. अनेकदा विक्रेतेच चांगला व खराब माल एकत्र करून नफा मिळविण्याचा प्रयत्न करीत असतात. बाजारात चांगल्या दर्जाचा माल उपलब्ध नसल्यामुळे ग्राहकांना भेसळयुक्तच माल खरेदी करावा लागतो. उदा. चांगल्या ज्वारीत कनिष्ठ दर्जाच्या ज्वारीची भेसळ करणे, शेंगदाणा तेलात सरकीचे तेल मिसळणे, काळ्या मिऱ्यात पपईच्या बिया मिसळणे, लाल तिखटात विटेची भुकटी मिसळणे इ.

(३) बनावट माल :

अनेकदा काही उत्पादक बनावट स्वरूपाचा माल तयार करून तो पूर्वी अस्तित्वात असलेल्या चांगल्या उत्पादकाच्या नावासारखे नाव किंवा चिन्ह वापरून ग्राहकांना विकतात. बनवाट नाव किंवा चिन्ह वापरल्यामुळे मूळ माल व बनावट मालातील तफावत ग्राहकांच्या लक्षातही येत नाही. उदा. अनेकदा ग्लुकोज बिस्किटांसारखीच बनावट बिस्किटे बाजारातून विकली जातात.

(४) मालाची बेसुमार किंवा जास्त किंमत :

वस्तूची किंमत वस्तूची मागणी पुरवठा या तत्त्वानुसार ठरत असली तरी अनेकदा व्यापारी बाजारपेठेत वस्तूची टंचाई निर्माण करतात. कृत्रिम टंचाईमुळे मालाची बाजारात मोठ्या प्रमाणावर किंमत वाढते; अशा परिस्थितीत ग्राहकांना वाढलेल्या किंवा वाढीव किंमतीलाच माल खरेदी करावा लागतो. उदा. बाजारात गॅस किंवा रॉकेलची कृत्रिम टंचाई निर्माण झाल्यास ग्राहकांना पूर्वीपेक्षा जास्त किमतीने गॅस किंवा रॉकेल मिळवावे लागते. पेट्रोलची किंमत वाढली तरी वाढीव किंमतीला पेट्रोलची खरेदी करावीच लागते.

(५) गैरव्यवहार :

व्यापारी व उत्पादक अनेकदा नफ्याचे प्रमाण वाढविण्यासाठी गैरव्यवहार व अनुचित व्यापार पद्धतींचा वापर करतात; अशावेळी व्यापारी नीतिमत्तेला पूर्णपणे तिलांजली देतात. उदा. मालाचे वजन करताना वजन कमी देणे, डब्यासह मालाचे वजन करणे, सेलच्या नावाखाली ग्राहकांकडून जास्त नफा मिळविणे, बनावट वस्तूंची विक्री करणे, काळ्या बाजाराने मालाची विक्री करणे. व्यापाऱ्यांच्या वरील गैरव्यवहार किंवा अनुचित व्यवहारांमुळे ग्राहकांचे नुकसान होते.

(६) मालाविषयी अपुरी माहिती देणे :

विक्रेते किंवा उत्पादकांनी आपल्या मालाची योग्य, सत्य व वाजवी स्वरूपाची ग्राहकांना माहिती दिली पाहिजे. मात्र, अनेकदा विक्रेते ग्राहकांना मालाची संपूर्ण माहिती देत नाहीत. ग्राहकांना मालाबद्दल अर्धवट व चुकीची माहिती दिली जाते. या माहितीवर विश्वास ठेवून ग्राहक मालाची खरेदी करतो व पुढे त्याची फसवणूक होते. उदा. ज्वालाग्रही

पदार्थाबद्दल माहिती न देणे, औषधामधील अपायकारक घटकांची माहिती न देणे, विविध प्रकारच्या कापडांची खरी माहिती न देणे इत्यादी.

(७) फसवे जाहिरात व विक्री तंत्र :

आजकाल वस्तूंची विक्री वाढवण्यासाठी मोठ्या प्रमाणावर जाहिरात व विविध विक्रीतंत्राचा वापर केला जातो. अनेकदा सतत एकच जाहिरात कानावर पडत असल्यामुळे किंवा पाहिल्यामुळे ग्राहकांना वस्तू खरेदीची प्रेरणा मिळते. उदा. सेलच्या नावाखाली अनेकदा अगोदरच वस्तूंच्या किमती वाढवून त्या कमी केलेल्या आहेत असा जाहिरातीमुळे आभास निर्माण केला जातो. गॅरंटीच्या ऐवजी वॉरंटी देऊन ग्राहकांना फसविले जाते.

भारतात ग्राहकांच्या हक्कांचे संरक्षण करणारे 'तीस'च्या वर विविध कायदे करण्यात आले आहेत. त्यात प्रामुख्याने पुढील कायद्यांचा व नियमांचा समावेश होतो :

(१) वस्तूंच्या विक्रीचा कायदा, १९३०

(२) कराराचा कायदा

(३) औषधे व सौंदर्य प्रसाधने कायदा, १९४०

(४) अन्न भेसळ प्रतिबंधक कायदा, १९५४

(५) औषधे व जादूई/चमत्कृतिजन्य उपचार (आक्षेपार्ह जाहिराती) कायदा, १९५४

(६) जीवनावश्यक वस्तूंचा कायदा, १९५५

(७) व्यापारी व विक्री विषयक चिन्हांकनाचा कायदा, १९५८

(८) मक्तेदारी व अनिष्ट निर्बंधक व्यापारी पद्धतीविषयक कायदा, १९६९

(९) भाडे खरेदी कायदा, १९७२

(१०) वजने व मापांच्या प्रमाणांचा (अंमलबजावणी) कायदा, १९८५

(११) वजने व मापांच्या प्रमाणांचा (अवेष्टित वस्तू) नियम, १९७७

(१२) वजने व मापांच्या प्रमाणांचा कायदा, १९७६

(१३) आवश्यक वस्तू अधिनियम, १९८५

(१४) ग्राहक संरक्षण कायदा, १९८६

(१५) अनुचित जाहिराती प्रतिबंधक कायदा, १९८८

हे व यांसारखे इतरही अनेक कायदे यासंदर्भात अस्तित्वात आहेत.

परंतु उद्योगांच्या भरभराटीमुळे व गळेकापू स्पर्धेमुळे अप्रामाणिक व्यापारी व अपप्रवृत्तींची वाढ झाली. अनुचित व्यापारी पद्धतीचा अवलंब करून, ग्राहकांची फसवणूक करून नफा मिळविण्याचे प्रमाण वाढू लागले. अस्तित्वात असलेल्या

कायद्यातील तांत्रिक क्लिष्टतेमुळे व खर्चीक पद्धतीमुळे ग्राहकांना न्याय मिळण्यास विलंब लागतो, असा अनुभव आला म्हणून सामान्य ग्राहकांसाठी विनाखर्च, जलद न्याय देणाऱ्या व तांत्रिक प्रक्रियेत अडकून न पडणाऱ्या अशा स्वतंत्र सुटसुटीत कायद्यांची गरज निर्माण झाली. ती गरज बहुतांशी पूर्ण करणारा कायदा म्हणजेच १९८६ चा 'ग्राहक संरक्षण कायदा' होय.

सामान्य ग्राहकाला केंद्रबिंदू मानून त्यांना न्याय मिळवून देण्यासाठी, स्वातंत्र्योत्तर काळातील एक सर्वोत्कृष्ट कायदा म्हणून 'ग्राहक कायद्या'चा उल्लेख करता येईल. अवघ्या ३१ कलमांचा हा कायदा ग्राहकांच्या हक्कांचे संरक्षण तर करतोच पण त्याचबरोबर आदेशांचे पालन न करणाऱ्यांविरुद्ध कठोर दंड व शिक्षेची तरतूद या कायद्यात आहे.

ग्राहकांना आपल्या समस्येच्या निराकरणासाठी प्रथमत: चर्चेने, संवादातून व ग्राहक संघटनेच्या कार्यकर्त्यांची मदत व मार्गदर्शन घेऊन, प्रसंगी ग्राहक संरक्षण कक्ष व प्रत्यक्ष शासकीय अधिकाऱ्यांना भेटून तक्रारींचे निराकरण करावे, या सर्व प्रयत्नात यश न आल्यास तक्रार सोडविण्यासाठी केलेल्या सर्व प्रयत्नांचे दाखले, पत्र व्यवहार एकत्र करून अंतिमरीत्या न्यायासाठी 'ग्राहक न्यायालयाची' योग्य मदत घ्यावी.

५.२.२ ग्राहक संरक्षण कायदा : व्याप्ती, वैशिष्ट्ये व विविध व्याख्या (Consume protection Act : Scope, objectives & various definitions)

ग्राहकांच्या समस्यांचे निराकरण करण्यासाठी अनेक कायदे केलेले आहेत. हे विविध कायदे असूनही त्यांचा व्यवहारात ग्राहकाला फारसा फायदा होत नसे. या कायद्यांचा वापर करणे गुंतागुंतीचे होत असे. त्या प्रक्रियेला खूपच वेळ लागत असे व त्यासाठी बराच खर्चही करावा लागत असे. साहजिकच ग्राहकांना आपल्या तक्रारी सोडवून घेण्यासाठी उपयोगी ठरेल अशा एका कायद्याची आवश्यकता सातत्याने भासत होती. १९८६ च्या ग्राहक संरक्षण कायद्याने ही गरज पूर्ण झालेली आहे. सहजतेने, सोप्या पद्धतीने आणि कोणत्याही खर्चाशिवाय ग्राहकांना न्याय मिळवून देणारा हा कायदा देशातील ग्राहक चळवळीने जनतेला दिलेला आहे असे म्हटले तर वावगे ठरणार नाही.

१९७४ मध्ये ग्राहक पंचायतीचे काम पुण्यात सुरू झाले. त्यानंतर ते मुंबई व देशातील इतरही भागात वेगाने पसरले. विविध ठिकाणच्या ग्राहक कार्यकर्त्यांना ग्राहकांसाठी एका स्वतंत्र कायद्याची गरज भासत होती. त्या संदर्भात १९७७ साली लोणावळा येथे झालेल्या शिबिरात सविस्तर चर्चा केली गेली. स्वतंत्र कायद्याची मागणी करून कार्यकर्ते थांबले नाहीत तर एका समितीची स्थापना करून ह्या कायद्याचा मसुदाही त्यांनी तयार

केला. १९८० मध्ये महाराष्ट्राच्या विधिमंडळात 'खासगी विधेयक' या स्वरूपात तो मसुदा मांडला गेला. पण त्याचे कायद्यात रूपांतर होऊ शकले नाही. त्यानंतर १९८२ मध्ये लोकसभेतही खाजगी विधेयक मांडले गेले पण त्या संदर्भात फारसे काही घडले नाही. १९८४ मध्ये मध्यप्रदेशात शासनाने असा कायदा करण्याचा प्रयत्न केला खरा; पण भोपाळ गॅस दुर्घटनेमुळे तोही अर्धवट अवस्थेत सोडला गेला. १९८५ मध्ये कै. राजीव गांधींच्या शासनाने या संदर्भात गतिमान धोरण स्वीकारले या मसुद्यावर विचार करण्यासाठी एक व्यापक परिषद बोलावण्यात आली व १९८६ मध्ये कायदा संमत झाला. २४ डिसेंबर १९८६ रोजी संसदेने हे विधेयक मंजूर केले व २६ डिसेंबर १९८६ रोजी भारताच्या राष्ट्रपतींनी त्यावर स्वाक्षरी करून त्याचे कायद्यात रूपांतर केले. २६ डिसेंबर १९८६ हा भारताच्या ग्राहक चळवळीच्या इतिहासातील एक अत्यंत महत्त्वाचा दिवस मानला जातो. त्या दिवशी केवळ एक कायदाच करण्यात आला असे नाही तर संघटित ग्राहकशक्तीच्या अथक परिश्रमातून देशाला नवी दिशा देण्याचे कार्य त्या दिवशी झाले.

शासनाने ठरविले, कायदा केला व लोकांवर तो लादला असे सामान्यत: घडते; पण लोकांनी ठरविले, कायदा बनविला व शासनाने तो स्वीकारला असे केवळ ग्राहक संरक्षण कायद्याच्या बाबतीतच घडलेले आहे.

५.२.२.१ ग्राहक संरक्षण कायद्याची व्याप्ती व कार्यक्षेत्र
(Scope of Consumer Protection Act) :

ग्राहक संरक्षण कायदा १९८६ साली पास झाल्यानंतर जम्मू काश्मीर सोडून संपूर्ण भारताला हा कायदा लागू करण्यात आलेला आहे. या कायद्याची व्याप्ती व कार्यक्षेत्र खालीलप्रमाणे आहे.

(१) देशातील सर्व वस्तू व सेवांना हा कायदा लागू आहे. मात्र केंद्र सरकारने ज्या वस्तू किंवा सेवांना या कायद्यातून सूट दिलेली आहे त्यांना हा कायदा लागू होत नाही.

(२) खासगी, सार्वजनिक व सहकारी अशा सर्व क्षेत्रांना हा कायदा लागू आहे.

(३) ग्राहकांना नुकसानभरपाई मिळवून देण्यासाठी जिल्हा, राज्य व केंद्र स्तरावर न्यायालयीन यंत्रणेची सोय या कायद्यात आहे.

(४) या कायद्यात केंद्र व राज्य स्तरावर ग्राहक संरक्षण परिषदा स्थापन करण्याची महत्त्वाची तरतूद केलेली असून ग्राहकांच्या हक्काचे संरक्षण करणे या परिषदाचे कार्य आहे.

(५) ग्राहकांच्या तक्रारी किंवा गान्हाणी दूर करण्यासाठी कोणत्याही प्रकारचे गुंतागुंतीचे सोपस्कार न ठेवता अगदी सोप्या पद्धतीने शीघ्रतेने व बिनखर्चिक यंत्रणा

कायद्यात असून ग्राहकांना नुकसान भरपाई मिळविता येते.

(६) सध्या अस्तित्वात असलेल्या इतर कायद्यात ग्राहक संरक्षणासाठी ज्या तरतूदी करण्यात आलेल्या आहेत त्यांना पूरक म्हणूनच ग्राहक संरक्षण कायद्यातील तरतुदी आहेत. त्या पूर्वीच्या कायद्यांच्या तरतुदींच्या विरोधी असणार नाहीत अशी काळजी घेण्यात आलेली आहे.

५.२.२.२ ग्राहक संरक्षण कायद्याची वैशिष्ट्ये

(Characteristics of Consumer Protection Act) :

ग्राहकांना संरक्षण देण्याच्या दृष्टीने भारतात आजपर्यंत जवळजवळ ३० कायदे करण्यात आलेले आहेत. मात्र, या सर्व कायद्यात ग्राहक संरक्षण कायदा अत्यंत परिणामकारक असल्याचे दिसून येते. ही परिणामकारकता या कायद्यातील खास वैशिष्ट्यांमुळे निर्माण झालेली आहे. ही वैशिष्ट्ये खालीलप्रमाणे आहेत –

(१) हा कायदा अत्यंत सोपा, सरळ व सुटसुटीत आहे; इतर कायद्यातील क्लिष्टता या कायद्यात नाही.

(२) तक्रार करणाऱ्या ग्राहकाला तक्रार कोठे, केव्हा व कशा रीतीने मांडावी इत्यादी बाबी स्पष्ट दिलेल्या आहेत.

(३) ग्राहक स्वत: आपली तक्रार मांडू शकतो. ग्राहकाला वकील नेमण्याची गरज नाही.

(४) तक्रार दाखल करण्यासाठी कोणतीही कोर्ट फी भरावी लागत नाही.

(५) ग्राहकाने तक्रार केल्यानंतर कोणत्याही तक्रारीवर कमीत कमी ९० व जास्तीत जास्त १५० दिवसांत निर्णय देण्याचे बंधन कायदेशीर यंत्रणेवर आहे.

(६) निकाल देताना कागदोपत्री व शपथपत्राचा आधार घेतला जातो. इतर न्यायालयाप्रमाणे साक्षी पुरावे इत्यादी बाबींवर वेळ खर्च केला जात नाही.

(७) ज्या मंचात किंवा आयोगात तक्रार दाखल केली असेल त्या मंच किंवा आयोगाकडून निर्णयाची अंमलबजावणी केली जाते; त्यामुळे ग्राहकाला त्रास होत नाही.

(८) तक्रारीवर निर्णय देताना दुसऱ्या पक्षावर अन्याय होणार नाही ही काळजी घेतली जाते.

(९) या कायद्यात राज्य पातळीवर राज्य ग्राहक संरक्षण परिषद व राष्ट्रीय पातळीवर राष्ट्रीय ग्राहक संरक्षण परिषद निर्माण करून ग्राहकांना त्यांचे हक्क व अधिकाराबाबत जागरूक केले जाते.

(१०) हा कायदा इतर कायद्यांना पूरक असल्यामुळे ग्राहक त्यांच्या इच्छेनुसार आवश्यक त्या कायद्याचा वापर करू शकतो.

(११) तक्रार नोंदवण्यासाठी ग्राहकच असला पाहिजे असे बंधन कायद्यात नाही; ग्राहकांमार्फत त्यांचा प्रतिनिधी तक्रार नोंदवू शकतो.

(१२) ग्राहकांना न्याय देण्यासाठी जिल्हा, राज्य व राष्ट्रीय स्तरावर न्यायालयीन यंत्रणेची स्थापना करण्यात आलेली आहे.

५.२.२.३ ग्राहक संरक्षण कायद्याची उद्दिष्टे

(Objectives of Consumer Protection Act) :

सर्वसामान्य ग्राहकाचे हित सुरक्षित ठेवण्याच्या दृष्टीने ग्राहक संरक्षण कायदा अत्यंत उपयुक्त आहे. 'ग्राहकांचे संरक्षण व सार्वजनिक सेवेत सुधारणा' हे या कायद्याचे अंतिम उद्दिष्ट आहे. ग्राहकांची फसवणूक होऊ नये, त्यांचे नफेखोर व्यापाऱ्यापासून संरक्षण करण्याचा या कायद्याचा उद्देश आहे. तरीपण ग्राहकाला मिळणाऱ्या न्यायापुढे इतरांवर अन्याय होऊ नये ही दक्षता कायद्यात घेण्यात आलेली आहे. या कायद्याची प्रमुख उद्दिष्टे पुढीलप्रमाणे आहेत.

(१) ग्राहकाला किंवा त्याच्या मालमत्तेला घातक असणाऱ्या वस्तूंच्या व्यापारापासून संरक्षण मिळवून देण्याचा उद्देश या कायद्याचा आहे.

(२) ग्राहकाला वस्तूचा दर्जा, शुद्धता, प्रमाणिकीतता व किंमत इत्यादी विषयी माहिती देऊन ग्राहकांचे अनुचित व्यापारी प्रथेपासून संरक्षण करणे.

(३) ग्राहकांना विविध वस्तू किंवा सेवा स्पर्धात्मक किमतीला उपलब्ध करून देणे.

(४) ग्राहक मंचाद्वारे ग्राहकांच्या हितसंबंधाचे संरक्षण करणे.

(५) ग्राहकांना ग्राहक शिक्षण देण्याचा उद्देश या कायद्यात आहे.

(६) ग्राहकांचे शोषण थांबवून सार्वजनिक सेवेत सुधारणा करणे.

(७) इतर उद्दिष्टे : यात खालील उद्दिष्टांचा समावेश करता येईल.

(अ) ग्राहक संरक्षण कायद्यामुळे ग्राहकांना विनाविलंब न्याय मिळतो; इतर कोर्टाप्रमाणे वर्षानुवर्षे खटला चालत नाही.

(ब) ग्राहकाला कोणत्याही प्रकारचा खर्च न करता न्याय मिळतो. ग्राहकाला कोणत्याही प्रकारची कोर्ट फी भरावी लागत नाही.

(क) कायद्याची भाषा सोपी असल्यामुळे वकिलाची गरज नाही. त्यामुळे सर्वसामान्य ग्राहकही या कायद्याचा वापर करू शकतो किंबहुना सामान्य किंवा सर्वांसाठी मदत करण्याचा कायद्याचा उद्देश आहे.

(ड) या कायद्यात नैसर्गिक न्यायाचे तत्त्व आहे; त्यामुळे कोणत्याही पक्षावर अन्याय न करण्याचा या कायद्याचा उद्देश आहे.

५.२.२.४ ग्राहक संरक्षण कायद्यातील – विविध संज्ञांचा अर्थ
(Meaning of various concepts in CPA)

१. ग्राहक :

वस्तू व सेवांचा ग्राहक म्हणजे अशी व्यक्ती जी –

(१) मोबदला देऊन अथवा देण्याचे वचन देऊन, अंशत: देण्याचे वचन देऊन अथवा स्थगित प्रदानाच्या कोणत्याही पद्धतीनुसार कोणत्याही मालाची/सेवेची खरेदी करणारी व्यक्ती.

(२) त्यामध्ये प्रत्यक्षात अशा मालाची/सेवेची खरेदी करणाऱ्या व्यक्तीखेरीज अशा मालाचा वापर करणाऱ्या कोणत्याही वापरकर्त्याचा (लाभार्थी) समावेश होतो आणि असा वापर खरेदीदाराच्या संमतीने केला जातो.

(याचाच अर्थ व्यापारी व्यवहारासाठी किंवा पुनर्विक्रीसाठी वस्तू खरेदी करणारा ग्राहक होत नाही.)

परंतु, १९९३ साली ग्राहक कायद्यात व्यापक सुधारणा घडवून आणताना 'ग्राहक' या शब्दाची व्याप्ती वाढवताना स्वयंरोजगारासाठी किंवा स्वत:च्या उपजीविकेसाठी एखादे यंत्र, उपकरण खरेदी करणारा हा देखील ग्राहक मानला जात आहे. म्हणजेच स्वउपजीविकेसाठी टाईपरायटर, झेरॉक्स मशीन, रिक्षा, टॅक्सी, छोटी यंत्रे तसेच शेतकऱ्यांनी खरेदी केलेली खते, बी-बियाणे, अवजारे यांच्या खरेदीत 'ग्राहक' म्हणून ग्राहक कायद्याखाली न्याय मागता येणार आहे.

वरील चर्चेवरून आपल्या असे लक्षात येईल की, ग्राहक संरक्षण कायद्यानुसार 'ग्राहक' या संज्ञेची वैशिष्ट्ये पुढीलप्रमाणे आहेत:

(१) ग्राहकाने वस्तू वा सेवेची खरेदी केलेली असली पाहिजे; म्हणजेच जी वस्तू वा सेवा विनामूल्य मिळालेली आहे स्वत: ग्राहकाने व त्यांच्याऐवजी इतर कोणीही त्या वस्तू वा सेवेचे मूल्य दिलेले नसेल तर त्या संदर्भात 'ग्राहक' मानता येणार नाही.

(२) वस्तू वा सेवा खरेदी करताना तिचे मूल्य रोख दिलेले असावे असे नाही. पूर्ण रोख, अंशत: रोख व अंशत: उधारीने वा संपूर्णपणे उधारीने घेतलेल्या वस्तूंच्या संदर्भात देखील खरेदीदाराला ग्राहक मानले जाऊ शकते.

(३) या कायद्यानुसार स्वत: ग्राहकानेच वस्तू वा सेवा खरेदी केली असावी असेही नाही. दुसऱ्या एखाद्याने खरेदी केलेल्या व त्याच्या संमतीने त्या वस्तू वा सेवेचा वापर

करणाऱ्या वापरकर्त्याला देखील या कायद्यानुसार ग्राहकच मानले जाते.

(४) स्वयंरोजगाराच्या संदर्भात खरेदी केलेल्या वस्तू वा सेवांचा अपवाद वगळता व्यापारी उद्देशाने किंवा पुनर्विक्रीसाठी वस्तू वा सेवा खरेदी करणाऱ्या व्यक्तीला ग्राहक मानले जात नाही.

२. व्यापारी :

व्यापारी किंवा विक्रेता म्हणजे अशी व्यक्ती जी वस्तूची विक्री किंवा वितरण करते. तसेच वस्तूचे उत्पादन करणारा उत्पादक व वस्तूचे पॅकिंग करणाऱ्या व्यक्तीचाही यात समावेश होतो.

३. वस्तू :

१९३०च्या 'वस्तू विक्री कायद्यात' केलेल्या व्याख्येप्रमाणे असलेली वस्तू – ''जी वस्तू एका ठिकाणाहून दुसऱ्या ठिकाणी नेता येते अथवा हस्तांतरित करता येते व मोबदला घेऊन किंवा घेण्याचा करार करून विक्रीचा व्यवहार करता येतो; अशा वस्तूंचा कायद्यात समावेश होतो. सर्व वस्तू म्हणजेच सर्व प्रकारच्या धान्यापासून, पुस्तके-वह्या, यंत्रे, कपडेलते, दागदागिने, संगणक या वस्तूंना हा कायदा लागू होतो.''

४. सेवा :

वापरणाऱ्या ग्राहकाला उपलब्ध करून देण्यात येणारी सेवा ज्यात सर्व प्रकारच्या बँकिंग सेवा, वित्तपुरवठा करणाऱ्या, विमा, वाहतूक, प्रोसेसिंग, विद्युत उत्पादन व वितरण, निवास व भोजनाची सोय करणारे हॉटेल्स, घर बांधणी प्रकल्प, करमणूक, मनोरंजन इत्यादी बाबींचा समावेश होतो; परंतु विनामोबदला व कराराप्रमाणे असलेली वैयक्तिक सेवा यांचा समावेश होत नाही.

५. तक्रारकर्ता (अर्जदार) :

ग्राहक कायदा कलम २ प्रमाणे ग्राहक न्यायालयात 'ग्राहक' म्हणून तक्रारअर्ज करू शकणारी व्यक्ती म्हणजे –

(१) ग्राहक.

(२) कंपनी कायदा, १९५६ अथवा अस्तित्वात असलेल्या कोणत्याही कायद्याच्या तरतुदींप्रमाणे नोंदणी केलेली स्वयंसेवी ग्राहक संघटना.

(३) स्वत: केंद्र अथवा राज्य शासन.

(४) समान हितसंबंध (एक सारखी तक्रार) असलेले एक किंवा अनेक ग्राहक.

६. तक्रारअर्ज (फिर्याद) :

म्हणजे लेखी निवेदनात तक्रारकर्त्याने खाली नमूद केलेले एक अथवा अनेक आरोप.

(१) कोणत्याही अनुचित व्यापारी प्रथेचे किंवा अवरोधात्मक व्यापारी प्रथेचे

व्यापाऱ्याने आचरण केले आहे.

(२) ग्राहकाने खरेदी केलेल्या किंवा खरेदी करावयाचा करार केलेल्या वस्तूत एक किंवा अनेक दोष असणे.

(३) ग्राहकाने घेतलेल्या सेवेत कोणत्याही प्रकारची न्यूनता, उणीव अथवा त्रुटी असणे (भाडे तत्त्वावर सेवा घेतली असेल किंवा घेण्याचा करार केला असेल किंवा सेवा उपलब्ध करून दिली असेल.).

(४) कोणत्याही व्यापाऱ्याने कायद्याने निश्चित केलेल्या किंमतीपेक्षा जास्त किंमत वसूल केली असेल तसेच वस्तूच्या आवेष्टनावर छापलेल्या किंमतीपेक्षा किंवा दरपत्रकात नमूद केलेल्या किंमतीपेक्षा जास्त किंमत वसूल केली असेल,

(५) व्यापाऱ्याने वस्तुसंबंधी कायद्याप्रमाणे वस्तूतील घटक, प्रकार व त्याच्या वापरामुळे होणारे परिणाम यांची माहिती प्रदर्शित करणे आवश्यक आहे व अशा वस्तूंच्या वापरामुळे ग्राहकाच्या जीवितास धोका किंवा असुरक्षितता संभवते अशा वस्तू कायद्याचे उल्लंघन करून ग्राहकाला उपलब्ध करून दिल्यास.

७. अनुचित व्यापारी प्रथा :

१९८४ मध्ये एम.आर.टी.पी.कायद्यात दुरुस्ती करून, 'अनुचित व्यापारी पद्धतीपासून' ग्राहकाला संरक्षण देण्यात आले. ग्राहकास कायद्याने देखील वस्तूची विक्री, व्यापार व पुरवठा वाढविण्यासाठी किंवा एखादी सेवा पुरविण्यासाठी अवलंबविण्यात आलेल्या खालील अनुचित व्यापारी प्रथांपासून संरक्षण दिले आहे :

(१) चुकीची माहिती देणे : तोंडी, लेखी किंवा दृश्य चित्रांच्या माध्यमातून वस्तूची वैशिष्ट्ये, टिकाऊपणा, उपयुक्तता व किंमत याबाबतीत खोटी माहिती देणे.

(२) किमतीत सूट : किमतीमध्ये सूट जाहीर करून (रिडक्शन सेल) सणासुदी निमित्ताने लागणारे सेल, प्रत्यक्षात ती न देणे किंवा कमी मालावर अल्प मुदतीसाठी देणे.

(३) स्पर्धा, मोफत भेट योजना : वस्तूंच्या खरेदीवर मोफत भेटवस्तू, बक्षीस इत्यादी देण्याचे जाहीर करून ते न देणे, भेटवस्तूची किंमत अंशत: किंवा पूर्णत: किंमतीतून वसूल करणे तसेच स्पर्धा, लॉटरी यांसारख्या योजना जाहीर करणे.

(४) योग्य व पुरेशा परीक्षणाशिवाय एखाद्या वस्तूची उपयुक्तता, शक्ती, आर्युमान यांबाबत खोटी गॅरंटी (हमी) किंवा वॉरंटी (आश्वासन) दिले जाणे.

(५) असुरक्षित किंवा धोकादायक वस्तूंची विक्री करणे.

(६) किमती वाढविण्यासाठी साठेबाजी करणे.

(७) दुसऱ्या व्यापाऱ्याच्या वस्तू, सेवा किंवा व्यवहार कमी लेखणारी व दिशाभूल

करणारी माहिती प्रस्तुत करणे.

याबद्दलची चर्चा आपण यापूर्वीच्या घटकात केलेली आहे.

८. दोष :

व्यापाऱ्याने लेखी किंवा तोंडी कराराने सदर वस्तू विशिष्ट गुणवैशिष्ट्याची आहे असे भासविले आहे; पण वस्तूचा दर्जा, प्रमाण, शक्ती, शुद्धता किंवा मानक याबाबतीत कायद्याचे निकष न पाळता वस्तूत: कोणत्याही प्रकारचा दोष, अपूर्णता किंवा कमतरता राहिली तर ती वस्तू सदोष आहे. वस्तूच्या आवरणावर, लेबलवर किंवा जाहिरातीत असा स्पष्ट उल्लेख न करता असे सुचविले जाते की, वस्तू विशिष्ट वर्णनाची व उपयोगाची आहे परंतु प्रत्यक्षात ती तशी नसणे – अशा वस्तूंना सदोष वस्तू समजले जाते.

९. उणीव – कमतरता :

सेवेसंदर्भात कोणत्याही प्रकारचा दोष, उणिवा, अपूर्णता, कमतरता किंवा तिचा दर्जा, पद्धती, रीत अथवा खरेदीबाबत कायद्याचे निकष पूर्ण न होणे म्हणजेच सेवेत उणीव किंवा कमतरता असणे होय.

५.२.३ ग्राहकांचे हक्क व अधिकार (Rights of Consumer) :

जगातील अनेक देशात ग्राहकांच्या संरक्षणासाठी प्रयत्न करण्यात येत आहे. त्यामुळे १९८२ पासून दरवर्षी १५ मार्च हा दिवस 'जागतिक ग्राहक दिन' म्हणून साजरा केला जातो. भारतातसुद्धा १९८६ साली भारत सरकारने ग्राहक संरक्षण कायदा पास केलेला असून आज सर्वच राज्य त्याची अंमलबजावणी करीत आहेत; तरीपण केवळ कायद्याच्या अंमलबजावणीमुळे ग्राहकाचे सर्वच प्रश्न सुटतात असे नाही. ग्राहक वर्ग जागरूक होऊन त्याला त्याच्या अधिकारांची जाणीव होणे आवश्यक आहे. ग्राहकच त्यांच्या हक्काबाबत उदासीन असतील तर केवळ कायदा तयार करून चालणार नाही; म्हणून आज जागतिक पातळीवर सुद्धा ग्राहकांच्या अधिकारांना मान्यता मिळालेली आहे. ग्राहकांचे हक्क–अधिकार खालीलप्रमाणे आहेत. –

(१) सुरक्षिततेचा हक्क : ज्या वस्तूपासून ग्राहकाच्या जिवाला आणि संपत्तीला धोका संभवतो अशा वस्तूपासून जिवाचे किंवा संपत्तीचे रक्षण करण्याचा प्रत्येक ग्राहकाला अधिकार आहे. ग्राहकाने बाजारातून वस्तू खरेदी केल्यामुळे त्याची तात्कालीन गरज भागविणे महत्त्वाचे नसून त्या वस्तूची उपयुक्तता टिकविणे आवश्यक आहे. या अधिकारामुळे ग्राहकाला वस्तूचा दर्जा व टिकाऊपणाबाबत हमी मिळते. परंतु, हा हक्क बजावण्यासाठी ग्राहकाने वस्तूच्या दर्जाबाबत जागरूक असणे आवश्यक आहे व त्याने नेहमी वस्तूच्या उत्तम दर्जाबाबत आग्रही राहणेही आवश्यक आहे. वस्तूच्या

टिकाऊपणाबाबत व वस्तूच्या खरेदीनंतर विक्रेत्याकडून मिळणाऱ्या सेवांबाबतही तो आग्रही असला पाहिजे; त्यामुळे सरकारने ISI व AGMARK या चिन्हांची सोय केलेली असून, ग्राहकानेसुद्धा वरील चिन्हं असलेल्या वस्तूंची खरेदी करणे आवश्यक आहे. म्हणून ग्राहकाने वस्तू खरेदी करताना वरील चिन्हांकन असलेल्या वस्तू खरेदी कराव्यात म्हणजे त्यांचे अधिकार सुरक्षित राहतात. भेसळ प्रतिबंध कायद्यामुळेही ग्राहकांच्या अधिकारांचे संरक्षण केले जाते.

(२) वस्तू किंवा मालाबद्दल माहिती मिळविण्याचा अधिकार : ग्राहकांना वस्तूचा दर्जा, प्रत, शुद्धता परिणाम, गुण व किंमत इत्यादींच्या बाबतीत विक्रेत्याकडून माहिती मिळविण्याचा अधिकार आहे. ही माहिती साधारणपणे वस्तूच्या संवेष्टनावर किंवा वेष्टणावर छापलेली असते. संवेष्टनावर वस्तूचे नाव, उत्पादकाचे नाव, वजन, किंमत, वस्तूतील घटक, उत्पादनाची तारीख, वस्तू वापरण्यासंबंधी सूचना, धोकादायक सूचना इत्यादी माहिती दिलेली असते. कधी कधी वस्तुबाबतची माहिती जाहिरातीद्वारेही दिली जाते. उदा. रेल्वे, पोस्ट, टेलिफोन, वीज इत्यादींची माहिती लहान पुस्तिकांमधून दिली जाते. औषधांच्या बाबतीत औषधांसोबत डब्यामध्ये सुट्या कागदावर सर्व प्रकारची माहिती दिलेली असते. तरीपण अनेकदा ग्राहकांना फसविण्यासाठी विक्रेते माहिती देण्याचे टाळतात; म्हणूनच वस्तूसंबंधी माहिती मिळविण्याबाबत ग्राहक जागरूक असले पाहिजेत. किंबहुना उत्पादित वस्तू किंवा सेवा यांची निवड करताना ग्राहकाने वस्तूची संपूर्ण माहिती मिळविण्यासाठी आग्रह धरला पाहिजे. तो त्याचा हक्कच आहे. माल विक्री कायद्यात सुद्धा ग्राहकाने 'वस्तू नीट पारखून घेतली पाहिजे अन्यथा खरेदीनंतर विक्रेता जबाबदार नसतो.' असे म्हटल्यामुळे तर ग्राहकाने वस्तू बाबतची माहिती मिळविण्याविषयी आग्रही असणे गरजेचे आहे.

(३) वस्तू निवडीचा अधिकार : सध्या एकाच प्रकारच्या किंवा विविध प्रकारच्या मुबलक वस्तू बाजारपेठेत उपलब्ध आहेत. त्या वस्तूंमधून नेमक्या कोणत्या वस्तूची निवड करावी हा ग्राहकांसमोर प्रश्न उभा राहतो. त्यामुळे ग्राहक संरक्षण कायद्याने ग्राहकाला विविध बनावटीच्या वस्तूमधून वस्तूच्या निवडीचा अधिकार दिलेला आहे. कधी कधी बाजारात काही उत्पादकांना वस्तूंबाबत अथवा सेवेबाबत मक्तेदारी प्राप्त झालेली असते; अशा वेळी योग्य दर्जाच्या वस्तू किंवा सेवा वाजवी दरात मिळविण्याचा ग्राहकाला अधिकार आहे.

काही वेळेस विशिष्ट उत्पादकाची वस्तू बाजारात उपलब्ध नसेल किंवा विक्रेत्याजवळ ती नसेल तर तो ग्राहकाला दुसऱ्या उत्पादकाची वस्तू खरेदी करण्याबद्दल आग्रह करतो किंवा कधी कधी एका वस्तूबरोबर दुसरी वस्तू खरेदी करण्याचे बंधन नसूनही विक्रेते

खरेदीदारास दुसरी वस्तू खरेदी करण्याबद्दल सक्ती करतात. उदा. अनेकदा गॅसचे वितरक नवीन गॅस कनेक्शन देताना त्याच्याकडून गॅसची शेगडी घेण्याबद्दल सक्ती किंवा आग्रह धरतात. अशा वेळी वस्तूच्या निवडीचा आपणास पूर्णपणे हक्क आहे हे ग्राहकाने विसरू नये. रेल्वे, वीज, टेलिफोन, पोस्ट इत्यादींबाबतीत ग्राहकांच्या निवडीला वाव नसला तरी रास्त किमतीत समाधानकारक सेवा मिळविण्याचा ग्राहकांना अधिकार आहे.

(४) आपली बाजू मांडण्याचा हक्क : ग्राहकाने एखादी वस्तू खरेदी केली किंवा सेवा मिळविल्यानंतर त्याची फसवणूक होत असेल तर ग्राहकाला त्याची आपली बाजू मांडण्याचा अधिकार या कायद्याने दिलेला आहे. त्यासाठी कायद्याने न्यायालयीन यंत्रणेची निर्मिती केलेली आहे; त्यामुळे ग्राहकांना या न्यायालयीन व्यासपीठावर आपले मत सहजपणे मांडता येते; इतकेच नव्हे तर कोणतीही वस्तू बाजारात येण्यापूर्वी तिचे मूल्यमापन, उपयोग व वस्तू पासून होणारे वाईट परिणाम या सर्व घटकांचा सारासार विचार करण्यासाठी सरकार, उत्पादक व व्यापाऱ्यांबरोबरच ग्राहकांना त्यांचा एक प्रतिनिधी पाठविता येतो. तसेच शासनातर्फे अनेक योजना तयार केल्या जातात; या योजनांची अंमलबजावणी होण्यापूर्वी ग्राहकांचे म्हणणे ऐकून घेतले जाते. आजही अनेक कंपन्यांच्या सल्लागार मंडळामध्ये ग्राहकांचे प्रतिनिधी निमंत्रित केले जातात. उदा. वीज कंपन्या, एस.टी.महामंडळ, रेल्वे, बँका, टेलिफोन कंपन्या इत्यादींमध्ये ग्राहकाचे प्रतिनिधी सल्लागार समित्यावर घेतले जातात. ते ग्राहक हिताच्या दृष्टीने ग्राहकांची बाजू मांडतात. थोडक्यात, ग्राहकांना आपली बाजू मांडण्याचा अधिकार आहे.

(५) तक्रार निवारणाचा किंवा दाद मागण्याचा अधिकार : अनुचित व्यापारी प्रथा, वजन, किंमत, प्रमाण, दर्जा, ग्राहकांची फसवणूक किंवा शोषण इत्यादींमुळे ग्राहकांवर अन्याय होत असेल तर ग्राहकांना कायद्याने दाद मागण्याचा किंवा तक्रार निवारण्याचा अधिकार दिलेला आहे. मात्र, ग्राहकांच्या तक्रारी खऱ्या व वाजवी असणे आवश्यक आहे.

कधी कधी वस्तू कितीही चोखंदळपणे पाहून, पारखून व चौकशी करून खरेदी केली तरीसुद्धा तिच्यात नंतर दोष आढळून येतात; अशावेळी ग्राहकाला किंवा त्याच्या प्रतिनिधीला योग्य त्या न्यायालयासमोर तक्रार दाखल करता येते. तक्रार कितीही किरकोळ किंवा क्षुल्लक असली तरी ग्राहकाने उदासीन राहता कामा नये. पुष्कळदा दुकानदार पावतीच्या पाठीमागे अनेक अटी छापतात; पण त्या एकतर्फी असतात. म्हणूनच सेवा किंवा वस्तूच्या तक्रारीबाबत न्याय मिळवून नुकसानभरपाई मिळविण्याचा ग्राहकांना अधिकार आहे. त्यामुळे आयत्या वेळी रद्द झालेल्या प्रवासाच्या तिकिटाचे

पैसे व त्रासाबद्दल ग्राहकाला नुकसानभरपाई मिळविता येते.

(६) ग्राहक शिक्षणाचा हक्क : एखादी वस्तू किंवा सेवेची खरेदी करताना ग्राहकांना कोणकोणत्या अधिकारांचा वापर करता येतो. याबाबत माहिती देणे म्हणजेच ग्राहक शिक्षण होय. ग्राहक शिक्षणात ग्राहकांना मिळणारे संरक्षण, त्यासंबंधीचे फायदे, विशिष्ट कौशल्य संपादन करणे इत्यादी बाबींचा समावेश होतो. आजही निरनिराळ्या ग्राहक संस्थांमार्फत ग्राहक कौशल्य शिबिरे आयोजित करून वस्तू खरेदी करताना, तिचा वापर करताना ती टाकाऊ झाल्यानंतर तिचा वापर कसा करावा इ. माहिती करून दिली जाते. ग्राहक शिक्षणाची विशेष गरज ग्रामीण ग्राहक व महिलांना आहे; कारण हेच ग्राहक मोठ्या प्रमाणावर वस्तूंची खरेदी करतात; म्हणून त्यांना ग्राहक शिक्षण व ग्राहकांच्या अधिकारांची माहिती असणे आवश्यक आहे.

(७) मूलभूत गरजांच्या पूर्तीचा अधिकार : अन्न, वस्त्र व निवाऱ्याबरोबरच ग्राहकांना आरोग्य, संरक्षण, शिक्षण व रोजगार इत्यादी मूलभूत गरजाही भागवून घेण्याचा अधिकार आहे. सध्या सरकारतर्फे जीवनावश्यक वस्तूंचा कायदा राबविण्यात येऊन त्यानुसार वस्तूंचा बेकायदेशीर साठा करणे, विक्रीस नकार देणे, वस्तूंचा नाश करणे इत्यादींबाबत कायद्याने बंदी घालण्यात आलेली आहे. शैक्षणिक सेवेसाठी नगरपालिका, महानगरपालिका, जिल्हा परिषद इत्यादी शाळेतून विद्यार्थ्यांना मोफत शिक्षण तर सरकारी व महानगरपालिका किंवा नगरपालिकेमार्फत मोफत आरोग्य सेवा मिळविण्याचा ग्राहकांना अधिकार आहे.

(८) स्वच्छ व आरोग्यदायी पर्यावरणाचा हक्क : स्वच्छ व आरोग्यदायी पर्यावरणाचा अधिकार ग्राहकांना मिळालेला आहे. अलीकडे वाढत्या औद्योगिकीकरणामुळे प्रदूषण वाढून ग्राहकांच्या आरोग्यावर वाईट परिणाम होत आहे. त्यामुळे कारखान्यांनी प्रदूषणमुक्त वातावरण उपलब्ध करून देण्याचे कारखान्यावर बंधन आहे.

आपण ज्या ठिकाणी राहतो किंवा नोकरी करतो तेथील परिसर स्वच्छ असणे, शुद्ध हवा व पाणी मिळणे, वस्तू व सेवा पर्यावरणाच्या दृष्टीने योग्य असणे हा ग्राहकांचा हक्क आहे; त्यामुळे आपला परिसर स्वच्छ ठेवण्याची जबाबदारी सुद्धा ग्राहकावरच आहे.

ग्राहकांना वरीलप्रकारचे अधिकार असले तरी असंख्य ग्राहक आपल्या अधिकाराबाबत अद्यापही उदासीन आहेत. या हक्कांच्या बाबतीत ग्राहकांचे अज्ञान बऱ्याच मोठ्या प्रमाणावर कारणीभूत आहे. ग्रामीण ग्राहकांच्या बाबतीत हे अज्ञान अधिक तीव्र स्वरूपाचे आहे; म्हणून ग्रामीण ग्राहकांना आपल्या हक्कांची अधिक जाणीव करून द्यावयास हवी. थोडक्यात, ग्रामीण भागातही कायद्याचा प्रभावी अंमल होणे

आवश्यक आहे .

ग्राहकांची कर्तव्ये :

ग्राहक संरक्षण कायद्यात ग्राहकांच्या हक्काचा जसा समावेश केलेला आहे तसा कर्तव्यांचा समावेश केलेला नाही. त्यामुळे अन्याय झाल्यानंतर न्याय मिळविण्यासाठी कोणती माहिती आपणास असावी म्हणजे ग्राहकांना कोणती कर्तव्ये पार पाडावयाची आहेत हे ग्राहकांना माहीत असणे आवश्यक आहे. ग्राहकांची ही कर्तव्ये खालीलप्रमाणे आहेत –

(१) ग्राहकाने वस्तूंची खरेदी करताना नेहमी चिकित्सक वृत्ती ठेवली पाहिजे. मालविक्री कायद्यात 'ग्राहकाने सावध असावे' असे म्हटलेले आहे. त्यामुळे ग्राहकाने केवळ वस्तूची खरेदीच करू नये. खरेदी केल्यानंतर पावती किंवा कराराची प्रत मिळविणे आवश्यक आहे. पुराव्याअभावी कोणत्याही तक्रारीला अर्थ नाही हे ग्राहकाने लक्षात ठेवले पाहिजे.

(२) ग्राहकाने वस्तू किंवा सेवेची खरेदी केल्यानंतर त्याची फसवणूक होत असेल किंवा खरोखरच त्याच्यावर अन्याय होत असेल तरच तक्रार दाखल करावी. एखाद्या व्यापाऱ्याशी भांडण आहे किंवा वैमनस्यातून खोटी तक्रार ग्राहकाने केली असेल तर त्याला दंड होऊ शकतो.

(३) तक्रार मांडण्यापूर्वी ग्राहकाने तक्रारीची कायदेशीर बाजू तपासूनच तक्रार मांडावी कारण या कायद्यातही मंच ते कोर्ट नसले तरी सर्व बाजू कायदेशीर असल्याशिवाय ग्राहकाला न्याय मिळत नाही. अज्ञान किंवा खोट्या तक्रारींबाबत ग्राहकाला आपली बाजू मांडता येत नाही.

(४) ग्राहकाने ग्राहक मंचासमोर किंवा राज्य आयोग किंवा राष्ट्रीय आयोगासमोर आपली बाजू नम्रपणे मांडणे आवश्यक आहे. ग्राहकाने प्रामाणिकपणे अडचणी मांडल्यास संबंधित यंत्रणेकडून त्याला न्याय मिळवून दिला जातो ; त्याने न्यायालयीन यंत्रणेला फसवू नये.

(५) तक्रारदाराने तक्रार करताना ज्याच्याविरुद्ध तक्रार करावयाची आहे त्याचे संपूर्ण नाव व पत्ता तक्रार अर्जात नमूद केला पाहिजे.

(६) तक्रार करणाऱ्या ग्राहकाने तक्रार करताना सामाजिक जाणीव ठेवली पाहिजे. तसेच पर्यावरणाबाबत स्वतःसुद्धा जागरूक राहणे आवश्यक आहे. कायद्याने ग्राहकावर परिसर स्वच्छ ठेवण्याची व पर्यायाने पर्यावरणाचा समतोल राखण्याची जबाबदारी टाकलेली आहे.

५.२.४ ग्राहक संरक्षण परिषदा (Consumer Protection Council) :

केंद्रीय ग्राहक संरक्षण परिषद/केंद्रीय परिषद
(Central Consumer Protection Council) :

ग्राहक संरक्षण कायद्यातील **कलम ३० (१)** नुसार केंद्र सरकार केंद्रीय ग्राहक संरक्षण परिषदेची निर्मितीत करू शकते. केंद्रीय ग्राहक संरक्षण परिषदेला, 'केंद्रीय परिषद' म्हणूनही ओळखली जाते. या परिषदेचा कालावधी ३ वर्षांचा असतो. या परिषदेमध्ये १५० सभासद असतात. केंद्रीय परिषदेची रचना व सदस्यसंख्या खालीलप्रमाणे आहे.

(१) केंद्र सरकारचे नागरी पुरवठा खात्याचे मंत्री   – अध्यक्ष

(२) केंद्र सरकारच्या नागरी पुरवठा खात्याचे राज्यमंत्री   – उपाध्यक्ष

(३) विविध राज्यांचे अन्न व नागरी पुरवठा खात्याचे मंत्री किंवा   – सदस्य
 ग्राहक संरक्षणाशी संबंधित विभागाचे मंत्री

(४) अनुसूचित जाती आणि जमाती आयोगाचे आयुक्त   – सदस्य

(५) केंद्र सरकारच्या ग्राहक संरक्षणाशी संबंधित विभागातील   – सदस्य
 प्रतिनिधी आणि स्वायत्त संघटनाचे प्रतिनिधी (जास्तीत जास्त २०)

(६) ग्राहक संघटनांचे प्रतिनिधी (कमीत कमी ३५)   – सदस्य

(७) महिला प्रतिनिधी (कमीत कमी १0)   – सदस्य

(८) शेतकरी, व्यापारी व उद्योगक्षेत्राचे प्रतिनिधी   – सदस्य
 (जास्तीत जास्त २०)

(९) ग्राहकांचे हक्क संरक्षणासाठी कार्यरत असलेले प्रतिनिधी   – सदस्य
 (जास्तीत जास्त १५)

(१०) केंद्रीय सरकारच्या नागरी खात्याचे सचिव   – सदस्य सचिव

केंद्रीय परिषदेची उद्दिष्टे (Objectives of Central Council) :

केंद्रीय परिषदेची निर्मिती ग्राहकांच्या अधिकाराचे संवर्धन करण्यासाठी झालेली असते. या परिषदेची उद्दिष्टे खालीलप्रमाणे आहेत.

(१) ग्राहकांच्या अथवा व्यक्तींच्या जीवितास अगर मालमत्तेला हानी पोहोचेल अशा वस्तू अगर सेवा बाजारात आणण्यास प्रतिबंध करणे.

(२) अयोग्य व अनुचित व्यापारी प्रथेपासून ग्राहकांचे संरक्षण करणे.

(३) ग्राहकांना विविध वस्तू रास्त किंवा वाजवी दरात मिळविण्याचा अधिकार देणे.

(४) ग्राहकांना ग्राहक शिक्षण देणे.

(५) ग्राहकांचे हितसंवर्धन करण्यासाठी त्याच्या तक्रारी ऐकणे व त्यावर उपाययोजना सुचविणे.

(६) ग्राहकांचे शोषण होत असल्यास त्याविरुद्ध दाद मागणे.

केंद्रीय परिषदेच्या कामकाजाची पद्धती : केंद्रीय परिषदेच्या कामकाजाची पद्धती खालीलप्रमाणे आहे –

(१) ज्यावेळी सभा घेण्याची आवश्यकता आहे, अशा वेळी केंद्रीय परिषदेची सभा आयोजित केली जाते. या परिषदेच्या वर्षातून जास्तीत जास्त ३ सभा होतात.

(२) केंद्रीय नागरी पुरवठा खात्याचे मंत्री या सभेचे पदसिद्ध अध्यक्ष असतात. ते सभेला हजर नसल्यास उपाध्यक्ष अध्यक्षाचे कामकाज पाहतात. अध्यक्ष व उपाध्यक्ष दोघेही हजर नसल्यास उपस्थित सदस्यांमधून एका सभासदाची अध्यक्ष म्हणून नियुक्ती केली जाते व सभेचे कामकाज सुरू होते.

(३) केंद्रीय परिषदेची सभा घेण्यापूर्वी कमीत कमी १० दिवसांची लेखी सूचना सभासदांनी दिली पाहिजे.

(४) सभेच्या सूचनेसोबत सभेची कार्यक्रमपत्रिका, सभेचे ठिकाण, दिवस, वेळ इत्यादी बाबींचा स्पष्ट उल्लेख केलेला असावा. सभा कार्यालयीन दिवशी व वेळेतच घेतली पाहिजे.

(५) केंद्रीय परिषदेच्या सभासदांनी एखाद्या अभ्यासगटाची नियुक्ती केलेली असेल तर सभेच्या वेळी या अभ्यासगटाच्या सूचनांचा विचार केला जातो.

(६) केंद्रीय परिषदेचे ठराव शिफारशीच्या स्वरूपाचे असतात. त्याच्या अंमलबजावणीची सक्ती करता येत नाही.

(७) सभेच्या सदस्यांना सभेला हजर राहण्याबद्दल नियमानुसार भत्ते किंवा मानधन दिले जाते. तसेच केंद्रीय परिषदेच्या दैनंदिन कामासाठी केंद्र सरकारकडून कर्मचाऱ्यांची नियुक्ती केली जाते.

(८) केंद्रीय परिषदेच्या सभा नवी दिल्ली येथे घेण्यात येतात.

(९) केंद्रीय परिषदेचे बोधचिन्ह केंद्र सरकार निश्चित करते.

(१०) केंद्रीय परिषदेच्या सभेत सभेच्या रचनेबाबत प्रश्न उपस्थित करता येत नाही. काही सभासदांनी असे प्रश्न उपस्थित केले तरी सभा बेकायदेशीर ठरत नाही.

ग्राहक संरक्षण कायदा, १९८६ / (१८५)

राज्य ग्राहक संरक्षण परिषद/राज्य परिषद
(State Consumer Protection Council) :

ग्राहक संरक्षण कायदा संमत झाल्यानंतर त्याची प्रभावी अंमलबजावणी होण्याच्या दृष्टीने राज्य सरकारवर सुद्धा जबाबदारी टाकण्यात आलेली आहे. त्यामुळे प्रत्येक राज्यसरकार अधिसूचनेद्वारे राज्य ग्राहक संरक्षण परिषदेची नियुक्ती करते; या राज्य ग्राहक संरक्षण परिषदेलाच 'राज्य परिषद' असेही म्हणतात.

राज्य परिषदेच्या आवश्यकतेनुसार सभा घेण्यात येतात. मात्र, वर्षातून किमान दोन सभा या परिषदेने आयोजित केल्या पाहिजेत. राज्य सरकारचे ग्राहक संरक्षण खात्याचे मंत्री राज्य परिषदेचे पदसिद्ध अध्यक्ष असतात. या परिषदेमधील एकूण सभासदसंख्या ठरविण्याचा अधिकार राज्य सरकारला आहे. त्यामुळे अध्यक्षाशिवाय अशासकीय व शासकीय सभासदाची नियुक्ती राज्य सरकार करीत असते. राज्य परिषदेचे अध्यक्ष सभेची वेळ, दिनांक, ठिकाण निश्चित करतात. त्यानुसार राज्यपरिषदेच्या सभा घेण्यात येतात. राज्य परिषदेचा प्रमुख उद्देश ग्राहकांचा हक्क व अधिकाराचे संरक्षण करण्याचा आहे. त्यामुळे राज्य परिषदेत ग्राहकांचा हक्क व अधिकार सुरक्षित ठेवण्याच्या दृष्टीने चर्चा होत असते.

जिल्हा ग्राहक तक्रार निवारण कक्ष/जिल्हा कक्ष

प्रत्येक जिल्हा स्तरावर ग्राहकाचे हक्क व अधिकार सुरक्षित ठेवण्याच्या दृष्टीने राज्य सरकार जिल्हा ग्राहक तक्रार निवारण कक्षाची निर्मिती करते. त्यालाच 'जिल्हा कक्ष' असेही म्हणतात. जिल्हा कक्षातील सभासदांची संख्या राज्य सरकार ठरविते. जिल्हा कक्षाचे अध्यक्ष जिल्हाधिकारी व उपाध्यक्ष अपर जिल्हाधिकारी असतात. त्यांना मदत करण्यासाठी शासकीय व अशासकीय सभासद नियुक्त केले जातात. अशासकीय सभासदांमध्ये काही व्यावसायिक प्रतिनिधी असतात. त्यामध्ये एक रॉकेल विक्रेता, दोन पेट्रोल विक्रेते, दोन गॅस विक्रेते व दोन व्यावसायिक संघटनांचे प्रतिनिधी असतात. या कक्षाच्या सभा दर महिन्याच्या पहिल्या सोमवारी अध्यक्षांच्या सूचनेनुसार होत असतात.

५.२.५ ग्राहक संरक्षण कायद्याच्या अंतर्गत तक्रार दाखल करणे.
(Complaint made under CPA) :

ग्राहक संरक्षण कायद्याच्या अंतर्गत तक्रार करावयाची असल्यास ती कोण दाखल करू शकतो? तक्रारीची कारणे, तक्रार दाखल करण्याची पद्धती, नुकसान भरपाई मिळविणे व न्यायालयीन यंत्रणा इत्यादींबाबत कायद्यात खालील तरतुदी आहेत.

(अ) तक्रार कोण दाखल करू शकतो : ग्राहक संरक्षण कायद्याच्या अंतर्गत खालील व्यक्तींना तक्रार दाखल करता येते.

(१) ग्राहक किंवा त्याचा प्रतिनिधी.

(२) १८६० च्या कायद्याच्या अंतर्गत किंवा १९५६ च्या कायद्याच्या अंतर्गत नोंदणी झालेल्या संस्था म्हणजे सहकारी संस्था व संयुक्त भांडवली संस्था.

(३) राज्य सरकार.

(४) केंद्र सरकार.

(ब) तक्रार दाखल करण्यासाठी योग्य कारणे : खालीलपैकी कोणत्याही कारणांसाठी तक्रार दाखल करता येते.

(१) कोणत्याही व्यापाऱ्याच्या अनुचित व्यापारी प्रथेमुळे किंवा गैरव्यवहारांमुळे ग्राहकाला तोटा किंवा नुकसान झाल्यास.

(२) तक्रारीत उल्लेख केलेल्या मालात असलेले एक किंवा अनेक दोषांबद्दल.

(३) तक्रारीत उल्लेख केलेल्या सेवांमधील उणिवा.

(४) तक्रारीत उल्लेख केलेल्या मालासाठी व्यापाऱ्याने खालील किमतीपेक्षा अधिक किंमत आकारल्यास.

(अ) विशिष्ट किंवा त्या त्या काळात कायद्याने ठरवून दिलेल्या किमती.

(ब) मालावर दर्शविण्यात आलेल्या किमती.

(क) मालाच्या संवेष्टनावर दाखविण्यात आलेल्या किमती.

थोडक्यात अनुचित व्यापारी प्रथा किंवा पद्धती, मालातील दोष, सेवातील उणीव व जास्त किंमत इत्यादी कारणांसाठी तक्रार दाखल करता येते.

क) तक्रार कशी दाखल करावी ?

ग्राहक संरक्षण कायद्याच्या अंतर्गत तक्रार नोंदविणे व तिचे निराकरण करून घेण्याची पद्धत अत्यंत सोपी, साधी व सरळ आहे. ती खालीलप्रमाणे आहे-

(१) ग्राहकाला त्याची तक्रार जिल्हा मंच, राज्य आयोग व केंद्र आयोगाकडे क्रमशः नोंदविता येते. तक्रार नोंदविण्यासाठी कोणत्याही प्रकारचे शुल्क लागत नाही.

(२) ग्राहक किंवा त्याच्या प्रतिनिधीला तक्रार नोंदविता येते.

(३) तक्रारीची नोंदणी वैयक्तिकरीत्या किंवा टपालाने केवळ अर्ज पाठवून करता येते.

ग्राहक संरक्षण कायदा, १९८६ / (१८७)

(४) तक्रारदाराने आपल्या हाताने सुवाच्य अक्षरात तक्रार लिहिली तरी चालते किंवा ती टंकलिखितातही चालते. तक्रारींच्या चार प्रती न्यायमंचात दाखल केल्या पाहिजेत व तक्रार दाखल केल्याबद्दल आपल्याकडील प्रतीवर मंचाकडून सही घेतली पाहिजे; तक्रार अर्जात खालील बाबींचा समावेश असला पाहिजे–

(अ) तक्रार नोंदविणाऱ्या व्यक्तीचे नाव व पत्ता.

(ब) ज्या व्यापारी किंवा उत्पादकाविरुद्ध तक्रार नोंदवावयाची आहे त्याचे नाव व पत्ता.

(क) तक्रारीचे स्वरूप, तक्रारीसंबंधी वस्तुस्थिती, ती केव्हा व कोठे उद्भवली त्याचे वर्णन.

(ड) तक्रारीतील आरोपांना पुष्टी देणारी कागदपत्रे, पावत्या, करार किंवा पुरावे.

(ई) तक्रारकर्त्याने तक्रार अर्जावर सही करणे आवश्यक आहे.

(फ) तक्रारकर्त्याला अपेक्षित असलेली नुकसानभरपाई इ.

ग्राहकास मिळणाऱ्या नुकसानभरपाईचे स्वरूप :

ग्राहकांच्या तक्रारीची चौकशी करून न्यायालय खालीलपैकी एक किंवा अनेक मार्गांनी नुकसानभरपाई करण्याचे आदेश देऊ शकते. नुकसानभरपाईची रक्कम तक्रारींच्या स्वरूपावर व वस्तुस्थितीवर आधारित असते. नुकसानभरपाईचे स्वरूप खालीलप्रमाणे असू शकते–

(अ) माल किंवा वस्तूतील दोष दुरुस्त करून देणे.

(ब) माल किंवा वस्तू बदलून देणे.

(क) ग्राहकाला माल किंवा वस्तूची किंमत परत करणे.

(ड) ग्राहकाला सोसावी लागलेली झळ किंवा तोटा किंवा त्रासाबद्दल नुकसान भरपाई देणे.

(ई) तक्रार दाखल केल्यापासून निकाली निघेपर्यंत झालेले ग्राहकाचे नुकसान, भरपाई म्हणून देणे.

५.२.६ तक्रार कोठे दाखल करावी ? (न्यायालयीन यंत्रणा) :
(Where to complaint?) :

१९८६ च्या ग्राहक संरक्षण कायद्याने ग्राहकांच्या तक्रारीची दखल घेण्याच्या दृष्टीने न्यायालयीन यंत्रणा निर्माण केलेली आहे. मात्र, या न्यायालयीन यंत्रणेचे स्वरूप नेहमीच्या न्यायालयीन यंत्रणेपेक्षा भिन्न स्वरूपाचे आहे. ही यंत्रणा पुढीलप्रमाणे आहे.

(१) जिल्हा ग्राहक मंच (न्यायमंच)

(२) राज्य आयोग

(३) राष्ट्रीय आयोग

(१) जिल्हा न्यायमंच

१९८६ च्या ग्राहक संरक्षण कायद्याच्या **कलम १० ते १४** नुसार जिल्हा न्यायमंचाची रचना व अधिकारकक्षा निश्चित करण्यात आली आहे. ती पुढीलप्रमाणे असते.

(१) या मंचाचे अध्यक्ष व दोन सदस्य असतात. अध्यक्ष हे विद्यमान किंवा निवृत्त जिल्हा न्यायाधीश किंवा त्या पदाची पात्रता धारण करणाऱ्या व्यक्ती असतात; तर सदस्यांत एक पुरुष व एक महिला सदस्य असतात. अर्थशास्त्र, कायदा, व्यापार, हिशेब, सार्वजनिक व्यवहार व प्रशासन क्षेत्राचे ज्ञान व अनुभव असलेली गणमान्य व्यक्ती सदस्य म्हणून नेमणूक केली जाते. जिल्हा मंचावरील सदस्यांचा कालावधी पाच वर्षांचा किंवा वयाची ६५वर्षे पूर्ण होईपर्यंत असतो.

(२) वस्तू किंवा सेवेचे मूल्य किंवा नुकसानभरपाईची रक्कम २० लाखांपर्यंत आहे अशा तक्रारी जिल्हा मंचाकडे दाखल करता येतील.

(३) ज्या क्षेत्रात अंशत: किंवा पूर्णत: तक्रारअर्जास कारण घडले असेल त्या जिल्हा न्यायमंचात तक्रार अर्ज दाखल झाल्यापासून दोन वर्षांचे आत अर्ज दाखल केला पाहिजे.

(४) दिवाणी न्यायालयात दावा प्रलंबित असेल तर अशा प्रकरणात ग्राहक न्यायालयात अर्ज दाखल करता येणार नाही; परंतु जिल्हा मंचात अर्जदाराला ग्राहक संरक्षण कायद्याखाली दाद मागत येईल.

(५) कोर्ट अगर प्रोसेस फी तक्रार अर्जासोबत लावण्याची गरज नाही, हे या कायद्याचे सर्वांत महत्त्वाचे वैशिष्ट्य आहे.

(६) ९० दिवसांच्या आत तक्रारीवर न्यायदान केले जावे असा संकेत आहे.

(७) जिल्हा मंचासमोर झालेली कारवाई ही भारतीय दंड विधानाच्या कलम १९३ व २८८ (१८६० चा ४५वा) प्रमाणे न्यायिक कारवाई (ज्युडिशिअर प्रोसिडिंग) म्हणून समजण्यात येईल. तसेच जिल्हा मंचाला फौजदारी व्यवहार संहिता, १९७३ (१९७४ चा दुसरा) प्रमाणे 'दिवाणी न्यायालय' म्हणून समजण्यात येईल.

(८) **कलम १४** प्रमाणे तक्रार अर्जात नमूद केलेले दोष आहेत किंवा सेवेसंबंधी तक्रार अर्जात कथन केलेले आरोप सिद्ध झाले असतील तर जिल्हा मंच विरुद्ध पक्षाला

आदेश देऊन खाली नमूद केलेल्या एक किंवा अनेक गोष्टी करण्यास बाध्य करतील :

१. वस्तूत: दाखविलेले दोष दूर करणे.

२. जुनी वस्तू बदलून त्याऐवजी त्याच वर्णनाची नवीन निर्दोष वस्तू देणे.

३. वस्तूची किंमत किंवा कारणपरत्वे मोबदला परत करणे.

४. निष्काळजीपणामुळे झालेली हानी किंवा अपाय याबद्दल योग्य नुकसानभरपाई देणे.

५. सेवेतील दोष किंवा त्रुटी काढून टाकणे.

६. अपायकारक वस्तूंच्या विक्रीस प्रतिबंध करणे.

७. विक्रीस ठेवलेल्या अपायकारक वस्तू बाजारातून काढून घेणे.

८. अनुचित व्यापारी प्रथा थांबविणे किंवा त्यांची पुनरावृत्ती न करण्याची समज देणे.

९. पक्षकाराला पुरेसा खर्च देवविणे.

१०. जिल्हा मंचाच्या आदेशामुळे नाराज झालेल्या व्यक्तींना ३० दिवसांच्या आत राज्य आयोगाकडे अपील करता येईल.

११. कलम २७ प्रमाणे मुदतीत आदेशाची अंमजबजावणी न झाल्यास १० हजार रुपयांपर्यंत दंड किंवा ३ वर्षांपर्यंत साध्या कैदेची शिक्षा देता येते.

अशारितीने ग्राहक कायद्याचा मुख्य उद्देश, आदेशाची अंमलबजावणी होऊन अर्ज करणाऱ्यावरील अन्याय दूर व्हावा, विरुद्ध पक्षाला शिक्षा द्यावी हा केवळ अनुषांगिक किंवा शेवटचा उपाय आहे. ग्राहक कायद्याची ताकद अशारीतीने काय आहे हे सर्वांनी जाणून घेऊन व्यवहार करावेत.

(२) राज्य आयोग

राज्य आयोग ही राज्याची ग्राहक न्यायदानातील सर्वोच्च यंत्रणा असून १९८६च्या ग्राहक संरक्षण कायद्याच्या **कलम १५,१६,१७ प्रमाणे** राज्य आयोगाची रचना, अधिकार व कार्यपद्धती निश्चित करण्यात आली आहे. ती पुढीलप्रमाणे –

(१) या राज्य आयोगाचे देखील अध्यक्ष व दोन सदस्य असतात. अध्यक्ष हे उच्च न्यायालयातील विद्यमान किंवा माजी न्यायमूर्ती पात्रतेचे असतील. उच्च न्यायालयाच्या मा.मुख्य न्यायमूर्तींच्या सल्ल्याखेरीज ही नियुक्ती करण्यात येत नाही.

(२) सचोटी, विद्वत्ता असलेल्या व अर्थशास्त्र, कायदा, वाणिज्य, हिशेब, उद्योग, सामाजिक व्यवहार, प्रशासन या कार्यांत भरीव कार्य केलेल्या किंवा पुरेसे ज्ञान व अनुभव असलेल्या दोन व्यक्ती – त्यांपैकी एक व्यक्ती महिला – यांची सदस्य म्हणून नेमणूक

केली जाते. परंतु, निवड समितीच्या शिफारसीप्रमाणेच या सदस्यांची निवड केली जाते. तसेच सदस्यांचा कालावधी हा पाच वर्षांचा किंवा वयाची ६५ वर्षे पूर्ण होईपर्यंतचा असतो.

(३) जिल्हा मंचाच्या आदेशाविरुद्धचे अपील राज्य आयोग स्वीकारते.

(४) २० लाख ते १ कोटी रुपये पर्यंतच्या तक्रारी राज्य आयोगाकडे दाखल करता येतात.

(५) राज्य आयोगाचे कार्यक्षेत्र संपूर्ण राज्य असून राज्यातील जिल्हा मंचांच्या कामकाजावर देखरेख व प्रशासकीय नियंत्रण आयोग ठेवते.

(६) अर्जाचे कारण घडल्यापासून दोन वर्षांच्या आत तक्रार दाखल केली पाहिजे.

(७) जिल्हा न्यायालयाप्रमाणेच राज्य न्यायालयात कामकाज चालते व ग्राहकाची तक्रार योग्य असल्यास कलम १४ प्रमाणे न्यायदान केले जाते. मुदतीत आदेशाची अंमलबजावणी न झाल्यास २७ कलमाप्रमाणे दंड किंवा शिक्षा केली जाते.

(८) राज्य न्यायालयाने दिलेल्या आदेशामुळे नाराज झालेल्या व्यक्तींना ३० दिवसांच्या आत राष्ट्रीय/केंद्रीय आयोगाकडे अपील दाखल करता येईल.

(३) राष्ट्रीय आयोग

राष्ट्रीय आयोग ही देशातील ग्राहक न्यायदानातील सर्वोच्च संस्था असून **कलम २०,२१,२२ प्रमाणे** राष्ट्रीय आयोगाची रचना, अधिकार व कार्यपद्धती निश्चित करण्यात आली आहे. ती पुढीलप्रमाणे –

(१) सर्वोच्च न्यायालयाचे विद्यमान किंवा माजी न्यायमूर्ती हे याचे अध्यक्ष असतात.

(२) विद्वत्ता, क्षमता असलेले, अर्थशास्त्र, कायदा, वाणिज्य, हिशेब, उद्योग, सार्वजनिक अथवा प्रशासन यांत भरीव कार्य केलेल्या किंवा भरीव ज्ञान व अनुभव, प्रश्न सोडविण्यासाठी पात्रता असलेल्या चार व्यक्ती सदस्य असतात. त्यांपैकी एक व्यक्ती महिला, यांची निवड समितीच्या शिफारशीनुसार सदस्य म्हणून नियुक्ती केली जाते. या सदस्यांचा कार्यकाल हा ५ वर्षांचा किंवा वयाची ७० वर्षे पूर्ण होईपर्यंत; जी गोष्ट आधी घडेल तोपर्यंतचा असतो.

(३) राज्य आयोगाच्या आदेशाविरुद्धचे अपील राष्ट्रीय आयोग स्वीकारते व कोणत्याही राज्य आयोगासमोरील निकाली किंवा प्रलंबित असलेल्या प्रकरणांची कागदपत्रे मागवून योग्य ते आदेश पारित करण्याचे व फेरतपासणीचे अधिकार राष्ट्रीय आयोगाला आहेत.

(४) १ कोटी रुपयांपेक्षा जास्त रकमेच्या तक्रारी राष्ट्रीय आयोगाकडे दाखल करता

येतात.

(५) राष्ट्रीय आयोगाचे कार्यक्षेत्र संपूर्ण देश असून देशातील राज्य आयोगांच्या कामकाजावर देखरेख व प्रशासकीय नियंत्रण आयोग ठेवते.

(६) राष्ट्रीय आयोगाला आपल्यासमोर दाखल करण्यात आलेल्या कोणत्याही तक्रार अर्जाचा किंवा न्यायिक कारवाईचा निकाल लावण्यासाठी कलम १३ व १४ प्रमाणे कार्यपद्धती अवलंबून न्यायदान करता येते व मुदतीत आदेशाची अंमलबजावणी न झाल्यास २७ कलमाप्रमाणे दंड किंवा शिक्षा करता येते.

(७) राष्ट्रीय आयोगाने कलम २१ पोटकलम (ए) उपकलम (१) खाली पारित केलेल्या कोणत्याही आदेशाने व्यक्ती नाराज झाली तर तिला ३० दिवसांच्या आत सर्वोच्च न्यायालयाकडे अपील करता येईल.

अशा रीतीने जिल्हा मंच, राज्य आयोग व राष्ट्रीय आयोग यांच्या आदेशविरुद्ध या कायद्यातील तरतुदीप्रमाणे अपील दाखल न केल्यास सर्व आदेश अंतिम समजण्यात येतात. जिल्हा मंचाचे कलम २४ खाली केलेले आदेश अंतिम असतात. त्याविरुद्ध अपील दाखल करता येईल; परंतु २७ कलमाखाली दंडाचा आदेश दिला असेल तर त्याविरुद्ध अपील करता येणार नाही. तसेच जिल्हा मंच, राज्य आयोग व राष्ट्रीय आयोग यांनी पारित केलेल्या प्रत्येक आदेशाची अंमलबजावणी त्या त्या मंच, आयोगांना करता येईल; पण आदेशाची अंमलबजावणी होऊ शकत नाही अशा वेळी सदर आदेशाची अंमलबजावणी दिवाणी न्यायालयाकडून करता येईल. तसेच कलम २६ प्रमाणे अती किरकोळ किंवा दुष्ट हेतूने प्रेरित होऊन खोटा अर्ज दाखल झाला असेल तर तो फेटाळण्याचा व प्रसंगी तक्रारकर्त्याला १० हजार रुपयांपर्यंत दंड केला जाऊ शकतो. यामुळे खोट्या, बदनामीकारक व अप्रामाणिक तक्रार अर्जावर अंकुश बसेल.

अशा रीतीने तांत्रिकतेच्या जंजाळातून सर्वसामान्य ग्राहकांना मुक्त करून त्यांचा श्रम, वेळ, पैसा वाचवून जलद, विनाखर्चिक न्याय मिळवून देणारा हा कायदा व ग्राहक न्यायालये आहेत. ग्राहकांनो, या कायद्याची व त्याच्या कार्यपद्धतीची माहिती घ्या, 'कायद्याचे अज्ञान ही सबब होऊ शकत नाही.' जागरूक प्रशिक्षित ग्राहक हाच सुरक्षित ग्राहक असतो.

कायद्यातील इतर महत्त्वाच्या तरतुदी :

१) जिल्हा, राज्य व राष्ट्रीय आयोगाचे आदेश संबंधितांना पाळणे आवश्यक आहे. आदेशाचे पालन न करणाऱ्या व्यक्ती किंवा संस्थांना किमान रु. २000 व कमाल रु. १0,000 दंड किंवा किमान १ महिना व कमाल ३ वर्षे सजा करण्याची तरतूद कायद्यात

आहे. मात्र हे दंड व शिक्षा कमी करण्याचा संबंधित न्यायालयाला अधिकार आहे. (**कलम २७**).

२) जिल्हा मंच, राज्य आयोग किंवा राष्ट्रीय आयोगाच्या सभासदाने अगर अधिकाऱ्याने अथवा या कायद्यान्वये नियुक्त केलेल्या कोणत्याही व्यक्तीने अत्यंत प्रामाणिक व सदसद्विवेकबुद्धीने काम केल्यास त्याच्यावर कोणत्याही प्रकारची न्यायालयीन कारवाई करता येत नाही. (**कलम २८**).

५.२.७ तक्रार दाखल करण्याची पद्धती

(Procedure to make complaint) :

ग्राहकांचे बहुतांश प्रश्न किंवा तक्रारी चर्चेने सुटू शकतात. ग्राहक कायद्याद्वारे निर्माण केलेल्या प्रत्येक जिल्ह्यातील 'ग्राहक कक्षा'च्या बैठकीत ग्राहक संघटनांच्या कार्यकर्त्यांच्या माध्यमातून प्रश्न मांडून उपस्थित शासकीय अधिकाऱ्यांशी प्रत्यक्ष चर्चा करून प्रश्नांची सोडवणूक करता येते.

जबाबदार प्रशिक्षित ग्राहकच आपल्या तक्रारी योग्य रीतीने सोडवू शकतो. ग्राहकांनी आपल्या हक्कांबरोबरच कर्तव्याचीदेखील जाण ठेवून खरेदी व्यवहार डोळसपणे, चौकसपणे करावेत.

तक्रार दाखल करण्यापूर्वी

(१) तक्रार सोडविण्यासाठी केलेला लेखी व्यवहार एकत्र करावा.

(२) वस्तूची पावती, गॅरंटी व वॉरंटी कार्ड जपून ठेवावे.

(३) तक्रारीच्या बळकटीसाठी आवश्यक ते सर्व वस्तुनिष्ठ पुरावे, प्रयोगशाळेचे दाखले, तज्ञांची मते, दाखले, पोस्टमार्टेम अहवाल, पंचनामा, फोटो एकत्र करावेत.

तक्रार अर्जाचा नमुना

तक्रार अर्ज

तक्रार अर्ज   अर्ज क्र. (   )

प्रति,

मा.अध्यक्ष

.....................जिल्हा ग्राहक तक्रार मंच

(१) तक्रारदाराचे नाव व पत्ता ....

....

....

(२) विरुद्ध पक्षाचे नाव व पत्ता ....

....

....

(३) तक्रार कोठे उद्भवली?..

....

....

तक्रारीचा महत्त्वाचा तपशील – यात

(१) खरेदी केलेल्या वस्तू व सेवेचे वर्णन.

(२) वस्तू व सेवेची किंमत, पावती, हमीपत्र यांचा तपशील.

(३) वस्तू व सेवा घेतल्यानंतर लक्षात आलेले दोष, उणिवा, अपूर्तता यांचे वर्णन.

(४) तक्रार सोडविण्यासाठी केलेले प्रयत्न, प्रत्यक्ष भेट, पत्रव्यवहार यांचा तपशील.

(५) तक्रारीमुळे झालेला शारीरिक त्रास, मानसिक त्रास, खर्च.

(६) सोबत निवेदनापुष्ट्यर्थ जोडलेली कागदपत्रे यांचा तपशील.

   अपेक्षित तक्रार निवारणाचे स्वरूप – यात

(१) वस्तू व सेवेतील दोष, उणीव, त्रुटी दूर करून मिळाव्यात.

(२) वस्तू दुरुस्त करून मिळावी.

(३) वस्तू बदलून चांगल्या स्थितीतील दुसरी वस्तू मिळावी.

(४) विरुद्ध पक्षाकडून अर्जात नमूद केल्याप्रमाणे वस्तूची किंमत व्याजासह परत मिळावी.

(५) योग्य नुकसानभरपाई व प्रकरणाचा खर्च मिळावा.

तारीख :   अर्जदाराची सही

प्रतिज्ञापत्र

तक्रार अर्जात लिहिलेला मजकूर व जोडलेली कागदपत्रे माझ्या माहिती व समजुती-
प्रमाणे बरोबर व खरी आहे.

तारीख :   अर्जदाराची सही

सदरचा तक्रारअर्ज ग्राहक स्वतःच्या हस्ताक्षरात किंवा टंकलिखित स्वरूपात करू शकतो. तक्रार अर्जासोबत आवश्यक ते दाखले जोडणे आवश्यक आहे. जिल्हा व राज्य ग्राहक न्यायालयात तक्रार दाखल करताना अर्जाच्या चार प्रती तर राष्ट्रीय आयोगात सहा प्रती सर्व दाखल्यांसह सादर करणे आवश्यक आहे. विरुद्ध पक्षांची संख्या एकापेक्षा अधिक असल्यास तेवढ्या जास्त प्रती दाखल कराव्यात. (सर्व दाखल्यांच्या झेरॉक्स प्रती जोडाव्या, मूळ दाखले सुनावणीप्रसंगी दाखवावेत.)

५.२.८ अपील करण्याचा कालावधी (Time Limit for Appeal)

ग्राहक संरक्षण कायद्याच्या अंतर्गत जिल्हा राज्य व केंद्र स्तरावर न्यायालयीन यंत्रणा निर्माण करण्यात आलेली आहे. ग्राहकाला फसविल्यास तो प्रथम जिल्हा मंचाकडे तक्रार करतो. ही तक्रार त्याची फसवणूक झाल्यापासून दोन वर्षांच्या आत तो करू शकतो. या तक्रारीवर जिल्हा मंच निर्णय देते. हा निर्णय दोन्ही पक्षांना मान्यच असेल असे नाही. समजा एखाद्या पक्षाला हा निर्णय मान्य नसेल तर तो पक्ष राज्य आयोगाकडे जिल्हा मंचानी दिलेल्या निर्णयापासून ३० दिवसांच्या आत अपील करू शकतो.

राज्य आयोगात सुद्धा तक्रार उद्भवल्यापासून २ वर्षांच्या आत ग्राहकाला तक्रार दाखल करता येते. तसेच ज्यांना जिल्हा मंचाचा निर्णय अमान्य आहे असेही पक्षकार राज्य आयोगाकडे तक्रार करतात. वरील तक्रारीवर राज्य आयोग निर्णय देते.

राज्य आयोगाने दिलेला निर्णय एखाद्या पक्षाला मान्य नसेल तर त्याने निर्णय मिळाल्यापासून ३० दिवसांच्या आत राष्ट्रीय आयोगाकडे अपील सादर केले पाहिजे. तसेच एखाद्या पक्षाला राष्ट्रीय आयोगाचा निर्णय अन्यायकारक वाटत असेल तर तो राष्ट्रीय आयोगाच्या निर्णयाच्या आदेशापासून ३० दिवसांच्या आत सर्वोच्च न्यायालयात अपील करू शकतो.

५.२.९ ग्राहक संरक्षण कायद्याचा वापर (Usages of CPA) :

काही उदाहरणे (Examples) :

(अ) वस्तूंबद्दलच्या तक्रारी

❖ एखादा टॅक्सीचालक मोटार विकत घेत असेल किंवा रिक्षा चालविणाऱ्याने रिक्षा खरेदी केलेली असेल, किंवा स्वतःच्या उपजीविकेसाठी अर्थार्जन करण्यासाठी एखाद्या महिलेने शिवणयंत्र खरेदी केलेले असेल किंवा शेतकऱ्याने स्वतःच्या शेतीसाठी बियाणे किंवा खते विकत घेतली असतील तर त्या 'वस्तूंबद्दल'च्या तक्रारी

सोडविण्यासाठी त्यांना ग्राहक संरक्षण कायद्याचा आधार घेता येईल.

❖ विद्युत उपकरणे उत्पादित करून त्यांची विक्री करणाऱ्या एखाद्या उत्पादकाने घरगुती वापराच्या विद्युत उपकरणांच्या गुणवत्ता नियंत्रणाबद्दल १९८१ च्या आदेशाचे पालन न करता हलक्या दर्जाच्या विद्युत उपकरणांचे उत्पादन व विक्री केली तर त्यास वस्तूतील 'दोष' मानले जाते.

❖ सदोष वस्तूंबद्दलच्या तक्रारी प्रत्येक वेळी उत्पादकाच्या विरुद्धच केल्या पाहिजेत असे नाही. त्या सदोष वस्तूंची विक्री करणाऱ्या विक्रेत्यालादेखील त्याबद्दलची जबाबदारी टाळता येत नाही. त्याच्या विरुद्धदेखील तक्रार केली जाऊ शकते.

❖ ग्राहकाने खरेदी केलेले सिमेंट सदोष व हलक्या दर्जाचे होते असे लक्षात आले; तक्रारदाराने ते त्याच्या इमारतीसाठी वापरले. ती इमारत पाडणे, नव्याने बांधणे व हलक्या दर्जाच्या सिमेंटसाठी त्याचा झालेला खर्च व तक्रार करण्याचा तत्कालिक, आनुषंगिक खर्च, आदी नुकसानभरपाई तक्रारदारास मिळू शकते.

❖ ग्राहकाने घेतलेल्या मोटारीत अनेक मूलभूत दोष आहेत व ते दुरुस्त करता येतील असे नाहीत असे लक्षात आल्यावर ती सदोष मोटार ग्राहकाने उत्पादकाला परत करावी व उत्पादकाने त्या मोटारीची किंमत व नुकसानभरपाई ग्राहकाला दिली पाहिजे.

❖ ग्राहकाने खरेदी केलेली पादत्राणे हलक्या दर्जाची व खराब निघाली. ग्राहकाने ती बदलून मागितली. विक्रेत्याने नकार दिला. ग्राहकाने विक्रेत्याविरुद्ध न्यायमंचाकडे तक्रार केली. विक्रेत्याने जबाबदारी नाकारली व उत्पादकाची जबाबदारी असल्याचे सांगितले. न्यायमंचाने विक्रेत्याची जबाबदारी मानली व ग्राहकाकडून घेतलेली किंमत व तक्रार करण्यासाठी त्याला आलेला खर्च त्याला द्यावा असा आदेश दिला.

(आ) सेवांबद्दल तक्रारी

बँकिंग

१. बँकेच्या ड्राफ्टवर दोन अधिकाऱ्यांची सही आवश्यक असूनही केवळ एकानेच सही केली. ज्या शाखेवर तो काढलेला होता त्या शाखेने पैसे देण्यास नकार दिला. ग्राहकाची कोणतीही चूक नसताना पैसे देण्यास नकार देणे ही सेवेतील न्यूनता आहे.

२. खात्यावर वसुलीसाठी भरलेल्या चेकचे पैसे, तो चेक वटल्यानंतरदेखील खातेदाराच्या खात्यात जमा झाले नाहीत.

३. बँकेच्या लॉकरमध्ये ठेवलेले दागिने व इतर मौल्यवान वस्तू लॉकरमधून नाहीशा झाल्या.

विमा

१. विमादाराने विमा उतरविल्यानंतर आगीमुळे झालेल्या नुकसानीची भरपाई करण्यास

विमा कंपनीने नकार दिला.

२. विम्याची नुकसानभरपाईची रक्कम देण्यास विलंब लागला.

३. विम्याची रक्कम ठराविक मुदतीत विमादाराला दिली गेली नाही.

४. विमादाराच्या वारसाबद्दल कोणताही वाद नसताना संबंधित दावेदाराला विनाकारण वारसाहक्काचे प्रमाणपत्र न्यायालयातून आणण्यास सांगितले गेले.

वाहतूक

१. ग्राहकाने पाठवलेला माल त्याच्या सूचनेनुसार न पोहोचवता चुकीच्या पद्धतीने पोहोचवला गेला.

२. ज्या दिवशी गाडी निघतच नाही त्या दिवशीचे रिझर्व्हेशन दिले गेले.

३. तक्रारदाराचे नाव प्रतिक्षायादीवर होते. क्रमवारीने त्याला बर्थ न देता त्याच्यामागून येणाऱ्या दुसऱ्या महत्त्वाच्या व्यक्तीला बर्थचे रिझर्व्हेशन दिले गेले.

४. शारीरिक अपंगता असलेला ग्राहक बसच्या वाहक व चालकाला सांगून नैसर्गिक विधीसाठी बसमधून उतरला. बसच्या ठिकाणी परत आल्यावर त्याच्या सामानासह बस पुढे निघून गेल्याचे दिसले.

५. विमान प्रवासात ग्राहकाचे सामान हरवले.

६. प्रवासात ग्राहकांना देण्यात आलेल्या खाद्यपदार्थांमध्ये दोष होते.

वीज

योग्य व ठराविक दाबाने (व्होल्टेज) विद्युतपुरवठा झाला नाही व विजेच्या पुरवठ्यातील चढउतारामुळे ग्राहकाच्या वापरातील विद्युत उपकरणे, दूरदर्शन संच इत्यादींचे नुकसान झाले तर त्याबद्दल ग्राहक भरपाई मागू शकतो.

योग्य मुदतीची व लेखी पूर्वसूचना दिल्याखेरीज(अगदी ग्राहकाने विजेचे बिल भरलेले नसले तरीही) ग्राहकाची वीज तोडता येत नाही.

अगोदर अवाजवी व वाढीव बिलाची आकारणी करावयाची व नंतर ती रक्कम पुढच्या बिलांमध्ये वळती करावयाची ही सेवेतील न्यूनता आहे; ग्राहकाला या जास्तीच्या रकमेवर व्याज मिळाले पाहिजे.

राहत्या जागेसाठी वीज कनेक्शनची मागणी केल्यानंतर ठराविक व वाजवी काळामध्ये ग्राहकाला कनेक्शन मिळाले पाहिजे; त्यासाठी वाजवीपेक्षा जास्त विलंब लागणे ही सेवेतील न्यूनता आहे.

पोस्ट व कुरियर सेवा

पत्र वेळेवर न मिळणे तसेच पत्र पोस्टाच्या ताब्यात असताना गहाळ होणे.

ग्राहकाने पाठवलेली तार योग्य मुदतीत मिळाली नाही. तसेच ग्राहकाच्या नावे

दुसऱ्या संस्थेने पाठवलेली तार त्याला योग्य मुदतीत न मिळाल्याने त्याचे झालेले नुकसान भरून द्यावे.

टपालाद्वारा (खासगी कुरीयर सेवेच्या साहाय्याने) पाठवलेल्या वस्तू गहाळ झाल्या.

ग्राहकाने पाठवलेल्या तारेतील मजकूर पोस्टाच्या कर्मचाऱ्यांनी चुकवला, त्यामुळे ग्राहकाला प्रचंड मनःस्ताप व अडचणींना तोंड द्यावे लागले.

टेलिफोन

टेलिफोनधारक हे ग्राहक संरक्षण कायद्यातील व्याख्येप्रमाणे 'ग्राहक' आहेत; जरी टेलिफोन खात्याच्या व्यवहारात त्यांना ёSubscribersí असे संबोधले असले तरी ते ग्राहकच आहेत व त्यांना ग्राहक संरक्षण कायद्यातील तरतुदींचा लाभ घेता येतो.

अवाजवी टेलिफोन बिल पाठवणे व त्याची दुरुस्ती करून देण्यास नकार देणे.

प्रदीर्घ काळ टेलिफोन बंद राहिला असणे व टेलिफोनची दुरुस्ती करून न देणे.

टेलिफोन एका ठिकाणाहून दुसऱ्या ठिकाणी बदलताना (Shifting) ग्राहकाने सांगितलेल्या पत्त्यावर तो न बसविताना चुकीच्या पत्त्यावर तो बसवणे. (Wrongful shifting)

ग्राहकाला सात दिवसांची लेखी पूर्वसूचना न देता टेलिफोन तोडता येत नाही; अगदी ग्राहकाचे टेलिफोन बिल भरावयाचे राहिलेले असेल तरी अशी लेखी पूर्वसूचना न देता फोन कनेक्शन तोडण्याचा अधिकार वापरता कामा नये.

टेलिफोनचे बिल अवाजवीरीत्या व वाढीव प्रमाणावर आकारण्यात आलेले असेल व ग्राहकाला हे न्यायमंचाला पटवून देता आले तर न्यायमंच रास्त बिलाच्या रकमेची स्वतःच निश्चिती करू शकते.

वैद्यकीय सेवा

ज्या ठिकाणी वैद्यकीय सेवा मोफत आहे अशी सार्वजनिक व शासकीय रुग्णालये व वैद्यकीय सेवा वगळता अन्य वैद्यकीय सेवेचा फायदा घेणारे रुग्ण ग्राहक संरक्षण कायद्यानुसार 'ग्राहक' मानले जातात.

रुग्णाला जो औषधोपचार केला जातो त्याबद्दल त्याला माहिती दिली पाहिजे.

वैद्यकीय व्यावसायिकांच्या निष्काळजीपणाबद्दल तसेच रुग्णालयांमध्ये ज्या सोयी असणे आवश्यक आहे त्या नसल्या तर त्याबद्दल ग्राहक संरक्षण कायद्यानुसार ग्राहक तक्रार करू शकतो आणि त्याबद्दल नुकसानभरपाई मिळवू शकतो.

गृहनिर्माण

गृहनिर्माण मंडळाने बांधलेल्या घरांमध्ये हलक्या दर्जाचे बांधकाम साहित्य वापरण्यात आले. रस्ते, पाणी, दिवे आदी सोयी केलेल्या नसल्या तर ती सेवेतील न्यूनता समजणे

आवश्यक आहे.

करारात नमूद केलेल्या मुदतीत बांधकाम पूर्ण करून ग्राहकाला घराचा ताबा न देणे.

बांधकामाच्या करारात ज्या सोयी देण्याचे कबूल केलेले असेल किंवा त्या सोयी ज्या दर्जाच्या असण्याबद्दल उल्लेख केलेला असेल त्या सोयी त्या दर्जाच्या नसल्या तर ती सेवेतील न्यूनता मानली जाईल.

गॅस सिलेंडर्सचा पुरवठा

गॅस सिलेंडर्स बसवण्यासाठी अप्रशिक्षित व्यक्तीला ग्राहकाकडे पाठवणे ही सेवेतील न्यूनता आहे.

गॅस सिलेंडर्स बसवण्यासाठी विक्रेत्याने पाठवलेल्या व्यक्तीच्या चुकीमुळे अपघात झाला तर त्या अपघातासाठी नुकसान भरपाई देण्यास विक्रेता जबाबदार आहे.

गॅस सिलेंडर्स पुरवठ्यासाठी शासनाने केलेले नियम न पाळणे ही गॅससेवेतील न्यूनताच आहे.

प्रश्न

अ) खालील प्रश्नांची उत्तरे २० शब्दांत लिहा.

१.   ग्राहकाची व्याख्या द्या.

२.   वस्तू म्हणजे काय ?

३.   सेवेची व्याख्या द्या.

४.   कारखानदार म्हणजे कोण ?

५.   वस्तूतील दोष स्पष्ट करा.

७.   जिल्हा मंच म्हणजे काय ?

८.   'राज्य आयोग' म्हणजे काय ?

९.   'राष्ट्रीय आयोग' म्हणजे काय ?

१०.   ग्राहक शिक्षण म्हणजे काय ?

ब) खालील प्रश्नांची उत्तरे ५० शब्दांत लिहा.

१.   ग्राहक म्हणजे काय ?

२.   वस्तू किंवा माल ही संज्ञा स्पष्ट करा.

३.   तक्रार म्हणजे काय ?

४.   निकृष्ट प्रकारचा माल म्हणजे काय ?

५.   बनावट माल ही संज्ञा स्पष्ट करा.

६.   गैरव्यवहाराचे स्पष्टीकरण करा.

ग्राहक संरक्षण कायदा, १९८६ / (१९९)

७. सुरक्षिततेच्या अधिकाराचे स्पष्टीकरण करा.

८. तक्रार निवारणाचा अधिकार स्पष्ट करा.

९. तक्रार कोण दाखल करू शकतो ?

१०. तक्रार करण्याची कारणे सांगा.

११. तक्रार कोठे दाखल करता येते ?

१२. तक्रार कशी दाखल करावी ?

१३. खोट्या तक्रारीबद्दल ग्राहकाला कोणती शिक्षा होते ?

१४. केंद्रीय ग्राहक संरक्षण परिषदेचे स्पष्टीकरण करा.

१५. राज्य ग्राहक संरक्षण परिषदेचे स्पष्टीकरण करा.

क) खालील प्रश्नांची उत्तरे १५० शब्दांत लिहा.

१. ग्राहक म्हणजे काय ? त्याची वैशिष्ट्ये सांगा.

२. ग्राहक संरक्षणाची आवश्यकता स्पष्ट करा.

३. ग्राहक संरक्षणाची व्याप्ती व कार्यक्षेत्र स्पष्ट करा.

४. ग्राहक संरक्षणाची वैशिष्ट्ये थोडक्यात सांगा.

५. ग्राहकांचे अधिकार कोणते ?

६. ग्राहकांची कर्तव्ये व जबाबदाऱ्यांचे स्पष्टीकरण करा.

७. ग्राहक संरक्षण कायद्याच्या अंतर्गत तक्रार दाखल करण्याची कारणे कोणती ?

८. जिल्हा ग्राहक मंचाची रचना व कार्यपद्धती स्पष्ट करा.

९. राज्य आयोगाची रचना व कार्यपद्धतीचे वर्णन करा.

१०. राष्ट्रीय आयोगाची रचना व कार्यपद्धती स्पष्ट करा.

११. केंद्रीय परिषदेची रचना व उद्दिष्टे स्पष्ट करा.

१२. राज्य परिषदेची रचना व उद्दिष्टे स्पष्ट करा.

ड) खालील प्रश्नांची उत्तरे ३०० ते ५०० शब्दांत स्पष्ट करा.

१. ग्राहक संरक्षण कायद्याची वैशिष्ट्ये सांगून त्याची व्याप्ती व कार्यक्षेत्र स्पष्ट करा.

२. ग्राहक संरक्षण कायद्याच्या अंतर्गत ग्राहकाचे अधिकार व कर्तव्ये स्पष्ट करा.

३. ग्राहकाने संबंधित न्यायमंचाकडे तक्रार दाखल करण्याची कार्यपद्धती (Procedure) स्पष्ट करा.

४. ग्राहकांच्या तक्रारी निवारण्यासाठी निर्माण करण्यात आलेली यंत्रणा (Machinery) स्पष्ट करा.

५. ग्राहक संरक्षणासाठी स्थापन केलेल्या केंद्रीय व राज्य ग्राहक संरक्षण परिषदेचे सविस्तर वर्णन करा.

❖❖❖

प्रकरण ६

बौद्धिक संपदा अधिकार

Intellectual Property Rights

६.१ प्रास्ताविक (Introduction)

६. २ बौद्धिक संपदा–अर्थ (Meaning of Intellectual Property)

६.३ बौद्धिक संपदा अधिकार (Intellectual Property Right)

६.४ पेटंट व पेटंट कायदा इतिहास (Patents - History)

पेटंट – अर्थ, स्वरूप, प्रकार (Patents, Meaning, Types)

पेटंट मिळविण्याची पद्धत (Process of Acquiring Patents)

पेटंटमुळे शोधकर्त्यास मिळणारे फायदे (Benefits of Patentee)

पेटंटधारकाच्या अधिकारावरील मर्यादा

(Limitations on Rights of Patentee)

६.५ कॉपीराइट – लेखाधिकार (Copyrights)

६.६ ट्रेडमार्क (Trademark) - इतिहास (History)

अर्थ, वैशिष्ट्ये (Meaning, Characteristics)

ट्रेडमार्कचे प्रकार (Types of Trademarks)

ट्रेडमार्कची नोंदणी (Registration of Trademark)

ट्रेडमार्कधारकाचे अधिकार (Rights of Trademark Holder)

६.७ औद्योगिक डिझाईन (संकल्पचित्र) (Design)

६.७ भौगोलिक विशेषता दर्शक चिन्ह (Geographical Indications)

परंपरागत ज्ञानभांडारास संरक्षण

(Protection of Traditional Knowledge)

६.१ प्रास्ताविक (Introduction) :

गेल्या दोन-तीन दशकांत जगभरात व्यापार, उद्योग, गुंतवणूक या क्षेत्रांत फारच झपाट्याने बदल झाले. दृश्य वस्तूंचे उत्पादन, वितरण याबरोबरच सेवा क्षेत्राचा विकास गतीने झाला. भारतासारख्या देशात तर सेवाक्षेत्राचा राष्ट्रीय उत्पन्नातील वाटा लक्षणीयरीत्या वाढताना दिसतो. व्यापार व उद्योग हे केवळ श्रमप्रधान अथवा भांडवलप्रधान न उरता ज्ञानाधिष्ठित होऊ लागले. स्पर्धेच्या जगात टिकण्यासाठी व विकसित होण्यासाठी उद्योगांना परंपरागत मालमत्तेबरोबरच बौद्धिक संपदांची आवश्यकता वाटू लागली. त्या बौद्धिक संपदांना कायदेशीर अधिकार प्राप्त करून घेण्याची चढाओढ सुरू झाली; किंबहुना असे अधिकार असणे, ते वाढविणे हेच प्रगतीचेतंत्र सिद्ध होऊ लागले. बौद्धिक संपदा अधिकार केवळ एका देशाच्या सीमेपुरता मर्यादित न राहता त्यांना जागतिक मान्यता देण्याची प्रक्रिया सुरू झाली. त्यामुळे या अधिकारांपासून होणारा आर्थिक लाभ जागतिक पातळीपर्यंत पोहोचला. विकसित देशांना तो लवकर समजला, त्यांनी आपापल्या देशात त्यानुसार कायद्यांची रचना केली. विकसनशील देशांना त्याचा लाभ/ परिणाम समजण्यास थोडा अवधी लागला; परंतु जागतिक व्यापार संघटनेच्या (WTO), ट्रिप्स (TRIPS) करारानंतर (१९९५) बौद्धिक संपदा अधिकारांकडे विकसनशील देशही सजगतेने पाहू लागले. कराराची पूर्तता करण्यासाठी म्हणून का होईना विकसनशील देशांनी आपल्या बौद्धिक संपदांविषयक कायद्यात दुरुस्त्या केल्या. जगभरातील अनुभवानेही हे देश काही शिकले. भारताला हळदीचे, कडुनिंबाचे, बासमती तांदळाचे पेटंट गेल्याचे समजले. 'शोध' या शब्दाचा अर्थ पेटंटसाठी कसा लावला जातो, याचा शोध लागला. पेटंटच्या अधिकाराचे वाणिज्य मूल्य समजले, तो अधिकार रद्द करण्यासाठी होणाऱ्या त्रासाची, करावयाच्या खर्चाची आणि लागणाऱ्या प्रदीर्घ वेळेची जाणीव झाली आणि बौद्धिक संपदा अधिकाराबाबत त्यांची उदासीनता नष्ट झाली.

व्यक्ती, समाज आणि शासन या तीनही पातळ्यांवर बौद्धिक संपदा अधिकारांचे फायदे लक्षात येऊ लागले. शोधकर्त्याने शोध लावण्यासाठी वापरलेली बुद्धी, वेळ, पैसा, प्रयास यांची भरपाई व आर्थिक लाभ या दोन कारणांसाठी बौद्धिक संपदा अधिकार अत्यावश्यक वाटू लागले; असे अधिकार दिल्याने शोध लावण्याच्या प्रक्रियेला प्रोत्साहन मिळून समाज सुखी व संपन्न होईल, अशी समाजाची धारणा होऊ लागली. उत्पादन, सेवा यात शोधाचा उपयोग करून देशाची आर्थिक प्रगती होऊ शकते, अशी खात्री देशादेशातील शासनांना वाटू लागली. स्पर्धेच्या युगात

बौद्धिक संपदा अधिकार स्थिरतेची व प्रगतीची यंत्रेच आहेत, असे कंपन्यांना वाटू लागले. गुंतवणूकदारांना गुंतवणुकीसाठी परंपरागत मालमत्तेबरोबरच बौद्धिक संपदा अधिकार हे नवीन दालन आकर्षित करू लागले. बौद्धिक संपदा अधिकारामुळे उत्तम दर्जाच्या नवनवीन वस्तू, उपकरणे, सेवा वाजवी किमतीत उपलब्ध होण्याची खात्री वाटू लागली आणि उत्पादकांना त्या अधिकारांच्या जोरावर नवीन बाजारपेठा तयार करणे सोपे वाटू लागले.

फळे, कंदमुळे, दूध, मांस, मासे इ.जे निसर्गात सहज उपलब्ध होत असे त्यावरच माणूस सुरुवातीला गुजराण करीत असे. हळूहळू माणसाने शेतीचा प्रयोग केला. त्यातून अन्नधान्याचे उत्पादन हा प्रकार सुरू झाला. स्वत:पुरते उत्पादन असेपर्यंत प्रश्न नव्हता; पण उत्पादन गरजेपेक्षा जास्त होऊ लागल्यावर त्याची साठवण व देवाणघेवाण याचा विचार आला. कदाचित बाजारपेठेची ही सुरुवात म्हणावी लागेल. बाजारपेठेचा फायदा लक्षात आल्यावर हरितक्रांती, धवलक्रांती (दूध) याद्वारे उत्पादनवाढीचा त्याने प्रयत्न केला. काळाच्या ओघात औद्योगिक क्रांती आली आणि जमिनीतून, पाण्यातून होणाऱ्या उत्पादनाबरोबरच कारखान्यातून उत्पादन सुरू झाले. तंत्रज्ञान, यंत्रे, भांडवल व श्रम यांच्या एकत्रित उपयोजनेचा तो परिणाम होता. आता यापुढे एक पाऊल माणसाने टाकले आहे ते आहे माहितीचे, ज्ञानाचे, शोधाचे! आजचे जग माहितीच्या जाळ्यात विणलेले आणि ज्ञानाचे अधिष्ठान असलेले होऊ लागले आहे. उद्योग, व्यापारातील स्पर्धेवर मात करण्यासाठी सतत नवे शोधणे, जुने ते नव्या पद्धतीने करणे याचीच जणू स्पर्धा सुरू झाली आहे.

आरोग्य सुविधा, माहिती तंत्रज्ञान, जैव तंत्रज्ञान, मनोरंजन, साहित्य, कला अशा अनेक क्षेत्रांत बौद्धिक संपदा एक अहम् विषय बनला आहे. नवे नवे शोध लावणे, त्यात सुधारणा करणे, शोधांसाठी अधिकार मिळविणे, मिळालेले अधिकार वापरणे, इतरांनी त्या अधिकारांचे उल्लंघन केल्यास कारवाई करणे, बौद्धिक संपदा अधिकारांचे व्यवस्थापन करणे, त्यासंबंधी शिक्षण व प्रशिक्षण देणे, धोरण ठरविणे **बौद्धिक संपदा /३३/बौद्धिक संपदा अधिकार** व अशा अधिकारांपासून अधिकाधिक आर्थिक लाभ मिळविणे हे एक मोठे आव्हान उभे ठाकले आहे. शोधकर्ते, त्या शोधात गुंतवणूक करणारे आणि त्या शोधांचा वापर करणारे यांनी त्यापासून कमाल परतावा मिळविण्याचा प्रयत्न करणे हे स्वाभाविक आहे. बौद्धिक संपदा अधिकाराने दीर्घकाळ मक्तेदारी मिळविणे व टिकविणे त्यांच्या हिताचेही आहे; परंतु त्याच वेळी अशा शोधांचा समाजासाठी पर्याप्त उपयोग होईल

याची दक्षता घेणे हे शासनाचे दायित्वही विसरता कामा नये. थोडक्यात, शोधकर्ता, गुंतवणूकदार, उत्पादक व समाज यांच्या फायद्या–तोट्याचे संतुलन साधणे हे शासनाचे दायित्व आहे. त्याचबरोबर जगभरात जर बौद्धिक संपदा अधिकाराने अर्थव्यवस्थांच्या प्रगतीची शक्यता वाढली असेल तर त्याही दृष्टीने विचार होणे आवश्यक आहे.

६. २ बौद्धिक संपदा (Meaning of Intellectual Property)
अर्थ : संपदा

संपदा म्हणजेच मालमत्ता, संपत्ती, जिंदगी, मत्ता किंवा मौल्यवान वस्तू! अशी मालमत्ता सामान्यत: टिकाऊ असते. अर्थात, ती दीर्घकाळ टिकते. संपत्तीच्या वापरातून अथवा तिच्या उपयोगातून उत्पन्न मिळविता येते. तसेच संपत्ती विकताही येते. मालमत्ता स्वत: निर्माण करता येते किंवा खरेदीही करता येते. संपत्तीच्या मालकीनुसार ती खासगी (private) किंवा सार्वजनिक (public) अशा प्रकारात वर्गीकृत केली जाते. एखाद्याने घर बांधले तर ते घर ही त्याची खासगी मालमत्ता झाली; परंतु, शासनाने बांधलेली धर्मशाळा ही सार्वजनिक मालमत्ता म्हणता येईल. रस्ते, धरणे, वीजउत्पादनाची व वितरणाची साधने, पूल इ. सार्वजनिक मालमत्तेची उदाहरणे आहेत.

संपत्तीचे वर्गीकरण स्थावर आणि जंगम मिळकत असेही करता येते. जमिनीशी संबंधित किंवा जमिनीवर बांधलेल्या मिळकतींना स्थावर मिळकत म्हणतात. उदा. शेती, दुकान, घर इ. स्थावर या गटात समाविष्ट करता येईल. या व्यतिरिक्त असणारी मत्ता ही जंगम म्हणून ओळखली जाते. उदा. गाडी, सोने, चांदी, दागिने इ.

खरी मत्ता (real) व खोटी मत्ता (fictitious) असे मालमत्तेचे एक वर्गीकरण प्रचलित आहे. ज्या मालमत्तेपासून उत्पन्न मिळू शकते व जी बाजारात विकणे शक्य असते अशा मालमत्तेला 'खरी मत्ता' म्हणतात. अन्यथा, ती वस्तू प्रत्यक्षात मालकीची असली परंतु तिच्यापासून कोणतेही उत्पन्न मिळण्याची अथवा ती विकून पैसे मिळण्याची शक्यता नसली तर ती खोटी मालमत्ता म्हणून गणली जाते. उदा. एखादी गाडी किंवा यंत्रसामग्री प्रत्यक्षात वस्तू म्हणून मालकीची आहे; परंतु तिचे उत्पादन बंद झाल्याने सुटे भाग मिळत नाहीत आणि म्हणून तिचा वापरच करता येत नाही; अशी बंद पडलेली व चालू न होऊ शकणारी गाडी, यंत्रसामग्री ही खोट्या मालमत्तेची उदाहरणे आहेत.

मालमत्ता दृश्य/मूर्त (tangible) अथवा अदृश्य/अमूर्त (intangible) स्वरूपाचीही असते. जी संपत्ती आपण पाहू शकतो, तिला स्पर्श करू शकतो, दाखवू शकतो व जिचे अस्तित्व सहज दृग्गोचर असते तिला दृश्य मालमत्ता म्हणतात. उदा. इमारत, गाडी, दागिने, यंत्रसामग्री इ. याउलट जी मालमत्ता (उत्पन्न देणारी व विकण्याची शक्यता असलेली) आहे पण दिसत नाही, दाखविता येत नाही, जिला स्पर्श करता येत नाही ती अदृश्य मालमत्ता होय. उदा. धंद्याचे गुडविल (ख्यातीमूल्य), पेटंट, कॉपीराइट, व्यापारचिन्ह (trade mark) ही अदृश्य मालमत्तेची काही उदाहरणे!

मालमत्ता दृश्य असेल तरच ती खरी असते हे मात्र खरे नाही. एखादी मालमत्ता अदृश्य असली तरीही ती खरी संपत्ती असू शकते. उदा. गुडविल (ख्यातीमूल्य). या गुडविलमुळे इतर उद्योजकांपेक्षा गुडविल असलेला उद्योजक अधिक ग्राहकांशी व्यवहार करतो, अधिक नफा कमावतो व त्याचे गुडविल विकत घेण्यासही बाजारात अन्य उद्योजक तयार असतात; म्हणून अदृश्य स्वरूपातील गुडविल ही मालमत्ता खरी संपत्ती होय. याउलट, दृश्य स्वरूपातील निरुपयोगी, उत्पन्न न देऊ शकणारी व विकता न येणारी मालमत्ता खोटीसंपत्ती म्हणून गणली जाते. उदा. बंद पडलेले, चालू न करता येण्यासारखे वाहन, यंत्र अथवा फर्निचर जे केवळ भंगार म्हणून मानले जाते; म्हणून ते खोटी मालमत्ता या गटात टाकावे लागेल.

संपदेचे वर्गीकरण दाखविणारा तक्ता

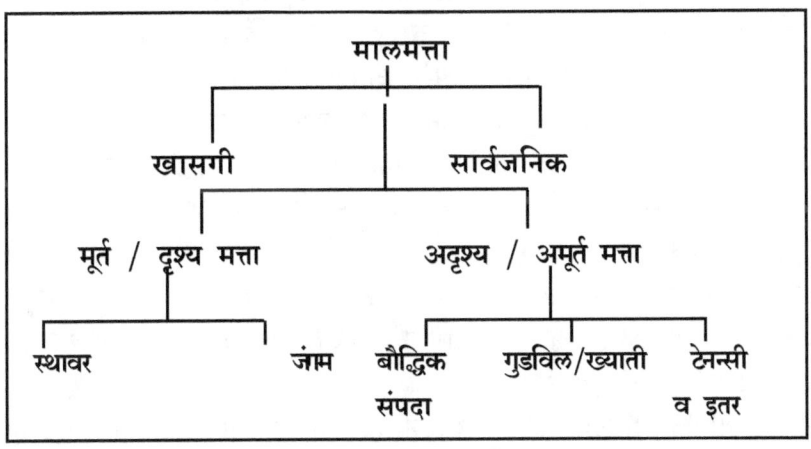

बौद्धिक संपदा (Intellectual Property)

निसर्गाने मनुष्याला काही वरदान दिले आहे. त्याला मन आहे, बुद्धी आहे, स्मरण आहे आणि क्रियाशीलताही आहे. मनाने तो स्वप्न पाहतो. अधिकाधिक सुखाची अपेक्षा करतो, नवनवे पराक्रम करण्याची इच्छा बाळगतो. ती स्वप्ने, त्या अपेक्षा व इच्छा प्रत्यक्षात आणण्यासाठी आपली बुद्धी वापरतो, स्मरणशक्तीचा उपयोग करतो आणि आपल्या क्रियाशीलतेने काही गोष्टी शोधतो. निसर्गात जे आहे त्याचा शोध घेतो आणि त्याचबरोबर नवीन साधने, वस्तू, आयुधे, उपकरणे इत्यादींचा शोध लावतो अथवा त्या निर्माण करण्याच्या नवनवीन प्रक्रिया व पद्धतींचा विकास करतो. शोध घेण्याची (discovery) व शोध लावण्याची (invention) माणसाची ही क्षमता विशेष आहे. तीच त्याची बौद्धिक संपदा आहे, असे म्हणता येईल. एखादी संकल्पना, भावना अथवा कृती सादर करण्याची, व्यक्त करण्याची व साठवून ठेवण्याची अभिनव पद्धत आणि त्यातील कसब हेही बौद्धिक संपदेचे प्रतीक आहे.

थोडक्यात, मानवी मनाच्या व बुद्धीच्या मदतीने निर्माण झालेली मालमत्ता म्हणजे 'बौद्धिक संपदा' असे म्हणता येईल. तिचा आविष्कार, औद्योगिक क्षेत्रात, शास्त्राच्या क्षेत्रात, साहित्याच्या अथवा कलेच्या प्रांतात होतो. जगात कोठेही आणि एकाच वेळी कितीही ठिकाणी एखाद्या दृश्य वस्तूत अथवा पदार्थात (tangible object) उतरविता येणारी व तिच्या कितीही प्रती करता येणे शक्य असलेली अपवर्जक माहिती (exclusive information) अथवा कल्पना म्हणजे 'बौद्धिक संपदा' होय. ही संपदा त्या वस्तूत/पदार्थात किंवा त्यांच्या प्रतीत नसते तर त्यांना साकार करणाऱ्याच्या कल्पनेत अथवा माहितीत असते.

माणसाचे मन आणि बुद्धी यातून निर्माण झालेल्या बाबींविषयी कायदेशीर विचार करणे बौद्धिक संपदेत अभिप्रेत आहे. वाणिज्य घडामोडीत वापरता येणारे शोध तसेच चिन्हे, नावे, चित्रे, आकृत्या व संकल्पचित्रे यांबरोबरच संगीत, साहित्य आणि कलाविषयक निर्मिती ही सर्व 'बौद्धिक संपदा' मानली जाते. कल्पना किंवा माहिती यांचे सादरीकरण किंवा प्रगटीकरण करण्याचे स्वरूप किंवा पद्धत (कल्पना अथवा माहितीसाठी नव्हे) याच्यासंबंधी असलेल्या अपवर्जक अधिकारांचा समुदाय म्हणजे 'बौद्धिक संपदा' होय.

जागतिक बौद्धिक संपदा संगठन (World Intellectual Property Organisation - WIPO) यांनी बौद्धिक संपदेची व्याख्या फारच व्यापक केली आहे. बौद्धिक संपदेत खालील बाबींविषयीच्या अधिकारांचा समावेश होतो.

१) साहित्य, कला व शास्त्रीय कार्य.

२) कला सादर करणारे कलाकार, फोनोग्राम्स आणि ध्वनिक्षेपित करणाऱ्यांची अदा/सादरीकरण.

३) मानवी प्रयासाच्या सर्व क्षेत्रांतील शोध.

४) शास्त्रीय शोध.

५) औद्योगिक संकल्पचित्रे/नकाशे.

६) व्यापारचिन्हे, सेवाचिन्हे.

७) अयोग्य/अन्याय्य स्पर्धेपासून संरक्षण आणि

८) औद्योगिक, शास्त्रीय, साहित्य किंवा कला क्षेत्रातील बौद्धिक कामामुळे निर्माण होणारे इतर सर्व अधिकार.

थोडक्यात, शारीरिक मेहनत अथवा श्रमातून निर्माण न होता बौद्धिक श्रमातून निर्माण होणाऱ्या मालमत्तेला 'बौद्धिक संपदा' म्हणतात.

बौद्धिक संपदेची काही वैशिष्ट्ये पुढीलप्रमाणे

१) बौद्धिक संपदा ही संकल्पना कायद्यामध्ये अलीकडच्या काळात विकसित होत आहे.

२) व्यापारी व उद्योजक वर्गांचे हितसंबंध जपण्यासाठी बौद्धिक संपदांना मान्यता मिळत आहे.

३) बौद्धिक संपदा अधिकारांनी एकाधिकारशाही निर्माण होत असली तरी असे अधिकार मान्य केले जात आहेत.

४) बौद्धिक संपदेमुळे मूल्यवृद्धी होते याबाबत एकमत होत आहे.

५) बौद्धिक संपदाधारकास त्याचा मोबदला मिळाला पाहिजे, याबाबत सहमती होत आहे.

६) बौद्धिक संपदा जरी अमूर्त किंवा अदृश्य मालमत्ता असली तरी तिच्या वापरातून मूर्त मत्ता तयार होते.

बौद्धिक संपदेचे वर्गीकरण दर्शविणारा तक्ता

बौद्धिक संपदा

औद्योगिक	साहित्य व कला	इतर
● पेटंट	● कॉपीराइट	● संगणकाची आज्ञावली
– वस्तू पेटंट		
– प्रक्रिया पेटंट		
– व्यापारी चिन्हं	– इतर	– वनस्पतींची विविधता
– सेवाचिन्हं	– कलाकारांचे सादरीकरण	– सूक्ष्म जैविक संपदा
– औद्योगिक संकल्प चित्रे	– प्रक्षेपकांचे प्रक्षेपण	– परंपरागत ज्ञान
– लेआऊट डिझाइन्स		
– भौगोलिक विशेषता		
– अप्रगट (गुप्त) माहिती		
– इंटिग्रेटेड सर्किट्स		

६.३ बौद्धिक संपदा अधिकार (Intellectual Property Right - IPR)

अर्थ

संपदा व बौद्धिक संपदा यांचा अर्थ समजून घेतल्यावर आता अशा बौद्धिक संपदेच्या अधिकाराबाबत विचार करायला हवा. माणसाने आपल्या बुद्धीने, चिंतनाने, प्रयत्नाने नवनवीन गोष्टी (माहिती, संकल्पना, सूत्र इ.) शोधून काढल्या तर त्यापासून तयार होणाऱ्या वस्तू व सेवांमुळे समाजाचे जीवन अधिक सुखी होऊ शकते. वाफेत शक्ती आहे, हे समजल्यावर वाफेचा वापर करून वाफेवर चालणारे रेल्वेचे इंजिन किंवा वाफेवर चालणारा प्रेशर कुकर किंवा अशी अनेक उपकरणे माणसाने निर्माण केली; अशा उपकरणांचा वापर करून सर्वांचेच राहणीमान सुधारले, जीवन सुखी व संपन्न होण्यास मदत होईल. त्यामुळे सतत शोध लागत राहणे हे मानवाच्या व अर्थव्यवस्थांच्या विकासासाठी आवश्यक आहे; परंतु, शोध लावण्यासाठी बौद्धिक संपदा हवी आणि ती सर्वांकडे नसते. ज्यांच्याकडे ती आहे त्यांनी तिचा उपयोग करावा, शोध लावावे अशाकरिता शोधकर्त्याला त्यापासून काही आर्थिक लाभ मिळायला हवा, तशी हमी असायला हवी. किंबहुना,

कायद्याने त्यासाठी शोधकर्त्याला अधिकार प्रदान करायला हवेत. कायद्याने शोधकर्त्यास दिलेल्या अधिकारास 'बौद्धिक संपदा अधिकार' असे म्हणता येईल. हे अधिकार कायद्याने दिलेले आहेत. त्यामुळे ते कायदेशीर तरतुदी व कारवाईने अस्तित्वात येतात. केवळ ताबा घेऊन हे अधिकार मिळत नाही; अन्य कोणत्याही मालमत्तेप्रमाणे बौद्धिक संपदा अधिकार विकता येतात, भाड्याने देता येतात किंवा त्यासाठी लायसेन्सही देता येते.

बौद्धिक संपदा अधिकाराचे स्वरूप काय?

शोधकर्त्याला मिळणारा हा अधिकार कायद्याने त्याला विशिष्ट कालावधीसाठी मक्तेदारी बहाल करतो. त्या शोधातून बाहेर आलेले ज्ञान, माहिती, संकल्पना, साहित्य, सादरीकरण, सूत्र इत्यादींचा वापर करणे अथवा न करणे हे शोधकर्त्याच्या मर्जीवर अवलंबून राहते. मात्र, शोधकर्त्याच्या परवानगीशिवाय त्या शोधाचा वापर अन्य कोणीही करू शकत नाही. शोधकर्त्याने शोधाचा वापर स्वत:च केला पाहिजे, असे बंधन कायद्याने घातलेले नसते. शोधकर्ता त्या शोधाची विक्री दुसऱ्या कोणासही करू शकतो अथवा त्या शोधाच्या वापराचा परवाना अन्य कोणास देऊ शकतो. शोधाद्वारे उत्पादन, शोधाची विक्री अथवा शोध वापरासाठी दुसऱ्यास परवानगी या मक्तेदारी अधिकारामुळे शोधकर्त्यास आर्थिक लाभ मिळू शकतात.

असे अधिकार का दिले पाहिजेत?

शोधकर्त्याने शोध लावण्यासाठी वापरलेली बुद्धी, कसब, घेतलेले श्रम, खर्च केलेला पैसा व वेळ इत्यादींची भरपाई करणे व त्याची शोध लावण्याची वृत्ती वाढीस लावणे याकरिता त्याला आर्थिक लाभ मिळवून देणे हा बौद्धिक संपदा अधिकार देण्यामागचा उद्देश आहे.

बौद्धिक संपदा अधिकार हे समाजासाठी तसेच व्यापारी व औद्योगिक संस्थांसाठीही महत्त्वाचे आहेत. तंत्रज्ञानातील क्रांती, ज्ञानाधिष्ठित अर्थव्यवस्था आणि परस्परावलंबी व एकमेकांशी जोडलेला समाज यामुळे ज्या कंपन्या कल्पक आहेत आणि सातत्याने नवीन ज्ञान व तंत्रज्ञानाची निर्मिती करतात, त्यांचेच भवितव्य चांगले असल्याची जाणीव होऊ लागली आहे; अशा नवीन ज्ञानाला व तंत्रज्ञानाला कायद्याचे संरक्षण मिळाले तर आर्थिक लाभ मिळतो; म्हणून बौद्धिक संपदा अधिकारांचे महत्त्व अलीकडच्या काळात वाढू लागले. कंपन्यांच्या विकासात 'ज्ञान' व 'कौशल्य' ही नवीन इंजिन्स आहेत. त्यामुळे त्यांची मोजदाद

करणे, व्यवस्थापन करणे आणि त्यांचा सातत्याने विकास करणे ही काळाची गरज झाली आहे. शोधांची गती व संख्या वाढविणे, त्यांना कायदेशीर संरक्षण देणे व त्यांचे योग्य व्यवस्थापन करणे हे कंपन्यांना स्पर्धेत टिकण्यासाठी अनिवार्यच होऊन बसले आहे. तसेच बौद्धिक संपदा अधिकारांच्या आर्थिक मूल्यांची जाणीव मोठ्या प्रमाणात होत आहे.

देशस्तरावरील आधुनिक, आर्थिक धोरणाचा एक महत्त्वाचा घटक म्हणून बौद्धिक संपदा व्यवस्थेकडे पाहिले जाते. या सहस्रकातील ज्ञानाधिष्ठित समाजाच्या चिरस्थायी विकासासाठी बौद्धिक संपदा हे मोठे साधन आहे म्हणून तंत्रज्ञानाच्या प्रगतीसाठी आणि आर्थिक, सामाजिक विकासासाठी बौद्धिक संपदा ही जगभरात शक्ती मानली जाते. देशातील नवनिर्मितीची क्षमता टिकविणे व वाढविणे यासाठी बौद्धिक संपदा अधिकार महत्त्वाची भूमिका बजावतात. स्पर्धाशीलता टिकविणे व ती सतत वाढवीत नेणे हे बौद्धिक संपदा अधिकारामुळेच शक्य होते.

कोणत्याही नवनिर्मितीला संरक्षण देणे व प्रोत्साहन देणे आवश्यक आहे. अन्यथा, त्याची चोरून नक्कल केली जाईल. शोधकर्त्याला त्यामुळे आर्थिक लाभ मिळणार नाही, तो हतोत्साहित होईल आणि परिणामतः शोध व नवनिर्मिती प्रक्रिया थंडावेल. माहिती तंत्रज्ञान, औषधे, जैव तंत्रज्ञान इ. क्षेत्रांत तर सतत शोधाची गरज सर्वज्ञातच आहे; म्हणून बौद्धिक संपदा अधिकार जोमाने दिले पाहिजेत. थोडक्यात खालील कारणांसाठी बौद्धिक संपदा अधिकार दिले पाहिजेत.

१) शोधकर्त्यास व नवनिर्मिती करणाऱ्यास सामाजिक व कायदेशीर मान्यता देणे.

२) शोध लावण्यासाठी व नवनिर्मितीसाठी व्यक्ती व संस्थांना प्रलोभन (incentive) देणे.

३) बौद्धिक संपदाधारकांना आर्थिक बक्षिसाची खात्री देणे.

४) मूळ व खऱ्याखुऱ्या उत्पादनांची उपलब्धता बाजारात राहील, याची खात्री देणे व स्पर्धाशीलता वाढविणे.

५) देशाच्या विकासासाठी आवश्यक असणारे शोध सतत होत राहतील याची व्यवस्था करणे.

६) नक्कल करून खोट्यामार्गाने शोधांचा आर्थिकलाभ उठविणाऱ्यांना शासन करणे.

बौद्धिक संपदा अधिकारामुळे उपलब्ध होणाऱ्या आर्थिक संभाव्यता

१) अवलंबून राहता येण्यासारखा उत्पन्नाचा स्रोत – बौद्धिक संपदा

अधिकाराचे लायसेन्स देऊन किंवा विक्री करून एक निश्चित व लक्षणीय रकमेचा आर्थिक स्रोत निर्माण होऊ शकतो.

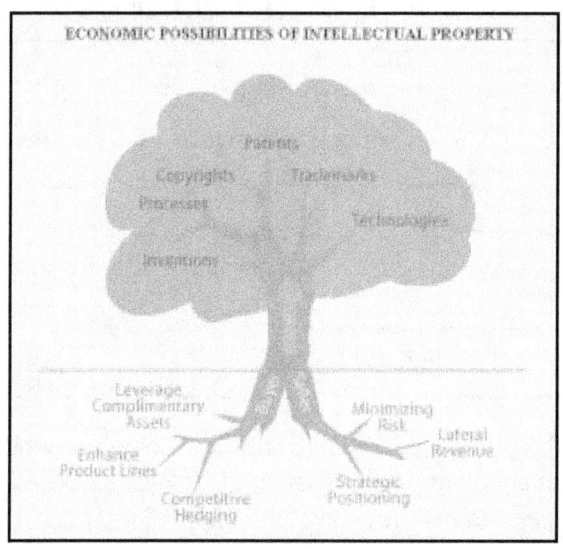

२) भागीदारी अथवा औपचारिक करार – बौद्धिक संपदा अधिकार धारक आणि गुंतवणूकदार यांच्यात भागीदारी होऊ शकते अथवा संयुक्त उपक्रम करता येतो. त्यामुळे गुंतवणुकीसाठी भांडवल अथवा व्यवस्थापन व विपणन कौशल्य नसतानाही शोधकर्ता दीर्घकाळासाठी आर्थिक लाभ मिळवू शकतो.

३) स्पर्धेतील स्वतःची स्थिती मजबूत करणे व विस्तारित करणे- नवनिर्मित वस्तू, प्रक्रिया, सेवा यामुळे बाजारपेठेत प्रवेश सुकर होतो व बाजारपेठेतील हिस्सा वाढविण्यासही मदत होते.

तक्त्याच्या स्वरूपात त्याची मांडणी अशी करता येईल.

Potentials of Intellectual Property

Dependable Source of Revenue — Formation of Partnership/Alliance — Enhanced competitive Position

Joint Ventures — Strategic Alliances — Market Entry — Market Positione

Licensing — Merchandising — Sales

स्रोत – Abuja Nigeria, 'Enhancing SMEs Competitiveness Through Effective Management and Utilisation of IP System. WIPO Initiative, 15th International Conference on SMEs July 19-22, 2004.

बौद्धिक संपदा अधिकार देण्यास विरोध

समाजातील काही मंडळी बौद्धिक संपदा अधिकार देण्यास कडवा विरोध करत असतात; त्याची काही कारणेही देतात. त्यांच्या मते कोणताही शोध केवळ एखाद्या शोधकर्त्याच्या प्रयत्नाने अथवा प्रतिभेने लागत नाही. शोधासाठी आवश्यक त्या सुविधा, वातावरण इ. बाबी समाज पुरवीत असतो. तसेच कोणत्याही शोधाची वाट ही त्या आधी लागलेल्या शोधांमुळे सुकर होत असते. सबब केवळ शोधकर्त्यास संपूर्ण श्रेय देणे बरोबर नाही, असा एक मतप्रवाह आहे.

बौद्धिक संपदा ही निसर्गनि (देवाने) माणसास जन्मत: दिलेली देणगी आहे. ती सर्वांना सारखी नाही. सबब ज्यांच्याकडे शोध लावण्याइतकी बौद्धिक संपदा आहे, त्यांनी सामाजिक दायित्वाचे भान ठेवायला हवे. निसर्गनि/देवाने त्यांना इतर समाजास सुखी करण्यासाठी बौद्धिक संपदा प्रदान केली आहे. याचा विसर न पडू देता स्वत:च्या आर्थिक लाभापेक्षा समाजाचे हित जपले पाहिजे; मग त्यांना एकाधिकार (monopoly) हवाच कशाला?

कोणताही एकाधिकार/मक्तेदारी वाईट मानली जाते. मग ती व्यापारात, गुंतवणुकीत, शिक्षणात अथवा अन्य कोणत्याही क्षेत्रात असो. मक्तेदारीने

पुरवठ्यात मनमानी, दर्जात घसरण, किमतीत अवाजवीपणा व वर्तनुकीत अरेरावी येते असा अनुभव आहे; अशा परिस्थितीत नवीन ज्ञान, माहिती, तंत्रज्ञान इ. च्या बाबतीत मक्तेदारी मिळाली तर ते ज्ञान समाजाला योग्य वेळी वाजवी किमतीला उपलब्ध होण्याची खात्री काय? समाज सुखी होण्यासाठी शोध असतील तर त्यांना मक्तेदारी नसावी व म्हणून बौद्धिक संपदा अधिकार नसावेत. बौद्धिक संपदा अधिकार दिले तर माणसाची शोध करण्याची प्रवृत्ती वाढीस लागेल, असा दावा केला जातो; परंतु, त्याउलट असाही दावा केला जातो की, बौद्धिक संपदा अधिकार मिळाले की मक्तेदारी मिळते. बाजारपेठेवर विशिष्ट काळासाठी प्रभुत्व गाजविता येते. हवी ती किंमत लावता येते. मोठा आर्थिक लाभ मिळतो आणि परिणामत: मनुष्यस्वभावानुसार आर्थिक संपदा भरपूर मिळाल्यावर माणूस आळशी आणि सुस्त बनतो. आणखी काम करायची, शोध लावायची त्याची इच्छा आपोआप कमी होते. बौद्धिक संपदा अधिकाराची मुदत येनकेनप्रकारे वाढून घ्यावी व आपली मक्तेदारी कायम ठेवावी यासाठी तो प्रयत्न करतो. थोडक्यात, मक्तेदारीने आर्थिक लाभ, संपन्नता आली की शोध लावण्याकडे दुर्लक्ष होते म्हणून बौद्धिक संपदा अधिकार देऊच नयेत, असा एक मतप्रवाह आहे.

भारतासारख्या देशात तर बुद्धिमान लोकांनी समाजसेवा करणेच पिढ्यान् पिढ्या अपेक्षित आहे. आपल्या ज्ञानाचा समाजासाठी उपयोग करायचा आणि त्याची किंमत मागायची नाही ही प्रथाच आहे. याच पार्श्वभूमीवर शोधासाठी कायदेशीर अधिकार घेणे आणि तोही मक्तेदारी निर्माण करणारा, ही बाब समाजमनास न पटणारी आहे.

बौद्धिक संपदा अधिकार न देण्याबाबत असा मतप्रवाह असला तरी तो अत्यंत क्षीण आहे. शोधकर्त्यांनि शोध लावण्यासाठी केलेले श्रम, वापरलेली बुद्धी व पैसा, खर्च केलेला वेळ इ. ची भरपाई करणे, शोध लावण्याची प्रवृत्ती वाढीस लावणे, शोधांच्या उपयोगाने समाजजीवन अधिक सुखी व संपन्न करणे, कंपन्यांना आर्थिक लाभ मिळवून देणे, देशाची आर्थिक स्थिती सुधारणे यासाठी बौद्धिक संपदा अधिकार देण्याची रीत जगातील सर्व देशांत आहेच. त्याच्या तपशिलाबाबत मात्र अनेक देशांत भिन्नता दिसते. आधुनिक विज्ञान व तंत्रज्ञानाने जगातील देशांना खूप जवळ आणले आहे आणि जग हे एक छोटे खेडे झाले आहे, असे म्हणतात. एखाद्या संकल्पनेचा प्रसार आणि फायदा घेण्यासाठी देशांच्या भौगोलिक सीमा आता अडथळा ठरत नाहीत आणि याला बौद्धिक संपदा अधिकार हासुद्धा अपवाद नाही. सर्व जगच भारतीय संस्कृतीत अभिप्रेत असल्याप्रमाणे सहजीवन,

बंधुभाव आणि जागतिक शांततेच्या शोधात आहे. त्या उद्देशाकडे वाटचाल करण्यासाठी जागतिक स्तरावर अनेक संघटना कार्यरत आहेत, अनेक आंतरराष्ट्रीय करार केले जात आहेत. या आंतरराष्ट्रीय संघटनांना जागतिक शांतता व सुरक्षितता हवी आहे. शिवाय आर्थिक, सामाजिक, सांस्कृतिक व मानवीय बाबीत साऱ्या देशांचे सहकार्य मिळवून जगभरात मित्रत्वाचे नाते निर्माण करायचे आहे. त्यासाठी मूलभूत हक्क व स्वातंत्र्य यासाठी मान्यता उत्पन्न करून ती विकसित करायची आहे. जागतिक स्तरावरील आर्थिक सहकार्य या उद्दिष्टपूर्तीसाठी बौद्धिक संपदा अधिकारास जागतिक मान्यता मिळवून द्यावी लागणार आहे. या अधिकारांची व्याप्ती देशाच्या पातळीवर मर्यादित ठेवून भागणार नाही. देशाचे भवितव्य ज्ञानाचे रूपांतर संपत्तीत करण्याच्या व शोधातून सामाजिक स्वास्थ्य व प्रगती साधण्याच्या त्या देशाच्या क्षमतेवर अवलंबून असणार आहे. ज्ञान असणे, ते वाढविणे, त्यावर प्रक्रिया करून ज्ञानाचे माध्यमातून शोध लावणे हीच सृजनतेची किल्ली राहणार आहे; म्हणून बौद्धिक संपदा तयार करणे, वृद्धिंगत करणे, तिचे संरक्षण करणे व तिचा चांगला उपयोग करणे हे जगभरच महत्त्वाचे होत आहे. बौद्धिक संपदा धारण करणाऱ्यास कायदेशीर अधिकार देऊन त्याला सामाजिक मान्यता मिळवून देण्याची गरज अधिक भासू लागली आहे. सामाजिक मान्यतेबरोबरच आर्थिक लाभ मिळाले तर शोधांची मालिका चालू राहील, अशी धारणा आहे. जागतिकी-करणाच्या काळात ही सामाजिक मान्यता व आर्थिक लाभ मिळवून देणारी कायदेशीर यंत्रणा एका देशाच्या सीमेपुरती मर्यादित राहून चालणार नाही, असा दावा करत सर्व देशांचे बौद्धिक संपदा अधिकाराचे कायदे सुसंगत करण्याचा आग्रह धरला जात आहे.

देशोदेशींचे कायदे सुसंगत असतील तर आंतरराष्ट्रीय व्यापार, तंत्रज्ञानाची व भांडवलाची देवाणघेवाण सुलभ व मोठ्या प्रमाणात होईल, असा विश्वास व्यक्त केला जात आहे. १९९५ साली जागतिक व्यापार संघटना स्थापून व ट्रिप्स करारास मान्यता देऊन आता जगातील १५४ देशांनी आपले बौद्धिक संपदा अधिकारविषयक कायदे सुसंगत केले आहेत.

पेटंट व पेटंट कायद्याचा इतिहास
(Patents - History of Patents Law)

नवीन शोधून काढलेले उपकरण प्रत्यक्षात उपयोगात आणल्यानंतर रिपब्लिक ऑफ व्हेनिसला कळविले पाहिजे, ज्यायोगे त्या शोधाच्या हक्काचे उल्लंघन करणाऱ्यापासून संरक्षण मिळू शकेल, अशा हेतूने इटलीमध्ये प्रथम १४७४ साली

व्हॅटिकन स्टॅट्यूट करण्यात आला. १६२३ मध्ये इंग्लंडमध्ये मक्तेदारी कायदा (statute of monopoly) करण्यात आला. या कायद्यानुसार विशिष्ट वस्तूंचे उत्पादन किंवा विशिष्ट सेवांचा पुरवठा करण्यासंबंधी मक्तेदारी अधिकार देणारे पेटंटचे पत्र दिले जात असे. हा मक्तेदारी कायदा पुढे विकसित होऊन त्याचा 'पेटंट कायदा' झाला. १७९० मध्ये अमेरिकेने पेटंट कायदा पास केला.

भारतात पेटंटसंबंधी पहिला कायदा १८५६ मध्ये पारित झाला. त्यातील काही त्रुटी लक्षात आल्याने १८५९ मध्ये नव्याने कायदा करण्यात आला. १८७२ मध्ये पेटंट्स अँड डिझाईन्स प्रोटेक्शन अॅक्ट या नावाने कायदा झाला. १८८३ म्हणजे केवळ 10-11 वर्षांत इन्व्हेन्शन अॅक्ट असा कायदा आला. त्यापाठोपाठ १८८८ मध्ये इन्व्हेन्शन व डिझाइन्स अॅक्ट हा कायदा करण्यात आला. त्यानंतर इंडियन पेटंट्स अँड डिझाइन्स अॅक्ट १९११ मध्ये आला आणि त्यापूर्वीच्या यासंबंधी सर्व कायद्यांची जागा त्याने घेतली. स्वातंत्र्यानंतर २३ वर्षांत या कायद्यावर बरेच मंथन झाले आणि १९७० मध्ये 'भारतीय पेटंट कायदा १९७०' हा संसदेत आला. त्यावर भरपूर चर्चा होऊन तो १९७२ मध्ये पारित करण्यात आला. संशोधक, समाज व शासन यांच्या हितरक्षणासाठी एक चांगला संतुलित कायदा म्हणून तो मान्यता पावला.

बौद्धिक संपदा अधिकारांविषयी जागतिक व्यवस्था पूर्वी काहीच नव्हती. शोधकर्त्याला आपल्या देशात तसेच अन्य कोणत्याही देशात पेटंटसाठी अर्ज करावा लागत असे. एका देशात पेटंट मिळाले की, अन्य प्रत्येक देशात तीच प्रक्रिया पूर्ण करावी लागे. यात जाणारा वेळ, होणारा त्रास व लागणारा पैसा यांचा कालांतराने विचार सुरू झाला. जागतिक स्तरावर पुढाकार घेतला गेला आणि आंतरराष्ट्रीय समझोता करून अनेक देशांसाठी एकत्रित पेटंट व्यवस्था करण्याच्या दृष्टीने हालचाली सुरू झाल्या.

१९७३ साली म्युनिच येथे युरोपियन पेटंट कन्व्हेन्शन (EPC) वर सह्या करून त्याची अंमलबजावणी १९७८ पासून सुरू झाली. त्या वेळी आपापल्या देशात अमलात असलेल्या पेटंट कायद्यांवर आधारित हे कन्व्हेन्शन होते. सभासद देशांच्या सरकारांमध्ये झालेला हा करार होता. युरोपियन कम्युनिटीच्या (EC) बाहेरील देशही त्याचे सभासद झाले. सध्या ऑस्ट्रिया, बेल्जियम, डेन्मार्क, इंग्लंड, फ्रान्स इ. देशांसह २० देश याचे सभासद आहेत. युरोपियन पेटंट देण्यासंबंधी हा करार असून, त्यानुसार युरोपियन पेटंट देण्याची मध्यवर्ती व्यवस्था त्याने केली आहे. शोधकर्त्यास आपल्या संशोधनास अनेक युरोपीय देशांत संरक्षण हवे असेल तर

त्यास म्युनिच या मध्यवर्ती कार्यालयात एकच अर्ज करून व 'पेटंट सर्च' प्रक्रिया त्याच ठिकाणी पूर्ण करून अनेक देशांसाठी पेटंटचा अधिकार मिळविता येतो. संपूर्ण देशात बंधनकारक होईल अशी पेटंट व्यवस्था निर्माण करण्यासाठी १९७५ साली लक्सेमबर्गमध्ये कम्युनिटी पेटंट कन्व्हेन्शनवर सह्या झाल्या; पण तो करार कधी प्रत्यक्षात आलाच नाही.

१९७० साली सह्या झालेली Patent Co-operation Treaty (PCT) प्रत्यक्षात १९७८ साली लागू झाली. त्यात आंतरराष्ट्रीय पेटंटचा अर्ज व प्राथमिक तपासणी प्रक्रिया करण्याची व्यवस्था निर्माण करण्यात आली. सध्या १०८ देश या ट्रिटीचे सदस्य आहेत. या करारानुसार अर्ज व प्राथमिक तपासणी जरी केंद्रित असली तरी पेटंट देण्याचे अधिकार मात्र प्रत्येक देशाच्या पेटंट कार्यालयासच आहेत. पेटंटच्या अर्जदाराने आंतरराष्ट्रीय कार्यालयात अर्ज करायचा, त्याची प्राथमिक छाननी त्या कार्यालयाने करायची आणि मग तो अर्ज सदस्य देशांच्या पेटंट कार्यालयाकडे पेटंट देण्याचा निर्णय घेण्यासाठी पाठवायचा. या प्रक्रियेत एकच अर्ज करणे, त्याची छाननी एकाच ठिकाणी होणे, सर्च एकाच ठिकाणी होणे यामुळे वेळ, श्रम व पैसा यांची बचत होते.

ईपीसी व पीसीटी या आंतरराष्ट्रीय करारांवर जागतिक पेटंट प्रक्रियेची भिस्त बरीच वर्षे होती; परंतु त्यात मोठा बदल १९८६ पासून सुरू झाला व त्याचे मूर्त रूप १९९५ मध्ये दिसले.

१९८६ मध्ये गॅट कराराची आठवी चर्चा फेरी उरुग्वे येथे सुरू झाली. त्यात बौद्धिक संपदा अधिकार हा विषय समाविष्ट करण्यात आला होता. १९९१ मध्ये आलेल्या डंकेल मसुद्यात त्याचा समावेश झाला आणि डिसेंबर १९९४ मध्ये सह्या करून ट्रि-प्स (Trade Related Intellectual Property Rights - TRIPS) करार अस्तित्वात आला. तो ०१/०१/१९९५ पासून लागू झाला. या करारातील शर्तीनुसार भारतासही आपला पेटंट कायदा बदलावा लागला. १९९९ साली पहिला अॅमेंडमेंट कायदा, २००२ साली दुसरा पेटंट अॅमेंडमेंट कायदा झाला. २००४ मध्ये पेटंट अॅमेंडमेंट ऑर्डिनन्स (वटहुकूम) काढण्यात आला आणि २००५ मध्ये तिसऱ्यांदा पेटंट अॅमेंडमेंट अॅक्ट पास करून भारतीय पेटंट कायदा पूर्णतः ट्रि-प्स कराराशी सुसंगत केला गेला.

ट्रिप्स करारातील अटी व शर्तीनुसार भारतीय पेटंट कायद्यात महत्त्वाचे बदल करावे लागले. ते थोडक्यात खालीलप्रमाणे –

१) ज्या शोधांचे सार (substance) अन्नपदार्थ, औषधे, औषधी द्रव्ये

म्हणून वापरता येते किंवा ज्या शोधांचे सार रासायनिक प्रक्रियेतून तयार केलेले असेल अशा शोधांना १९७० च्या कायद्यातील कलम ५ नुसार केवळ प्रक्रिया पेटंट देण्याची तरतूद होती; परंतु, ट्रिप्स करारातील कलम २७ च्या तरतुदींची पूर्तता करण्यासाठी वरील दुरुस्त्या केल्यानंतरच्या कायद्यात ०१/०१/२००५ पासून यासाठी उत्पादने पेटंट (product patent) देण्याची सोय करण्यात आली आहे.

२) भारतात पेटंटचा कालावधी पुढीलप्रमाणे होता. (कलम ५३) –

अ) अन्नपदार्थ, औषधी द्रव्ये म्हणून वापरता येतील असे शोध तसेच रासायनिक प्रक्रियेतून तयार झालेले शोध यांना मिळणाऱ्या प्रक्रिया पेटंटचा कालावधी अर्ज केल्यापासून ७ वर्षे किंवा पेटंट मिळाल्यापासून ५ वर्षे (जो कमी असेल तो) इतका होता.

ब) अन्य शोधांसाठी हा कालावधी पेटंट मिळाल्यापासून १४ वर्षे होता.

ट्रिप्स करारातील कलम ३३ ची पूर्तता करण्यासाठी पेटंट कायद्यात बदल करण्यात आला आणि आता सर्व प्रकारच्या शोधांसाठी पेटंटचा कालावधी २० वर्षांचा झाला आहे. थोडक्यात, दीर्घ काळासाठी मक्तेदारी अधिकार देण्याची तरतूद केली आहे.

३) पेटंटधारकाच्या अधिकाराचे उल्लंघन कोणी केले, असे जर पेटंट धारकास वाटले तर, तो त्यासाठी कोर्टात दावा दाखल करू शकतो. भारतीय मूळ कायद्यानुसार, पेटंटचे उल्लंघन प्रतिवादीने/आरोपीने केले आहे, हे पुराव्याने सिद्ध करण्याची जबाबदारी पेटंटधारकाची (वादीची) होती. (burden of proof was on the plaintiff) परंतु ट्रि-प्स करारातील कलम ३४ मधील तरतुदींची पूर्तता करण्यासाठी भारतीय कायद्यात झालेल्या बदलानंतर आता पेटंटचे उल्लंघन झाले असल्याचा दावा पेटंटधारकाने केला तर तसे उल्लंघन आपण केले नसल्याचे प्रतिवादीने सिद्ध करायचे आहे. (burden of proof is on the defendent). पेटंटचे उल्लंघन झाले असल्याचा आरोप सिद्ध करण्याची जबाबदारी वादीकडून प्रतिवादीकडे ढकलण्यात आली आहे. थोडक्यात वादीने/दावा दाखल करणाऱ्याने आपला दावा/आरोप सिद्ध करण्याऐवजी प्रतिवादीने आपले निरपराधित्व सिद्ध करणे आता आवश्यक झाले आहे. या बदलामुळे प्रतिवादींवर अकारण अधिक व अयोग्य जबाबदारी आली असून ती क्लिष्ट, क्लेशकारक, अवघड व नैसर्गिक न्यायाच्या विरोधी झाल्याचे वाटते.

४) विपणनाचा एकाधिकार (Exclusive Marketing Rights) देण्याची तरतूद नवीन कायद्यात करण्यात आली आहे.

६.४ पेटंट (Patents)

स्वरूप

बौद्धिक संपदा अधिकारांपैकी महत्त्वाचा एक अधिकार म्हणजे 'पेटंट!' औद्योगिक अधिकारात याची गणना केली जाते. पेटंट देण्याची प्रथा फार जुनी असली तरी औद्योगिक क्रांतीनंतर, विशेषतः इंग्लंड व युरोपमध्ये त्यावर जास्त भर देण्यात आला. पेटंट मिळविण्यासाठी शोधकर्त्याने स्वतः शोध लावलेला असणे आवश्यक आहे. नावीन्य असणे आणि शोधाची उपयोगिता असणे या दोन पायाभूत बाबींवर पेटंट मिळणे शक्य आहे. अगोदरच माहीत असलेल्या गोष्टीत केवळ सुधारणा अथवा दुरुस्ती करून पेटंट मिळत नाही.

पेटंटच्या संदर्भात खालील बाबी महत्त्वाच्या आहेत.

१) शोध लावण्यासाठी (invention) पेटंटचा अधिकार मिळतो. शोध घेण्यासाठी (discovery) नव्हे.

२) मानवनिर्मित वस्तू, उत्पादने, प्रक्रिया आदींसाठी पेटंटचा अधिकार मिळतो.

३) ज्या शोधासाठी पेटंट मिळवायचे त्या शोधात नावीन्य (innovation) हवे.

४) शोधातील नावीन्य सहजासहजी लक्षात येणारे नसावे.(non-obvious).

५) त्या शोधाचा व्यापारी तत्त्वावर उपयोग (commercial use) करता यायला हवा.

६) शोधाचा वापर करून आर्थिक लाभ मिळविण्याची शक्यता असली पाहिजे.

७) एका शोधासाठी एकच पेटंट दिले जाते.

८) पेटंट हा कायद्याने दिलेला अधिकार आहे. सबब तो मिळविण्यासाठी शोधकर्त्याने आवश्यक ती कायदेशीर पूर्तता करायला हवी.

९) पेटंटचा अधिकार विशिष्ट काळासाठी दिला जातो.

१०) पेटंटधारकाच्या परवानगीशिवाय अन्य कोणीही त्या शोधाचा वापर करू शकत नाही; तसा तो केल्यास पेटंटधारक त्यावर कारवाई करू शकतो व झालेले नुकसान वसूल करू शकतो.

११) पेटंटधारक शोधाचा उपयोग स्वतः करू शकतो अथवा त्याच्या एजंटमार्फत त्याचा उपयोग करू शकतो. आपला शोध दुसऱ्या कोणी

वापरण्यासाठी लायसेन्सही देऊ शकतो.

थोडक्यात एखादी नवीन आणि औद्योगिक वापर करता येण्याजोगी बाब शोधण्यासाठी किंवा अस्तित्वातील बाबींमध्ये सुधारणा करण्यासाठी किंवा असलेली बाब नवीन प्रक्रियेने करण्याच्या शोधासाठी पेटंटचा एकाधिकार दिला जातो.

भारतातील पेटंट कायद्यातील काही प्रमुख तरतुर्दींच्या आधारे पेटंटबाबत अधिक माहिती करून घेता येईल.

शोधासाठी पेटंट – मग शोध म्हणजे काय?

भारतीय पेटंट कायद्याने 'शोध' (invention) या शब्दाची व्याख्या कलम २ (जे) मध्ये केलेली आहे. सन २००२ मध्ये या व्याख्येत बदल होण्यापूर्वी शोध म्हणजे कोणतीही नवीन आणि उपयुक्त –

१) उत्पादनाची कला, प्रक्रिया, पद्धत किंवा रीत/तऱ्हा

२) यंत्र, उपकरण किंवा इतर वस्तू

३) उत्पादन करून तयार केलेली वस्तू

आणि यापैकी कशातही केलेली नवीन आणि उपयुक्त सुधारणा.

सन २००२ मध्ये या कलमात दुरुस्ती करण्यात आली. कलम २ (oo) नुसार आता शोध म्हणजे – 'शोधक उपाय (inventive steps) असलेली व औद्योगिक उपयोजन (industrial application) करता येणे शक्य असलेले नवीन उत्पादन किंवा प्रक्रिया' बदललेल्या कायद्याने अत्यंत सुटसुटीत व सोपी अशी ही व्याख्या केली आहे.

कोणत्या बाबी शोध नाहीत?

पेटंटचा अधिकार शोधासाठी मिळतो. मग प्रश्न येतो तो शोध कशाला म्हणायचे? भारतातील पेटंट कायदा १९५० कलम ३ मध्ये कशाला पेटंट द्यायचे नाही, म्हणजेच शोध म्हणायचे नाही त्याची यादी दिली आहे; ती अशी –

१) अत्यंत क्षुल्लक शोध.

२) उत्तम रीतीने स्थापित झालेल्या व सर्वमान्य अशा निसर्गनियमांच्या विरोधी दावा करणारा शोध.

३) एखाद्या शास्त्रीय तत्त्वाचा केवळ शोध घेणे किंवा एखादा अमूर्त सिद्धान्त किंवा गूढशास्त्र मांडणे.

४) निसर्गात आपोआप उत्पन्न होणाऱ्या एखाद्या सजीव अथवा निर्जीव

वस्तूचा शोध.

५) ज्या शोधाचा प्राथमिक अथवा ईप्सित वापर किंवा वाणिज्य वापर हा कायद्याच्या, नीतिमत्तेच्या विपरीत असेल, तसेच सार्वजनिक आरोग्यास धोका पोहोचवत असेल किंवा मनुष्य, जनावरे, वनस्पती किंवा पर्यावरण यांस नुकसानकारक असेल असा शोध.

६) माहिती असलेल्या एखाद्या वस्तूचा (substance) नवीन आकार किंवा रचना की ज्यामुळे त्या माहीत असलेल्या वस्तूच्या गुणात कोणतीही भर पडत नाही.

७) माहीत असलेल्या एखाद्या वस्तूचा (substance) नवीन वापर किंवा नवीन वैशिष्ट्यांचा शोध. तसेच एखाद्या माहीत असलेल्या प्रक्रिया, यंत्र किंवा उपकरणाच्या नवीन उपयोगाचा शोध जोपर्यंत त्यातून एखादे नवीन उत्पादन निर्माण होत नाही किंवा ज्यात एकतरी नवीन रिॲक्टंट (reactant) नाही.

८) घटक पदार्थांचे केवळ मिश्रण की ज्यात फक्त घटक पदार्थांच्या गुणधर्मांचा समुच्चय असेल (नवीन गुणधर्म नसेल) किंवा असे मिश्रण करण्याची प्रक्रिया.

९) स्वतंत्रपणे काम करणाऱ्या ज्ञात उपकरणांची केवळ रचना किंवा पुनर्रचना.

१०) शेतीची किंवा फळशेतीची एखादी पद्धत.

११) माणसासाठी वैद्यकीय, शल्यविषयक किंवा रोगनिवारक अशी उपचारपद्धती किंवा जनावरांसाठी अशीच उपचारपद्धती, ज्यामुळे त्यांना रोगमुक्त करता येईल, त्यांचे किंवा त्यांच्यापासून होणाऱ्या उत्पादनांचे मूल्य वाढेल.

१२) अणुऊर्जेसंबंधी कोणताही शोध.

थोडक्यात, वर नमूद केलेल्या प्रकारांच्या शोधांना पेटंट न देण्याची तरतूद भारतीय पेटंट कायद्यात आहे. याव्यतिरिक्त लावलेले शोध पेटंट मिळण्यासाठी पात्र आहेत.

पेटंट कायद्यातील २००२ च्या दुरुस्तीने खालील बाबींनाही पेटंट मिळणार नाही.

१) कलम ३ (ब) नुसार ज्या शोधांचा प्राथमिक किंवा ईप्सित उपयोग किंवा वाणिज्य वापर सार्वजनिक सुव्यवस्था अथवा नीतिमत्तेच्या विरोधी असेल

किंवा ज्यामुळे मानव, पशू अथवा वनस्पतींचे जीवन वा आरोग्य आणि पर्यावरण यांना गंभीरपणे अपाय होत असेल अशा शोधांना पेटंट दिले जाणार नाही. हा बदल निश्चितच स्वागतार्ह असून वनस्पतींच्या जातींचे (हळद, कडुनिंब, बासमती इ.) पेटंट आता मिळणे अशक्य होईल. तसेच पशु-पक्षी व अन्य सजीव (उदा. गांडूळ, शेती) यांच्यासाठीही पेटंट मिळणार नाही.

२) कलम ३ (क) नुसार निसर्गात उत्पन्न होणाऱ्या कोणत्याही सजीव अथवा निर्जीव (Living or Nonliving substance) गोष्टी शोधून काढल्याच्या दाव्यासाठीही पेटंट दिले जाणार नाही.

३) माणसांच्या व जनावरांच्या रोगनिवारक उपचार व रोगनिदान चाचण्या याही पेटंटच्या कक्षाबाहेर ठेवल्या आहेत कलम ३ (।).

४) वनस्पती व पशू यात बियाणे, जाती व प्रकार तसेच वनस्पती व पशूंचे उत्पादन आणि वाढीसाठीच्या जैवक प्रक्रियांचाही समावेश केला आहे.

५) गणिताची पद्धत किंवा धंद्याची व्यवस्था किंवा संगणकाची आज्ञाप्रणाली.

६) साहित्य, नाट्य आणि संगीताची कलाकृती इ. यात चित्रपटविषयक आणि दूरदर्शन उत्पादनांचाही समावेश होतो.

७) एखादे बौद्धिक काम करण्याची किंवा खेळ खेळण्याची पद्धत, योजना किंवा नियम.

८) माहितीचे सादरीकरण.

९) इंट्रिग्रेटेड सर्किटचे विशेष वर्णन (topography).

१०) एखादा शोध की जो खरे तर परंपरागत ज्ञान आहे किंवा एखाद्या घटकांचा परंपरागत माहिती असलेला गुणधर्म आहे (उदा. जखम भरून काढण्याचा हळदीचा गुणधर्म) कलम ३ (जे) ते ३ (पी).

२००२ साली केलेल्या या दुरुस्त्या स्वागतार्ह आहेत. परंपरागत ज्ञान भांडारावर, वनस्पतींच्या प्रचंड वैविध्यतेवर आणि पशूंच्या अनेक प्रजातींवर आता कोणाला आपला हक्क सांगता येणार नाही.

वस्तू पेटंट आणि प्रक्रिया पेटंट

सामान्यत: पेटंट दोन बाबींसाठी दिली जातात. शोध लावलेल्या नवीन वस्तू आणि वस्तू उत्पादनाच्या नवीन पद्धती किंवा प्रक्रिया.

१) **वस्तू पेटंट** (Product Patent) – या प्रकारच्या पेटंटमध्ये शोधकर्त्यनि

शोधलेली नवीन वस्तू, पदार्थ, उपकरण, साधन, हत्यार, यंत्र अशा उत्पादनांसाठी मक्तेदारी अधिकार दिला जातो.

२) **प्रक्रिया पेटंट** (Process Patent) – या प्रकारच्या पेटंटमध्ये एखादी वस्तू, उपकरण, साधन, यंत्र, हत्यार यांना पेटंट मिळत नाही तर ती तयार करण्याची प्रक्रिया अथवा पद्धती याला पेटंट दिले जाते. त्यामुळे अनेकजण आपापल्या पद्धतीने किंवा प्रक्रियेने तीच वस्तू उत्पादित व वितरित करू शकतात.

बाजारात आपण काही पदार्थ असे पाहतो की, ज्यांचे उत्पादन अनेक कंपन्या करतात. उदा. च्यवनप्राश. त्याचे उत्पादक डाबर, सोना–चांदी, अयूर, धूतपापेश्वर, झंडू, आयुर्वेद रसशाळा इ. आहेत. याचे कारण च्यवनप्राश या पदार्थास वस्तू पेटंट नाही; म्हणून च्यवनप्राश उत्पादनाचा मक्तेदारी अधिकार कोणा एकाकडे नाही. त्याचे प्रक्रिया पेटंट अनेकांकडे असू शकते. त्यामुळे अनेक उत्पादक तेच उत्पादन आपापल्या प्रक्रियेने किंवा पद्धतीने उत्पादित करून बाजारात विकू शकतात. औषधे, बलवर्धक खाद्यपदार्थ इ. अनेक उत्पादनांना प्रक्रिया पेटंट आहेत.

प्रक्रिया पेटंट असल्यामुळे एकच गुणधर्म असलेली अनेक औषधे बाजारात उपलब्ध होतात. ताप उतरविण्यासाठी अनेक कंपन्यांची पॅरासिटिमॉल, बिपॅमॉल, क्रोसीन अशी औषधे आहेत. त्याचप्रमाणे डोकेदुखी, अंगदुखी, पोटदुखी इत्यादी विकारांसाठी विविध नावांनी निरनिराळ्या कंपन्या औषधे तयार करून विकत आहेत. त्यामुळे अशा उत्पादकांत स्पर्धा राहते, मुबलक प्रमाणात उत्पादनांची उपलब्धता होते, किमती वाजवी पातळीवर राहतात आणि उत्पादनांची गुणवत्ता सुधारते.

वस्तू पेटंट दिले तर पेटंटधारकास ती वस्तू उत्पादन करण्याचा मक्तेदारी अधिकार मिळतो. त्यामुळे वस्तूंची उपलब्धता, दर्जा, किंमत हे पेटंटधारकाच्या मर्जीवर अवलंबून राहतात. परिणामतः ग्राहक, समाज व देश यांच्या हितापेक्षा शोधकर्त्याच्या वैयक्तिक हितास जास्त प्राधान्य मिळते.

भारतीय पेटंट कायद्यात कलम ५ नुसार खालील बाबींसाठी केवळ प्रक्रिया पेटंट देण्याची तरतूद होती.

१) ज्या शोधांचे सार (substance) अन्न, औषध किंवा औषधी द्रव्य म्हणून वापरले जाते किंवा वापरता येते किंवा शोधाचे सार रासायनिक प्रक्रियेतून तयार केलेले किंवा उत्पादित केलेले असेल. थोडक्यात, शोधकर्त्याने पदार्थ किंवा वस्तू आपल्या शोधातून समोर आणल्या असतील आणि जी औषधे, अन्नपदार्थ किंवा

औषधी द्रव्य म्हणून वापरता येत असतील तसेच ज्या रासायनिक प्रक्रियेतून तयार केलेल्या असतील त्या पदार्थ व वस्तूंना केवळ प्रक्रिया पेटंट (process patent) देता येईल, उत्पादन पेटंट (product patent) देता येणार नाही, अशी तरतूद होती. अन्न व औषधांच्या बाबतीत मक्तेदारी निर्माण होऊ नये व या दोन बाबी मुबलक प्रमाणात वाजवी किमतीला मिळण्यासाठी उत्पादकात स्पर्धा असावी व माणसाचा जिवंत राहण्याचा मूलभूत हक्क अबाधित राहावा म्हणून ही तरतूद समर्थनीय होती.

डिसेंबर १९९४ मध्ये जागतिक व्यापार संघटनेच्या ट्रिप्स करारावर सही केल्याने भारतीय पेटंट कायद्यात बदल करणे भारतास भाग पडले. १९९९, २००२ व २००५ मध्ये भारताच्या पेटंट कायद्यात दुरुस्त्या केल्या. दि. ०१/०१/२००५ पासून आता अन्नपदार्थ, औषधे, औषधी द्रव्य व रासायनिक प्रक्रियेने निर्माण केलेले पदार्थ यांनाही वस्तू पेटंट लागू झाले आहे.

पेटंट मिळविण्याची पद्धत (Process of Acquiring Patents)

आपण पाहिले की लावलेल्या शोधाचा संपूर्ण तपशील लोकांसाठी जाहीर करण्याच्या मोबदल्यात शोधकर्त्याला विशिष्ट कालावधीसाठी त्या शोधाचा वापर, विक्री इ. करण्याचा कायद्याने दिलेला एकाधिकार म्हणजेच पेटंट! याचाच अर्थ पेटंट मिळविण्यासाठी –

१) शोधकर्त्याने शोध लावलेला हवा.

२) सदर शोधाचा तपशील जाहीर करण्याची त्याची तयारी हवी.

३) पेटंट अधिकार, कायद्याने मिळत असल्याने शोधकर्त्याने कायद्यातील तरतुदींनुसार पूर्तता करायला हवी. शोधकर्त्याने पेटंट मिळविण्यासाठी अर्ज करायला हवा. शासन स्वत:हून पेटंटचा अधिकार देऊ शकत नाही, देत नाही.

४) पेटंट घेतलेच पाहिजे असे बंधन शोधकर्त्यावर नाही, परंतु पेटंट न घेतल्यास शोधाचे रक्षण करण्याची (अन्य लोकांनी शोधकर्त्याच्या परवानगीशिवाय त्याचा वापर न करणे) जबाबदारी शासनाची उरत नाही; मग शोधाच्या माध्यमातून मिळणाऱ्या आर्थिक लाभास शोधकर्ता मुकतो; म्हणून सामान्यत: शोधकर्ता पेटंट घेण्यासाठी उत्सुक असतो.

भारतीय पेटंट कायद्यानुसार पेटंट मिळविण्यासाठी खालील पद्धत वापरली जाते.

१) पेटंटसाठी अर्ज करणे : (कलम ६ ते ११) पहिला टप्पा आहे पेटंटसाठी अर्ज करण्याचा. असा अर्ज कोण करू शकतो? भारतीय पेटंट कायदा १९७० च्या कलम ६ नुसार –

अ) शोधाचा खरा आणि पहिला शोधकर्ता असल्याचा दावा करणारी व्यक्ती.

ब) शोधाचा अभिहस्तांकिती/मुखत्यार (assignee),

क) मृत शोधकर्त्यांचा कायदेशीर वारस.

प्रत्येक शोधासाठी वेगळे पेटंट देण्याची तरतूद असल्याने शोधकर्त्याने प्रत्येक शोधासाठी वेगळा अर्ज करणे आवश्यक आहे. अर्थात, एका अर्जात एकाच शोधाचा उल्लेख हवा. पेटंटचा अर्ज विहित नमुन्यात पेटंट ऑफिसमध्ये करायला हवा. शोधकर्त्याने अर्जामध्ये निवेदन करायला हवे, की तो सदर शोधाचा पहिला आणि खरा शोधकर्ता आहे आणि सदर शोध त्याच्याच ताब्यात आहे. (कलम ७) शोधकर्त्याच्या अभिहस्तांकितीने अथवा कायदेशीर वारसाने पेटंटसाठी अर्ज केल्यास, त्याने त्याबाबतचा पुरावा सादर केला पाहिजे. पेटंटसाठी शोधकर्ता एकट्याच्या नावाने अथवा अन्य कोणी इसमाच्या संयुक्त नावानेही अर्ज करू शकतो. फर्म, कंपनी इ. च्या नावानेही पेटंटचा अर्ज करता येतो.

पेटंटच्या अर्जासोबत शोधकर्त्याने शोधाचा तात्पुरता (provisional) किंवा संपूर्ण (complete) तपशील द्यायला हवा. अर्ज दाखल करताना शोधाचा तात्पुरता तपशील दिला असल्यास तेव्हापासून १२ महिन्यांत संपूर्ण तपशील सादर करायला हवा. अन्यथा, तो अर्ज रद्दबातल ठरतो.

शोधाचा तपशील म्हणजेच शोधाचे संपूर्ण वर्णन आणि त्याची सुरुवात शीर्षकाने व्हावी. शीर्षक हे शोधाच्या विषयाबद्दल पुरेसे सूचक असावे. शोधाच्या तपशिलात खालील बाबी असणे अपेक्षित आहे-

अ) शोधाचे पूर्ण वर्णन, त्याची कृती, त्याचा उपयोग आणि त्याच्या वापराची पद्धत.

ब) शोध वापरण्याची सर्वांत चांगली पद्धत.

क) ज्यासाठी पेटंटचा अधिकार मिळवायचा आहे, त्या शोधाची व्याप्ती स्पष्ट करणारा दावा.

प्रथम पसंती (first come first served) तत्त्वाने पेटंट दिले जात असल्याने पेटंटच्या अर्जाच्या तारखेला महत्त्व आहे; परंतु, शोधविषयी संपूर्ण तपशील सादर करणेही आवश्यक आहे. अर्ज उशिरा करणे किंवा संपूर्ण तपशील वेळेत सादर न करणे या कारणाने त्या शोधासाठी अगोदर दावा करणाऱ्या अन्य कोणास त्या शोधाचे पेटंट मिळू शकते. दि. २० जुलै २००७ पासून भारतीय पेटंट कार्यालयाने पेटंट अर्ज करण्यासाठी online व्यवस्था निर्माण केली आहे.

२) अर्जाची छाननी व अहवाल (कलम ११ अ ते १३) : संपूर्ण

तपशील प्राप्त झालेला अर्ज तपशिलासह पेटंट नियंत्रक (controller) पेटंट परीक्षकाकडे (examiner) विचारार्थ पाठवितात. परीक्षकाने अर्ज व तपशील तपासून खालील बाबींसंबंधी अहवाल करायचा असतो.

अ) पेटंटचा अर्ज व त्यासोबतचा संपूर्ण तपशील पेटंट कायदा व पेटंट अधिनियमांच्या तरतुदींनुसार आहे का?

ब) पेटंट कायद्यानुसार अर्ज केलेल्या शोधाला पेटंट देण्यासाठी काही कायदेशीर आक्षेप आहेत का?

क) परीक्षकाने कलम १३ नुसार केलेल्या तपासाचा अहवाल.

ड) नियंत्रकाने नमूद केलेल्या आणखी बाबींविषयी परीक्षकाने असा अहवाल त्याच्याकडे अर्ज व तपशील प्राप्त झाल्यानंतर १८ महिन्यांत देणे अपेक्षित आहे.

थोडक्यात, पेटंटच्या अर्जाची वैधता तपासण्याची जबाबदारी परीक्षकावर टाकण्यात आली आहे. ही वैधता दोन प्रकारची अपेक्षित आहे–

अ) औपचारिक तपासणी (Formal Examination) : यात कायद्याच्या तरतुदी व प्रक्रिया/पद्धतीनुसार अर्ज केला आहे का नाही, हे तपासले जाते.

ब) वस्तुस्थिती/सार तपासणी (Substantive Examination) : ज्यासाठी पेटंटचा अर्ज करण्यात आला आहे तो खरोखर शोध आहे का? आणि कायद्यानुसार शोधाचा तपशील सादर केला आहे का? परीक्षकाने अशी तपासणी करताना खालील चार बाबींचा शोध घ्यायला हवा. –

१) शोधाचा यापूर्वी वापर झाला आहे का?

२) शोधासाठी यापूर्वी अन्य कोणी दावा केला आहे का?

३) यापूर्वी शोध प्रसिद्ध/प्रकाशित झाला आहे का?

४) यापूर्वी शोधाचा सार्वजनिक उपयोग होतोय का?

परीक्षकाने अहवाल देण्यापूर्वी 'शोध' या व्याख्येत बसण्यासाठी आवश्यक असणाऱ्या नावीन्य आणि उपयोगिता या दोन कसोट्याही लावल्या पाहिजेत. भारतातील सर्वमान्य मानकानुसार (National standards) शोधात नावीन्य आहे, ते सहजासहजी लक्षात येणारे नाही. जे अस्तित्वात आहे त्याचाच शोध घेतलेला नाही तर शोध लावला आहे आणि या शोधाचा वाणिज्य तत्त्वावर उपयोग करण्याची शक्यता आहे याची तपासणी करून नियंत्रकाकडे अहवाल सादर करायचा असतो.

३) अहवालानंतर अर्जस्वीकृती : परीक्षकाचा अहवाल नियंत्रकाने विचारात घ्यावा. हा अहवाल शोधकर्त्या अर्जदाराच्या विरोधी असेल किंवा कायद्याची पूर्तता करण्याच्या दृष्टीने अर्जात बदल करणे अपेक्षित असेल किंवा शोधाच्या तपशिलात बदल अपेक्षित असेल तर नियंत्रकाने या अहवालाचे संक्षिप्त सार अर्जदारास कळविले पाहिजे. अर्जदाराने विनंती केल्यास त्याला आपले म्हणणे मांडण्याची संधी दिली पाहिजे. त्याशिवाय अर्जाची नस्ती (File) बंद करता येत नाही. अर्थात अर्ज नाकारायचा अधिकार नियंत्रकास कायद्याने दिलेला आहे. ज्यासाठी अर्ज केला आहे, तो शोधच नाही, अशी नियंत्रकाची खात्री पटली तर तो अर्ज नाकारू शकतो. वरील बाबींचा अपवाद वगळता परीक्षकांच्या अहवालानंतर नियंत्रक पेटंटचा अर्ज स्वीकारतो (कलम २२).

४) राजपत्रात जाहिरात : नियंत्रकाने पेटंटचा अर्ज व संपूर्ण तपशील स्वीकारल्यानंतर त्या अर्थाची नोटीस अर्जकर्त्यास दिली जाते. तसेच शोधाचा तपशील स्वीकारला असल्याचे शासकीय राजपत्रातून (official gazatte) प्रसिद्ध केले जाते; अशा जाहिरातीनंतर पेटंटचा अर्ज व शोधाचा संपूर्ण तपशील त्यातील नकाशा/चित्रांसह लोकांच्या तपासणीसाठी उपलब्ध करून दिला जातो. ही जाहिरात प्रसिद्ध झाल्यापासून अर्जदारास पेटंटधारकाचे हक्क प्राप्त होतात. (केवळ पेटंटचे उल्लंघन केल्याचा दावा करता येत नाही.) समाजातून कोणीही अशा शोधाच्या दाव्यास हरकत घेऊ शकतो.

५) पेटंटच्या दाव्यास हरकत : शासकीय राजपत्रात शोधाचा स्वीकार केल्याचे व त्याचा तपशील जाहीर केल्यानंतर चार महिन्यांत समाजातील कोणीही असे पेटंट देण्यास आपली हरकत नोंदवू शकतो. हरकत नोंदविण्यासाठी कोणतीही फी आकारली जात नाही. अशी हरकत खालील कारणांसाठी असू शकते.

१) अर्जदाराने हरकत घेणाऱ्या व्यक्ती/संस्थेकडून शोध मिळविला आहे.

२) सदर शोध यापूर्वीच प्रसिद्ध झाला आहे.

३) सदर शोधासाठी यापूर्वीच पेटंटचा अर्ज सादर केला आहे.

४) सदर शोध यापूर्वीच भारतात ज्ञात आहे किंवा त्याचा वापर यापूर्वीच केला जात आहे.

५) शोध अगदी सहजगत्या लक्षात येणारा आहे व त्यात कोणतीही शोध लावण्याची प्रक्रिया नाही.

६) कायद्यात नमूद केल्यानुसार शोधाचा दावा शोध मानला जात नाही किंवा त्यास पेटंट न देण्याची तरतूद आहे.

७) शोधाचा संपूर्ण तपशील शोधाचे किंवा त्याच्या पद्धतीचे स्पष्ट आणि पुरेसे वर्णन करीत नाही.

हरकत घेणाऱ्याने तशी नोटीस कारणांसह पेटंट नियंत्रकास दिली पाहिजे.

पेटंटच्या अर्जास हरकत आल्यानंतर, पेटंट नियंत्रकाने त्याची माहिती शोध अर्जकर्त्यास दिली पाहिजे; तसेच पेटंट अर्जदारास व त्यास हरकत घेणारास आपली बाजू मांडण्याची संधी दिली पाहिजे.

जाहिरातीला आलेली हरकत योग्य असल्याची पेटंट नियंत्रकाची खात्री झाली तर पेटंट अर्जदाराचा अर्ज नाकारला जातो. हरकत घेणाऱ्याने सदर शोध आपला स्वतःचा आहे हे सिद्ध केल्यास व पेटंटसाठी अर्ज केल्यास त्याला पेटंटचा अधिकार दिला जातो. अर्जदाराने आवश्यक ती अधिक माहिती व पुरावे सादर करून शोध आपलाच असल्याचे सिद्ध केल्यास हरकत फेटाळली जाते.

६) शोधकर्त्याचे नाव पेटंट नोंदवहीत (Register) **दाखल करणे :** पेटंटचा अर्ज स्वीकारण्याची व संपूर्ण तपशील मिळाल्याची जाहिरात राजपत्रात प्रसिद्ध झाल्यानंतर दोन महिन्यांच्या आत पेटंट अर्जदाराने आपले नाव पेटंट नोंदवहीत नोंदले जावे, असा अर्ज पेटंट नियंत्रकाकडे केला तर नियंत्रक त्याचे नाव नोंदवहीत समाविष्ट करतो. नाव नोंदवहीत नोंदविले याचा अर्थ असा माणूस हा त्या शोधाचा कर्ता आहे आणि त्याने पेटंटसाठी केलेला अर्ज हा शोधकर्ता म्हणून केलेला आहे असा होतो. नोंदवहीत नाव आल्यास अर्जदारास कोणतेही विशेष अधिकार मिळत नाहीत किंवा त्याचे पेटंटसंबंधी कोणतेही अधिकार कमी होत नाहीत.

७) पेटंट प्रदान करणे (Granting of Patent)

१) पेटंटची जाहिरात शासकीय राजपत्रात प्रकाशित झाल्यानंतर त्यावर कोणाची हरकत आली नाही किंवा हरकतीसाठी असलेली मुदत संपली, किंवा

२) हरकत घेण्यात आली परंतु तिचा निकाल शोधकर्त्याच्या बाजूने लागला किंवा

३) पेटंट नियंत्रकाला असलेल्या अधिकारात पेटंटचा अर्ज फेटाळण्यात आला नाही तर, शोधकर्त्याच्या विहित नमुन्यातील अर्जानुसार त्याला पेटंट दिले जाते. संयुक्तरीत्या अर्ज केला असेल तर शोधकर्त्यांना संयुक्त पेटंट दिले जाते. सदर पेटंटवर पेटंट कार्यालयाची मोहोर (seal) उमटवली जाते आणि मोहोर उठविल्याची तारीख पेटंट रजिस्टरमध्ये नोंदविली जाते. पेटंट प्रदान केल्याचे पेटंट ऑफिसच्या ऑफिशियल

जरनलमध्ये प्रकाशित केले जाते. त्यानंतर १२ महिन्यांच्या कालावधीत सदर पेटंटमध्ये स्वारस्य असणारा कोणीही आवश्यक ती फी भरून सदर पेटंटला हरकत घेऊ शकतो.

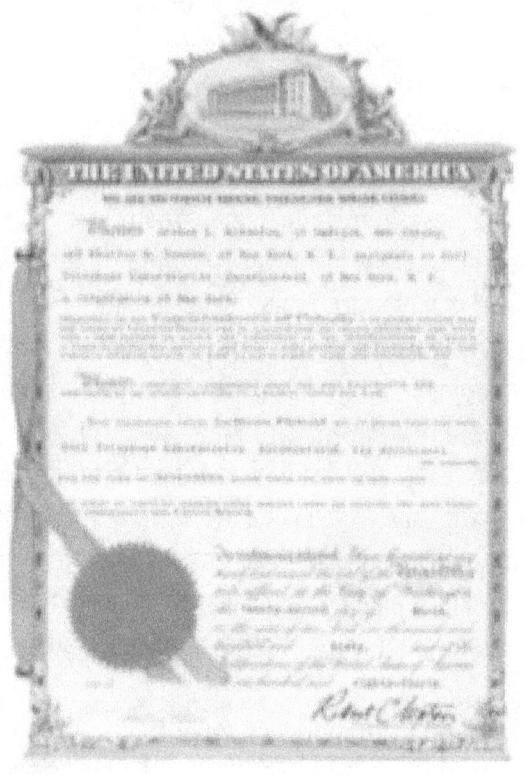

पेटंटचा अर्ज केल्यापासून पेटंट प्रदान करण्यापर्यंत सर्व प्रक्रिया करण्यास कालावधी लागतो. त्यामुळे पेटंटवर मोहोर उमटविण्याची तारीख कोणतीही असो, पेटंटचा अधिकार हा शोधकर्त्याने पेटंट मिळविण्यासाठी केलेल्या अर्जाच्या तारखेपासून त्याला मिळतो. पेटंटच्या अधिकाराचे उल्लंघन (infringement) कोणी केल्यास शोधकर्ता अर्जाच्या तारखेपासून कायदेशीर कारवाई करू शकतो.

पेटंट मिळविण्याच्या पायऱ्या दर्शविणारा तक्ता.

पेटंटसाठी अर्ज करणे	क्लम ६ ते ११
अर्जाची छाननी करणे व अहवाल	क्लम ११ अ ते २१
अर्ज स्वीकृती	क्लम २२
राजपत्रात जाहिरात	क्लम २३/२४
पेटंटच्या दाव्यास हरकत	क्लम २५ ते २७
पेटंट रजिस्टरमध्ये नोंद	क्लम २८
पेटंट प्रदान करणे	क्लम ४३ ते ५३

सदर कायद्यानुसार मिळालेले पेटंट हे विहित नमुन्यात असते आणि ते संपूर्ण भारतात लागू असते. प्रत्येक पेटंट हे एकाच शोधासाठी असते. त्यामुळे एकापेक्षा जास्त शोधासाठी पेटंट मिळाले असल्याचा दावा पेटंटधारक करू शकत नाही.

a) पेटंटसाठी अर्ज केल्यानंतर पेटंट मिळेपर्यंतच्या कालावधीत अर्जदार आपल्या उत्पादनावर 'patent pending' किंवा 'patent applied for' असे लिहून समाजाला सूचना देऊ शकतो. ही केवळ समाजास दिलेली माहिती आहे, त्याला कायदेशीर महत्त्व नाही. अर्थात् अर्ज न करताच असे लिहिणे मात्र पेटंट कायद्याने निषिद्ध केलेले आहे.

b) पेटंटमुळे मिळणारे संरक्षण हा क्षेत्रीय अधिकार आहे आणि म्हणून भारतीय पेटंट कायद्यानुसार नोंदणी केलेल्या पेटंटचा अधिकार भारतीय सीमांपुरताच मर्यादित राहतो; परंतु, भारतात पेटंटसाठी अर्ज केल्यानंतर १२ महिन्यांच्या आत अर्जदार पेटंट मिळविण्यासाठी अन्य देशांतही अर्ज करू शकतो. थोडक्यात, कोणतेही पेटंट हे जागतिक स्तरावर आपोआप होत नाही. ज्या ज्या देशात पेटंटचे संरक्षण हवे असेल त्या त्या प्रत्येक देशात आपल्या शोधासाठी अर्जदाराने स्वतंत्रपणे अर्ज करणे आवश्यक आहे. 'पेटंट को–ऑपरेशन ट्रीटी' नावाचा एक करार जगातील

काही देशांनी केला आहे. भारतही या कराराचा एक सदस्य देश आहे. या करारानुसार पेटंटसाठी 'पीसीटी अर्ज' म्हणजे आंतरराष्ट्रीय पेटंटचा अर्ज भारतातील कोलकाता, मुंबई, चेन्नई व दिल्ली या कोणत्याही एका पेटंट ऑफिसमध्ये करता येतो.

पेटंटचा कालावधी

ज्या शोधाचे सार हे अन्नपदार्थ, औषध किंवा औषधी द्रव्य म्हणून वापरता येणारे असेल अशा शोधाचे पेटंट हे प्रदान केल्यापासून ५ वर्षे किंवा पेटंटचा अर्ज केल्यापासून ७ वर्षे (जो कालावधी कमी असेल) इतक्या काळासाठी लागू (valid) असते; इतर सर्व शोधांसाठी हा कालावधी २० वर्षांचा असतो.

पेटंटच्या कालावधीसाठी पेटंट वैध राहण्याकरिता पेटंटधारकाने 'renewal fee' भरणे आवश्यक आहे. ह्या फीच्या रकमेचा तपशील पेटंट कायद्याच्या परिशिष्ट १ मध्ये दिला आहे. पेटंट मिळाल्यापासून पहिली दोन वर्षे अशी फी भरावी लागत नाही. तिसऱ्या वर्षापासून फी भरणे आवश्यक आहे. फी न भरल्यास पेटंट आपोआप रद्द होते. दरवर्षी फी भरण्याऐवजी एकदम एकत्रित (lumpsum) फी भरण्याचीही सोय कायद्यात आहे. फी न भरल्यामुळे रद्द झालेल्या पेटंटचे पुनरुज्जीवन (restore) करता येते. पेटंट रद्द झाल्याच्या तारखेपासून १८ महिन्यात पेटंटधारकाने आवश्यक त्या फीसह पेटंट पुनरुज्जीवन (restore) करण्यासाठी अर्ज करायला हवा.

पेटंटमुळे शोधकर्त्यास मिळणारे फायदे

आपला वेळ, श्रम, पैसा, बुद्धी वापरून शोध लावायचा, त्याचा तपशील देऊन पेटंट कार्यालयात अर्ज करायचा, कायदेशीर प्रक्रिया पूर्ण करायची, हे सारे करून पेटंट मिळवायचे ते कशाला? उत्तर अगदी सरळ आहे. पेटंट मिळाल्याने शोधकर्त्यास अनेक फायदे मिळतात. पेटंट कायद्यात नमूद केलेले अधिकार पुढीलप्रमाणे –

१) अपवर्जक अधिकार (Exclusive Rights) :
पेटंटधारकाचे खालील अपवर्जक अधिकार आहेत. –

अ) शोधाचा वापर करणे
आ) शोधाची विक्री करण्याचा देकार देणे
इ) शोधाची विक्री करणे
ई) शोधाची आयात करणे

उ) शोधाचे उत्पादन भारतात करणे

वरील ५ गोष्टी केवळ पेटंटधारक त्याच्या शोधाच्या उत्पादनाबाबत (product) किंवा प्रक्रियेबाबत (process) करू शकतो; इतकेच नव्हे तर अन्य कोणी वरील ५ बाबी पेटंटधारकाच्या संमतीशिवाय करू पाहील तर तो त्याला मज्जावही करू शकतो.

२) अभिहस्तांकित करण्याचा व अनुज्ञाप्ते देण्याचा अधिकार (Right to Assign and Licence) : पेटंटधारक आपल्या शोधाचा प्रत्यक्ष उपयोग अथवा उत्पादन करू इच्छित/शकत नसेल तर मोबदला घेऊन सदर अधिकार तो अन्य इसमास अभिहस्तांकित करू शकतो अथवा त्याचे लायसन्स अन्य इसमास देऊ शकतो.

३) प्रत्यर्पित करण्याचा अधिकार (Right to Surrender) : पेटंटधारकाला हा अधिकार रद्द करून घेण्याचा अधिकारही कायद्यातील कलम ६३ ने दिला आहे.

४) वाढीव पेटंटसाठी अर्ज करण्याचा अधिकार (Patents of Addition) : पेटंटधारकाने मुख्य शोधाच्या तपशीलात काही सुधारणा अथवा दुरुस्त्या केल्या आणि शोधात काही भर घातली तर त्यासाठी पेटंट मिळविण्याचा हक्क पेटंटधारकास आहे.

५) पेटंटचे उल्लंघन झाल्यास (Infringement) : पेटंटधारकाच्या संमती शिवाय शोधाचा उपयोग, विक्री, उत्पादन, वितरण झाल्यास पेटंटधारक कोर्टात दावा दाखल करू शकतो व असे उल्लंघन झाल्याचे कोर्टाकडून वदवून घेऊन त्यास मज्जाव करू शकतो, नुकसानभरपाई मिळवू शकतो, तसेच उल्लंघन करणाऱ्याने मिळविलेल्या नफ्यात हिस्साही मागू शकतो.

६) भारतातील पेटंटधारक आपल्या शोधाला इतर देशांत संरक्षण मिळविण्यासाठी अर्ज करू शकतो. ज्या देशांबरोबर भारताचा यासंबंधी करार झाला आहे (patent convention treaty) अशा देशात पेटंटधारकाचे हक्क लागू असण्यासाठी अर्ज करता येतो.

७) पेटंट हरविले किंवा नष्ट झाले तर पेटंटची प्रत (duplicate) मिळविण्यासाठी पेटंटधारक नियंत्रकाकडे अर्ज करू शकतो.

८) पेटंट रजिस्टरमधील नाव किंवा पेमेंटचा दाखला किंवा शोधाचा नोंदवहीतील तपशील इत्यादींची प्रत अथवा सर्टिफिकेट मिळविण्याचा अधिकार पेटंटधारकास आहे.

पेटंटधारकाच्या अधिकारावरील मर्यादा

शोधकर्त्याला शोधासाठी कायद्याने एकाधिकार दिल्याशिवाय त्या शोधापासून त्याला आर्थिक लाभ होणार नाही आणि अशा आर्थिक लाभाची शक्यता नसेल तर शोध लावण्याची वृत्ती जोपासली जाणार नाही. नवीन व चांगली उत्पादने, संकल्पना, प्रक्रिया येणार नाहीत व मानवी जीवन सुखी व समृद्ध होणार नाही या आधारावर पेटंट दिले जाते; परंतु, एखाद्या शोधकर्त्याने खूप चांगले उत्पादन/सूत्र/ प्रक्रिया शोधून काढली तरीपण पेटंटच्या मिळालेल्या अधिकारामुळे तिचे उत्पादन/ वापर स्वत:ही केला नाही आणि इतरांनाही करू दिला नाही, तर त्या शोधाचा समाजास काय उपयोग? किंवा शोधित उत्पादन मुबलक प्रमाणात वाजवी किमतीला उपलब्ध करून दिले नाही तर समाज त्यापासून वंचित राहील. उदा. एखाद्या शास्त्रज्ञाने कॅन्सर या रोगासाठी औषध शोधून काढले, त्यासाठी पेटंट घेतले, त्यानुसार मिळालेल्या एकाधिकाराने ते औषध स्वत: तयारच केले नाही आणि इतरांनाही तयार करण्यास मज्जाव केला तर? अथवा ते औषध अपुऱ्या प्रमाणातच तयार केले किंवा त्याची किंमत भरमसाट ठेवली तर? समाजहित व देशहित लक्षात घेऊन पेटंट नियंत्रक अशा वेळी अनिवार्य परवाना (compulsary licence) देऊ शकतो. केंद्रशासन स्वत:हून असा निर्णय घेऊ शकते किंवा अनिवार्य परवाना मिळावा म्हणून कोणीही अर्ज करू शकतो. अर्थात, पेटंट धारकास मोबदला देऊनच असा अनिवार्य परवाना दिला जातो. मोबदला किती असावा, याचा निर्णय पेटंट नियंत्रक करतो.

एखाद्या यंत्रासाठी, वस्तू किंवा उपकरणासाठी तसेच प्रक्रियेसाठी पेटंट मिळाले असेल तर त्याचा वापर प्रयोगासाठी किंवा संशोधनासाठी तसेच विद्यार्थ्यांना शिकविण्यासाठी करता येतो. पेटंटधारकाचा एकाधिकार त्याच्या आड येत नाही.

सार्वजनिक हित समोर ठेवून शासन पेटंट मिळालेल्या वस्तूचा किंवा प्रक्रियेचा उपयोग स्वत: किंवा स्वत:च्यावतीने करू शकते. असे पेटंट असलेले उत्पादन शासन आयातही करू शकते.

संरक्षणाच्या दृष्टीने काही शोध अत्यंत महत्त्वाचे असतात; सबब अशा प्रकारच्या शोधांचा तपशील जाहीर करणे आणि त्यांना पेटंट देणे; पेटंट नियंत्रकावर बंधनकारक नाही. मात्र, शासन त्या शोधाचा वापर स्वत: करू शकते.

६. ५ कॉपीराइट - लेखाधिकार (Copyrights)

स्वरूप

लेखकाची लेखनकृती व कलाकाराची कलाकृती हे त्यांच्या कलेचे, कल्पकतेचे किंवा बौद्धिक योगदानाचे मूर्त स्वरूप असते, अभिव्यक्ती असते. त्या लेखनकृती व कलाकृती सुरक्षित राखण्याच्या दृष्टीने त्या लेखकाला अथवा कलाकाराला कायद्याने दिलेला अधिकार म्हणजे कॉपीराइट! यात काव्य, कथा, कादंबऱ्या, नाटके, इतर साहित्य, सिनेमा, नृत्य, संगीत, गायन, ध्वनिमुद्रण, चित्र, पेंटिंग्ज, मूर्ती, फोटोग्राफ्स, संगणकाची आज्ञावली (सॉफ्टवेअर), रेडिओ व दूरचित्रवाणीचे प्रसारण इत्यादींचा समावेश करता येईल. प्रकाशित पुस्तकावर© असे चिन्ह आपण पाहतो, ते कॉपीराइट हा अधिकार दाखविते. हा अधिकार ज्याच्याकडे असेल त्याच्या परवानगीशिवाय त्या कलाकृती अथवा लेखनकृतीचे प्रकाशन, विक्री, प्रयोग, उपयोग करता येत नाही. उदा. एखाद्या नाटकाचा प्रयोग करण्यापूर्वी नाटकाच्या लेखकाची/प्रकाशकाची परवानगी घ्यावी लागते किंवा एखाद्या पुस्तकाचे भाषांतर करण्यासाठीही लेखक/प्रकाशकाची परवानगी घ्यावी लागते. याचे कारण त्या लेखक / प्रकाशकाकडे त्याचे कॉपीराइट्स असतात.

कॉपीराइटचा इतिहास

खरे तर जागतिक स्तरावर कायद्याची मान्यता मिळणारा पहिला बौद्धिक संपदा अधिकार म्हणजे 'कॉपीराइट.' आता बहुतेक सर्व देशांत कॉपीराइटविषयक कायदे केलेले आढळतात. भारतात कॉपीराइट कायद्याचा धावता इतिहास पुढीलप्रमाणे मांडता येईल.

भारतातील कॉपीराइट कायद्याला जवळपास १५० वर्षांचा इतिहास आहे. ईस्ट इंडिया कंपनीच्या काळात १८४७ मध्ये कॉपीराइटसंबंधी पहिला कायदा झाला. लेखकाच्या हयातीत तसेच त्याच्या मृत्यूनंतर ७ वर्षे इतक्या काळासाठी या कायद्याने लेखकाला कॉपीराइट दिला होता. अर्थात, जास्तीत जास्त ४२ वर्षे इतकी कॉपीराइटची मुदत कायद्याने निश्चित केली होती. पुस्तकाच्या लेखकाने अथवा त्याच्या मृत्यूनंतर कॉपीराइटधारकाने पुस्तकाच्या प्रकाशनाला परवानगी दिली नाही तर अनिवार्य परवाना (compulsory licence) देऊन ते पुस्तक प्रकाशित करण्याचा अधिकार शासनाकडे होता.

भारतात १९१४ मध्ये नवीन कॉपीराइट कायदा पास झाला. इंग्लंडमधील १९११ च्या कॉपीराइट कायद्यातील बरीचशी कलमे सदर कायद्यात समाविष्ट

केलेली होती. दोन तरतुदी मात्र भिन्न होत्या- १) कॉपीराइटचे उल्लंघन केल्यास फौजदारी उपाय समाविष्ट करण्यात आले आणि २) कोणत्याही साहित्याचे भाषांतर करणे, ते प्रसिद्ध करणे किंवा त्याचे पुनर्मुद्रण करणे यासाठीचा कॉपीराइट दहा वर्षे कालावर्धींचा ठरविला होता.

स्वातंत्र्यानंतर १९५७ साली नवीन कॉपीराइट कायदा पास करून १९१४ चा कायदा रद्द करण्यात आला. १९५७ च्या कायद्यात १९८३, १९९४ व १९९९ मध्ये मोठे बदल करण्यात आले. १९९४ साली केलेल्या दुरुस्त्यांमध्ये प्रामुख्याने खालील बार्बींचा समावेश होता-

१) कॉपीराइटचा कालावधी वाढवून ६० वर्षे केला.

२) संगणकाची आज्ञावली (computer programmes) आणि सादरीकरण (performance) यांसारख्या नव्या कृतींचा समावेश झाला.

३) 'कम्युनिकेशन टू द पब्लिक' याचा अर्थ विस्तारून समाजातील कोणत्याही घटकाने ती कला/साहित्यकृती पाहिली, ऐकली किंवा तिचा आस्वाद घेतला असो की नसो असा केला.

४) सार्वजनिक क्षेत्रातील संस्थांची कामे व जाहीर भाषणे यांच्या कॉपीराइटबाबत स्पष्टीकरण देण्यात आले.

१९९९ साली कायद्यात बदल करून आंतरराष्ट्रीय प्रसारणासंबंधी अधिकारांचा समावेश करण्यात आला. तसेच संगणक आज्ञावलीच्या कायदेशीर मार्गाने प्रती करण्यासंबंधी खुलासा केला.

भारत 'Berne Convention' या आंतरराष्ट्रीय कॉपीराइट संबंधी कराराचा सदस्य देश आहे. या आंतरराष्ट्रीय कॉपीराइटसंबंधी करारानुसार कॉपीराइटच्या संरक्षणासाठी कॉपीराइटची नोंदणी केलीच पाहिजे, असे बंधन नाही. त्यामुळे भारतात एखादा कॉपीराइट नोंदविला तर त्या कॉपीराइटसाठी आपोआप 'Berne Convention' चे सदस्य असलेल्या देशात संरक्षण मिळते. अर्थात् साहित्यकृती अथवा कलाकृती निर्मितीची अविवाद्य तारीख मात्र स्पष्ट करायला हवी. उदा. पुस्तकाच्या प्रकाशनाची तारीख.

कॉपीराइट कशासाठी मिळू शकतो?

एखादी माहिती, कल्पना, विचार, तत्त्व, शोध, पद्धत, प्रक्रिया किंवा व्यवस्था कोणत्याही स्वरूपात वर्णन करणे, स्पष्ट करणे, उद्धृत करणे किंवा दृश्य स्वरूपात प्रकट करणे यासाठी कॉपीराइट मिळू शकतो. दुसऱ्या भाषेत सांगायचे तर

कॉपीराइट हा अधिकार माहिती, कल्पना, विचार, तत्त्व, पद्धत, प्रक्रिया इत्यादींसाठी नाही तर त्याच्या प्रगटीकरणाच्या दृश्य स्वरूपास आहे. हे प्रगटीकरण सामान्यत: पुढील नऊ प्रकारांनी होत असते.

१) साहित्यकृती उदा. कथा, कादंबरी, नाटक, ललित लेख इत्यादी.

२) सांगीतिक कृती (त्यात येणाऱ्या शब्दांसह) उदा. गायन, वादन इ.

३) नाट्यकृती (त्यात येणाऱ्या संगीतासह)

४) कलाकृती जसे की – चित्र, पेंटिंग्ज, आलेख, तसेच मूर्ती, कृती यात रंगयोजना तसेच मुळाक्षरांची अथवा इतर कशाचीही वैशिष्ट्यपूर्ण रचना, लेआऊट यांचा समावेश होतो. उदा रविवर्मा किंवा एम. एफ. हुसेन यांची चित्रे.

५) चलत्‌चित्रण व इतर दृक्‌श्राव्य कृती.

६) ध्वनिमुद्रण

७) वास्तुरचना कृती आणि

८) फॅन्टोमाईम्स आणि कोरिओग्राफीक वर्कस्‌

९) संगणकाची आज्ञावली

उदाहरण सांगायचे तर देशभक्ती या कल्पनेस कॉपीराइट मिळणार नाही पण ती ज्या कथेत, नाटकात, कादंबरीत, चित्रात, गीतात, सिनेमात प्रकट झाली असेल, त्या कथेस, नाटकास, कादंबरीस कॉपीराइट मिळू शकतो.

साहित्यकृतीला कॉपीराइट मिळविण्यासाठी प्रामुख्याने चार गोष्टी महत्त्वाच्या आहेत.

१) सदर कृतीचा विषय

२) ती कृती लिखित स्वरूपात असणे

३) लिहिण्याची भाषा

४) त्यातील मूलगामिता (originality) अर्थात्‌ हे मूलगामीपण संकल्पनेत असायला हवे असे नाही, तर त्याच्या प्रगटीकरणात, सादरीकरणात, मांडणीत, लेखनात हवे. त्याची नक्कल केलेली नसावी. त्यामुळे प्रबंध, आध्यात्मिक गुरूंनी लिहिलेले विचार, शब्दकोश, परीक्षांच्या प्रश्नपत्रिका, लॉ रिपोर्ट्स व इतर केस रिपोर्ट्सच्या मथळ्यातील टीपा किंवा इतिहासाच्या पुस्तकातील घटनांचे विश्लेषण व मांडणी यांनाही कॉपीराइट मिळालेले आहेत. उदा. रवींद्रनाथ टागोर किंवा कुसुमाग्रजांच्या साहित्यकृती. नाट्यकृतींमध्ये खालील बाबींचा समावेश केला जातो.

१) लिखित स्वरूपातील संवादांचे तुकडे.

२) मूक प्रयोगातील कोरिओग्राफिक वर्क किंवा मनोरंजन.

३) एखाद्या देखाव्याची रचना किंवा अभिनय. उदा. राम गणेश गडकरी, विजय तेंडुलकर यांची नाटके, एकपात्री प्रयोग इ.

सांगीतिक कृतींमध्ये संगीताबरोबरच त्या कृतीचे आलेखीय लेखनही (graphical notation) समाविष्ट होते; परंतु, त्यातील शब्द, संवाद किंवा पद्य यांचा समावेश होत नाही. म्हणूनच एखाद्या कवीने लिहिलेले व एखाद्या संगीतकाराने स्वरबद्ध केलेले आणि एखाद्या कवीने गायलेले काव्य दुसरा कोणीही गायक गाऊ शकतो, त्याला अन्य कोणीही संगीत देऊ शकतो, असे करण्याने कॉपीराइटचे उल्लंघन होत नाही. उदा. पंडित रविशंकर, उस्ताद बिस्मिल्ला खाँ यांचे संगीतातील सादरीकरण.

कॉपीराइट मिळण्यासाठी ती कलाकृती/साहित्यकृती कर्त्याची स्वत:ची नवीन असावी, दुसऱ्याची नक्कल केलेली नसावी. त्या कलाकृतीची नोंदणी केली नसली तरी कर्त्याचा कॉपीराइट अधिकार बाधित होत नाही. त्या कृतीत कर्त्याने स्वत:चे श्रम व कौशल्य वापरलेले असायला हवे. हा अधिकार कायद्याने दिलेला असल्याने त्याचे उल्लंघन झाल्यास भरपाईसाठी कायदेशीर मार्ग अवलंबावा लागतो.

कॉपीराइट देण्यामागे हेतू काय?

साहित्यकृती अथवा कलाकृती निर्माण करणारा कर्ता वास्तविक स्वत:च्या आनंदासाठी ती कृती निर्माण करतो. त्यासाठी स्वत:चा वेळ, श्रम, कौशल्य, पैसा खर्च करतो. त्या कृतीची नक्कल किंवा प्रतिकृती करून अन्य कोणीतरी मूळ कर्त्याला डावलून आर्थिक व अन्य लाभ मिळवू नयेत व त्या कृतीचे आर्थिक व

अन्य लाभ मूळ कर्त्यासच मिळावे हा अतिशय योग्य हेतू कॉपीराइट देण्यामागे आहे.

कोणत्याही समाजाच्या संस्कृतीचा मापदंड म्हणजे त्या समाजातील साहित्य व कला यातील उत्कृष्टता! सुसंस्कृत, स्थिर व शांत समाजाशिवाय उत्कृष्ट साहित्य व कलाविष्कार होऊच शकत नाहीत; त्यामुळे अशा उत्तम साहित्य व कलाकृतींच्या कर्त्यांना संरक्षण दिल्याने समाजाची संस्कृती विकसित होण्यात मोठे योगदान होते.

थोडक्यात, साहित्य व कलाकृती निर्माण करणाऱ्या कर्त्यास प्रोत्साहन मिळावे, त्या कृतींची चोरी/नक्कल करणाऱ्यास शासन व्हावे व अशा अनेक उत्तम कृती निर्माण होऊन समाजाचा सांस्कृतिक स्तर उंचावण्याचा प्रयत्न व्हावा या हेतूनी कॉपीराइट देण्याची प्रथा आहे.

कॉपीराइटमध्ये कोणते अधिकार मिळतात?

कॉपीराइटधारकास खालील गोष्टी करण्याचा किंवा न करण्याचा एकाधिकार कायद्याने प्राप्त होतो –

अ) साहित्यिक किंवा सांगीतिक कृतींबाबत –

१) त्या कृतींचे पुनर्निर्माण किंवा पुन:सादरीकरण तसेच इलेक्ट्रॉनिक साधनांसह सर्व साधनांत त्या कृतींची साठवणूक.

२) त्या कृतींच्या प्रती करणे.

३) समाजात त्या कृतींचे सादरीकरण.

४) सदर कृतींचे चित्रफितीकरण किंवा ध्वनिमुद्रण.

५) सदर कृतीत बदल करणे.

ब) संगणकाच्या आज्ञावलीबाबत (Computer Programme)

संगणकाची आज्ञावली हीसुद्धा कॉपीराइटसाठी पात्र कृती आहे. ती तयार करणाऱ्यास वर (अ) मध्ये नमूद केलेले सर्व अधिकार मिळतातच, शिवाय अशा आज्ञावलींच्या प्रती करून विकण्याचा किंवा त्या प्रती व्यापारी तत्त्वावर भाड्याने देण्याचाही हक्क प्राप्त होतो.

क) कलाकृतींबाबत

१) सदर कलाकृतीचे पुनर्निर्माण किंवा द्विमिती/त्रिमितीसह सर्व प्रकारांत सादरीकरण.

२) सदर कलाकृतीच्या संगणकीकृत आवृत्त्यांची विक्री किंवा त्या भाड्याने देणे.

३) सदर कलाकृतींच्या प्रती समाजास उपलब्ध करून देणे.

४) सदर कलाकृतींचा चित्रीकरणात समावेश करणे.

५) कलाकृतीत बदल करणे.

ड) चित्रफितीबाबत

१) चित्रफितीतील एखाद्या ध्वनीसह संपूर्ण चित्रफितीच्या प्रती करणे.

२) चित्रफितीच्या प्रती विकणे किंवा भाड्याने देणे.

३) चित्रफित समाजापर्यंत पोहोचविणे.

इ) ध्वनिमुद्रणाबाबत

१) सदर ध्वनिमुद्रित कृतीचा अन्य ध्वनिमुद्रणात वापर.

२) सदर कृती समाजासाठी उपलब्ध करून देणे.

३) सदर कृती विकणे किंवा भाड्याने देणे.

फ) संगणकाचे सॉफ्टवेअर

या कॉपीराइटमध्ये खालील अधिकार मिळतात.

१) सदर सॉफ्टवेअरचा साहित्य कृतीत, नाटकात, कलाकृतीत किंवा संगीतात वापर करणे.

२) अभियांत्रिकी संकल्पचित्रात वापर करणे.

३) खेळात वापर करणे.

थोडक्यात कलाकृती निर्माण करणाऱ्याला कायद्याने दिलेला एकाधिकार म्हणजे कॉपीराइट होय. या अधिकाराने कलाकृतीचा निर्माता त्या कृतीच्या प्रती करणे अथवा न करणे, त्या कृतीचा अन्य ठिकाणी व अन्य कारणांसाठी वापर करणे, तिच्या प्रती भाड्याने देणे अशा गोष्टी करू शकतो व अन्य कोणासही त्या करण्यापासून रोखू शकतो.

कॉपीराइटधारकाचे अन्य अधिकार कोणते?

कॉपीराइटधारकाला कायद्याने आणखी अधिकार दिलेले आहेत. ते पुढीलप्रमाणे –

१) राईट ऑफ असाईनमेंट (अभिहस्तांकनाचा अधिकार) : कॉपीराइट प्राप्तकर्ता आपले सर्व अधिकार किंवा मर्यादित अधिकार दुसऱ्या व्यक्तीस ते कायमचे किंवा मर्यादित काळासाठी वर्ग करू शकतो. असाईनमेंट ऑफ कॉपीराइट हे लिखित स्वरूपात असायला हवेत. कायद्याच्या दृष्टीने तोंडी असाईनमेंट देणे पुरेसे नाही. त्यात कोणती कृती, कोणते हक्क आणि किती काळासाठी असाईन केले याचा स्पष्ट उल्लेख हवा. त्या बदल्यात काही रॉयल्टी देण्याची असल्यास त्या रकमेचा उल्लेख हवा.

२) राईट टू रेलीन्क्वीश कॉपीराइट (सोडून देण्याचा अधिकार): रजिस्टार ऑफ कॉपीराइट्स यांना नोटीस देऊन कॉपीराइटधारक कर्ता आपले अधिकार रेलीन्क्वीश करू शकतो व ती कलाकृती/साहित्यकृती समाजासाठी मोकळी/खुली करून देऊ शकतो.

३) परवाना देण्याचा अधिकार : कॉपीराइटधारक कर्ता आपल्या साहित्यकृती अथवा कलाकृतींसंबंधी हक्क लिखित स्वरूपात अन्य कोणासही परवाना देऊन वर्ग करू शकतो. अर्थात्, त्यात त्याची मुदत, रॉयल्टी, स्वरूप इत्यादींचा उल्लेख करून कर्त्याची त्यावर सही हवी.

४) सादरीकरणाचा अधिकार.

५) रजिस्टर ऑफ कॉपीराइटमध्ये नाव नोंदविण्याचा अधिकार

६) लेखकाचा विशेष अधिकार – साहित्यकृतीच्या पालकत्वाचा विशेष अधिकार लेखकाला आहे. म्हणजेच सदर लेखकाला ती साहित्यकृती आपली आहे; हे जाहीर करण्याचा व जाहीर करून घेण्याचा अधिकार आहे. तसेच त्या साहित्यकृतीचे विकृतीकरण व त्यात बदल रोखण्याचा व त्यापोटी नुकसानभरपाई मागण्याचा अधिकारही त्याला कायद्याने दिला आहे.

७) चित्र, पेंटिंग, मूर्ती किंवा साहित्यकृतीचे मूळ हस्तलिखित तसेच संगीत कृतीची पुनर्विक्री रु. १०,०००/- पेक्षा जास्त किमतीस झाली तर त्यात हिस्सा मागण्याचा अधिकार मूळ कॉपीराइटधारकास आहे.

८) साहित्य अथवा कलाकृतीचा कॉपीराइट भंग करून कोणी त्याच्या प्रती केल्या तर अशा प्रतींचा ताबा मिळविणे व विकलेल्या प्रतींची किंमत वसूल करणे हे अधिकार कॉपीराइटधारकास आहेत.

९) कॉपीराइटचा भंग करणाऱ्याविरुद्ध कायदेशीर कारवाई करण्याचाही अधिकार कॉपीराइटधारकास आहे.

कॉपीराइटचा कालावधी किती?

कायद्याने प्रत्येक प्रकारच्या कॉपीराइटचा कालावधी निश्चित केला आहे; तो पुढीलप्रमाणे –

१) साहित्यकृती, नाट्यकृती, संगीतकृती व कलाकृती संबंधाने हा कालावधी कर्त्यांच्या मृत्यूनंतरच्या पुढच्या साठ कॅलेंडर वर्षांपर्यंत आहे. उदा. म. गांधींच्या मृत्यूला ऑक्टोबर २००८ मध्ये साठ वर्षे पूर्ण झाली; म्हणून त्यानंतर त्यांच्या साहित्याचे अधिकार नवजीवन संस्थेकडे होते ते आता संपले आणि ते साहित्य समाजासाठी मुक्त झाले.

२) कर्ता माहीत नसलेल्या किंवा बेनामी कर्ता असलेल्या साहित्य/ कलाकृतींचा कॉपीराइट ती कलाकृती प्रथम प्रकाशित/प्रदर्शित झाल्यापासून ६० वर्षांपर्यंत राहतो.

३) साहित्य/कलाकृतीच्या कर्त्याच्या मृत्यूनंतर प्रकाशित/प्रदर्शित झालेल्या कृतीचा कॉपीराइट ती कलाकृती प्रकाशित/प्रदर्शित झाल्यापासून ६० वर्षे असतो.

४) फोटोग्राफ्सचा कॉपीराइटही ६० वर्षे असतो.

५) सिनेमा, व्हिडीओ फिल्म, दूरदर्शनवरील मालिका किंवा माहितीपट यांचा कॉपीराइट ६० वर्षे आहे.

६) ध्वनिमुद्रणाच्या कृतीचा कॉपीराइट ६० वर्षे आहे.

७) शासकीय तसेच सार्वजनिक व आंतरराष्ट्रीय संघटना/संस्थांच्या कृतीचा कॉपीराइटही प्रथम प्रदर्शनानंतर ६० वर्षे कालावधीचा आहे.

कॉपीराइटचे उल्लंघन म्हणजे काय?

कॉपीराइटधारकास कॉपीराइट कायद्याने काही अधिकार दिले आहेत. ते वर नमूद केले आहेत. उदा. पुनर्मुद्रण, प्रती करणे इ. अशा गोष्टी अधिकार नसताना करणे म्हणजे कॉपीराइटचे उल्लंघन करणे होय. कॉपीराइटधारक किंवा रजिस्ट्रार ऑफ कॉपीराइट यांच्या परवानाशिवाय (licence) –

१) कॉपीराइटधारकाच्या एकाधिकारातील एखादी गोष्ट करणे.

२) सदर कलाकृती/साहित्यकृतीचे सार्वजनिकरीत्या सादरीकरण करणे.

३) सदर कला/साहित्यकृतीची विक्री करणे, भाड्याने देणे किंवा त्याच्या प्रती करणे.

४) व्यापारासाठी सदर कृतीचे वितरण करणे.

यास कॉपीराइटचे उल्लंघन म्हणता येईल. अर्थात्, साहित्य/कलाकृतीचे उल्लंघन झाले आहे असा दावा करताना अशी कृती व कॉपीराइट प्राप्त कृती यात प्रचंड साम्य हवे. तसेच कॉपीराइट प्राप्त कृतीच्या नकलेतून नवीन कृती आलेली हवी. सामान्यत: खालील प्रकाराने कॉपीराइटचे उल्लंघन होते. –

१) कोणत्या तरी प्रत्यक्ष स्वरूपात साहित्य/कलाकृतीचे पुनर्निर्माण

२) साहित्यकृतीचे प्रकाशन/पुनर्मुद्रण

३) कलाकृतीचे जाहीर सादरीकरण.

४) साहित्य/कलाकृतीचे भाषांतर किंवा थोडाफार फेरबदल.

कॉपीराइटचे हस्तांतरण

कॉपीराइटचा मालक आपल्या अस्तित्वात असलेल्या कला/साहित्य कृतीचा कॉपीराइट, तसेच भविष्यात तयार होणाऱ्या कला/साहित्यकृतीचा कॉपीराइट खालील प्रकाराने अन्य कोणास वर्ग करू शकतो.

१) संपूर्ण जगासाठी किंवा एका विशिष्ट देशासाठी किंवा एका भूप्रदेशासाठी कॉपीराइटचे हस्तांतरण करणे.

२) कॉपीराइटच्या संपूर्ण कालावधीसाठी किंवा त्यापेक्षा कमी अशा विशिष्ट काळासाठी कॉपीराइट वर्ग करणे.

३) कॉपीराइटने प्राप्त होणारे सर्व अधिकार किंवा त्यापैकी काही विशिष्ट

अधिकारच वर्ग करणे.

कॉपीराइटच्या उल्लंघनाविरोधी उपाय कोणते?

कोणताही अधिकार कायद्याने दिला असेल तर त्याच्या उल्लंघनाची शक्यता गृहीत धरून तो कायदा त्यावर उपाययोजनाही सुचवीत असतो. कॉपीराइट कायद्याने कॉपीराइटधारकास काही एकाधिकार दिले आहेत व त्यांचे उल्लंघन झाल्यास अधिकारधारकासाठी उपलब्ध उपाययोजनाही त्यात अंतर्भूत करून ठेवली आहे. ती थोडक्यात पुढीलप्रमाणे –

१) दिवाणी उपाय – यात खालील बाबींचा समावेश करता येईल.

१) कॉपीराइटचे उल्लंघन करणाऱ्यावर मनाई हुकूम बजाविणे.

२) उल्लंघन केल्याने कॉपीराइटधारकाच्या झालेल्या नुकसानीची भरपाई करून देणे.

३) उल्लंघनामुळे झालेल्या नुकसानीचा हिशेब उल्लंघनकर्त्याकडून मागणे तसेच कायदेशीर कारवाईच्या खर्चाची भरपाई वसूल करणे.

कॉपीराइटधारक कोर्टात दावा दाखल करून वरीलप्रमाणे आदेश मिळवू शकतो. जर संयुक्त कॉपीराइटधारक असतील तर ते संयुक्तरीत्या अथवा अलग अलग अशी दिवाणी कारवाई करू शकतात. कॉपीराइटचे उल्लंघन करून निर्माण केलेल्या प्रतींचा ताबा व मालकीही कॉपीराइटधारकास मिळविता येते. असा दावा जिल्हा न्यायालयात दाखल करावा लागतो.

२) फौजदारी उपाय

दिवाणी उपायांशिवाय कॉपीराइट कायद्याने खालील फौजदारी उपायही निहित केले आहेत.

१) जाणीवपूर्वक कॉपीराइटचे उल्लंघन करणे किंवा उल्लंघन करण्याची पैज लावणे, यासाठी किमान ६ महिने व कमाल ३ वर्षांचा तुरुंगवास व किमान रु. ५०,०००/- व कमाल रु. २ लाखांचा दंड.

२) दुसऱ्या किंवा त्यानंतरच्या उल्लंघनासाठी किमान १ वर्ष व कमाल ३ वर्षांची कैद. तसेच किमान १ लाख व कमाल २ लाख रुपयांचा दंड.

३) कॉम्प्युटर प्रोग्रॅमच्या पायरेटेड कॉपीजचा जाणीवपूर्वक वापर करणे – ७ दिवस ते तीन वर्षांपर्यंत कैद व रु. ५०,०००/- ते २ लाखांपर्यंत दंड.

४) कॉपीराइट रजिस्टरमध्ये खोटी नोंद करणे किंवा खोटी नोंद सादर करणे – एका वर्षांपर्यंत कैद आणि/किंवा दंड.

५) कॉपीराइट अधिकाऱ्यास फसविण्यासाठी किंवा त्यावर पगडा बसविण्यासाठी खोटी विधाने करणे – एक वर्षपर्यंत कैद व/किंवा दंड.

६) ध्वनिमुद्रण किंवा दृश्य चित्रण प्रसिद्ध करणे – ३ वर्षांपर्यंत कैद आणि दंड.

७) परवानगीशिवाय प्रती करण्यासाठी वापरलेली साधने बाळगणे – दोन वर्षांपर्यंत कैद व दंड.

याशिवाय रजिस्ट्रार ऑफ कॉपीराइट, कॉपीराइट बोर्ड, कॉपीराइट सोसायट्या अशा संस्थात्मक स्तरावरही काही उपाय कॉपीराइटधारकास उपलब्ध आहेत.

६.६ ट्रेडमार्क (Trademark)
ट्रेडमार्कचा इतिहास

'ओळखण्याची खूण' किंवा 'वेगळेपण दाखविणारे चिन्ह' या अर्थाने ट्रेडमार्कची मान्यता या ना त्या स्वरूपात अनेक वर्षे सर्वदूर आहे. बौद्धिक संपदा संरक्षणाचा हा प्रकार आठवणीपलीकडच्या काळातून जगात स्वीकारलेला असला तरी त्यात काळाच्या ओघात उत्क्रांती होत गेली आहे.

इंग्लंडमध्ये १२६६चा Bakers Marking Law कदाचित ट्रेडमार्कसंबंधीचा जगातील पहिला कायदा असावा. पावांवर विशेष चिन्ह वापरण्यासंबंधी हा कायदा होता. ट्रेडमार्क कायद्याच्या उल्लंघनाचा पहिला दावा Southern Vs How हा १६१८ मध्ये चालला.

भारतात Trade Mark Act 1940 हा या विषयीचा पहिला कायदा, त्यापूर्वी ट्रेडमार्कची नोंदणी स्वयंप्रमाणित असा जाहीरनामा 'इंडियन रजिस्ट्रेशन ॲक्ट १९०८' खाली नोंदवून केली जात असे. ट्रेडमार्कसंबंधीचे दावे Specific Relief Act 1877 च्या प्रकाशात निकाली काढले जात. Trade Mark Act 1940 हा स्वतंत्र कायदा झाल्यावर त्यातील काही तरतुदी ११/३/१९४० पासून, तर उर्वरित तरतुदी १/६/१९४२ पासून लागू झाल्या. १९४३च्या दुरुस्तीनंतर पूर्वी पेटंट ऑफिस कोलकत्यात असलेली ट्रेडमार्क रजिस्ट्री अलग करून रजिस्ट्रार ऑफ ट्रेडमार्क्स, मुंबई यांच्या अधिपत्याखाली आणली. स्वतंत्र भारतात १९५१ साली या कायद्यात पुन्हा दुरुस्ती करण्यात आली.

१९५३ साली 'ट्रेडमार्क्स एन्कायरी कमिटी' नेमण्यात आली. सदर समितीने काही बदल सुचविले; परंतु, समितीतील काही सदस्यांचे वेगळे मत असल्याने त्या समितीच्या शिफारशी अमलात आल्या नाहीत. १९५८ साली Trade and Merchandise

Marks Act पारित करण्यात आला. या कायद्यात Trade Marks Act 1940, The Indian Merchandise Marks Act 1889 आणि भारतीय दंडविधानातील (Indian Penal Code) ट्रेडमार्कसंबंधी तरतुदी यांचे एकत्रीकरण केलेले दिसते. नोव्हेंबर १९५९ पासून हा नवीन कायदा लागू झाला. त्यानंतर १९६०च्या दुरुस्ती कायद्याने तसेच १९७०च्या पेटंट कायद्याने या कायद्यात काही बदल झाले.

व्यापारातील बदल, जागतिकीकरणाचे वाढते व जलद परिणाम, गुंतवणुकीचे प्रवाह वाढण्याची आवश्यकता व शक्यता, तंत्रज्ञानाच्या हस्तांतरणाची गरज आणि ट्रेडमार्क व्यवस्थापनातील सुलभतेची अनिवार्यता यामुळे लोकसभेमध्ये १९९३ ला Trade Mark Bill सादर करण्यात आले. ते लोकसभेत पास झाले; पण लोकसभा विसर्जित झाल्याने ते राज्यसभेत पारित झाले नाही. पुढे १९९९ साली सुधारित दुरुस्ती विधेयक राज्यसभेत सादर झाले आणि ते संसदेच्या दोन्ही सभागृहांत मंजूर झाले. ट्रेडमार्कच्या भारतातील या प्रवासात ट्रेडमार्कचे संरक्षण देण्याच्या हेतूचा विस्तार शब्द, चित्र, रंगसंगती यांच्या पलीकडे जाऊन संगीताच्या नोट्स व त्रिमितीत व्यक्त केलेल्या ट्रेडमार्कस्लाही संरक्षण देण्यापर्यंत झाला आहे.

ट्रेडमार्क म्हणजे काय?

एका माणसाची/उत्पादकाची वस्तू किंवा सेवा इतरांपासून वेगळी ओळखता येणे सहज शक्य होईल, यासाठी चित्रात दाखविता येणारी एखादी खूण किंवा चिन्हं म्हणजे 'ट्रेडमार्क' होय. ट्रेडमार्कसाठी लोकप्रिय असलेला शब्द म्हणजे 'ब्रँड नेम!' यात वस्तूंचा आकार, तिचे वेष्टन, शब्द, अक्षरे, आकडा, रंगसंगती यांचा समावेश होतो. ट्रेडमार्कची व्याख्या खूपच समावेशक आहे. ग्राहकास विशिष्ट उत्पादकाची वस्तू सहज व चटकन् ओळखता येण्यासाठी या चिन्हाचा उपयोग होतो. हा ट्रेडमार्क वस्तूच्या विशिष्ट दर्जाचीही ओळख देतो. इतर उत्पादकांच्या मालापासून विशिष्ट माल वेगळा करण्यास ट्रेडमार्कची मदत होते. उत्पादकाला आपल्या मालाची जाहिरात व विक्री करण्यासाठी ट्रेडमार्क सोईचा ठरतो. ट्रेडमार्कमुळे वस्तू लोकप्रिय होतात. ग्राहकांच्या नजरेत व मनात त्या वस्तू ट्रेडमार्कमुळे कोरल्या जातात. ट्रेडमार्क आणि प्रॉपर्टीमार्क यांचे अर्थ वेगवेगळे आहेत.

ट्रेडमार्क ही वस्तूची, तिच्या दर्जाची, मालकाची, परंपरेची ओळख असते तर प्रॉपर्टीमार्क ही त्या प्रॉपर्टीच्या मालकाची!

ट्रेडमार्कची वैशिष्ट्ये

स्पर्धाशील बाजारपेठेत ट्रेडमार्कची गरज उत्पादक, ग्राहक व वितरक साऱ्यांनाच आहे. आपला माल इतरांपेक्षा चटकन् ओळखू येणे, त्याच्या दर्जाची खात्री देणे व

जाहिरातीसाठी सुलभता येणे यासाठी उत्पादक ट्रेडमार्कवर अवलंबून असतो. वितरकाला ट्रेडमार्क असलेली वस्तू विकणे सोपे होते. कारण त्यासाठी उत्पादक बाजारपेठ तयार करत असतो, तर ग्राहकाची वस्तूची निवड ट्रेडमार्कमुळे सुलभ होते म्हणून ट्रेडमार्कचा सर्रास वापर गेली अनेक वर्षे चालू आहे. ट्रेडमार्कची काही वैशिष्ट्ये पुढीलप्रमाणे मांडता येतील –

१. ट्रेडमार्क ही एक बौद्धिक संपदा आहे व तिला कायद्याने संरक्षण दिलेले आहे.

२. निवडलेले चिन्ह हे कागदावर चित्राच्या (आलेख, आकृती) स्वरूपात दाखविता यायला हवे.

३. ट्रेडमार्क या शब्दातच 'मार्क' म्हणजे 'चिन्ह' अथवा 'खूण' असा शब्द आहे आणि हे 'चिन्ह' उत्पादकाच्या बाजारपेठेतील 'ख्याती' (Goodwill) शी निगडित आहे.

४. ट्रेडमार्कमुळे ग्राहकास विशिष्ट उत्पादकाची विशिष्ट दर्जाची वस्तू इतर उत्पादकांच्या/इतर वस्तूंपासून वेगळी काढता येते.

५. ट्रेडमार्क हा वस्तूशी निगडित आहे.

६. ट्रेडमार्क हा त्या उद्योगाच्या ख्यातीशी (Goodwill) निगडित असल्याने ट्रेडमार्कचे हस्तांतरण सामान्यत: उद्योगाच्या हस्तांतरणाबरोबर होते. अर्थात्, याला अपवाद असू शकतात. उदा. अंकल चिप्स या बटाट्याच्या वेफर्सच्या ट्रेडमार्कचे हस्तांतरण उद्योगाच्या (जागा, मशिनरी, कामगार इ.) हस्तांतरणाशिवाय झाले.

७. ट्रेडमार्क नोंदणीकृत अथवा अनोंदणीकृत असू शकतो. नोंदणीकृत ट्रेडमार्कला कायद्याचे अधिक संरक्षण मिळते हे उघडच आहे.

ट्रेडमार्कचे प्रकार

ट्रेडमार्कची विविध स्वरूपे असू शकतात. त्यापैकी काही खाली दिली आहेत.

१. **अक्षर चिन्ह** – अशा प्रकारच्या ट्रेडमार्कमध्ये एक अथवा अनेक अक्षरे, शब्द वापरलेले असतात. विशिष्ट अक्षरे विशिष्ट आकारात, रंगात व क्रमाने वापरून ट्रेडमार्क बनविता येतो. उदा. IBM, LG, GE इत्यादी.

२. **(सिम्बॉल) खूण** – काही शब्द, नाव, नक्षी किंवा आकृती यांचा एक अखंड ठसा म्हणजे खूण. यात प्रामुख्याने ब्रँड किंवा लोगोचा (Brand or Logo) समावेश करता येईल. उदा. Diamler Benz, BMW, TATA, Nike, Adidas, Bata, सपट इत्यादी.

३. **चित्र** – वस्तूंवर अशी चित्र वापरून त्याची विशेष ओळख निर्माण केली जाते. उदा. सायकल अगरबत्ती, घोडा छाप काडेपेटी, माकडछाप दंतमंजन, ससा छाप डिटर्जंट इत्यादी.

४. **लेबल किंवा तिकीट** – वस्तूंना अशी लेबल्स लावून त्यांना स्वत:ची ओळख निर्माण करून दिली जाते. उदा. फ्लाइंग मशीन जीन्स, व्हॅन हुसेन शर्ट्स, लक्स अंडरगारमेंट्स, पीटर इंग्लंड इत्यादी.

५. **रंगसंगती** – कोणतेही अक्षर, शब्द, चित्र न वापरता केवळ विशिष्ट रंगांचा मिलाफ करूनही ट्रेडमार्क निर्माण करता येतो.

६. **आकडे** – काही विशिष्ट आकडे वापरून ट्रेडमार्क होऊ शकतो. उदा. ५५५ ही सिगारेट. आकडे व शब्द एकत्र करूनही ट्रेडमार्क करता येतो.

उदा. Haywards 5000 Super Strong Beer.

७. **वेष्टन** (Container) – यात विकायच्या वस्तू ठेवण्यासाठी वापरलेली पेटी, डबा, बाटली, बरणी यांचा समावेश होतो. त्रिमिती किंवा द्विमितीत मांडलेला वेष्टनाचा विशिष्ट नमुनाही ट्रेडमार्क होऊ शकतो.

८. **उत्पादनाचा आकार** – विशिष्ट आकार हासुद्धा ट्रेडमार्क म्हणून नोंदविता येतो. उदा. टूथब्रश, साबण इत्यादींसाठी हे शक्य आहे.

ट्रेडमार्कमुळे काय साध्य होते?

१. उत्पादनाच्या प्रकाराची व त्याच्या मूळ स्रोताची ओळख पटते. उदा. 'हमाम' साबण.

२. उत्पादनाचा दर्जा किंवा त्याचे वैशिष्ट्य दाखविले जाते. उदा. हमाम साबण लक्स किंवा रेक्सोनापेक्षा वेगळा आहे.

३. उत्पादनाची जाहिरात सुकर होते. उदा. 'सोनी'ची उत्पादने, LG ची उत्पादने, TATA ची उत्पादने.

४. उत्पादनांची एक प्रतिमा ग्राहकांच्या मनात तयार होते. उदा. मॅकडोनल्डच्या उत्पादनांसाठी वापरलेला 'M' ग्राहकांच्या मनात घर करून बसला आहे. पूर्वीच्या मर्फी रेडिओचे गुटगुटीत बाळ, HMV ग्रामोफोन कंपनीचा रेकॉर्डसमोर बसलेला कुत्रा किंवा एअर इंडियाचा महाराजा आजही ग्राहकांच्या मनातून गेलेले नाहीत.

इतर चिन्हे

१. सेवाचिन्ह – व्यापारचिन्हे नोंदविण्यासाठी व त्यांना संरक्षण देण्यासाठी भारतात पूर्वी Trade and Marchantise Marks Act 1958 हा कायदा अस्तित्वात होता. या कायद्यानुसार फक्त वस्तूंसाठीच व्यापारचिन्ह नोंदविण्याची सोय होती; परंतु Trade Marks Act 1999 पारित झाल्यानंतर सेवाचिन्हे (service marks) नोंदविण्याचीही कायदेशीर तरतूद करण्यात आली.

ज्या सेवेचे वर्णन ग्राहकांना उपलब्ध करून दिले आहे व जी सेवा, उद्योग, व्यापाराशी निगडित आहे, अशा सेवा पुरवठादारांना सेवाचिन्ह निश्चित करून नोंदविता येते. कायद्याने 'सेवा' या शब्दाची व्याख्या फारच विस्तृत केली आहे. त्यात बँकिंग, दळणवळण, शिक्षण, वित्त, विमा, चिट फंड्स, स्थावर मालमत्ता, वाहतूक, साठवण, प्रक्रिया, वीज व इतर ऊर्जा यांचा पुरवठा, निवास, भोजन, मनोरंजन, करमणूक, बांधकाम, दुरुस्ती व देखभाल, बातम्या व माहितीचे प्रसारण आणि जाहिरात यांचा समावेश

केला आहे. अशा सेवा देणाऱ्या कोणासही आपल्या सेवेसाठी 'सर्व्हिस मार्क' म्हणजेच सेवाचिन्ह नोंदविता येते. स्टेट बँकेचे चिन्ह चटकन् समोर येते ना ?

२. प्रमाणपत्रचिन्ह – १९९९च्या कायद्यात 'प्रमाणपत्र चिन्हाची'सुद्धा (certification mark) नोंदणी करण्याची तरतूद आहे. ट्रेडमार्कमुळे एका उत्पादक/ व्यापाऱ्याच्या वस्तू दुसऱ्या उत्पादक अथवा व्यापाऱ्यापासून वेगळ्या करता येतात, तर प्रमाणपत्र चिन्हामुळे चिन्हधारक वस्तूचे मूळ, त्याची रचना, उत्पादनाची पद्धत, दर्जा, सेवा पुरवठा, अचूकता इत्यादीबाबत सक्षम अधिकाऱ्याने प्रमाणपत्र दिल्याचे स्पष्ट होते. अर्थात असे प्रमाणपत्र चिन्ह वस्तूच्या उत्पादकास किंवा विक्रेत्यास तसेच सेवापुरवठादारास नोंदविता येत नाही.

३. समूहचिन्ह (Collective Mark) – ट्रेडमार्क हा एका व्यक्ती, फर्म, कंपनीने नोंदविलेला एक वस्तूंचा मार्क असतो; परंतु उत्पादकांची एखादी संस्था किंवा समूह जेव्हा एखादे चिन्ह सर्व उत्पादनांसाठी अथवा समूहातील सर्व सभासदांसाठी नोंदविते तेव्हा त्याला समूहचिन्ह म्हणतात. टाटा समूह, गोदरेज समूह, अंबानी समूह इत्यादींच्या अनेक कंपन्या व त्यांची विविध उत्पादने आहेत. त्या समूहाला सर्व कंपन्यांच्या विविध उत्पादनांसाठी एकच चिन्ह नोंदविता येते. त्याला समूहचिन्ह असे नामाभिधान प्राप्त होते. एखाद्या वस्तू उत्पादकांची अथवा सेवा पुरवठादारांची संघटनाही सूमहचिन्ह नोंदवू शकते व तिच्या सर्व सभासदांना त्याचा वापर करता येतो.

४. सुपरिचित व्यापारचिन्ह (Well Known Trade Mark) - विशिष्ट वस्तूंचे ग्राहक किंवा सेवांचे उपभोक्ते यांना त्या वस्तू व सेवांचे एखादे चिन्ह दीर्घकाळासाठी सुपरिचित झालेले असते व त्यामुळे ते अन्य वस्तू व सेवा मूळ वस्तू व सेवांपासून बाजूला काढू शकतात. अशी चिन्हांना सुपरिचित व्यापारचिन्ह म्हणतात.ही संकल्पनाही १९९९च्या कायद्यात अंतर्भूत करण्यात आलेली आहे.

अगदी सारखे व्यापार चिन्ह – एखादा ट्रेडमार्क बाजारपेठेत ग्राहकांच्या पसंतीला आला, की त्याचा वापर करून आपला फायदा वाढविण्याची इच्छा अन्य उत्पादकांना वा वितरकांना होऊ शकतो. त्यामुळे असे उत्पादक स्थिरावलेल्या व लोकमान्य झालेल्या ट्रेडमार्कसदृश आपला ट्रेडमार्क बनवितात व त्याची नोंदणी करण्याचा प्रयत्न करतात. अस्तित्वात असलेल्या ट्रेडमार्कशी खूपसे साधर्म्य मुद्दाम ठेवून तयार केलेला ट्रेडमार्क ग्राहकांना फसवू शकता; किमानपक्षी गोंधळात तरी टाकू शकतो. अशा ट्रेडमार्कला कायद्याने identical किंवा deceptively similar trade mark अशी संज्ञा वापरली आहे. असे ट्रेडमार्क्स् नोंदविले जात नाहीत. अर्थात तो ट्रेडमार्क अस्तित्वात असलेल्या ट्रेडमार्कसारखाच आहे किंवा नाही, हे ठरविण्यासाठी काही निकष लावले जातात.

उदा.

१. ट्रेडमार्कचे स्वरूप

२. संकल्पनेतील व दृश्य स्वरूपातील साधर्म्य

३. ज्या वस्तूंसाठी ट्रेडमार्क वापरला जाणार आहे त्या वस्तूतील साधर्म्य

४. वस्तूंचे स्वरूप, वैशिष्ट्ये आणि उपयोगिता यांच्यातील समानता

५. वस्तूंचा वापर करणारा ग्राहक वर्ग – त्याचे शिक्षण, उत्पन्न गट इ.

अर्थात्, ट्रेडमार्क ही डोळ्यांमध्ये एकदम स्थिरावणारी प्रतिमा आहे. बऱ्याच वेळा त्याचा खूप तपशील पाहिलाही जात नाही. त्यातील अक्षरांची लांबी, रुंदी, (फाँट टाईप व साईज) रंगसंगती, अक्षर मांडणीतील क्रम, आकार इत्यादींमुळे एकत्रित होणारे चित्र ग्राहकाच्या मनावर ठसते. त्यामुळे त्यातील स्पेलिंग किंवा किरकोळ फेरफार चटकन् लक्षात येत नाही. अशा फसविणाऱ्या ट्रेडमार्कचे रजिस्ट्रेशन नाकारण्याचा अधिकार कायद्याने संबंधितांना दिला आहे; अशा फसव्या नाकारलेल्या ट्रेडमार्कची काही उदाहरणे पुढे दिली आहेत.

१. खाद्यतेलाच्या एका उत्पादकाचा ट्रेडमार्क Saffola आहे. दुसऱ्या तेल उत्पादक कंपनीने त्याच प्रकारच्या अक्षरात (font type & size) व रंगात खाद्यतेलासाठीच Saphola असा ट्रेडमार्क नोंदविण्यासाठी अर्ज केला तेव्हा तो नाकारण्यात आला.

२. चिकटविण्यासाठी वापरात असलेल्या ॲधेसिव्हला (Synthetic Resin Adhesive) Fevicol नावाचा Trade Mark नोंदविलेला असताना तशाच प्रकारच्या उत्पादनाला Trevicol असे व्यापारचिन्ह नाकारले गेले.

३. 'Betaloc' असा ट्रेडमार्क असताना 'Betalong' किंवा 'Essco' असताना 'Osso' ही नाकारलेल्या आणखी काही ट्रेडमार्कची उदाहरणे आहेत.

४. 'Hitachi' हा ट्रेडमार्क नोंदविलेला असताना 'Hitaishi' ची नोंदणी नाकारण्यात आली. (Hitachi Ltd. Vs. Ajay Kumar Agarwal)

५. 'Dimmerstal' हा ट्रेडमार्क अस्तित्वात असताना Dimmer Dot हा ट्रेडमार्क रद्द करण्यात आला. (Automatic Electric Ltd Vs. R.K. Dhavan)

६. Bengal Water Proof Ltd. Vs. Bombay Water Proof Ltd. या केसमध्ये Duk Back ट्रेडमार्कशी साधर्म्य असल्याने ग्राहकांची फसवणूक अथवा ग्राहकांचा गोंधळ होऊ शकेल या न्यायाने 'Duck Back' हा ट्रेडमार्क नाकारण्यात आला.

७. Win Medicare Ltd. Vs. Dua Pharmaceuticals Ltd. या दाव्यात

'Diclomol' हा ट्रेडमार्क अगोदरपासून असताना 'Dicamol' हा ट्रेडमार्क रद्द करण्यात आला.

८. MRF या प्रसिद्ध टायर कंपनीच्या MRF हा ट्रेडमार्क असताना त्याच्या ख्यातीचा फायदा उठविला जाऊ शकेल व ग्राहकांची दिशाभूल होऊ शकेल म्हणून NR Faridabad Rubber या कंपनीच्या NRF या ट्रेडमार्कला नाकारण्यात आले.

कायदा व न्यायालये अशी अपेक्षा करतात, की ग्राहकाने स्वत: पुरेशी खबरदारी घेतली पाहिजे. ट्रेडमार्क नीट पाहिला पाहिजे. तो बरोबर आहे, याची खात्री केली पाहिजे. त्यामुळे कोणता ट्रेडमार्क फसवा आहे, हे न्यायालये प्रत्येक बाबतीत काळजीपूर्वक ठरवितात व अशा फसव्या समान व्यापारचिन्हास नोंदणी देत नाहीत अथवा ती नोंदणी रद्द करून त्याच्या वापरावर बंदी घालतात.

ट्रेडमार्कची नोंदणी कशी करतात ?

जो कोणी एखादा ट्रेडमार्क वापरत असेल किंवा वापर करण्याचा त्याचा मानस असेल असा ट्रेडमार्कधारक ट्रेडमार्कची नोंदणी करू शकतो. त्यासाठी त्याला विहित नमुन्यात रजिस्ट्रार ऑफ ट्रेडमार्क्स यांचेकडे अर्ज करावा लागतो. वेगवेगळ्या वर्गांतील (classes of goods & services) वस्तू व सेवांकरिता ट्रेडमार्कची नोंदणी करण्यासाठी एक अर्ज पुरेसा होतो; पण नोंदणी फी प्रत्येक वर्गासाठी वेगवेगळी भरावी लागते. अर्जदाराचे मुख्य कार्यालय ज्या भौगोलिक प्रदेशात असेल तेथील रजिस्ट्रार ऑफ ट्रेडमार्क्स यांचेकडे अर्ज करावा लागतो. सदर अर्ज रजिस्ट्रार स्वीकारतो अथवा नाकारतो; काही प्रसंगी असा अर्ज सशर्त स्वीकारला जातो.

अर्जाची प्राथमिक छाननी केल्यानंतर रजिस्ट्रारची खात्री झाली, की सदर अर्ज नाकारायला हवा होता, तर तो अर्ज बाद करण्याचे अधिकार रजिस्ट्रारला आहेत. अर्ज स्वीकारल्यानंतर व प्राथमिक छाननी झाल्यावर अर्जित ट्रेडमार्कला प्रसिद्धी दिली जाते. समाजातील कोणाला त्या ट्रेडमार्कवर आपला अधिकार सिद्ध करायचा असेल तर जनतेतील कोणीही त्या ट्रेडमार्कला हरकत घेऊ शकतो. अस्तित्वात असलेल्या ट्रेडमार्कशी साधर्म्य असलेला अथवा फसवा ट्रेडमार्क असेल तर त्याविषयी हरकत घेता येते. जाहिरात प्रसिद्ध झाल्यापासून तीन महिन्यांच्या आत विहित फी भरून अशी हरकत घेता येते. रजिस्ट्रारने आलेल्या हरकतींच्या प्रती ट्रेडमार्क अर्जदारास पाठविल्या पाहिजेत व अर्जदारास त्यावर आपले म्हणणे मांडण्याची संधी दिली पाहिजे. विशिष्ट

मुदतीत अर्जदाराने हरकतीस उत्तर न दिल्यास ट्रेडमार्कसाठी त्याने केलेला अर्ज निकाली काढला जातो.

ट्रेडमार्कच्या जाहिरातीला कोणाची हरकत आली नाही किंवा अर्जदाराने आलेल्या हरकतीचे समाधानकारक निवारण केले, तर रजिस्ट्रार सदर ट्रेडमार्कची नोंदणी करतो; अशी नोंदणी करण्यापूर्वी रजिस्ट्रारने खालील बाबींकडे लक्ष देणे आवश्यक असते.

१. कायद्यातील कलम ९ मध्ये नमूद केलेला ट्रेडमार्क नोंदणी प्रथमदर्शी नाकारण्याची कारणे.
२. कलम १० नुसार रंगाबाबत असलेल्या मर्यादा
३. कलम ११ नुसार ट्रेडमार्क नाकारण्याची तुलनात्मक कारणे
४. कलम १२ नुसार ट्रेडमार्कचा प्रामाणिक आणि सतत वापर
५. कलम १२ प्रमाणे रासायनिक घटकांच्या वगैरे नावाची नोंदणी करण्यावर बंदी.
६. कलम १४ प्रमाणे जिवंत किंवा नुकत्याच मयत झालेल्या व्यक्तींच्या नावाचा समावेश.

काही वेळा काही उद्योगपती उद्योग स्थापन करणाऱ्यांचे आडनाव ट्रेडमार्क म्हणून वापरतात व त्याची नोंदणी करतात. उदा. बजाज, टाटा इत्यादी. कालांतराने त्या नावाची बाजारात इतकी ख्याती होते की, सदर उद्योगाच्या स्पर्धकांना ते आडनाव वापरण्याची इच्छा होते व ते त्या ट्रेडमार्कसाठी प्रयत्न करू लागतात. अर्थात्, मूळ ट्रेडमार्कमध्ये थोडाफार बदल करून ! परंतु, सर्व भर आडनावावर असतो. उदा. रेडिओ लॅम्प लि., या १९३० मध्ये नोंदविलेल्या कंपनीने १९६० मध्ये आपले नाव बजाज इलेक्ट्रॉनिक्स लिमिटेड असे बदलले. आपल्या उत्पादनांसाठी 'बजाज' हे आडनाव ट्रेडमार्क म्हणूनही कंपनी वापरत असे. मेटल्स अँड अलाइड प्रॉडक्ट्स, मुंबई या कंपनीने आपल्या उत्पादनासाठी Bajaj हे नाव वापरायला सुरुवात केली. फक्त Bajaj मधील B हा मोठ्या लिपीतील (capital) आणि पुढची अक्षरे जोडण्याची लकब (style) वेगळी होती. त्यासाठी हरकत घेत बजाज इलेक्ट्रिकल्स लि.,ने दावा दाखल केला. त्यावर मुंबई उच्च न्यायालयाने निकाल देताना म्हटले की, या खटल्यात 'बजाज' या आडनावास देशात व विदेशात खूप ख्याती आहे. प्रतिवादी म्हणजे मेटल्स अँड अलाइड प्रॉडक्ट्स या कंपनीचा 'Bajaj' शब्द वापरण्याचा हेतू त्या आडनावाचा व्यापारी लाभ घेण्याचा आहे. आपली उत्पादने बजाज इलेक्ट्रिकल्सचीच असल्याचे भासवून ती ग्राहकांना विकण्याचा प्रयत्न प्रतिवादीचा आहे; म्हणून त्यांना 'Bajaj' हा ट्रेडमार्क वापरण्यास बंदी करण्यात आली. थोडक्यात, आडनाव हेच ट्रेडमार्क असू शकते व त्याचा गैरवापर कायद्याने रोखता येतो.

खालील कारणांसाठी ट्रेडमार्कची नोंदणी करणे नाकारले जाते.

१. अस्तित्वात असलेल्या ट्रेडमार्कशी फसवणारे साधर्म्य किंवा समाजाला फसवील अथवा गोंधळात टाकील असा ट्रेडमार्क असेल तर,

२. धार्मिक भावना दुखविणारा किंवा समाजाच्या विशिष्ट वर्गाच्या किंवा विशिष्ट समाजाच्या भावना दुखविणारा मजकूर (शब्द, चिन्ह वगैरे) ट्रेडमार्कमध्ये असेल तर,

३. लाजिरवाणा (scandalous) किंवा अश्लील, बीभत्स (obscene) मजकूर ट्रेडमार्कमध्ये असेल तर,

४. Emblames & Names Act 1950 मध्ये निषिद्ध केलेला मार्क ट्रेडमार्क असेल तर,

५. ज्या वस्तूसाठी ट्रेडमार्क घ्यायचा आहे त्या वस्तूचाच आकार ट्रेडमार्कमध्ये असेल तर,

६. तांत्रिक परिणती (technical result) मिळविण्यासाठी वस्तूचा जो आकार आवश्यक असेल तोच आकार ट्रेडमार्कमध्ये घेतला तर,

७. ज्या आकाराने वस्तूला खूपच मूल्य प्राप्त होईल असा आकार ट्रेडमार्कमध्ये असेल तर,

काही ट्रेडमार्कमध्ये भौगोलिक प्रदेशाचे नाव असते. उदा. आसाम (चहासाठी), गुजरात (स्टील पाईपसाठी), कोकण (हापूस आंब्यासाठी), येवला (पैठणीसाठी) असे प्रादेशिक संदर्भ असलेले नाव ट्रेडमार्कमध्ये समाविष्ट करण्याबाबत काही निकाल पाहता येतील. Hi-Tech Pipes Ltd. Vs Asian Mills Pvt.Ltd. या दाव्यात दिल्ली हायकोर्टने म्हटले की, 'गुजरात' हे भौगोलिक प्रदेशाचे नाव स्टील पाईप्ससंदर्भात ट्रेडमार्क म्हणून अनेक वर्षे वापरल्याने त्या उत्पादनाची एक वेगळी ओळख प्राप्त झाली आहे. म्हणून प्रतिवादीने 'गुजरात' हाच ट्रेडमार्क आपल्या MS ERP Pipes साठी वापरू नये. हिमालया इंडस्ट्रीज पुणे विरुद्ध राजस्थान ॲसेबेस्टॉस सिमेंट कंपनी, जयपूर या दाव्यात दिल्ली हायकोर्टने निकाल देताना वस्तूंचा 'हिमालय' या पर्वताशी काहीच संबंध नसल्याने 'हिमालय' हा ट्रेडमार्क वापरास बंदी घालावी, हा वादीचा दावा फेटाळून लावला. तसेच Pals Distilleries Ltd Vs या केसमध्ये Dahisar Distilleries Pvt. Ltd. ने या केसमध्ये ('North Pole') या शब्दाचा ट्रेडमार्क म्हणून वापर वैध मानला. भारतात Geographical Indications of Goods (Registration and Protection) Act 1999 असून तो भौगोलिक विशेषता अधिकाराची नोंदणी व संरक्षण याकडे लक्ष देतो. भौगोलिक विशेषता हासुद्धा बौद्धिक संपदेचा एक प्रकार

आहे. त्याबाबत सविस्तर विवेचन या पुस्तकात प्रकरण ८ मध्ये केले आहे.

वस्तूच्या गुणवत्तेशी किंवा दर्जाशी संबंध नाही असा एखादा आकर्षक, भपकेदार शब्द ट्रेडमार्क म्हणून नोंदविता येतो. उदा. legend किंवा promise (paste, brushes, combs इत्यादींसाठी) अत्यंत कलात्मकतेने लिहिलेले एखादे अक्षरही ट्रेडमार्क म्हणून नोंदविता येते. उदा. M (मॅकडोनाल्डसाठी) ; g (furniture) साठी इ.

एखादा ट्रेडमार्क वर्षानुवर्षे वापरात असतो ; परंतु, तो नोंदविलेला नसतो. असा ट्रेडमार्क अन्य कोणी नोंदविण्यासाठी अर्ज केला तर रजिस्ट्रार ऑफ ट्रेडमार्कने खात्री केली पाहिजे की, वापरात असलेल्या ट्रेडमार्कला अन्य कोणत्या कायद्याने संरक्षण दिले आहे का ? तसे संरक्षण असेल तर अन्य कोणी त्याच्या नोंदणीसाठी अर्ज केला तरी त्याची नोंदणी करता येत नाही. अर्थात्, नोंदणी नाकारण्यापूर्वी जाहिरातीवर मूळ ट्रेडमार्कधारक अथवा अन्य कोणाचीतरी हरकत यायला हवी. रजिस्ट्रार ऑफ ट्रेडमार्क स्वत:हून (suo-moto) नोंदणी नाकारू शकत नाही.

ज्या ट्रेडमार्क्सला कॉपीराइट कायद्याखाली संरक्षण असेल त्याचीही नोंदणी ट्रेडमार्क कायद्यानुसार अन्य कोणास करता येत नाही.

काही ट्रेडमार्क्सचा वापर एकापेक्षा जास्त उत्पादक/वितरक अनेक वर्षे बरोबरीने करत असतात. एकच ट्रेडमार्क किंवा साधारण सारखे ट्रेडमार्क एकाच प्रकारच्या वस्तूसाठी ते प्रामाणिकपणे वापरतात. (honest & concurrent use) अशा परिस्थितीत ट्रेडमार्कचा वापर सर्वांनीच करण्याचा अधिकार न्यायालयांनी मान्य केला आहे. उदा. ग्लॅक्सो इंडिया लि., ही कंपनी 'zupar' या नावाने औषधी गोळ्या उत्पादित करत होती व तिने zupar हा ट्रेडमार्क कायद्याखाली नोंदविला होता. एन्डोरा लॅबोरेटरीज प्रा. लि., ही कंपनीसुद्धा 'bupar' हे नाव ग्लॅक्सो कंपनीच्या zupar या ट्रेडमार्क नोंदणीपूर्वी Drugs and Cosmetics Act (ट्रेडमार्क कायद्याखाली नव्हे) खाली नोंदविलेले होते. थोडक्यात, दोन्ही कंपन्या zupar आणि bupar अशा साधर्म्य असलेल्या ट्रेडमार्कने टॅबलेट्स उत्पादित करत होत्या ; अशा परिस्थितीत एन्डोरा लॅबोरेटरीज प्रा.लि. या कंपनीने 'Bupar' हा ट्रेडमार्क वापरू नये. (कारण तो आमच्या नोंदविलेल्या ट्रेडमार्क्ससारखा आहे.) हा ग्लॅक्सो कंपनीचा दावा दिल्ली हायकोर्टाने फेटाळून लावला. थोडक्यात, समान किंवा साधर्म्य असलेल्या ट्रेडमार्कचा honest & concurrent वापर होत आला असेल तर सामान्यपणे न्यायालये त्याला प्रतिबंध करत नाहीत.

रासायनिक मूलद्रव्याचे (chemical element) नाव उदा. तांबे, चांदी, हायड्रोजन इ. ट्रेडमार्क म्हणून नोंदविता येत नाही ; तसेच जागतिक स्तरावरील सार्वजनिक नाव (international non proprietory names) सुद्धा ट्रेडमार्क म्हणून नोंदविण्यास

कायद्याने बंदी आहे. उदा. जागतिक आरोग्य संघटनेने जागतिक, सार्वजनिक शब्द असे वर्णन केलेला व रजिस्ट्रारने जाहीर केलेला कोणताही शब्द किंवा त्या शब्दासारखा दुसरा शब्द ट्रेडमार्क म्हणून नोंदविता येत नाही.

कायद्यात सहाधिकारी (associated) ट्रेडमार्क ही आणखी एक संकल्पना आहे. कलम १६ नुसार असोसिएटेड ट्रेडमार्क नोंदविता येतो. त्यासाठी पुढील बाबींची पूर्तता व्हावी लागते.

१. पूर्वी नोंदविलेल्या ट्रेडमार्कशी साधर्म्य हवे.

२. नोंदविलेल्या ट्रेडमार्कधारकानेच सहाधिकारी ट्रेडमार्क नोंदणीसाठी अर्ज करायला हवा.

३. सहाधिकारी ट्रेडमार्कचा हा अर्ज त्याच किंवा त्यासारख्या वस्तू/सेवांसाठी असायला हवा.

४. नोंदविलेल्या ट्रेडमार्कचे व अर्ज केलेल्या सहाधिकारी ट्रेडमार्कचे वर्णन सारखे असायला हवे.

ट्रेडमार्क नोंदणीने मिळणारे अधिकार व ट्रेडमार्कचे उल्लंघन

ज्या वस्तू/सेवांसंबंधी ट्रेडमार्कची नोंदणी केली असेल त्या वस्तू/सेवांसाठी ट्रेडमार्क वापरण्याच्या एकाधिकार नोंदणीमुळे ट्रेडमार्कधारकास मिळतो. ट्रेडमार्कचा वापर करणे, न करणे; अन्य कोणास करायला परवानगी देणे हे अधिकार ट्रेडमार्कधारकास आहेत. ट्रेडमार्क अन्य कोणास वापरायला देण्यासाठी त्यापोटी किंमत (consideration) स्वीकारण्याचाही अधिकार त्याला आहे. आपला ट्रेडमार्क रद्द करून घेण्याचा हक्क ट्रेडमार्कधारकास आहे. नोंदविलेल्या ट्रेडमार्कमध्ये तो भर घालू शकतो किंवा त्यात बदल करू शकतो.

ट्रेडमार्कची नोंदणी केल्यापासून सुरुवातीला ट्रेडमार्कचा अधिकार दहा वर्षांसाठी मिळतो; परंतु वेळोवेळी योग्य ती मुदतवाढ फी भरून व अर्ज करून त्याला अमर्याद काळासाठी मुदतवाढ मिळते.

Parry and Co.Ltd Vs Perry and Co. या केसमध्ये मद्रास हायकोर्टाने निर्णय दिला, की ज्या उत्पादनासाठी ट्रेडमार्क मिळाला असेल, केवळ त्या उत्पादनासाठीच त्याचा वापर करता येईल, अन्य उत्पादनांसाठी नाही. सदर केसमध्ये 'बिस्किट'साठी ट्रेडमार्क घेतला होता तो 'confectionery' साठी वापरला असता कोर्टाने त्यास मनाई केली.

नोंदविलेला ट्रेडमार्क जसाच्या तसा किंवा साधर्म्य असलेला ट्रेडमार्क मुद्दाम व ग्राहकांची फसवणूक अथवा दिशाभूल करण्याच्या उद्देशाने, अन्य कोणी

ट्रेडमार्कधारकाची परवानगी न घेता वापरला तर ट्रेडमार्कधारकाच्या एकाधिकाराचे उल्लंघन झाले (Infringement of Trade Mark) असे समजले जाते.

सामान्यत: खालील बाबींचा विचार करून उल्लंघन झाले आहे, असे ठरविण्यात येते.

१. नोंदणीकृत ट्रेडमार्कधारकाशिवाय अन्य कोणी त्या ट्रेडमार्कचा वापर करणे.

२. नोंदलेल्या ट्रेडमार्कमध्ये किरकोळ बदल करून त्याचा वापर करणे.

३. ट्रेडमार्कधारकाच्या नियमित व्यापारामध्येच अशा उल्लंघित ट्रेडमार्कचा उपयोग करणे.

४. नोंदलेल्या ट्रेडमार्कशी साधर्म्य असलेला ट्रेडमार्क वापरणे.

५. समाजाच्या मनात ट्रेडमार्कबाबत संशय/गोंधळ निर्माण करणे.

६. नोंदविलेला ट्रेडमार्क अन्य कोणीतरी आपलाच आहे, अशी जाहिरात करणे.

ट्रेडमार्कचे उल्लंघन झाले आहे किंवा नाही, हे प्रत्येक दाव्याची परिस्थिती पाहूनच ठरविले जाते. खालील काही दावे उदाहरणासाठी पाहता येतील.

१. विशिष्ट रंगसंगती व आकारात 'बेडूक' हा ट्रेडमार्क नोंदविला होता. त्याचसारख्या रंगसंगतीत दुसऱ्या कंपनीने 'मगर' वापरून ट्रेडमार्क केला. मद्रास हायकोर्टने ट्रेडमार्कचे उल्लंघन झाले नाही, असा निकाल दिला; कारण बेडूक आणि मगर यातील फरक सहजपणे सामान्य माणसासही चटकन् समजतो. (R. S. Konda Swamy & others Vs New Jothi Match Co.)

२. सारख्याच उत्पादनांसाठी वापरलेले ट्रेडमार्क 'Energex' आणि 'Enerjase' भिन्न आहेत व त्याने एकमेकांच्या ट्रेडमार्क अधिकाराचे उल्लंघन होत नाही. (Indo Pharma Pharmaceuticals Works Ltd Vs. Citadel Fine Pharmaceuticals Ltd.)

३. सौंदर्यप्रसाधनांच्या उत्पादनांसाठी Lakme हा सर्वश्रुत ट्रेडमार्क आहे. सुहास ट्रेडिंग यांनी तशाच उत्पादनांसाठी त्याचा आकार व रंगसंगतीत 'Like-me' चा वापर केला, तर दिल्ली हायकोर्टने त्याला ट्रेडमार्क उल्लंघन मानले.

४. तुपासाठी Mathura Ghee हा ट्रेडमार्क नोंदविलेला असताना अक्षरांच्या त्याच आकारात, रंगात सारखाच दिसणारा 'Mathurag Ghee' हा ट्रेडमार्क वापरण्यास आंध्रप्रदेश उच्च न्यायालयाने Sri Sai Agencies P.Ltd. Vs Chintala Rama Rao या दाव्यात मनाई हुकूम दिला.

५. अल्सर या रोगावर इलाज करणारे आयुर्वेदिक औषध Alsarex आणि

ॲलोपॅथीतील Ulcerex हे औषध यांचे साधर्म्य पाहून दिल्ली उच्च न्यायालयाने चरक फार्मास्युटिकल्स विरुद्ध दीपफार्मा लि., या दाव्यात ट्रेडमार्कचे उल्लंघन झाल्याचा निकाल दिला.

६. व्हिस्कीसाठी Diplomat हा ट्रेडमार्क नोंदविलेला असताना दुसऱ्या उत्पादकाने कॉक्स डिप्लोमॅट प्रिमियम व्हिस्की असा ट्रेडमार्क वापरून ट्रेडमार्कच्या अधिकाराचे उल्लंघन झाल्याचा निकाल मध्यप्रदेश उच्च न्यायालयाने कॉक्स डिस्टिलरी व इतर विरुद्ध मॅकडोवेल आणि कंपनी या प्रकरणात दिला.

अधिकाराचे उल्लंघन झाल्याचा दावा कोण करू शकतो?

ट्रेडमार्कने प्राप्त झालेल्या अधिकाराचे अन्य कोणी उल्लंघन केले असेल तर त्यासाठी खालीलपैकी कोणीही दावा दाखल करू शकतो.

१. नोंदणीकृत ट्रेडमार्कधारक किंवा त्याचा कायदेशीर वारसदार किंवा
२. ट्रेडमार्कचा नोंदणीकृत उपयोग कर्ता किंवा
३. ट्रेडमार्क नोंदणीसाठी अर्ज केलेला अर्जदार किंवा
४. सह ट्रेडमार्कधारकांपैकी कोणी एक किंवा
५. भारतात ट्रेडमार्कचे उल्लंघन झाले असेल तर भारतात नोंदणी केलेला ट्रेडमार्कधारक

ट्रेडमार्कचे उल्लंघन झाल्यास ट्रेडमार्कधारकास दिवाणी मार्गाने खालील उपाय करता येतात.

१. ट्रेडमार्कचे पुन्हा उल्लंघन होऊ नये अशी मनाई करणारा आदेश मिळविणे.
२. ट्रेडमार्क अधिकाराचे उल्लंघन केल्याने बुडालेल्या नफ्याची भरपाई मागणे.
३. साधर्म्य असलेला अथवा तोच ट्रेडमार्क ज्या लेबलवर वापरला असेल ती लेबल्स ताब्यात घेणे अथवा रद्द करणे अथवा पुसून टाकणे.

दिवाणी मार्गाशिवाय काही प्रशासकीय स्तरावरही उपाय असतात. ट्रेडमार्क कायद्यात रजिस्ट्रार, इंटेलेक्च्युअल प्रॉपर्टी ॲपेलेट बोर्ड अशा प्रशासकीय संस्था आहेत. त्यांच्याकडे ट्रेडमार्क उल्लंघनाच्या बाबी नेऊन खालील उपाय करता येतात.

१. ट्रेडमार्क नोंदणीसाठी वस्तू व सेवांचे वर्गीकरण ठरविणे.
२. वस्तू व सेवांच्या वर्गीकरणाचे वर्णानुक्रमानुसार (alphabetical) प्रकाशन करणे.
३. ट्रेडमार्क नोंदविणे किंवा नोंदणी नाकारणे.

४. ट्रेडमार्क रजिस्टरमध्ये दुरुस्ती किंवा बदल करणे.

५. ट्रेडमार्क नोंदणी पुढे चालू ठेवणे, काढून टाकणे किंवा काढलेली पुन्हा रजिस्टरमध्ये नोंदणे.

६. ट्रेडमार्कसंबंधी हक्क हस्तांतरणाची नोंद करणे.

७. ट्रेडमार्क उल्लंघनासंबंधी पुरावा घेणे व तपासणे, साक्षीदार बोलावणे व त्यांच्या साक्षी घेणे.

८. सार्वजनिक दप्तर (public record) मागविणे व तपासणे.

यांशिवाय ट्रेडमार्कधारकास काही फौजदारी उपायसुद्धा उपलब्ध आहेत. ट्रेडमार्कचे उल्लंघन करणारा म्हणजेच खालील गोष्टी करणारा माणूस/फर्म/कंपनी फौजदारी गुन्ह्यास पात्र आहेत.

१. ट्रेडमार्क खोटेपणाने (परवानगी न घेता) वापरणे.

२. खोटे ट्रेडमार्क वापरणे.

३. खोटे ट्रेडमार्क किंवा व्यापार वर्णन असलेल्या वस्तूंची विक्री करणे.

४. ट्रेडमार्क नोंदविलेला नसताना तो नोंदविलेला आहे असे खोटे भासविते.

५. ट्रेडमार्क रजिस्टरमध्ये खोट्या नोंदी करणे.

वरील गुन्ह्यांसाठी किमान ६ महिन्यांची कैद आणि रु. ५०,०००चा दंड तर कमाल ३ वर्षे कैद व २,००,००० रुपयांचा दंड अशी शिक्षा आहे. काही गुन्ह्यांत तर ज्या वस्तूंवर खोटे ट्रेडमार्क वापरले आहेत, अशा सर्व वस्तू सरकारच्या ताब्यात देण्याचीही तरतूद आहे.

भारतातील ट्रेडमार्क कायद्यासाठी नोंदणी केल्यावर मिळणारे चिन्ह वापरायचा अधिकार केवळ भारतासाठीच मर्यादित आहे. अन्य कोणत्या देशात ते चिन्ह वापरण्याचा अधिकार हवा असेल तर त्या प्रत्येक देशात नोंदणी करणे आवश्यक आहे. युरोप, जपान, चीन यांसारख्या काही देशांत ट्रेडमार्क नोंदविल्यावरच अधिकार मिळतो; म्हणजे एखाद्याने नोंदणी न करता ट्रेडमार्कचा वापर सुरू केला, काही काळ त्याने तो ट्रेडमार्क वापरून आपली ख्याती केली आणि कालांतराने दुसऱ्याने कोणी त्याच ट्रेडमार्कची नोंदणी केली, तर अशा नोंदणीकृत ट्रेडमार्कधारकाला एकाधिकार मिळेल. त्याच्या आधी कितीही काळ सदर ट्रेडमार्कचा वापर करणाऱ्यास त्याने नोंदणी केली नसल्यामुळे अधिकार मिळणार नाही व नोंदणीकृत पेटंटधारकाविरुद्ध तो दाद मागू शकणार नाही. सबब अशा देशात नोंदणी न करता ट्रेडमार्कचा वापर टाळणे श्रेयस्कर ठरते.

६.७ औद्योगिक संकल्पचित्र (Industrial Designs)

स्वरूप

एखाद्या वस्तूला/उत्पादनाला ग्राहकांची पसंती त्या वस्तूच्या उपयोगितेने जशी मिळते तशीच त्या उत्पादनाच्या व त्याच्या वेष्टनाच्या बाह्य दृश्यरूपानेही मिळते; म्हणूनच उत्पादनाच्या डिझाइनइतकेच त्या उत्पादनाच्या वेष्टनाचे डिझाइन महत्त्वाचे ठरते. आकार, रंगसंगती, प्रकार आणि सुशोभीकरण या साऱ्यांना एकत्रितपणे डिझाइन (संकल्पचित्र) म्हणता येईल. जे उत्पादन नेत्रांना सुखावते आणि मानसिकदृष्ट्या आकर्षक वाटते, त्याचे डिझाइन चांगले आहे असे मानतात; अशा डिझाइनमुळे उत्पादनांची विक्री वाढते म्हणून ती उद्योग व्यापाराच्या दृष्टीने एक मालमत्ता आहे. डिझाइनची कल्पना करणे व एखाद्या औद्योगिक प्रक्रियेने किंवा साधनाने ते डिझाइन प्रत्यक्षात उतरविणे ही बौद्धिक संपदा आहे. या संपदेचे रक्षण करण्यासाठी जगभरात 'डिझाइन्स ॲक्ट' आहे.

बाजारात आपण अनेक वस्तू पाहतो. दुचाकी किंवा चारचाकी वाहने, टेलिव्हिजन, संगणक, रेडिओ, वॉशिंग मशिन्स इ. या वस्तूंचे उत्पादक अनेक असतात व त्यांची मॉडेल्स विविध असतात. त्यांची उपयोगिता थोड्याफार फरकाने सारखीच असते. किमतीतही फार फरक नसतो; मग सारखी उपयोगिता व सारखी किंमत असलेल्या अनेक पर्यायी वस्तूंमधून आपण एका वस्तूची निवड कशाच्या आधारे करतो? तो आधार असतो नेत्राला सुखावणारे किंवा मनाला भावणारे त्या वस्तूचे बाह्यरूप म्हणजेच आकार, रंगसंगती, पॅकिंग, अक्षरे यांचा एकत्रित परिणाम. कधी कधी तर या डिझाइनमुळे वस्तूसाठी जास्त किंमत देण्यासही ग्राहक तयार होतो. याचाच अर्थ वस्तूचे बाह्य रूप, रंगसंगती आणि अलंकारिक सादरीकरण याने विक्री वाढते, नफा वाढतो; म्हणून डिझाइन ही बौद्धिक संपदा मानली जाते व तिला कायद्याने संरक्षण देण्याची गरज भासते.

वस्तूच्या उपयोगितेला किंवा उपयोगितेनुसार आवश्यक त्या आकाराला संरक्षण देण्याचा कायद्याचा उद्देश नाही, तर वस्तूच्या किंवा वेष्टनाच्या डिझाइनला संरक्षण देणे अभिप्रेत आहे. डिझाइन म्हणजे आकाराचे, रंगसंगतीचे किंवा सजावटीचे वैशिष्ट्य की ज्यामुळे ते उत्पादन ग्राहकांच्या नजरेत भरेल आणि त्यास खरेदी करण्यासाठी आवाहन करेल. असे डिझाइन नोंदविले तर त्याला कायद्याने संरक्षण मिळविता येते. कायद्यानुसार नोंदणी करायच्या डिझाइनची वैशिष्ट्ये पुढीलप्रमाणे असायला हवीत.

१) नावीन्य – नोंदणी करण्यासाठी डिझाइन नवीन असायला हवे. डिझाइनरने

आपले कौशल्य, श्रम आणि कलाकारी त्यात वापरलेली हवी.

२) डिझाइन संपूर्ण उत्पादनाचे असू शकते किंवा त्या उत्पादनातील एखादा भाग सुटा तयार करून विकता येत असेल, तर अशा सुट्ट्या भागाचेही डिझाइन नोंदविता येते.

३) ज्या उत्पादनाचे एक अविभाज्य अंग म्हणून दुसरे उत्पादन वापरले जात असेल, त्याचे डिझाइन मूळ उत्पादनाशी मिळतेजुळतेच असायला पाहिजे.

४) उत्पादनाचे डिझाइन त्या उत्पादनाच्या उपयोगितेशी अवलंबून नको.

थोडक्यात, रेषा, प्रतिमा, रंगसंगती इत्यादींचा वापर करून एखाद्या उत्पादनाचा आकार व त्याचे देखणेपण यात भर घालून ग्राहकाला आकर्षित करून खरेदी करण्यास उद्युक्त करते, त्या डिझाइनची नोंदणी करता येते. डिझाइन द्विमिती किंवा त्रिमितीमध्ये मांडता येते.

भारतातील डिझाइन कायदा

भारतात यासंबंधीचा पहिला कायदा होता पेटंट्स अँड डिझाइन्स ऑक्ट १८७२. त्यानंतर १८८८ मध्ये इन्व्हेंशन अँड डिझाइन ऑक्ट पारित झाला. १९११ मध्ये इंडियन पेटंट्स अँड डिझाइन ऑक्ट हा कायदा ब्रिटिश पेटंट्स अँड डिझाइन्स ऑक्टच्या धर्तीवर अस्तित्वात आला. १९७० मध्ये नवीन पेटंट कायदा झाला आणि १९११ च्या कायद्याने केवळ इंडस्ट्रियल डिझाइन्सचे नियमन होत राहिले. त्यानंतर डिझाइन्स ऑक्ट २००० पारित झाला आणि सदर कायदा ११/०५/२००१ पासून लागू करण्यात आला.

डिझाइन नोंदविण्याची भारतातील प्रक्रिया

औद्योगिक डिझाइन किंवा उत्पादन/वस्तूंचे डिझाइन याची नोंदणी डिझाइन कायद्याखाली होते, तर निव्वळ कलात्मक कृतींचे संरक्षण कॉपीराइट कायद्याखाली नोंदणी करून मिळविता येते. डिझाइन नोंदविण्यासाठी खालील पायऱ्या आहेत.

१) नोंदणीसाठी अर्ज - नवीन डिझाइनच्या कर्त्याने डिझाइन नोंदविण्यासाठी अर्ज केला पाहिजे; अशा कर्त्याने जर डिझाइन कोणास विकली असेल तर डिझाइनचा खरेदीदार नोंदणीसाठी अर्ज करू शकतो.

२) नोंदणी अर्जासोबत डिझाइनच्या चार प्रती अर्जदाराने साक्षांकित करून जोडल्या पाहिजेत. सदर डिझाइन कोणत्या गटात/प्रकारात नोंदवायचे आहे व कोणत्या उत्पादनासाठी ते वापरले जाणार आहे, हे लिहायला हवे. डिझाइन्स

कायदा २००० नुसार उत्पादनांचे वर्गीकरण ३१ गटांत केले आहे. उदा. खाद्यपदार्थांचा गट क्र. १, गट क्र. ६ मध्ये फर्निशिंगची उत्पादने इ. डिझाइन नोंदणीचा अर्ज कोणत्या तरी एका गटाच्या उत्पादनांसाठीच करायला हवा.

३) सदर नोंदणी अर्जामध्ये डिझाइनमधील नावीन्याचे वर्णन असते. त्यात मोजमाप आणि ते डिझाइन समोरून, बाजूने कसे दिसेल हे नमूद केलेले असते. डिझाइनमध्ये अक्षरे, शब्द किंवा आकडे असतील आणि ते त्या डिझाइनचा अविभाज्य भाग असतील तर अशी अक्षरे, शब्द किंवा आकडे वापरण्याचा एकाधिकार केवळ अर्जदारास असणार नाही, असे निवेदन अर्जदाराने द्यावे लागते. डिझाइनमध्ये एखाद्या जिवंत माणसाची प्रतिमा किंवा नाव असेल, तर त्याची संमती अर्जासोबत हवी. एखाद्या मयत माणसाचे नाव/प्रतिमा डिझाइनमध्ये असल्यास, त्याच्या कायदेशीर वारसांची संमती अर्जासोबत हवी. डिझाइनमधील नावीन्यासंदर्भातील निवेदन खालील प्रकारचे असते- "Novelty resides in the shape and configuration of the article as illustrated." किंवा "The Novelty resides in the portion marked as 'A' and 'B' of the article as illustrated." किंवा "The Novelty resides in the portion marked as 'A' and 'B' of the article as illustraed." किंवा "The Novelty resides in the floral ornamentation of the carpet as illustrated."

४) जे डिझाइन नवीन नाही किंवा मूळ नाही किंवा जे डिझाइन पूर्वीच प्रसिद्ध झाले आहे किंवा सध्या ज्ञात असलेल्या डिझाइनपेक्षा फारसे वेगळे नाही, असे डिझाइन नोंदविले जात नाही.

५) अर्ज मिळाल्यानंतर कंट्रोलर ऑफ डिझाइन्स त्यावर विचार करतात. डिझाइनबाबत काही हरकती (objections) असल्यास त्या अर्जदारास लेखी कळविल्या जातात. त्यांची उत्तरे अर्जदाराने एका महिन्यात द्यायची किंवा प्रत्यक्ष सुनावणीसाठी एक महिन्यात अर्ज करायचा. यापैकी काहीच न केल्यास अर्जदाराने अर्ज माघारी घेतला असे समजले जाते.

६) हरकतींच्या स्पष्टीकरणावर विचार करून डिझाइन नोंदणीविषयी कंट्रोलर निर्णय घेतात व तो निर्णय अर्जदारास लेखी स्वरूपात कळविला जातो. कंट्रोलरने नोंदणीस नकार दिल्यास अर्जदार त्याची कारणे मागू शकतो.

७) कंट्रोलरने डिझाइन नोंदण्याचा निर्णय घेतल्यास अर्जदारास नोंदणी प्रमाणपत्र दिले जाते व सदर डिझाइन रजिस्टर ऑफ डिझाइनमध्ये नमूद केले जाते. प्रत्येक नोंदणीकृत डिझाइनला स्वतंत्र क्रमांक असतो. तसेच वस्तूंच्या कोणत्या

गटात त्याची नोंदणी झाली व अर्जाची तारीख याचाही उल्लेख असतो.

८) डिझाइन्सची नोंदणी झाली, की नोंदणीकृत डिझाइनच्या कर्त्यास त्या डिझाइनच्या वापराचा एकाधिकार (copyright) मिळतो. तसेच सदर डिझाइनचा अनधिकृत/चोरून वापर करण्यापासून संरक्षण मिळते. शासनासही डिझाइनच्या कॉपीराइटचा आदर करावा लागतो.

९) नोंदणीकृत डिझाइन रद्द करण्यासाठी पुढील कारणांचा आधार घेऊन उच्च न्यायालयात याचिका दाखल करता येते.

१. सदर डिझाइन यापूर्वीच भारतात नोंदविले आहे.

२. सदर डिझाइनची नोंदणी करण्यापूर्वी ते भारतात प्रसिद्ध केले आहे.

३. सदर डिझाइन नवीन अथवा मूळ नाही.

Flow Chart of Design Application up to Acceptance

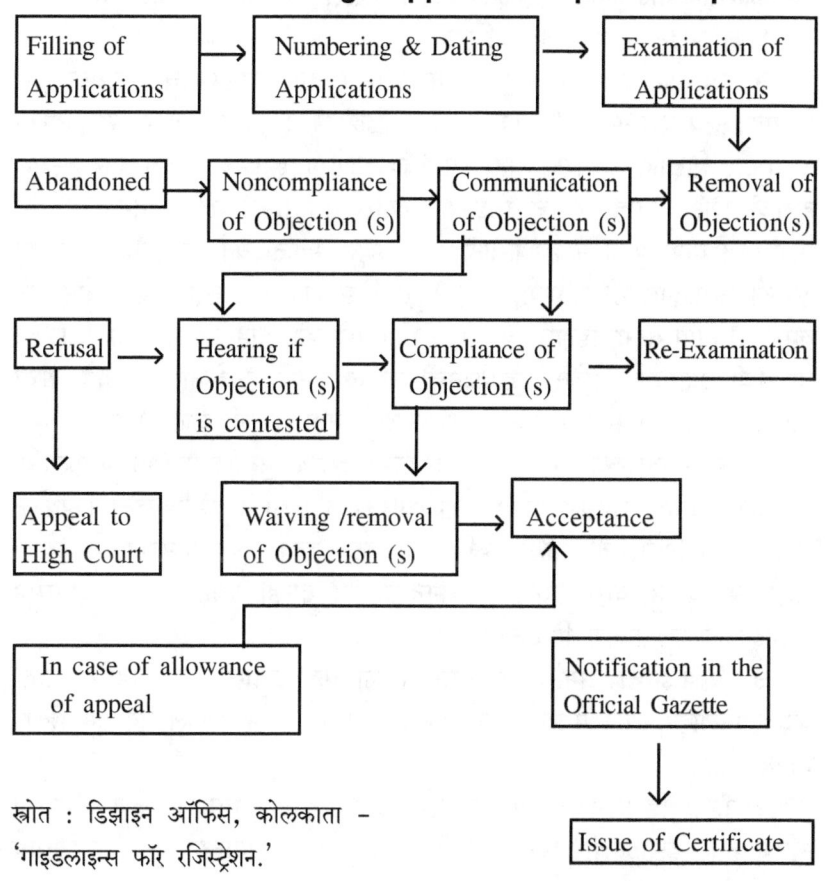

स्रोत : डिझाइन ऑफिस, कोलकाता –
'गाइडलाइन्स फॉर रजिस्ट्रेशन.'

नोंदणीकृत डिझाइनकर्त्यांचे अधिकार

डिझाइनची नोंदणी केल्यानंतर कर्त्यास काही अधिकार प्राप्त होतात; परंतु, त्यासाठी कर्त्याने खालील दोन बाबींची खबरदारी घ्यायला हवी.

१. नोंदणीकृत डिझाइन जेव्हा जेव्हा निर्दिष्ट उत्पादन/वस्तूला वापरले जाईल, तेव्हा त्यावर registered किंवा RD हा शब्द नोंदलेला असला पाहिजे. तसेच त्याचा नोंदणी क्रमांकही लिहिलेला हवा; अर्थात कपडे (textile goods) किंवा लेस (नाडी) ज्यावर असे छापणे व्यवहारत: अवघड आहे. अशा वस्तूंना ही अट लागू नाही.

२. जे डिझाइन नोंदले आहे तेच डिझाइन फेरफार न करता उत्पादनाला/ वस्तूला वापरले असले पाहिजे.

कायद्याने नोंदणीकृत डिझाइनधारकास दिलेले अधिकार खालीलप्रमाणे-

१. डिझाइन वापरण्याचा अधिकार

२. डिझाइनचा अनधिकृत अथवा चोरून वापर रोखण्याचा अधिकार – डिझाइनकर्त्यांच्या परवानगीशिवाय सदर डिझाइनचा होणारा वापर रोखण्याचा अधिकार डिझाइनकर्त्यास आहे. अनधिकृतपणे डिझाइनचा वापर करणाऱ्यास दंडाची शिक्षा आहे. तसेच डिझाइनकर्त्यास नुकसानभरपाईही मिळते; असा अनधिकृत वापर पुन्हा न होण्यासाठी मनाई हुकूम मागता येतो. नोंदणीकृत डिझाइन दुसऱ्या उत्पादनासाठी वापरणे, नोंदणीकृत डिझाइनचे बेकायदा नक्कल/अनुकरण करणे, विनापरवाना डिझाइनचा उपयोग करणे ही काही अनधिकृत डिझाइन वापराची उदाहरणे आहेत. डिझाइनची नक्कल करणे हे बेकायदा आहे याची माहिती असूनही फसवणूक करण्याच्या उद्देशाने नक्कल केली जाते; म्हणजेच मूळ उत्पादनाचे अथवा त्याच्या वेष्टनाचे डिझाइन दुसऱ्या उत्पादनास/नक्कल केलेल्या उत्पादनास अथवा वेष्टनास वापरणे. याशिवाय मूळ डिझाइनमध्ये अगदीच किरकोळ बदल करून डिझाइनची नक्कल केली जाते. बदल इतके सूक्ष्म असतात, की दोन्ही डिझाइन्स बघणाऱ्यास सारखीच वाटतात. या दोन्ही प्रकारच्या नक्कलपासून डिझाइनकर्त्यास संरक्षण मिळविता येते.

३. डिझाइनचा अनधिकृत वापर/नक्कल करणाऱ्यास त्याचे हिशेब सादर करायला लावून त्याने मिळविलेला नफाही डिझाइनकर्त्यास झालेले नुकसान म्हणून मागता येतो.

आपल्या डिझाईनच्या अधिकाराचे उल्लंघन झाले आहे म्हणजेच आपल्या नोंदणीकृत डिझाइनची नक्कल झाली आहे अथवा आपल्या परवानगीशिवाय

डिझाइनचा वापर झाला आहे, हे सिद्ध करण्यासाठी डिझाइनकर्त्याने दावा दाखल केला पाहिजे. डिझाइन आपल्या नावे नोंदले आहे, ते आजही वैध आहे, हे न्यायालयास पटवून देता आले पाहिजे. त्यानंतर सदर डिझाइन अधिकाराचे उल्लंघन आपण केलेले नाही, हे सिद्ध करण्याची जबाबदारी कायद्याने प्रतिवादीवर (defendent) टाकलेली आहे.

डिझाइन नोंदविल्यानंतर त्याचा वापर करण्याचा एकाधिकार डिझाइनकर्त्यास कायद्याने दहा वर्षांसाठी दिला जातो. हा अधिकार आणखी पाच वर्षांसाठी वाढवून मिळू शकतो. म्हणजेच डिझाइनचा अधिकार कमाल १५ वर्षांसाठी आहे.

६.८ भौगोलिक विशेषता दर्शक चिन्ह (Geographical Indications)
अर्थ

काही उत्पादने ज्या भौगोलिक प्रदेशात तयार होतात त्यांना त्या भौगोलिक प्रदेशाच्या नावाने एक वेगळी ओळख मिळते. उदा. रत्नागिरी हापूस, देवगड हापूस, पॉरिसची परफ्यूम्स, काश्मीरमधील केशर, दार्जिलिंग चहा, फ्रेंच शॅम्पेन, स्कॉच, व्हिस्की, पुणेरी पगडी, कोल्हापुरी चप्पल इत्यादी; ग्राहकांना त्या नावाने उत्पादनांच्या गुणवत्तेची खात्री पटते; म्हणूनच आपल्या उत्पादनांना (ती त्या प्रदेशातील नसतील तरी) त्या प्रदेशाशी जोडणारी नावे देऊन फायदा उठविण्याचा प्रयत्न केला जातो; त्यामुळे त्या प्रदेशाचे नाव बदनाम होऊ शकते. तसेच ग्राहकांनाही योग्य त्या दर्जाची उत्पादने न मिळाल्याने नुकसान होते म्हणून जागतिक स्तरावर दोन गोष्टींना संरक्षण देण्याबाबत एकमत झाले.

१. उत्पादनांच्या मूल/उगमस्थानाचे दर्शकचिन्ह/खूण (Indications of Source)

२. मूल स्थानापासून उत्पादनाला मिळणारे अभिधान (Applications of Origin)

'भौगोलिक विशेषता'मध्ये या दोन्हींचा समावेश होतो. उत्पादनांचे मूलस्थान अथवा उगमस्थान यात ते उत्पादन कोणत्या प्रदेशातून आले आहे तेवढेच अपेक्षित आहे, तर मूलस्थानापासून उत्पादनाला मिळणाऱ्या अभिधानात त्या उत्पादनाची सदर भौगोलिक प्रदेशातून आल्यामुळे असणारी वैशिष्ट्ये व दर्जा गृहीत धरला आहे.

कायदा कशासाठी?

भारत व इतर बहुतेक सर्व विकसनशील देशांना भौगोलिक विशेषतांचे भान नव्हते व त्या अधिकारांच्या संरक्षणाविषयी उदासीनता होती. जागतिक स्तरावर TRIPs चा करार केल्यानंतर याविषयी हालचाल सुरू झाली. भौगोलिक विशेषतांना संरक्षण देण्यासाठी जागतिक व्यापार संघटनेच्या झालेल्या व्यापारविषयक बौद्धिक संपदा अधिकार TRIPs करारात कलमे २२ ते २४ समाविष्ट करण्यात आली. जागतिक

व्यापार संघटनेच्या सर्व सभासद देशांना TRIPs करारानुसार भौगोलिक विशेषतांच्या संरक्षणासाठी कायदा करणे अनिवार्य झाले. भारतानेसुद्धा या कराराच्या पूर्ततेसाठी The Geographical Indications of Goods (Registration and Protection) Act 1999 असा कायदा केला. तोपर्यंत भौगोलिक विशेषता असलेल्या वस्तूंच्या उत्पादकांना नोंदणी व संरक्षण देणारा स्वतंत्र कायदा भारतात नव्हता. या कायद्याची उद्दिष्टे थोडक्यात पुढीलप्रमाणे मांडता येतील.

१. भौगोलिक विशेषता असणाऱ्या उत्पादनांच्या उत्पादकांना संरक्षण देऊन त्यांची आर्थिक भरभराट होण्यास हातभार लावणे.

२. अनधिकृत उत्पादकांना आपली उत्पादने सदर भौगोलिक विशेषता असल्याने विशिष्ट दर्जाची आहेत, असे खोटेपणाने दर्शविण्यास मनाई करून ग्राहकांची फसवणूक टाळणे.

३. भारताच्या भौगोलिक विशेषता असणाऱ्या उत्पादनांची निर्यात वाढविण्यास मदत करणे.

ट्रिप्स करारानुसार आपल्या देशातील भौगोलिक विशेषतेस त्या देशाने कायद्याने संरक्षण न दिल्यास अन्य देश ती भौगोलिक विशेषता मानण्यास बांधील नसतात; म्हणून भारताने १९९९ मध्ये कायदा करून भौगोलिक विशेषतांची नोंदणी व संरक्षण यात पुढाकार घेतला. नोंदणी करून योग्य पद्धतीने भौगोलिक विशेषतेस संरक्षण घेतले तर TRIPs करारानुसार असे संरक्षण देशांतर्गत तसेच आंतरराष्ट्रीय बाजारात लागू असते. TRIPs च्या कराराच्या अटी व शर्ती जागतिक व्यापार संघटनेच्या सर्व सभासद देशांना लागू आहेत; त्यामुळे एखाद्या देशात त्या देशातील एखाद्या भौगोलिक विशेषतेला संरक्षण मिळाले नाही किंवा दिलेले संरक्षण काढून घेतले किंवा ते वापरात नसेल तर तसे संरक्षण जागतिक व्यापार संघटनेच्या इतर सभासद देशांतही मिळत नाही.

कायद्यातील काही व्याख्या

(१) वस्तू/माल (Goods) : भौगोलिक विशेषता ज्या मालासाठी नोंदवायची त्या मालाची व्याख्या अशी – कोणताही कृषीमाल, नैसर्गिक उत्पादन किंवा उत्पादित माल किंवा हस्तकलेने केलेले उत्पादन किंवा उद्योगाचे (कारखान्याचे) उत्पादन. यात खाद्यपदार्थांचाही समावेश होतो.

(२) भौगोलिक विशेषता (Geographical Indication) : ज्या भौगोलिक प्रदेशातून अथवा स्थानातून कृषिमाल किंवा नैसर्गिक माल तयार झाला असेल त्या भौगोलिक प्रदेशाशी जोडलेली गुणवत्ता, प्रतिष्ठा किंवा इतर वैशिष्ट्ये त्या मालात असण्याची खात्री/शक्यता. उत्पादित मालासंबंधी भौगोलिक विशेषता म्हणजे सदर

माल विशिष्ट भौगोलिक क्षेत्रात उत्पादित झाला असून उत्पादनाच्या कृती किंवा प्रक्रियांपैकी एक तरी कृती/प्रक्रिया सदर भौगोलिक क्षेत्रात करण्यात आली आहे.

(३) दर्शक/खूण/चिन्ह (Indication) : वस्तूंची/च्या मूलस्थानांची/च्या भौगोलिक विशेषता दर्शविणारे चिन्ह किंवा खूण. या चिन्हात नाव, भौगोलिक किंवा चित्रात्मक मांडणी करणारी खूण अपेक्षित आहे.

(४) उत्पादक –

१. शेती उत्पादनांबाबत – उत्पादक म्हणजे जो कृषीमाल पिकवितो तसेच जो त्याचे पॅकिंग करतो अथवा त्यावर प्रक्रिया करतो.

२. नैसर्गिक वस्तूंबाबत – जो त्या वस्तू निसर्गातून काढतो तो उत्पादक.

३. हस्तकौशल्याने किंवा कारखान्यातून तयार झालेल्या वस्तूंबाबत– जो अशा वस्तू तयार करतो अथवा उत्पादित करतो तो उत्पादक. –

अशा वस्तूंच्या उत्पादनात किंवा त्यांच्या व्यापारात जे धंदा करतात त्यांचाही समावेश 'उत्पादक' या व्याख्येत केला आहे.

(५) नोंदणीकृत मालक (Registred Proprietor) - भौगोलिक विशेषतांची नोंदणी कायद्याने करणे अपेक्षित आहे; अशी नोंदणी केल्यानंतर त्या विशेषता दर्शकचिन्हाची मालकी नोंदणी करणाऱ्याकडे जाते. कायद्याने या मालकाची व्याख्या अशी केली आहे-

व्यक्ती किंवा उत्पादक यांची संस्था किंवा संघटना ज्यांच्या नावे भौगोलिक विशेषता दर्शकचिन्हाची नोंदणी रजिस्टरमध्ये झाली आहे.

कायद्याची अंमलबजावणी

ट्रेडमार्क कायदा १९९९ नुसार नेमलेला 'कंट्रोलर ऑफ पेटंट्स, डिझाइन्स आणि ट्रेडमार्क्स' हा भौगोलिक विशेषतांसाठी 'रजिस्ट्रार' म्हणून काम पाहतो. केंद्र सरकार या कायद्याच्या अंमलबजावणीसाठी आवश्यक ती माणसे नेमते व त्यांच्यावर रजिस्ट्रारचे अधीक्षण व नियंत्रण असते. कायद्यातील कामे पार पाडण्यासाठी एक कार्यालय (रजिस्ट्री) असते व त्याच्या शाखा आवश्यकतेनुसार वेगवेगळ्या ठिकाणी असतात.

जिऑग्राफिकल इंडिकेशन्स रजिस्ट्रीच्या मुख्य कार्यालयात नोंदलेल्या भौगोलिक विशेषता चिन्हांचे एक रजिस्टर ठेवले जाते. भौगोलिक विशेषता चिन्हधारक (मालक) याचे नाव, पत्ता आणि वर्णन तसेच त्याचा अधिकृत वापर करणाऱ्याचे नाव, पत्ता आणि वर्णन व इतर तपशील नोंदविलेला असतो. या रजिस्टरची छापील किंवा इलेक्ट्रॉनिक एक प्रत जिऑग्राफिकल इंडिकेशन्स रजिस्ट्रीच्या प्रत्येक शाखेत ठेवलेली असते. भौगोलिक विशेषता चिन्हं नोंदणीचा तपशील या रजिस्टरच्या भाग 'अ'मध्ये

नोंदविलेला असतो. या भौगोलिक विशेषता चिन्हाचा अधिकृत उपयोग कर्त्याचा तपशील भाग 'ब' मध्ये नोंदवितात. अर्थात् असा तपशील नोंदविण्याचा विशिष्ट नमुना आहे.

रजिस्ट्रारने वस्तूंची वर्गवारी करायची असते आणि एखाद्या वस्तूबाबत अथवा वस्तू गटाबाबत भौगोलिक विशेषता चिन्हाची नोंदणी करताना ती वस्तू कोणत्या वर्गातील आहे ते नमूद करायला हवे. रजिस्ट्रारने केलेली वर्गवारी मूळाक्षर क्रमाने (alphabetically) प्रसिद्ध करायला हवी. एखाद्या वस्तूच्या वर्गवारीसंबंधी संभ्रम निर्माण झाल्यास रजिस्ट्राराचा निर्णय अंतिम असतो.

विशिष्ट भौगोलिक विशेषतांच्या नोंदणीला प्रतिबंध

भौगोलिक विशेषता चिन्हांच्या नोंदणीला खालील प्रसंगी कायद्याने नकार दिलेला आहे.

१. भौगोलिक विशेषता चिन्हाच्या वापराने फसवणूक होण्याची अथवा संभ्रम होण्याची शक्यता असेल.

२. भौगोलिक विशेषता चिन्हाचा वापर प्रचलित कायद्यातील तरतुदींच्या विरोधात असेल.

३. भौगोलिक विशेषता चिन्हात फसवणूक करणारा, बीभत्स किंवा अश्लील मजकूर असेल.

४. भारतीय नागरिकांच्या धार्मिक भावना दुखविणारा मजकूर त्यात असेल.

५. ज्या चिन्हास अन्यथा न्यायालयाकडून संरक्षण मिळणे शक्य नसेल.

६. एखाद्या वस्तूचे भौगोलिक विशेषता चिन्हं जर सामान्य चिन्हं म्हणून सर्रास वापरले जात असेल आणि म्हणून त्या वस्तूच्या मूळ देशात कायद्याने त्या चिन्हास नोंदणीचे संरक्षण मिळत नसेल.

नोंदणीने मिळणारे अधिकार

भौगोलिक विशेषता चिन्हाची नोंदणी केली तर त्या चिन्हधारकास खालील अधिकार मिळतात. चिन्ह नोंदलेले नसेल तर साहजिकच हे अधिकार मिळत नाहीत.

१. अशा चिन्हाचा वापर करण्याचा अधिकार म्हणजेच अन्य कोणीही चिन्हधारकाच्या परवानगीशिवाय त्या चिन्हाचा वापर करू शकत नाही. चिन्ह वापरणे न वापरणे, केव्हा व कशासाठी वापरणे या साऱ्याचा हक्क चिन्हधारकाकडे असतो.

२. चिन्हाचा अनधिकृत उपयोग म्हणजेच चिन्हधारकाच्या एकाधिकाराचे उल्लंघन झाल्यास 'रिलीफ' मिळविण्याचा अधिकार.

भौगोलिक विशेषता चिन्हाचे उल्लंघन झाले आहे असे खालील बाबतीत मानले जाते.

१. वस्तूच्या सादरीकरणात अशा चिन्हाचा अनधिकृत माणसाने वापर केला आणि त्याने असे सूचित केले, की त्या वस्तूच्या मूळ भौगोलिक क्षेत्रापेक्षा वेगळ्या क्षेत्रातून उत्पादित केले आहे किंवा ज्यामुळे वस्तूच्या मूळ भौगोलिक क्षेत्राबाबत संभ्रम निर्माण होईल.

२. नोंदणीकृत भौगोलिक विशेषता चिन्हं वापरकर्त्याच्या उत्पादनाला अयोग्य स्पर्धा निर्माण होईल अशा पद्धतीने चिन्हाचा वापर करणे. उदा. चिन्हाचा वापर करून मूळ उत्पादन व उत्पादक याबद्दल संभ्रम निर्माण करणे. स्पर्धकांच्या वस्तू किंवा औद्योगिक/व्यापारी गतिविधींवर खोटे आरोप करून त्याची बदनामी करणे, उत्पादनाची प्रक्रिया, संख्या (quantity) वैशिष्ट्ये, उत्पादनाची उपयोगिता याबाबत शंका निर्माण होईल असा चिन्हांचा वापर करणे.

भौगोलिक विशेषता दर्शक चिन्ह वंशपरंपरेने पुढे जात नाही, ते तारण अथवा गहाण ठेवता येत नाही. तसेच त्याचा परवानाही अन्य कोणास देता येत नाही.

परंपरागत ज्ञानभांडारास संरक्षण
(Protection to Traditional Knowledge)
पार्श्वभूमी

'संस्कृती' आणि 'ज्ञान' यांच्या बाबतीत जगात सर्वात श्रीमंत देश म्हणून भारताचा उल्लेख करावा लागेल. उच्च दर्जाची संस्कृती आणि परंपरा यामुळे भारताचे वेगळेपण या भूतलावर उठून दिसते. पूर्वजांकडून ही संस्कृती, ज्ञान व परंपरा पुढच्या पिढ्यांकडे हस्तांतरित होत आले आहे. त्याचं प्रगटीकरण विविध स्वरूपात झालेले दिसते. उदा. हस्तकला, वास्तुकला, साहित्य, कलाकृती, स्थानिक औषधोपचाराच्या पद्धती. उदा. आयुर्वेद, युनानी आणि फळे, फुले, पाने, खोडे, देठे, मूळ यांचे औषधी उपयोग. वारली पेंटिग्जही ही पिढ्यान्पिढ्या चालत आलेली चित्रकला आहे; तसेच मंदिरे बांधण्याची एक खास दाक्षिणात्य शैली आहे. या साऱ्यांचा विकास व जतन परंपरा पिढ्यान्पिढ्या चालू आहे; याला जसे सांस्कृतिक महत्त्व आहे. तसेच आजच्या जगात वाणिज्यमूल्यही आहे.

पारंपरिक ज्ञानामुळे अनेक धोरणांवर परिणाम होतो. उदा. शेती व अन्नधान्य, जैविक विविधता, पर्यावरण, मानवी हक्क, सांस्कृतिक धोरण, व्यापार आणि आर्थिक विकास. पारंपरिक ज्ञानातील रोपांचा (plants) वापर याच्याशी शेती, पर्यावरण आणि आरोग्य

ही क्षेत्रे संबंधित आहेत. पारंपरिक डिझाइन्स, गाणी आणि नृत्येही आता मनोरंजन आणि फॅशनक्षेत्रात वापरून बौद्धिकसंपदा अधिकार मिळविले जात आहेत. जखम भरून काढण्याच्या हळदीच्या पुडेचा (powder) गुणधर्म हा खरा परंपरागत ज्ञानाचा भाग असूनही तो आपलाच शोध आहे, असा दावा करून त्यासाठी पेटंट मिळविण्याचा यशस्वी प्रयत्न हा आर्थिक लाभ कमविण्यासाठीच होता. कडुनिंब, बासमती इत्यादी पारंपरिक ज्ञान कोणीतरी आपलाच शोध भासवून सध्याच्या स्पर्धेच्या युगात उत्पादनासाठी एकाधिकार मिळविण्याचा प्रयत्न करतो, हे जगाने अनुभवले आहे. ज्योतिषशास्त्राचे महत्त्व आजही जगात सर्वमान्य आहे.

खरे तर पारंपरिक ज्ञान हे कोणी एकाने शोधलेले, सांभाळलेले किंवा विकसित केलेले ज्ञान नाही. बऱ्याच बाबतीत त्याची लेखी संहिताही नाही. बऱ्याच वेळा ते मौखिक पद्धतीनेच एका पिढीकडून दुसऱ्या पिढीकडे जाते. त्यामुळे हे ज्ञान समाजाचा ठेवा आहे, त्याचा एकाधिकार कोणत्या एका व्यक्तीकडे जाता कामा नये. तसेच त्याचा विकास होण्यासाठी ते नीट लिहिणे, त्याची योग्य मांडणी करणे आवश्यक आहे; म्हणून सध्याच्या ज्ञानयुगात पारंपरिक ज्ञानभांडारासही बौद्धिक संपदा मानली जाते. विकसनशील व अविकसित देशांना असलेल्या समृद्ध जैवविविधतेने तसेच वैविध्यपूर्ण झाडे, झुडूपे, पाने, फळे, फुले यामुळे आर्थिक लाभ मिळविणे बौद्धिक संपदा अधिकारामुळे शक्य झाले आहे. त्यातून विकासासाठी आवश्यक असणारे आर्थिक लाभ त्यांना घेता येतील, आणखी संशोधन शक्य होईल, निर्यातवृद्धी होऊन

परकीय चलन मिळेल आणि संशोधनासाठी स्थानिक व विदेशी गुंतवणूकही मोठ्या प्रमाणावर होऊ शकेल; म्हणूनच अलीकडच्या काळात पारंपरिक ज्ञानास बौद्धिक संपदा अधिकाराचे स्वरूप देण्यात आल्याचे जाणवते.

पारंपरिक ज्ञान म्हणजे काय?

पारंपरिक ज्ञानाची व्याख्या करणे अवघड असले, तरी World Intellectual Property Organisation (WIPO) या संघटनेने त्याचे वर्णन असे केले आहे. 'परंपरेवर आधारित साहित्यिक, कलात्मक किंवा वैज्ञानिक कृती, सादरीकरण, शोध, डिझाइन्स, चिन्हे, नावे, खुणा आणि इतर सर्व परंपरांवर आधारित शोध व निर्मिती जिला औद्योगिक, वैज्ञानिक, साहित्यिक व कलाक्षेत्रातील 'बौद्धिक संपदा' म्हणता येईल. या संपदेचे जतन, संरक्षण व विकास होणे आवश्यक आहे. त्याची काही कारणे पुढीलप्रमाणे –

(१) पारंपरिक जीवनपद्धती व ज्ञान यांचा ऱ्हास होत आहे आणि नवीन पिढी परंपरा पुढे चालविण्यास राजी नाही.

(२) पारंपरिक ज्ञान व ज्यांचेकडे ते ज्ञान आहे, अशा व्यक्ती यांना असलेला सामाजिक सन्मान कमी होत आहे.

(३) पारंपरिक ज्ञानाचा व्यक्तिगत बौद्धिक संपदेत समावेश करून घेऊन आर्थिक लाभ मिळविण्याकडे कल वाढत आहे.

(४) पारंपरिक ज्ञानाचे संरक्षण व विकास करण्याच्या महत्त्वाची नसलेली जाणीव कमी होत आहे.

(५) पारंपरिक ज्ञानाचा वापर वाणिज्य कारणासाठी करून समाजासाठी अर्थार्जन होण्याची शक्यता वाढू लागली आहे.

(६) पर्यावरण, जैवविविधता आणि चिरकाल टिकणाऱ्या शेतीच्या पद्धती यांचे संरक्षण व संवर्धन करण्याची गरज आहे.

(७) संस्कृतीचे रक्षण करायला हवे.

(८) अनधिकृत वापरास आळा घालणे आवश्यक आहे.

वरील कारणांसाठी पारंपरिक ज्ञानाला 'बौद्धिक संपदा' असे म्हटले जाते व सर्व देशांत तिचे संरक्षण त्या नावाने करण्याचा कायदेशीर प्रयत्न होत आहे. जागतिक व्यापार संघटनेच्या TRIPs कराराच्या अंमलबजावणीनंतर पारंपरिक ज्ञानभांडाराबाबत जागृती वाढली.

पारंपरिक ज्ञानास संरक्षण कसे देता येईल?

पारंपरिक ज्ञानास दोन प्रकारे संरक्षण देता येते –

(१) बचावात्मक संरक्षण (Defensive Protection) - कोणत्याही व्यक्ती/ संस्थेने असे ज्ञान व्यापारी वापराकरिता उपयोगात आणू नये, या दृष्टीने दिलेले संरक्षण म्हणजे defensive protection होय. अर्थात् यासाठी परंपरागत ज्ञानभांडाराचे लिखित किंवा इलेक्ट्रॉनिक रेकॉर्ड तयार केले पाहिजे. प्राचीन ग्रंथ, पोथ्या, श्लोक, सुभाषिते इत्यादींचा आधार घेऊन किंवा काही व्यक्ती व संस्थाप्रमुखांच्या मुलाखती घेऊन परंपरागत ज्ञानभांडाराचा दस्त तयार करायला हवा. उदा. विविध वनस्पतींची वैशिष्ट्ये, त्यांचे आकार, रंग, चव, फोटोग्राफ्स याबरोबरच त्यांचे गुणधर्म, त्यांची औषधोपचारासाठी उपयोगिता याचे अधिकृत रेकॉर्ड देशाच्या पातळीवर होणे आवश्यक आहे. असे रेकॉर्ड झाले म्हणजे त्यातील बाबी या 'सार्वजनिक बाबी' म्हणून (public domain) मान्यता पावतील आणि मग त्यातील कशालाही कोणाचा व्यक्तिगत शोध असल्याचा दावा करता येणार नाही. हळदीचे, बासमतीचे किंवा कारलें, वांगे यांची पेटंट्स देणे मग आपोआपच अशक्य होईल. हे ज्ञान एकदा public domain म्हणून जाहीर झाले की, भारतातील पेटंट कायदा, जिऑग्राफिकल इंडिकेशन्स कायदा, ट्रेडमार्क कायदा, डिझाइन कायदा, बायोलॉजिकल डायव्हर्सिटी कायदा यांच्यानुसार नोंदणी होऊ शकणार नाही व एकाधिकार मिळू शकणार नाहीत.

(२) आक्रमक संरक्षण (Offensive Protection) : या प्रकारच्या संरक्षणात परंपरागत ज्ञान जेव्हा व्यापारी तत्त्वावर वापरले जाईल तेव्हा त्यापासून मिळणाऱ्या उत्पन्नात हिस्सा/वाटा मिळण्याची तरतूद कायद्याने केली जाते. उदा. प्रोटेक्शन ऑफ प्लँट व्हरायटीज अँड फार्मर्स राइट्स ऑक्ट.

परंपरागत ज्ञानभांडाराच्या जपणुकीसाठी, संरक्षणासाठी व संवर्धनासाठी पुढील गोष्टींचा उपयोग करायला हवा.

१. पारंपरिक ज्ञानधारक व त्यांचा वापर करणारे यांच्यात त्या ज्ञानाबाबत जागृती करणे.

२. पारंपरिक जीवनशैली असलेल्या जनसमूहांना पारंपरिक ज्ञान वापरण्यास उद्युक्त करणे व प्रोत्साहित करणे.

३. अनधिकृत वापर थोपविणे.

४. पारंपरिक ज्ञानावर आधारित शोधांना प्रोत्साहन देणे.

५. काही पारंपरिक ज्ञानाचा व्यापारी तत्त्वावर वापर करून आर्थिक लाभ मिळू शकतो याची खात्री समाजास देणे.

६. सर्व प्रकारच्या पारंपरिक ज्ञानभांडाराचे रेकॉर्ड तयार करणे.

७. पारंपरिक ज्ञानाच्या व्यापारी उपयोजनातून मिळालेल्या आर्थिक लाभाचे

संबंधितात योग्य वाटप करणे.

८. जैवविविधता टिकविणे व त्यात सातत्य राखणे.

९. पारंपरिक ज्ञानासंबंधी धोरण ठरविताना संबंधित समाजघटकांचा सहभाग घेणे.

१०. संशोधन व व्यापारी उपयोग यासाठी परंपरागत ज्ञानाचा वापर करण्यासंबंधी नियम व व्यवस्था करणे.

११. परंपरागत ज्ञानाच्या संरक्षण व उपयोगकार्यात बिगरसरकारी स्वयंसेवी संस्थांचा सहभाग वाढविणे.

१२. स्वतंत्र कायद्याची आवश्यकता तपासून पाहणे.

गाजलेली प्रकरणे

भारतीय ज्ञानाच्या आधारावर जगातील इतर देशांनी दिलेल्या बौद्धिक संपदा अधिकाराची तीन-चार गाजलेली प्रकरणे थोडक्यात बघू या.

(१) कडुनिंब - भारतातील सर्वांनाच कडुनिंब अथवा निम या औषधी वृक्षाचे गुणधर्म पिढ्यान् पिढ्या माहीत आहेत. कडुनिंबाचा उपयोग हजारो वर्षे घराघरात, शेतात व कारखान्यात केला जात आहे. कडुनिंबाच्या तेलात व अर्कात कीटकांचा व बुरशीचा नाश करणारे गुणधर्म आहेत म्हणूनच त्याला 'अमृतवृक्ष' म्हणतात. नीमपासून 'नीमार्क', 'बायोनीम' आणि अमेरिकेत मान्यता पावलेले झटपट वापरण्यायोग्य 'ॲग्रोनीम' यासारखी अनेक कीटकनाशके वर्षानुवर्षे बाजारात उपलब्ध आहेत.

अशा कडुनिंबाचा 'बुरशीनाशक' हा गुण आपणच शोधून काढला आणि त्यासाठी कडुनिंबाचा वापर कोणत्या पद्धतीने करायचा हे तंत्रही विकसित केले, असा दावा अमेरिकेतील W. R. Grace या कंपनीने करून १९९४ मध्ये युरोपमध्ये पेटंट मिळविले. हे पेटंट अमेरिकन शासनाच्या शेती विभाग आणि रसायन क्षेत्रातील बहुराष्ट्रीय कंपनी W. R. Grace यांच्या संयुक्त नावे मिळाले. त्याचा क्रमांक होता EPO Patent No. 436257.

नीम ही कोणा एकाची खासगी मालमत्ता नाही, अशी भारतीयांची धारणा आहे; म्हणूनच परदेशातील नीमबाबत प्रयोग करणाऱ्या संस्थांना भारतीयांनी आवश्यक ती सामग्री विनाअट पुरविली. त्या संस्थांनी आलिखित करारानुसार योग्य तो प्रतिसाद दिला आणि प्रयोगांचे निष्कर्ष कळविले; पण W. R. Grace या पेटंटचा दावा करणाऱ्या कंपनीने या अलिखित कराराचा भंग तर केलाच; पण इतरांनी केलेल्या संशोधनावर आणि अगोदरच माहिती असलेल्या नीमच्या गुणधर्मावरच हक्क प्रस्थापित केला.

W. R. Grace च्या या पेटंटला भारतातील Research Foundation for

Science, Technology and Natural Resource Policy आणि Green Group चे कार्यकर्ते तसेच युरोपियन युनियनमधील सदस्य मॉन्डा अल्वोएट यांनी आव्हान दिले. १९९८ साली युरोपियन पेटंट ऑफिसमध्ये प्राथमिक सुनावणी झाली. त्यात भारताचा नीमवरील हक्काचा दावा (public domain) मान्य करण्यात आला. मे २००० मध्ये अंतिम सुनावणी झाली. विविध कृषी विद्यापीठे, संशोधन संस्था, खादी ग्रामोद्योग मंडळ, औषधी कंपन्या यांनी केलेल्या चाचण्या, संशोधन यांची जंत्री तयार करण्यात आली. त्यांची प्रतिज्ञापत्रे घेण्यात आली. विविध देशांशी नीमसंबंधी झालेला पत्रव्यवहार एकत्रित करण्यात आला. पुण्यातील संशोधक अभय फडके, केतकर, बनारस हिंदू विद्यापीठातील शास्त्रज्ञ यू.पी. सिंग यांनी भरपूर मेहनत घेतली आणि मे २००० मध्ये झालेल्या अंतिम सुनावणीत W. R. Grace या कंपनीचे नीमसंबंधीचे पेटंट रद्दबादल ठरविण्यात आले. २००१ मध्ये अमेरिकेच्या शेती विभागाने आणि W. R. Grace या कंपनीने पेटंट रद्द करण्याच्या युरोपियन पेटंट ऑफिसच्या या निर्णयाला आव्हान दिले. मार्च २००६ मध्ये ते फेटाळून लावण्यात आले. आता नीम पेटंटपासून मुक्त आहे.

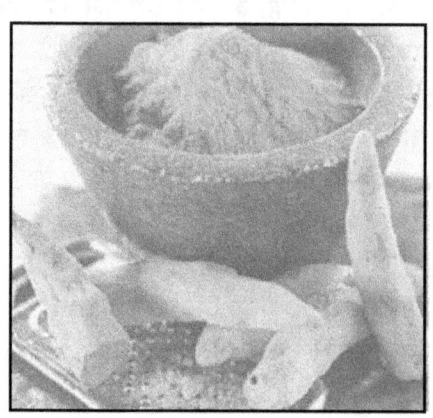

(२) हळदीची लढाई – अमेरिकेतील मिसिसिपी विद्यापीठाच्या वैद्यकीय केंद्राने व अमेरिकेत स्थायिक झालेल्या; पण भारतीय वंशाच्या सुमन के. दास आणि हरिहर पी. कोहली या दोन संशोधकांनी २८ डिसेंबर १९९३ रोजी 'जखम भरून काढण्याच्या' हळदीच्या गुणधर्माचा शोध लावल्याचा दावा करून अमेरिकेत पेटंटसाठी अर्ज केला. त्याची छाननी होऊन २८ मार्च १९९५ रोजी शोधाचा दावा मान्य करून हळदीचे पेटंट दिले गेले. (पेटंट नं. ५, ४०१, ५०४). वास्तविक, भारतात हळदीच्या या गुणधर्माची माहिती कित्येक पिढ्या सामान्यजनतेसही आहे. अगदी निरक्षर महिला, मुले, पुरुष

जखम झाली की पटकन् हळदीची पूड त्यावर टाकतात, त्यामुळे जखम भरून येते. असे असतानाही हा गुणधर्म आम्ही शोधून काढला, असा दावा मान्य करून अमेरिकन पेटंट ऑफिसने पेटंट दिले. जून १९९६ मध्ये भारताने त्यास आव्हान दिले आणि म्हटले की, जखमा भरण्यासाठी हळदीच्या पावडरचा उपयोग पारंपरिकरीत्या भारतात हजारो वर्षे चालू आहे. त्यामुळे पेटंट मिळविण्यासाठी 'नावीन्य' असणारा कोणताही शोध दावेदारांनी लावलेला नाही. हे सिद्ध करण्यासाठी भारताने पुराव्यादाखल ३२ संदर्भग्रंथ प्रस्तुत केले. अमेरिकेतील पेटंट कायदेविषयक सल्लागार 'मर्चंट ॲण्ड गोल्ड' यांना त्यासाठी नेमले. किमान चार महिने विविध भाषांतील साहित्याचा कसोशीने अभ्यास केला. कायदेशीर कारवाईसाठी लाखो रुपये खर्च केले. डॉ. रघुनाथ माशेलकर व CSIR या संस्थेच्या अथक परिश्रमानंतर भारतातील पारंपरिक ज्ञानासाठी दिलेले पेटंट १९९७ मध्ये रद्द करण्यात आले.

(३) बासमतीचा दावा – टेक्सास येथील 'राइसटेक' कंपनीने १९९७ मध्ये अमेरिकेच्या पेटंट व ट्रेडमार्क कार्यालयाकडे बासमती तांदळाच्या पेटंटसाठी अर्ज केला. राईसटेकने बासमती तांदळाच्या विविध वीस गुणधर्मांचे संशोधन केल्याचा दावा केला. तांदळाच्या 'बासमती' या विशेष जातीकरिता अमेरिकेत २ सप्टेंबर १९९७ रोजी या कंपनीला पेटंट No. US Patent 5663484 देण्यात आले. बासमती जातीची विशेष लक्षणे असलेल्या तांदळाची लागवड करणे, अशा लागवडीपासून मिळालेले धान्य व रोपे, राइसटेकने विकसित केलेल्या खळ चाचणी निर्देशांकांच्या आधारावर भाताच्या रोपाची 'बासमती' म्हणून वर्गीकरण करण्याची पद्धत इत्यादी बाबींचा त्यात समावेश होता. या पेटंटमुळे राइसटेक कंपनी तांदळावर, त्याच्या लागवडीवर व वर्गवारीवर आपला हक्क प्रस्थापित करण्यास पात्र झाली. ही पेटंट्स तांदळाच्या विशेष जातीचा शोध, रोपांचा व त्यापासून मिळणाऱ्या धान्याचा शोध आणि नवीन पद्धतीचा शोध यासाठी देण्यात आली. या पेटंटचा कालावधी २० वर्षांचा होता. त्यास आव्हान दिले नसते तर केवळ राइसटेक ही कंपनीच 'बासमती' या व्यापारी विशेषनामाचा वापर करू शकली असती.

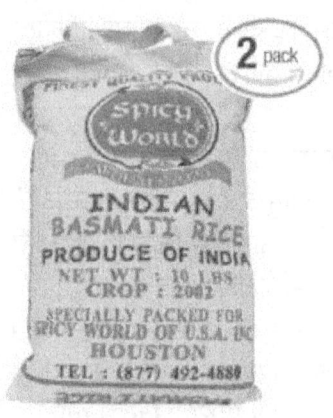

२ सप्टें. १९९७ ला दिलेल्या या पेटंटची माहिती भारतात १२ फेब्रुवारी १९९८ ला वर्तमानपत्रातील बातमीमुळे भारतीयांना समजली. ब्रिटनमध्ये 'राइसटेक' या कंपनीच्या तांदळाचा 'टेक्समती' असा ट्रेडमार्क नोंदविण्यात आला. त्या ट्रेडमार्कच्या विरोधात भारताने ब्रिटनकडे हरकत नोंदविली. या हरकतीबाबत ब्रिटनने राइसटेककडे स्पष्टीकरण मागविले. आपल्या उत्तरात राइसटेकने कळविले की, 'बासमती' प्रकारच्या तांदळास अमेरिकन पेटंट कार्यालयाने त्यांना पेटंट दिले असून ती कंपनी असा तांदूळ कोणत्याही नावाने विकू शकते; म्हणजे भारताने 'टेक्समती' या नावास हरकत घेतली नसती तर कदाचित त्यानंतरही कित्येक दिवस आपल्याला या पेटंटचा पत्ताही लागला नसता.

वास्तविक, बासमती तांदळाचे उत्पादन भारत व पाकिस्तान या देशांतच होते. या देशांत उगवलेल्या विशिष्ट प्रकारच्या सुवासिक तांदळालाच 'बासमती' म्हणण्याची अनेक शतकांची परंपरा आहे. ही प्रथा आंतरराष्ट्रीय बाजारपेठेत आहे. वातावरण, जमीन, हवामान, पेरणीची पद्धत आणि अतिविशिष्ट प्रकारची लागवड आणि वाढ यांच्या अद्वितीय संगमामुळे बासमती तांदूळ हे या दोन देशांचे वैशिष्ट्य झाले आहे. मक्तेदारी झाली आहे. प्रतिवर्षी भारतातून सुमारे २००० कोटी रुपयांची बासमती तांदळाची निर्यात होते. पेटंटच्या आधारावर 'राइसटेक' कंपनी स्वत:च्या व्यापारात वाढ करण्याचा प्रयत्न करणार, हे स्वाभाविक होते. कंपनीने ठरविले तर 'बासमती' हा ब्रॅण्ड वापरण्यासही राइसटेक कंपनी इतरांना मज्जाव करू शकली असती. हे ओळखूनच Agricultural and Processed food Products Export Development Authority - APEDA, Indian Council for Agricultural Research भारतीय शेती संशोधन संस्था अशा सर्वांनी एकत्रितपणे या पेटंटला आव्हान दिले.

एप्रिल २०००मध्ये म्हणजे पेटंट दिल्यानंतर तब्बल अडीच वर्षांनी APEDA ने राइसटेकच्या बासमतीसंबंधी २० शोधांच्या दाव्यांपैकी ३ दाव्यांना आव्हान दिले. APEDA ने असे सिद्ध केले, की ज्या शोधांचा दावा राइसटेकने केला त्या साऱ्या बाबी भारत व पाकिस्तानात पिकणाऱ्या ९०% बासमती तांदळात कित्येक शतकांपासून आहेत. त्यासाठी मोठा कागदोपत्री पुरावा सादर करण्यात आला. या हल्ल्यामुळे राइसटेक कंपनीने हे तीन दावे तर मागे घेतलेच, शिवाय आव्हान न दिलेला आणखी एक शोध दावा मागे घेतला.

हे चारही शोधदावे 'Grain Specific' होते. त्यानंतर १६ दावे शिल्लक राहिले ते सारे 'Plant Specific' किंवा 'Line Specific' होते. राइसटेकचे असे म्हणणे होते की, त्यांनी शोधलेल्या 'अपूर्व' गुणांच्या तांदळाची जात ही उत्तम प्रतीच्या बासमती तांदळासारखीच आहे. शिवाय या तांदळाची रोपे जास्त उत्पादन देणारी, रोगांपासून बचाव करणारी अशी आहेत. ती उत्तर, मध्य व दक्षिण अमेरिकेतही पिकवता येतात. यावरही APEDA ने हरकती घेतल्या आणि मे २००१ मध्ये राइसटेक कंपनीने संशोधन म्हणून केलेल्या उरलेल्या १६ पैकी ११ दावे मागे घेतले. म्हणजेच एकूण २० शोधांसाठी सप्टेंबर १९९७ ला दिलेल्या पेटंट्सपैकी केवळ ५ पेटंट्स शिल्लक राहिली व तीसुद्धा विशिष्ट प्रकारच्या रोपलागवडीच्या प्रक्रियेची आहेत. म्हणून संपूर्ण बासमती Open Ended Patents नाहीत, हे लक्षात घेतले पाहिजे. अमेरिकेच्या पेटंट व ट्रेडमार्क कार्यालयाने राइसटेक कंपनीला सुरुवातीला दिलेल्या पेटंटमधील शीर्षकात Basmati Lines and Grains ऐवजी Rice Line Bas 867, RT 1117 आणि RT 1121 हा केलेला बदल बासमती लढ्यातील खऱ्या विजयाचा दस्त आहे.

याचबरोबर भारताने राइसटेक कंपनीच्या 'टेक्समती', 'कासमती' व 'जासमती' या ब्रॅण्डच्या तांदळांना ग्रीस व इंग्लंड या देशांतील न्यायालयात आव्हान दिले. राइसटेक कंपनी या सर्व ब्रॅण्डच्या तांदळांना 'भारतीय शैलीची बासमती' म्हणून बाजारात आणत असे; या दोन्ही देशांत हा दावा भारताच्या बाजूने निकाली निघाला आहे.

कारल्याचे पेटंट

४ मे १९९८ रोजी Research Incorporated या न्यूजर्सीस्थित कंपनीला अमेरिकेच्या पेटंट ऑफिसने मधुमेहावरील उपचारासाठीच्या एका मिश्रणास पेटंट दिले आहे. हे मिश्रण Karela, Jamun, Gurmar and Brinjal यापासून बनविलेले होते. भारतात कडू कारल्याचा उपयोग - मधुमेह या विकारावर करण्याची प्रथा फार जुनी आहे. भारताचे हे परंपरागत ज्ञान सदर पेटंटमुळे अमेरिकन कंपनीच्या मालकीचे झाले;

अशा प्रकारचे मिश्रण करून ते मधुमेहावर औषध म्हणून अन्य कोणास तयार करायचे, विकायचे, वापरायचे असल्यास पेटंटधारक research incorporated यांच्या संमतीविना आता शक्य होणार नाही.

ट्रॅडिशनल नॉलेज डिजिटल लायब्ररी (TKDL)

वर नमूद केलेली काही उदाहरणे बोलकी आहेत. हळदीचे पेटंट गेले, बासमतीचे, कडुनिंबाचे, काल्याचेही गेले आणि बौद्धिक संपदा अधिकाराच्या एकूण व्यवस्थेत प्रश्नचिन्ह निर्माण झाले. भारतासारख्या देशात बौद्धिक संपदा भरपूर असली तरी संपदेचा 'अधिकार' करण्याची मन:स्थिती कधीच नव्हती. किंबहुना, ज्यांच्याकडे अशी संपदा असेल त्यांच्यावर त्या संपदेचे समाजासाठी उपयोजन करण्याचे मोठे दायित्व होते. आधुनिक स्पर्धाशील जागतिक युगात 'दायित्व' जाऊन 'अधिकार' आल्याने सुरुवातीचा काही काळ अचंबित करणारा गेला. परंपरागत ज्ञान घेऊन खोटेपणाने आपलाच शोध आहे, असे भासवून अयोग्य पद्धतीने त्यांना 'पेटंट' घेण्याची वृत्ती संतापजनक वाटली; पण योग्य वेळी या दोलायमान परिस्थितीतून सावरून जागतिक व्यवस्थेनुसार त्यास यशस्वीपणे आव्हान दिले गेले. हळदीची लढाई १९९६ मध्ये जिंकली, २००० मध्ये कडुनिंबाचे पेटंट रद्द झाले, तर २००१ मध्ये बासमतीबाबत योग्य निर्णय झाला; पण यासाठी पैसा, कष्ट व वेळ किती खर्च झाला? जे शोधच नव्हते त्याची पेटंट्स दिली जाणे व ती रद्द करण्यासाठी विनाकारण सातत्याने पाठपुरावा करणे योग्य नाही; म्हणून अशी पेटंट मुळात दिलीच कशी, याचा शोध घेतल्यावर असे लक्षात येते की, अमेरिकेत पेटंटसाठी अर्ज केल्यानंतर तेथील पेटंट व ट्रेडमार्क कार्यालय त्याच्या ऑफिसमधील electronic data base मध्ये अर्जित शोधाला पेटंट दिलेले नाही याची खात्री करून हरकती न मागवताच पेटंट देते. पेटंट दिल्यावर मात्र हरकती घेण्यास मुभा असते. आलेल्या हरकती योग्य व समाधानकारक असल्यास दिलेल्या पेटंटचा पुनर्विचार होतो. ही पद्धत व प्रक्रिया समजल्यावर भारतातील परंपरागत ज्ञानाच्या संरक्षणासाठी वेगळ्या पद्धतीने प्रयत्न सुरू झाले. परंपरागत ज्ञानास पेटंट मिळू नये, अशी पक्की व्यवस्था करण्यासाठी दोन गोष्टींची आवश्यकता लक्षात आली. –

(१) परंपरागत ज्ञान जे मोठ्या प्रमाणात मौखिक आहे किंवा विखुरलेले आहे किंवा स्थानिक भाषांत ग्रंथित केले आहे ते सर्व योग्य भाषेत संकलित करून लिखित स्वरूपात सप्रमाण आणले पाहिजे.

(२) हे एकत्रित, संपादित केलेले परंपरागत ज्ञान electronic media मध्ये आणून अन्य सर्व देशांच्या पेटंट ऑफिसकडे पाठविले पाहिजे; म्हणजे त्यांच्या electronic database मध्ये हे परंपरागत ज्ञान नमूद केलेले असेल तर त्याचा शोध लावल्याचा दावा करून कोणी पेटंट मागितल्यास ते नाकारणे सुलभ होईल.

या आवश्यकतेनुसार भारतात चांगल्या पद्धतीने विचारविनिमय झाला आणि एक अत्यंत चांगला निर्णय झाला. संपूर्ण पारंपरिक ज्ञानाचे documentation करावे व त्यास 'प्रमाण' असावे. ते electronic माध्यमात साठवावे आणि जगातील विविध देशांतील पेटंट ऑफिसना ते पाठवावे, अशी योजना आखण्यात आली; तिला Traditional Knowledge Digital Library असे नाव देण्यात आले.

सी. एस. आय. आर. (Council for Scientific and Industrial Research) चे डॉ. व्ही.के. गुप्ता यांनी म्हटले की ''२००० साली केलेल्या अभ्यासावरून असे दिसते की, अमेरिकेच्या पेटंट कार्यालयाने (WSPTO) औषधी वनस्पतींना (Plants) ४८९६ इतकी पेटंट्स दिली त्यापैकी ८०% भारतीय वनस्पती होत्या. ७६० अशा पेटंट्सचा तपशील पाहिल्यावर असे लक्षात आले की, त्यापैकी ३५० पेटंट्स कधीच देता येण्यासारखी नव्हती. प्रतिवर्षी अशा प्रकारची २०० ते ५०० पेटंट्स दिली जातात. कारण भारताच्या पारंपरिक ज्ञानाची नीट नोंदच केलेली नाही.''

नीम, हळद आणि बासमतीच्या चुकीच्या पद्धतीने दिल्या गेलेल्या पेटंट्स नंतर ती रद्द करण्यासाठी झालेले सफल प्रयत्न व त्यातून परंपरागत ज्ञानसंरक्षणाची लक्षात आलेली गरज या साऱ्या पार्श्वभूमीवर २००१ साली TKDL तयार करण्याचा निर्णय घेण्यात आला. त्यापूर्वी एकट्या युरोपियन पेटंट ऑफिसने २८५ पेक्षा जास्त औषधी वनस्पतींच्या वापरासाठी पेटंट दिलेली होती. त्यात पपई, काळी तुळस, पुदिना, जिंजर, इसबगोल, जिरे, सोयाबिन, टोमॅटो, बदाम, मेथी यांचा समावेश होता. आंतरराष्ट्रीय स्तरावर दिलेले पेटंट रद्द करून घेण्यासाठी सुमारे ५ ते ७ वर्षांचा कालावधी जातो आणि यासाठी सुमारे १ ते ३ कोटी रुपयांपर्यंत खर्च होतो. TKDL शिवाय इतका कालावधी व खर्च प्रत्येक पेटंटसाठी देणे अशक्यप्राय होते.

शिवाय आता TKDL मध्ये आंतरराष्ट्रीय पद्धतीने माहितीची नोंद केलेली असल्याने कोणीही अशा वैद्यकीय औषधांबाबत पेटंटचा दावा करताना शंभरदा विचार करेल.

TKDL हा प्रकल्प संयुक्तपणे खालील संस्थांनी हाती घेतला आहे.

१. CSIR - Council of Scientific & Industrial Research.

२. केंद्रीय आरोग्य व कुटुंबकल्याण मंत्रालयाचा 'आयुष' विभाग.

३. विज्ञान व जैव तंत्रज्ञान मंत्रालय.

या प्रकल्पांची अंमलबजावणी CSIR मार्फत केली जाते. आयुर्वेद, युनानी,

सिद्ध आणि योगा या संबंधीचे पारंपरिक ज्ञान उपलब्ध साहित्यातून डिजिटल फॉर्ममध्ये मांडले जाते.

औषधी वनस्पती, खनिजे, पशुसंसाधने, रोग व परिणाम, औषधे तयार करण्याच्या व वापरण्याच्या पद्धती इत्यादींविषयी वर्गीकरण करण्याची एक खास पद्धत TKDL मध्ये विकसित करण्यात आली. वर्गीकरणाचे सुमारे २५,००० उपगट केले आहेत. या साऱ्यासाठी जागतिक बौद्धिक संपदा संघटनेचा (WIPO) एक कार्यगट ज्यात अमेरिकेची पेटंट ऑफिस, युरोपियन पेटंट ऑफिस, जपान, चीन व भारताचे पेटंट ऑफिस यांचे सदस्य घेण्यात आले; त्यांनी एकूण २०७ उपगट निश्चित केले.

गेल्या आठ वर्षांच्या अथक प्रयत्नानंतर CSIR चे २०० पेक्षा जास्त शास्त्रज्ञ आणि संशोधक तसेच केंद्रीय आरोग्य मंत्रालयाचे 'आयुष' विभाग (Department of Ayurveda, Yoga and Naturopathy, Unani, Siddha and Homeopathy AYUSH) या भाषांतील भारतीय पारंपरिक औषधांची माहिती इंग्रजी, जपानी, फ्रेंच, जर्मन आणि स्पॅनिश या पाच आंतरराष्ट्रीय भाषांत संपादित केली आहे. हा सारा मजकूर सुमारे तीन कोटी पानांचा आहे.

TKDL मध्ये आतापर्यंत समाविष्ट केलेल्या मजकुराची ढोबळ माहिती पुढीलप्रमाणे–

१. आयुर्वेद – ६४ पुस्तकांचे ९० खंड वापरून ८१,००० नोंदी

२. युनानी – १९ पुस्तकांचे ६७ खंड वापरून १,०९,५५० नोंदी

३. सिद्ध – ४५ पुस्तकांचे ५३ खंड वापरून १२,२५० नोंदी

४. योग – १४ पुस्तकांचे १४ खंड वापरून ८०० नोंदी

एकूण – १४२ पुस्तकांचे २२४ खंड वापरून २,०३,८०० नोंदी

सध्या माहीत असलेल्या सूत्राचा किंवा मिश्रणाचा आधार घेऊन आपणच त्याचे संशोधन केले असल्याचा दावा करून पेटंट मिळविणे आता निश्चितच अवघड जाईल.

भारताने युरोपियन पेटंट ऑफिसबरोबर अलीकडेच एक करार केला. TKDL ची माहिती (database) आता ३४ युरोपियन देशांकडे उपलब्ध असेल आणि पेटंटसाठी कोणाचाही अर्ज आल्यास त्यातील शोध भारतीय वैद्यक/औषधव्यवस्थेत यापूर्वी ज्ञात आहे का, (prior art) याची खातरजमा या डेटाबेसवरून सहज करता येईल. अर्थात, युरोपियन पेटंट ऑफिसने या डेटाबेसचा उपयोग फक्त पेटंटअर्जाची छाननी करण्यासाठी करायचा आहे. त्यातील माहिती अन्य कोणासही उपलब्ध करून द्यायची नाही, असे करारात ठरले आहे.

आतापर्यंत TKDL मध्ये आयुर्वेदात ८१,०००, युनानीतील १,४०,००० आणि सिद्ध या उपचारपद्धतीतील १२,००० औषधांची (formulations) तपशिलासह नोंद करण्यात आली आहे.

आपापल्या देशातील पारंपरिक ज्ञानाचे संरक्षण करण्यासाठी भारताचा TKDL हा प्रकल्प इतर देशांना आदर्शभूत झाला आहे. दक्षिण आफ्रिका, आफ्रिकन रिजनल प्रॉपर्टी ऑर्गनायझेशन, मंगोलिया, नायजेरिया, मलेशिया आणि थायलंड या देशांनी अशाच प्रकारचे TKDL त्यांच्या देशात करण्यासाठी भारताची मदत मागितली आहे.

थोडक्यात, पारंपरिक ज्ञान अस्तित्वात आहेच! त्याचा कोणी एकाने नव्याने शोध लावल्याचा दावा दिशाभूल करणारा किंवा फसवणूक करणारा आहे. आर्थिक लोभापायी खोटा दावा करून पेटंट मिळविण्याचे जगभर प्रयत्न होणारच, तसेच पेटंट देण्याच्या पद्धतीतील त्रुटींमुळेही जगभरात पारंपरिक ज्ञानाला पेटंट दिले जाण्याची शक्यता आहे. सबब पारंपरिक ज्ञान पेटंटपासून वाचविणे आवश्यक आहे. त्यासाठी जगभरात प्रयत्न चालू आहेत. आनंदाची बाब म्हणजे TKDLसारख्या प्रयोगातून भारत त्यात अग्रेसर आहे.

प्रश्न

अ) खालील प्रश्नांची उत्तरे २० शब्दांत लिहा.

१. बौद्धिक संपदा म्हणजे काय?
२. बौद्धिक संपदा अधिकार म्हणजे काय?
३. पेटंट म्हणजे काय?
४. कॉपीराइट म्हणजे काय?
५. ट्रेडमार्क म्हणजे काय?
६. संकल्पचित्र म्हणजे काय?

ब) खालील प्रश्नांची उत्तरे ५० शब्दांत लिहा.

१. कॉपीराइटधारकाचे अधिकार स्पष्ट करा.
२. पेटंटीचे अधिकार सांगा.
३. डिझाईनचे महत्त्व स्पष्ट करा.

क) खालील प्रश्नांची उत्तरे १५० शब्दांत लिहा.

१. पेटंटधारकाचे अधिकार स्पष्ट करा.
२. ट्रेडमार्क म्हणजे काय? ट्रेडमार्कधारकाचे अधिकार स्पष्ट करा.
३. पारंपरिक ज्ञानसंपदा यावर टीपा लिहा.

ड) खालील प्रश्नांची उत्तरे ५०० शब्दांत स्पष्ट करा.

१. पेटंट व कॉपीराइट म्हणजे काय? पेटंट व कॉपीराईटधारकाचे अधिकार स्पष्ट करा.
२. ट्रेडमार्कधारकाचे अधिकार सांगा.

चलनक्षम दस्तांचा कायदा, १८८१

The Negotiable Instruments Act, 1881

प्रास्ताविक (Introduction)

अति प्राचीन काळी मानवाला आपल्या प्राथमिक गरजा भागविण्यासाठी त्याच्याजवळ असलेल्या वस्तूंचे आदान-प्रदान किंवा अदलाबदल करणे आवश्यक होते. परंतु त्यानंतर वस्तूंची प्रत्यक्ष देवाण-घेवाण करताना त्यात अनेक अडचणी निर्माण होऊ लागल्या. उदाहरणार्थ–पूर्वी दोन किलो मिठाच्या ऐवजी दहा किलो गहू असे प्रमाण धरले तर ज्या व्यक्तीजवळ या दोन्ही वस्तू नाहीत परंतु त्याच्याकडील असलेल्या इतर वस्तूच्या ऐवजी त्याला या दोन्ही वस्तूंपैकी कोणती तरी वस्तू घ्यावयाची

आहे. अशा वेळेस एका वस्तूच्या मोबदल्यात अन्य वस्तूंची खरेदी-विक्री होत असे. म्हणजेच एका वस्तूच्या मोबदल्यात अन्य वस्तूंचे प्रमाण ठरवावे लागे. यालाच 'देवाण-घेवाण योग्य/चलन योग्य वस्तू' समजले जाऊ लागले.

याचप्रकारे नंतर तांबे, कांस्य, चांदी, सोने (मोहरा) असे धातू वस्तू-वस्तूंमधील विनिमयाचे साधन म्हणून वापरले जाऊ लागले. सध्याची नाणे-पद्धत ही यातूनच विकसित झाली आहे. व्यापारीकरणाची प्रक्रिया झपाट्याने वाढल्यामुळे चलनातील नाणी आणि त्यांची जागा घेणाऱ्या नोटांचीसुद्धा देवघेव करणे, त्या एका ठिकाणाहून दुसऱ्या ठिकाणी नेणे सर्वस्वी गैरसोयीचे, मोजण्यासाठी लागणारा वेळ व सुरक्षिततेच्या दृष्टीने अतिशय अडचणीचे व अशक्य होऊ लागले. उदाहरणार्थ - एक कोटी रुपये हे प्रत्यक्षात नाण्यांमध्ये मोजणे शक्य असले तरीही इतर सर्व बाबतीत अडचणींचे भासू लागले व त्यास मर्यादाही आली. विशेषत: वाढते औद्योगिकीकरण आणि आंतरराष्ट्रीय स्तरांवरील व्यापारामुळे वस्तूंच्या खरेदी-विक्रीचे स्वरूप बदलत गेले. प्रत्येक देशामध्ये अस्तित्वात असलेल्या स्वतंत्र चलनव्यवस्थेमुळे या गोंधळात अधिकच भर पडू लागली व क्लिष्टता निर्माण होऊ लागली. उदाहरणार्थ - किती रुपयांचा एक पौंड व किती पौंडांचे स्टर्लिंग किंवा कोपेक ह्याचा हिशोब करणे जिकिरीचे झाले. तशातच या सर्व चलनांचे मूल्य वेळोवेळी बदलत असल्यामुळे वस्तूचे मूल्य देताना अडचणी येऊ लागल्या.

चलनक्षम दस्तांचे स्वरूप व आवश्यकता

देशाच्या विकासासाठी चलनामध्ये सुटसुटीतपणा येण्याची गरज अतिशय तीव्रतेने भासू लागली. यातूनच पुढे काही लिखित किंवा लेखी कागद ज्यात पैसे देण्यास तयार असल्याबद्दल किंवा पैसे स्वीकारल्याबद्दलचा उल्लेख आहे आणि विशिष्ट व्यक्तीला किंवा कागदपत्रांमध्ये उल्लेख केल्याप्रमाणे पैसे परत करावेत-द्यावेत असा स्पष्ट आदेश देणारे दस्त चलनाची जागा घेऊ लागले. असे लेखी कागद हे त्या त्या विभागामध्ये व पुढे पुढे इतर देशांतसुद्धा लोकोपयोगी ठरल्यामुळे समाजात मान्यता पावू लागले. पेशव्यांनी पैसे देण्याबद्दल लिहून दिलेल्या सनदा किंवा ईस्ट इंडिया कंपनीने व्यापार करण्यासाठी काढलेले कर्जरोखे हे राजमान्यता असल्याने अशा लेखी दस्तांमध्ये लिहिलेली किंमत मिळण्याची हमी होती. पैशांच्या मोबदल्यात असे दस्त लोकांमध्ये स्वीकारले जात असत. ते चलन योग्य समजले जाऊन त्यांच्या साहाय्याने पैशाऐवजी देवघेवीचे व्यवहार होत असत. आजही बँकिंग पद्धतीतील चेक, व्यापारी लोकांमधील हुंड्या आणि सर्वसाधारण व्यक्तींनी दिलेल्या वचनचिठ्ठ्या (Promissory Notes) या हमीपत्रे, किंवा त्या दस्तांमधील नमूद मूल्यांऐवजी अथवा 'किंमत योग्य' आहे असे 'प्रमाण'

म्हणून मानले जात व त्यांचा स्वीकार केला जातो. तेव्हा त्यांना चलनयोग्य/चलनक्षम पत्रकाचे स्वरूप प्राप्त होते.

असे असले तरीही सर्व लेखी दस्त ही चलने नाहीत तर चलनाच्या क्षमतेची 'योग्यतेची' पात्रता धारण करणारी केवळ हमीपत्रे आहेत. म्हणून यांना चलनाचे स्थान प्राप्त होऊ शकत नाही. परंतु अशा दस्तांमुळे पैसे मिळण्याची खात्री असल्याने त्यामुळे त्यांचा वापर पैशाऐवजी व्यवहारामध्ये देवघेवीसाठी मोठ्या प्रमाणात अनेकदा केला जाऊ लागला म्हणून त्यांना 'चलनक्षम दस्त' किंवा 'चलनक्षम पत्रके' म्हणून संबोधले जाते.

चलनक्षम दस्तांच्या कायद्याची आवश्यकता : चलनक्षम दस्त हे लेखी स्वरूपाचे असणे आवश्यक असल्याने कोणत्याही नमुन्यात असत. याबाबत रूढी, प्रचलित परंपरा यांचा प्रभाव प्रादेशिकत्वामुळे दिसून येत असे. तसेच वेगवेगळ्या राज्यपद्धती, राज्यकारभारातील नियम, कायदे यामुळे दस्तांचे लेखी स्वरूपात फरक दिसून येत असत. तसेच कोणत्या स्वरूपातील लिखाण योग्य अथवा अयोग्य हे ठरवितानासुद्धा प्रत्येक वेळेस मतभिन्नता दिसून येऊ लागली.

इंग्रज राजवटीमुळे आपण इंग्रजी कराराच्या कायद्याचा आधार घेऊन येणारी मतभिन्नता मिटवण्याचे प्रयत्न करू लागलो व याकरिता भारतीय कराराच्या कायद्यात (Indian Contract Act) अनेक प्रकारचे बदल करू लागलो. परंतु यामुळे भारतीय कराराचा कायदा हा अतिबोजड होऊ लागला. उदाहरणार्थ : केवळ एका विशिष्ट प्रकारे केलेल्या दस्ताच्या योग्यतेचा निकष ठरविण्यास संपूर्ण कराराच्या कायद्याचा अभ्यास करणे, त्यातील नियमांचा अर्थ लावणे अनावश्यक असले तरीही क्रमप्राप्त झाले. तसेच वर उल्लेखल्याप्रमाणे प्रचलित पद्धतीतील दस्त लिहिण्यातील, मान्यतेतील फरकांमुळे कायदे असंख्य व त्यात दुरुस्त्याही अगणित असे स्वरूप प्राप्त झाले. काही ठिकाणी एक लेख/दस्त 'चलनयोग्य पत्रक' हे अधिकृत असेल तर तेच चलनयोग्य लिखाण दुसऱ्या ठिकाणी त्यात त्रुटी असल्याचे समजण्यात येऊन नाकारले जाऊ लागले व चलनात अयोग्य मानले जाऊ लागले. (Not Negotiable).

त्यामुळे या लेखी कागदपत्राच्या आधारे वस्तूंच्या देवघेवीप्रमाणेच हक्कांचे हस्तांतरण एका व्यक्तीकडून दुसऱ्या व्यक्तीकडे सहज आणि सुलभ पद्धतीने होणे आवश्यक झाले. एवढेच नव्हे तर असे चलनक्षम दस्त हे सर्वमान्य व कायदेशीरदृष्ट्या योग्य किंवा परिपूर्ण असले पाहिजेत असा दृष्टिकोन स्वीकारला गेला.

वरील गोष्टींचा विचार करून कराराच्या कायद्यातील आवश्यक तेवढाच भाग वेगळा करण्यात आला. तसेच चलनयोग्य दस्तांबाबत अस्तित्वात असलेल्या सर्व

प्रचलित पद्धतींचा अभ्यास करून सुसंबद्धपणे नियमांची आखणी केली गेली. त्या नियमांच्या अंमलबजावणीसाठी विशिष्ट पद्धत असावी असे ठरवून चलनयोग्य दस्तांचा कायदा सन १८८१ साली प्रथम तयार केला गेला.

इंग्रजी कराराच्या कायद्यातून (Common Law) भारतीय कराराचा कायदा (Indian Contract Act) निर्माण झाला. तसेच सदर चलनयोग्य दस्तांचा कायदा भारतात अस्तित्वात असला तरीही (The Neogtiable Instruments Act 1881) या कायद्यातील मूळ नैसर्गिक तत्त्वे आणि उद्दिष्टे सर्वत्र सारखीच असल्याने तो कमी अधिक फरकाने सर्व देशांमध्ये एकसारखाच दिसून येतो.

चलनक्षम दस्तांच्या कायद्याचे क्षेत्र (Jurisdiction) :

चलनक्षम दस्तांचा कायदा प्रथम १८८१ साली अखंड भारतामध्ये त्यावेळच्या ब्रिटिश राजवटीने मंजूर केला. याची अंमलबजावणी १ मार्च १८८२ सालापासून जम्मू व काश्मीर सोडून सर्वत्र केली गेली. सध्या चलनक्षम दस्तांचा कायदा सर्व भारतभर अस्तित्वात आहे.

१. चलनक्षम दस्त कोणते ? किंवा चलनक्षम दस्तांच्या कायद्याची व्याप्ती:
चलनक्षम दस्तऐवज म्हणून अतिशय मर्यादित प्रकारच्या दस्तांनाच भारतीय चलनक्षम दस्तांच्या कायद्याने मान्यता दिलेली आहे. यामध्ये प्रामुख्याने –

(अ) वचनचिठ्ठी : Promissory Note

(ब) विनिमय पत्र : Bill of Exchange

(क) धनादेश : Cheque यांचा समावेश होतो.

असे असले तरीही वरील प्रकारांशिवाय इतर कोणत्याही सदृश्य किंवा अन्य दस्तांना कायद्याने मान्यता नाकारलेली नाही. परंतु अशा दस्तांचा कायदेशीरपणा विचारांत घेताना किंवा योग्य–अयोग्य (Legality) ठरविताना भारतीय न्यायालयांनी चलनक्षम दस्तांसंबंधीच्या सर्व तरतुदींचा वापर करणे आवश्यक मानले आहे. एवढेच नव्हे तर जरूर तेथे इंग्रजी कराराच्या कायद्याच्या (Common Law) व ब्रिटिश कोर्टांनी प्रमाण मानलेल्या (Recognised) गोष्टींचाही विचार करणे योग्य होईल असे मानले आहे.

पूर्वापार रूढी (Customs) आणि परंपरा (Usages) यांचाही विचार चलनयोग्य दस्ताचा कायदेशीरपणा ठरविण्यासाठी करावा असे स्पष्टपणे नमूद केले आहे. म्हणून भारत सरकारने खालील प्रकारचे चलनयोग्य दस्त हे 'रूढ' आणि 'चलनयोग्य दस्त' म्हणून मान्य केले आहेत –

(ड) हुंड्या

(ई) हस्तांतर आदेश (Delivery Orders)

(ई) रेल्वेच्या मालपाठवणेसंबंधीच्या पावत्या (Railway Receipts)

अशा दस्तांमध्ये कायद्यातील आवश्यक सर्व गोष्टी नसल्या, म्हणजेच एखादी त्रुटी राहिली असली तरीही ते दस्त चलनक्षम दस्त म्हणून कायदेशीर आहेत.

२. चलनक्षम दस्तांच्या निर्मितीस मान्यता (Recognition to the making of negotiable instrument) : भारतात (१) कागदी चलन कायदा १८८१ (Paper Currency Notes, Act 1881) मधील कलम २१ अनुसार आणि (२) रिझर्व्ह बँक ऑफ इंडिया कायदा १९३४ (Reserve Bank of India, Act 1934) च्या कलम ३१ व ३२ प्रमाणे भारतात व्यवहारात रूढ आणि प्रचलित असलेली सर्व 'हस्तांतर योग्य' कागदपत्रे अथवा 'लेखी दस्त' कायदेशीर मानले गेले आहेत व त्या कागदपत्रांना वरील कायद्यांतील कोणत्याही तरतुदींची बाधा येत नाही.

३. चलनयोग्य दस्तांच्या निर्मितीवरील निर्बंध (Restrictions on the making of negotiable instrument) : खालील दोन प्रकारची बंधने आहेत–

(अ) चलनक्षम दस्ताच्या कायद्याच्या कलम ३१ अनुसार रिझर्व्ह बँक ऑफ इंडिया आणि मध्यवर्ती सरकार (Central Government) या दोघांच्याशिवाय इतर कोणत्याही व्यक्तीने अथवा संस्थेने चलनसदृश्य दस्त म्हणजेच असा दस्त असणाऱ्या व्यक्तीने (Holder of an instruments) केल्याबरोबर पैसे मिळण्याची तरतूद असणारा दस्त बनवून देण्याची किंवा स्वीकारण्याची परवानगी नाही. तो अधिकार केवळ रिझर्व्ह बँकेला व मध्यवर्ती सरकारलाच आहे. म्हणून इंदिरा विकासपत्रे किंवा मध्यवर्ती सरकारने विक्रीस काढलेले कर्जरोखे हे कायदेशीर आहेत.

(ब) चलनक्षम दस्ताच्या कायद्याच्या कलम ३२ प्रमाणे कोणत्याही व्यक्तीने हुंडी किंवा वचनचिठ्ठी ही 'धारण करणाऱ्यास' (Holder) पैसे मिळू शकतील अशा पद्धतीने लिहिली असल्यास गुन्हा म्हणून संबोधण्यात येऊन त्याबद्दल सदर व्यक्तीस दंड होऊ शकतो.

४.१ चलनक्षम दस्ताची व्याख्या, वैशिष्ट्ये, गृहीत गोष्टी

(Definitions of Negotiable Instruments)

चलनक्षम दस्त/परक्राम्य विलेख (Negotiable Instruments)

(अ) व्याख्या : चलनक्षम दस्तांच्या कायद्यामध्ये 'चलनक्षम दस्त' कशाला म्हणावे याबाबत अधिकृत कोणतीही व्याख्या नमूद केलेली नाही. तरीही त्यातील कलम १३ मध्ये सविस्तर स्पष्टीकरण केलेले आहे.

'चलनक्षम दस्त' म्हणजे ''जो लेख कोणत्याही अथवा विशिष्ट व्यक्तीच्या (किंवा

संस्थेचा) लेखात नमूद केलेला अधिकार निर्माण करतो व एका (व्यक्ती)कडून दुसऱ्या (व्यक्ती)कडे हस्तांतरित होऊ शकतो आणि हस्तांतरित झाल्यानंतर (सदर लेखामुळे) त्या दुसऱ्या (व्यक्तीस) पहिल्याचे (व्यक्तीचे) अधिकार कायदेशीरपणे प्राप्त होतात. असा लेख.''

याचा अर्थ चलनक्षम दस्त म्हणजे, ''मूळ मालकाने/निर्मात्याने नमूद केलेला 'अधिकार लेख' जो दस्ताच्या केवळ हस्तांतरामुळे स्वीकृत्यास प्राप्त होतो.''

न्यायमूर्ती विलिस यांचे मते : 'चलनक्षम दस्त' म्हणजे ''मूळ मालक हा आपण केलेला करार किंवा दिलेले वचन लेखामध्ये नमूद करून आपला अधिकार दस्त स्वीकारणाऱ्या व्यक्तीला (Holder) हस्तांतरित करू शकतो असा कोणताही लेख.''

ìA Negotiable Instrument is one in which ëThe true owner could transfer the contract or engagement contained therein by simple delivery of the instrument.î

According to Section 13 of the Negotiable Instrument Act ìNegotiable Instrumentî means a promissory note, a Bill of Exchange or a cheque payable either to order or to bearer.î

(ब) चलनक्षम दस्ताची वैशिष्ट्ये : चलनयोग्य दस्ताची वैशिष्ट्ये खालीलप्रमाणे सांगता येतील –

१. लेखी : चलनक्षम दस्त हा लिखित स्वरूपात असणे आवश्यक आहे.

२. किमान दोन पक्ष : चलनक्षम दस्ताच्या निर्मितीमध्ये किमान 'दस्त तयार करणारा' व 'दस्त स्वीकारणारा' असे दोन पक्ष असणे आवश्यक आहे.

३. निर्मात्याची सही : चलनक्षम दस्त तयार करणाऱ्याने (Maker) त्यावर सही करणे आवश्यक आहे.

४. हस्तांतरणयोग्य : चलनक्षम दस्त हा एका व्यक्तीकडून दुसऱ्या व्यक्तीकडे कायदेशीरपणे हस्तांतरण करता येणारा असावा. अशा हस्तांतरामध्ये दस्ताबरोबर अधिकारही स्वीकृत्याकडे जातो.

५. मोबदला : सर्वसामान्यपणे चलनक्षम दस्ताचा स्वीकार करणाऱ्या व्यक्तीने दस्तांत नमूद केलेली रक्कम/संपत्ती/अधिकार, ही दस्त स्वीकारतेवेळेस प्रत्यक्षात दस्ताच्या निर्मात्यास दिलेली आहे व त्या मोबदल्यात तो दस्त स्वीकारला असे समजले जाते.

६. मालकी हक्क : दस्ताचे हस्तांतरण झाल्यानंतर दस्ताची मालकी म्हणजेच दस्तातील नमूद रक्कम स्वीकारण्याचे अथवा वसूल करण्याचे सर्व अधिकार नवीन धारकास – दस्त स्वीकृत्यास प्राप्त होतात.

७. चलनक्षम दस्तऐवज हजर करणे : हुंडीसारखे चलनक्षम दस्त तिच्या निर्मात्याने दिलेल्या आदेशकाकडे स्वीकृतीसाठी आणि पैसे मिळण्यासाठी हजर करणे आवश्यक असतात. परंतु इतर चलनयोग्य दस्त स्वीकृतीसाठी सादर करावे लागत नाहीत.

८. रोख रक्कम : चलनक्षम दस्तात नमूद केलेली रक्कम तो चलनयोग्य दस्त देशी असल्यास (Inland) भारतीय चलनामध्येच दिली पाहिजे.

९. रोख रकमेऐवजी वापर : चलनक्षम दस्तामध्ये नमूद रक्कम तो दस्त स्वीकारणाऱ्यास कायदेशीरपणे मिळणारी असते. त्यामुळे व्यवहारात चलनयोग्य दस्त रोख रकमेऐवजी बनविले जातात आणि स्वीकारले जातात.

१0. चलनक्षम दस्त स्वीकारकर्त्याची जबाबदारी : चलनक्षम दस्त ज्या व्यक्ती किंवा संस्थेच्या नावाने काढलेला असतो किंवा ज्या व्यक्ती किंवा संस्थेच्या नावाने त्यावर नोंदणी झालेली असेल (Endorsement) त्या व्यक्तीवर दस्त सादर केल्यानंतर पैसे देण्याची जबाबदारी येते.

मात्र दस्तात नमूद व्यक्ती/संस्थेने दस्त हजर केल्यावर पैसे देण्याचे नाकारले तर अशा दस्तावर असलेल्या आणि सर्व नोंदणी झालेल्या व्यक्तींवर अथवा दस्ताच्या निर्मात्यावर दस्तात नमूद केलेले पैसे देण्याची जबाबदारी येते.

११. पैसे देण्याचे वचन/आज्ञा : चलनक्षम दस्त हा दस्तामध्ये आदेश दिलेल्या व्यक्तीला किंवा दस्ताचे धारकास (Holder) पैसे द्यावेत अशा कोणत्या तरी पद्धतीत असावा लागतो.

१२. जप्ती आणि त्वरित दावा चालण्याची तरतूद : चलनक्षम दस्तांमध्ये वचनचिठ्ठी आणि विनिमय पत्र यांचा अनादर झाल्यास पैसेवसुलीसाठी दावा करून हुकूमनाम्यापूर्वी जप्ती आणि दावा त्वरित चालण्याची सोय अशा विशेष तरतुदी सिव्हिल प्रोसिजर कोडमध्ये केलेली आहे.

१३. पुरावा म्हणून उपयोग : चलनक्षम दस्ताचा वापर पैसे देणे–घेणेकरिता होत असला तरीही प्रसंगी एखादा व्यवहार झाला अथवा नाही (Transaction) आणि दस्तावर सही असलेल्या लोकांचा पुरावा (Witness) म्हणून पुराव्याच्या कायद्यात (Evidence Act) वापर करता येतो.

(क) चलनक्षम दस्ताबाबत गृहीत गोष्टी (Presumptions) : चलनक्षम दस्तासंबंधीच्या कायद्यातील कलम ११८ व ११९ मध्ये खालील गोष्टी गृहीत धरलेल्या आहेत –

(१) चलनक्षम दस्तावर जी तारीख नमूद असेल त्या तारखेसच दस्त लिहिला आहे.

चलनक्षम दस्तांचा कायदा, १८८१ / (२९५)

(२) चलनक्षम दस्तामध्ये नमूद केली आहे तेवढीच रक्कम स्वीकारून दस्त लिहून दिला आहे किंवा पृष्ठांकित केला आहे. म्हणजेच दस्ताच्या नवीन धारणकर्त्याने दस्तात नमूद केलेली रक्कम दस्त स्वीकारतेवेळेस प्रत्यक्षात दिलेली आहे असे गृहीत धरले जाते.

(३) चलनक्षम दस्त लिहिल्यानंतर योग्य मुदतीनंतर तो दस्त सादर केला असल्यास (Out of Limitation) दस्त स्वीकारला पाहिजे असे बंधन दस्ताचे निर्मात्यावर किंवा स्वीकारकर्त्यावर नसते.

(४) एखाद्या चलनक्षम दस्तावर एकापेक्षा अधिक वेळेस पृष्ठांकन केलेले असल्यास ज्या क्रमाने किंवा तारखेप्रमाणे पृष्ठांकन केल्याचे दिसत असेल त्याच क्रमाने सदर दस्ताचे पृष्ठांकन झालेले आहे.

(५) चलनक्षम दस्त हरवला किंवा गहाळ झाला किंवा नाश पावला असेल तर त्या दस्तावर संबंधित पक्षांच्या सह्या होत्या आणि तो दस्त कायदेशीररीत्या परिपूर्ण होता असे मानले जाते.

(६) चलनक्षम दस्त स्वीकारणारा हा यथाविधिधारक म्हणजेच कायदेशीर हक्क असलेली व्यक्ती असते. परंतु सदर दस्त हा बेकायदेशीर आहे. कारण दस्ताचा निर्माता ही अज्ञान व्यक्ती होती, वेडसर होती किंवा सदर दस्तात योग्य प्रतिफल दिलेले नव्हते इ. प्रकारे तक्रारी किंवा हरकती एखाद्या पक्षाने मांडल्यास ज्या पक्षाने अशी हरकत घेतली असेल त्याच्यावर तक्रार सिद्ध करण्याची पूर्ण जबाबदारी येते.

उदा. चलनक्षम पत्रकाचा निर्माता (Maker) हा दस्त बनविताना कायद्याने अपात्र होता अशी तक्रार नंतर चलनयोग्य पत्रकाचे धारकाने केल्यास तक्रार करणाऱ्याने चलनक्षम पत्रक निर्मात्याची अपात्रता पुराव्याने सिद्ध करणे आवश्यक आहे.

(७) चलनक्षम दस्त स्वीकारणाऱ्याने दस्तामध्ये नमूद केलेली रक्कम ही रोखीने दिलेली आहे असे मानले जाते.

(८) चलनक्षम दस्तामध्ये नमूद केलेली रक्कम दस्त स्वीकारणाऱ्यास (धारकास) मिळण्याची हमी असते.

(९) चलनक्षम दस्तांचा अनादर झाल्याचे दस्तावर नमूद असल्यास त्या दस्ताचा अनादर झालेला आहे, तसेच कायद्याने ज्या ठिकाणी दस्तऐवजाचा अनादर झाल्यानंतर योग्य त्या सक्षम अधिकाऱ्यांकडे (Competitive Authority) अनादराबद्दल नोंद करणे आवश्यक असेल त्या वेळेस, दस्तावर किंवा दस्तासंबंधी अनादर झाल्याबद्दलची नोंद असेल तर, अशा दस्ताचा अनादर झाला असे मानले जाई.

७.२ चलनक्षम दस्तांचे प्रकार (Kinds of Instruments)

चलनक्षम दस्ताच्या कायद्यामध्ये प्रामुख्याने –

१. वचनचिट्ठी/वचनपत्र/प्रतिज्ञा अर्थपत्र/Promissory Note

२. विनिमय पत्र / विपत्र/(Bill of Exchange)

३. धनादेश/Cheque

यांचा समावेश होतो. त्यामुळे चलनक्षम दस्ताच्या कायद्यातील यासंबंधीच्या तरतुदींचा अभ्यास करणे आवश्यक ठरते.

१. वचनचिट्ठी/वचनपत्र/प्रतिज्ञा अर्थपत्र (Promissory Note) : चलनक्षम दस्तांच्या कायद्याच्या कलम ४ प्रमाणे – ''वचनपत्र म्हणजे ज्या दस्ताच्या निर्मात्याने आपली सही करून दस्तात नमूद केलेली रक्कम विशिष्ट व्यक्तीला किंवा तिच्या आदेशानुसार इतर व्यक्तींना किंवा दस्त सादर करणाऱ्या व्यक्तींना देण्याचे विनाअट वचन लेखी स्वरूपात दिलेले असते असा दस्त.''

íA Promissory Note is an instrument in writting, containing an unconditional undertaking signed by the maker to pay a certain a sum of money only to or to the order of a certain person or the bearer of the instrument.í

उदा. गोपाळ हरी देशपांडे रा. कोल्हापूर लिहून देतो की, श्रीयुत विनायक प्रसाद कुलकर्णी रा. कागल यांचे कडून आज ता. ४.१०.२००५ इ. रोजी मी रोख रुपये दहा हजार (रु.१०,०००) स्वीकारले आहेत. सदर रक्कम त्यांना किंवा ते सांगतील त्या व्यक्तीस सहा महिन्यानंतर देईन.

वचनचिट्ठीची वैशिष्ट्ये/आवश्यक लक्षणे :

(१) लेखी : वचनचिट्ठी ही लेखी असावी. तोंडी किंवा ध्वनित स्वरूपातील वचन प्रतिज्ञापत्र होऊ शकत नाही.

(२) निश्चित नमूद रक्कम देण्याचे वचन : चलनक्षम दस्तांसंबंधीच्या कायद्यामध्ये कोणतेही वचनपत्र हे त्या दस्तात नमूद केलेली निश्चित रक्कम देण्याचे आश्वासन किंवा हमी देणारे असले पाहिजे. वचनपत्रामध्ये कोणतीही रक्कम नमूद नसल्यास, किंवा केवळ योग्य अशी रक्कम असा उल्लेख असल्यास ते वचनपत्र कायदेशीर होत नाही. त्याचप्रमाणे वचनपत्रामध्ये केवळ पैसे स्वीकारण्याचे अथवा एखादी सेवा स्वीकारल्याबद्दल मूल्य किंवा मोबदला देण्याची जबाबदारी कबूल केली असली तरीही असे वचनपत्र कायदेशीरदृष्ट्या अयोग्य (Illegal) ठरते कारण अशा लेखामध्ये पैसे देण्याचे सुस्पष्ट किंवा निश्चित वचन नमूद नाही.

(३) विनाअट वचन : वचनपत्रामध्ये नमूद केलेली रक्कम कोणतीही अट घालून

देण्याचे वचन नसले पाहिजे म्हणजेच बिनशर्तपणे दस्तात नमूद केलेली रक्कम देण्याची स्पष्ट हमी असली पाहिजे. परंतु खालील तरतुदींना अट असे मानले जात नाही व असे दस्त कायदेशीर असतात –

(अ) विशिष्ट तारखेस रक्कम देण्याबद्दल वचनपत्रकात केलेला उल्लेख.

(ब) विशिष्ट ठिकाणी (Place) रक्कम देण्याबद्दल वचनपत्रात ठरविलेली जागा.

(क) निश्चित अशी घटना घडल्यानंतरच पैसे देण्याबाबत वचनपत्रात दिलेले वचन.

उदा. 'अ'चे 'ब'शी लग्न ठरलेले आहे. या ठिकाणी केवळ लग्नाची तारीख ठरलेली नाही. 'अ' वचनपत्राने आपले लग्न 'ब'शी झाल्यावर दहा हजार रुपये देण्याचे वचनपत्राने वचन देतो. असा लेख हा कायदेशीर आहे.

(ड) वचनपत्रामध्ये नमूद केलेल्या रकमेवर विशिष्ट व्याज देण्याबाबतचा उल्लेख.

अशा तरतुदींमुळे रकमेत जरी फरक होऊ शकत असला तरीही अनिश्चितता निर्माण होत नाही. कारण काळानुरूप रकमेत बदल होतो पण रक्कम ही हिशोबाने येणारी असल्याने निश्चितच असते.

(४) दस्तऐवजातील रक्कम भारतीय चलनात : वचनचिठ्ठीमध्ये नमूद केलेली रक्कम ही भारतीय चलनामध्ये दिली पाहिजे. तसेच सदर रकमेबरोबर आणखी काही वस्तू किंवा सेवा पुरविणेचा उल्लेख दस्तामध्ये केलेला असल्यास अशा दस्ताला वचनपत्रक/वचनचिठ्ठी म्हणता येत नाही.

अपवाद : वचनचिठ्ठीमध्ये विदेशी मुद्रेमध्ये (Foreign Currency) पैसे देण्याचे वचन असल्यास त्याची भारतीय मुद्रांकामध्ये होणारी रक्कम किती हे नमूद असले तरच अशी वचनचिठ्ठी कायदेशीर मानली जाऊ शकते.

(५) वचनचिठ्ठी/वचनपत्रक लिहून देणारी व्यक्ती किंवा संस्था निश्चित असली पाहिजे : अधिकार नसताना दुसऱ्याचे नावाने लिहून दिलेले वचनपत्रक हे कायदेशीर होत नाही.

(६) वचनचिठ्ठीतील रक्कम स्वीकारणारा निश्चित पाहिजे : वचनचिठ्ठीमध्ये नमूद केलेला स्वीकृता/धारक हा निश्चित म्हणजेच अस्तित्वात असलेली व्यक्ती अथवा संस्था असली पाहिजे. काल्पनिक व्यक्ती/संस्था असल्यास अगर मृत किंवा त्या नावाची व्यक्ती/संस्था असल्यास तो दस्त वचनपत्रक होऊ शकत नाही.

वचनपत्रकात एखाद्या व्यक्तीच्या आदेशानुसार दस्तातील रक्कम देण्याबाबत उल्लेख केला असेल तर आदेश करणारी व्यक्ती ही निश्चित/अस्तित्वात असणे आवश्यक आहे.

(७) आवश्यक रकमेचे तिकीट : वचनचिठ्ठी/वचनपत्रकावर भारतीय मुद्रांक

कायद्यानुसार (Indian Stamp Act) नमूद रकमेच्या प्रमाणात आवश्यक तेवढी तिकिटे असली पाहिजेत. अन्यथा दस्तात जोपर्यंत ही त्रुटी असेल तोपर्यंत दस्तास कायदेशीरपणा प्राप्त होत नाही.

(८) वचनपत्रावरील तारीख : वचनपत्रावर जी तारीख नमूद केलेली असेल त्या तारखेस तो लेख बनविला गेला आहे असे मानले जाते. जरी अशा दस्तावर मागाहून तारीख टाकली असली तरीही सदरची गोष्ट जोपर्यंत सिद्ध होत नाही तोपर्यंत दस्तावरील तारखेसच दस्त बनविला गेला आहे असे मानले जाते.

वचनचिठ्ठीवर तारीख असलीच पाहिजे असे बंधन कायद्यात नसले तरीही सदर लेखाचा कालावधी निश्चित करण्याकरिता किंवा विशिष्ट कालावधीनंतर पैसे द्यावेत असा उल्लेख दस्तात नमूद असल्यास दस्तावर तारीख असणे आवश्यक आहे.

(९) एकापेक्षा अधिक स्वीकारकर्ते : चलनयोग्य दस्ताचे पैसे एकापेक्षा अधिक व्यक्तींना किंवा त्यांपैकी कोणासही स्वतंत्रपणे अथवा संयुक्तिकरीतीने (Independently or Jointly) मिळण्याची तरतूद करता येते. अशावेळेस सर्वांकरिता एकाने किंवा सर्वांनी दस्तातील नमूद केलेले पैसे स्वीकारले तरी चालतात. तसेच वचनचिठ्ठी सादर करताना तो अनेक व्यक्तींकरिता एका व्यक्तीने सादर केली तरीही सर्वांकरिता सादर केली आहे असे मानले जाते.

(१०) वचनचिठ्ठीचे प्रतिफल : वचनचिठ्ठीमध्ये नमूद केलेली रक्कम कोणत्या कारणाकरिता वचनचिठ्ठीच्या निर्मात्याने स्वीकारली होती हे नमूद करण्याची आवश्यकता कायद्यात नाही. परंतु जर विशिष्ट कारण नमूद केले असेल तर त्या वचनचिठ्ठीचा उपयोग परिस्थितिजन्य पुरावा म्हणून पुराव्याच्या कायद्यात करता येतो.

उदा. घर खरेदीदासाठी पैसे स्वीकारून वचनचिठ्ठी लिहून दिली असल्यास सदरची रक्कम घराच्या खरेदीच्या व्यवहारासंदर्भातच घेतली होती असे मानले जाते.

वचनचिठ्ठीचा नमुना खालीलप्रमाणे देता येईल :

२. **विनिमय विपत्र** (Bill of Exchange) : चलनक्षम दस्त्याच्या कायद्याच्या कलम ५ मध्ये हुंडीची व्याख्या दिली आहे. ''ज्या लिखित दस्तावर दस्त्याच्या निर्मात्याने आपली सही करून विशिष्ट व्यक्तीला/संस्थेला, कोणत्याही अटीशिवाय आदेश करून दस्तामध्ये नमूद केलेल्या व्यक्तीला किंवा त्या व्यक्तीच्या आदेशानुसार इतर व्यक्तीला किंवा तो दस्त धारण करणाऱ्यास विशिष्ट रक्कम द्यावी असे नमूद केलेले असते त्या लेखाला हुंडी असे म्हणतात.''

वचनचिट्ठीचा नमुना

पुणे,
दि. २० जून २००५

मी, खाली सही करणार, महेश कुमार कोठारी, १२१४, आर. वार्ड, पुणे मागताक्षणी श्री. मनोज नाबर, १०३५, सदाशिव पेठ, पुणे यांना किंवा त्यांच्या आदेशाप्रमाणे रुपये दोनशे फक्त देण्याचे वचन देतो.

रु. २००/–   सही /–   तिकीट
                   एम.आर. कोठारी

चलनक्षम दस्तांचा कायदा

विनिमयपत्र किंवा विपत्र (Bills of Exchange)

चलनक्षम दस्तऐवजांचा कायदा १८८१-कलम ५ नुसार विनिमयपत्र म्हणजे असा दस्तऐवज की ज्यावर त्याच्या कर्त्याने आपली स्वाक्षरी करून विशिष्ट व्यक्तीला विनाअट आज्ञा करून दस्तात नमूद केलेल्या व्यक्तीला किंवा त्या व्यक्तीच्या आदेशानुसार दुसऱ्या व्यक्तीला किंवा तो दस्त धारण करणाऱ्यास पैसे देण्याचे नमूद केलेले असते.

विनिमयपत्राची वैशिष्ट्ये : वचनपत्राची आणि विनिमयपत्राची वैशिष्ट्ये साधारण सारखीच आहेत. विनिमयपत्राची महत्त्वाची वैशिष्ट्ये किंवा आवश्यक लक्षणे खालीलप्रमाणे आहेत.

१) विनाअट किंवा विनाशर्त : विनिमयपत्राचे महत्त्वाचे वैशिष्ट्य म्हणजे ते विनाअट किंवा विनाशर्त असावे.

२) लिखित स्वरूप : विनिमयपत्र हे लिखित स्वरूपात असावे.

३) आज्ञा किंवा आदेश : विनिमयपत्रात पैसे देण्याची आज्ञा किंवा आदेश असतो आणि तो स्पष्ट असतो.

४) स्वाक्षरी : विनिमय पत्र हे आदेशकाने स्वाक्षरी केलेले असले पाहिजे आदेशकाने सहीन केलेले विनिमयपत्र जर आदेशितीने स्वीकारले आणि ते जर तृतीय पक्षाला दिले गेले तर त्याला विनिमय पत्र म्हणून कायद्याने संबोधता येत नाही.

५) निश्चित पक्ष : विनिमयपत्रात उपक्ष असतात, अनुक्रमे

अ) आदेशक : विनिमयपत्राचा कर्ता ज्याने पैसे देण्याचा आदेश दिलेला असतो.

ब) आदेशिती : ज्याला विनिमयपत्राचे पैसे द्यावयाचे असतात.

६) केवळ पैसा व निश्चित रक्कम : विनिमयपत्र हे केवळ पैसे देण्यासाठी आणि

(२९२) / व्यवसाय नियामक कायदे

तेसुद्धा निश्चित रक्कम देण्यासाठीच काढता येते.

तिकिट : विनिमयपत्रावर तिकीट लावणे आवश्यक असते. केवळ मागणी विनिमय हे तिकिटाशिवाय कायदेशीर असते.

विनिमयपत्राचा नमुना

रु.५०,०००/-

तिकीट

४०५, शिवाजीनगर
पुणे -४११ ००५
२ ऑगस्ट २०१०

६० दिवसांनंतर निखिल एंटरप्रायजेस यांना किंवा त्यांच्या आदेशानुसार रु. ५०,०००/- फक्त द्यावेत.

राहुल एंटरप्रायजेससाठी

सही
राहुल बोरीवाला
भागीदार

प्रति,
अस्मिता इलेक्ट्रिकल्स
डेक्कन जिमखाना
पुणे ४११ ००४

वरील नमुन्यामध्ये राहुल एंटरप्रायजेस हे आदेशक अस्मिता इलेक्ट्रिकल्स हे आदेशिती तर निखिल एंटरप्रायजेस हे आदाता आहेत.

विनिमयपत्राचे प्रकार : विनिमयपत्राचे खालील प्रमुख प्रकार पडतात.

१) देशी/आंतरदेशीय विनिमयपत्र आणि विदेशी/परकीय विनिमयपत्र (Inland & Foreign Bills) : वचनपत्र, विनिमयपत्र किंवा धनादेश ज्यावेळी भारतात काढलेले असते आणि/किंवा ज्यावेळी ते भारतात देय असते किंवा भारतीय निवासी व्यक्तिंवर किंवा संस्थांवर काढलेले असते. त्यावेळी त्याला अंतर्देशीय विनिमयपत्र असे म्हणतात. खालील दस्तऐवज हे अंतर्देशीय विनिमयपत्रे असतात.

अ) जो दस्तऐवज भारतात काढलेला आणि भारतात देय असतो

ब) जो दस्तऐवज भातात काढलेला आणि कोणत्याही निवासी भारतीयावर काढलेला असतो जरी त्याचे पैसे भारताबाहेर देय असला तरीही तो अंतर्देशीय दस्तऐवज असतो. (कलम ११)

चलनक्षम दस्तांचा कायदा, १८८१ / (२९३)

विदेशी विनिमयपत्र : जो दस्तऐवज कलम (११) नुसार बनविलेला नसतो किंवा देय नसतो, त्याला विदेशी विनिमयपत्र असे म्हणतात. खालील दस्तऐवज हे विदेशी दस्तऐवज असतात (१) जो दस्तऐवज भारतात काढलेला असतो पण भारताबाहेर देय असते आणि भारताबाहेर राहणाऱ्या व्यक्तीवर काढलेला असतो. आंतरदेशिय आणि विदेशी विनिमयपत्रात फरक आहे तो हा की आंतरदेशीय विनिमयपत्राचा अनादर झाल्यास त्याच्या निषेधाची गरज नसते तर विदेशी विनिमयपत्राचा अनादर झाल्यास ज्या ठिकाणी ते काढले गेले आहे त्या ठिकाणच्या कायद्याने परवानगी किंवा आवश्यक असल्यास निषेध नोंदवावा लागतो.

२) समय आणि मागणी विनिमयपत्र (Time Bill, Demand Bill) :

जेव्हा विनिमयपत्र आणि वचनपत्र हे ठराविक समय झाल्यानंतर देय असते त्यावेळी ते समय पत्र असते तर ज्यावेळी ते पैसे देण्यासाठी सादर केल्यानंतर देय असते त्यावेळी ते मागणी विनिमय पत्र असते. कोणतेही विनिमयपत्र हे मागणी विनिमयपत्र असते. ज्यावेळी अ) ते मागणी करताच देय असे दर्शवित असते किंवा सादर केल्यावर देय असते किंवा विशिष्ट ठिकाणी देय असते

(ब) त्याच्यावर समय नोंदविलेला नसतो.

३) व्यापारी आणि निभाव विनिमयपत्र

(Trade and Accommodation Bill)

ज्या वेळी प्रत्यक्ष उधारीवर झालेल्या विक्रीसाठी विक्रेता किंवा धनको प्रत्यक्ष उधारीवर झालेल्या विक्रीसाठी विक्रेता किंवा धनको विनिमयपत्र काढतो त्यावेळी त्याला व्यापापरी विनिमयपत्र असे म्हणतात. कायदेशीर मोबदला देण्यासाठी व्यापारी विनिमयपत्र काढले जाते.

व्यापारी विनिमयपत्राप्रमाणेच असणारे पण कोणत्याही मोबदल्याशिवाय काढले जाणारे विनिमयपत्र म्हणजे निभाव विनिमयपत्र होय. यामध्ये निभाव पक्ष कोणतीही किंमत न घेता आपल्या नावलौकिकाचा उपयोग करून विनिमयपत्र काढतो. त्याची असते.

४) स्वच्छ आणि दस्तऐवजात्मक विनिमयपत्र

(Clean and Documentary Bill) :

ज्यावेळी विनिमयपत्रासोबत रेल्वेपावती सारखे दस्तऐवज जोडलेले असतात त्यावेळी त्याला दस्तऐवजात्मक विनिमयपत्र असे म्हणतात तर ज्यावेळी असे कोणतेही दस्तऐवज विनिमयपत्रासोबत जोडले नसतात त्यावेळी त्याला स्वच्छ विनिमय पत्र असे म्हणतात.

५) काल्पनिक विनिमयपत्र (Fictitious Bill) :

ज्यावेळी विनिमयपत्रातील आदेशक किंवा आदेशिती किंवा दोन्ही पक्ष काल्पनिक असतात तेव्हा त्या पत्राला काल्पनिक विनिमयपत्र असे म्हणतात.

६) सशर्त विनिमयपत्र (Escrow) : ज्यावेळी विशिष्ट अटींची पूर्तता झाल्यानंतरच विनिमयपत्र देय असते. त्यावेळी त्याला सशर्त विनिमयपत्र असे म्हणतात. जोपर्यंत विनिमयपत्राच्या देयतेसंबंधीच्या अटींची पूर्तता होत नाही तोपर्यंत विनिमयपत्रातील पक्षांची जबाबदारी किंवा दायित्व निर्माण होत नाही. काही विशिष्ट हेतूंसाठी दुय्यम सुरक्षितता म्हणून हे विनिमयपत्र स्वीकारले जाते.

क) हुंडी (hundis) : विनिमयपत्र हे भारतातील कोणत्याही भाषेत लिहिले जाऊ शकते. पण जर ते स्थानिक भाषेत काढले गेले तर त्याला हुंडी असे संबोधले जाते. हुंडी हा शब्द संस्कृत 'हुंड' यापासून बनलेला आहे. याचा अर्थ 'गोळा करणे' असा होतो. हुंड्यांचे नियमन चलनक्षम दस्तऐवजांच्या कायद्याप्रमाणे न होता बन्याचवेळेला स्थानिक वापराच्या पद्धती व चालीरीतीप्रमाणे होते. ज्यावेळेस अशी कोणतीही पद्धत अस्तित्वात नसते त्यावेळी चलनक्षम दस्तऐवजांचा कायदा वापरता येतो. भारतात, विनिमयपत्रापेक्षा मोठ्या प्रमाणावर हुंडी वापरली जाते. त्यामुळे हुंडी ही संकल्पना विनिमयपत्रापेक्षा विस्तृत आहे. भारतात व्यापारी आणि स्थानिक बँक व्यवसायिक वचनपत्रे किंवा विनिमयपत्रे स्थानिक भाषेत काढतात त्यालाच हुंडी असे संबोधले जाते. विनिमयपत्राप्रमाणेच हुंडीचे सुद्धा विविध प्रकार आहेत. ते प्रकार खालीलप्रमाणे :

हुंडीचे प्रकार (Types of Hundies) :

१) दर्शनी हुंडी : हुंडी सादर केल्यानंतर किंवा हुंडी दाखवून मागणी केल्यानंतर ज्या हुंडीचे पैसे देय असतात तिला दर्शनी हुंडी असे म्हणतात.

२) मुदती हुंडी : ज्या हुंडीत विशिष्ट तारीख नमूद केलेली असते आणि जी ठराविक कालावधीसाठी असते तिला मुदती हुंडी असे म्हणतात.

३) शाहजोग हुंडी : ज्यावेळी हुंडीही एखाद्या शहाला देय असते. त्यावेळी तिला शाहजोग हुंडी असे म्हणतात. शाह म्हणजे सन्माननीय किंवा जबाबदार व्यक्ती. या हुंडीचे पैसे देय असताना आदेशितीने आपण पैसे योग्य व्यक्तीलाच देत असल्याची खात्री करून घ्यावी लागते. साध्या हस्तांतरणाने ही हुंडी हस्तांतरित होऊ शकते. या व्यवहारात लबाडी अथवा फसवणूक झाल्यास हुंडीचे पैसे व्याजासहित देण्याची जबाबदारी शहाची असते.

४) नामजोग हुंडी : ज्यावेळी हुंडीच्या दर्शनी भागावर एखाद्या व्यक्तीने नाव लिहिलेले असते आणि हुंडीचे पैसे हे त्या व्यक्तीला किंवा तिच्या आदेशानुसार दुसऱ्या व्यक्तीला देय असतात त्यावेळी तिला नामजोग हुंडी असे म्हणतात. विनिमयपत्राप्रमाणेच या हुंडीचे हस्तांतरण होते.

५) जोखीम हुंडी : जोखमी हुंडीमध्ये हुंडीतील नमूद रक्कम किंवा त्या रकमेपोटी व्यापाऱ्याने स्वीकारलेल्या मालाची जोखीम स्वीकारण्यात येते म्हणजेच माल पाठविल्यानंतर

तो विशिष्ट व्यक्तीला पोहोचल्यावर त्या मालाचे पैसे हुंडीच्या निर्मात्याला मिळावयाचे असतात. अशावेळेस मालाची 'जोखीम' अथवा हुंडीचे पैसे मिळण्याची जोखीम तिसरी व्यक्ती किंवा एजंट किंवा व्यापारी स्वीकारतो. आपले कमिशन जोखीम स्वीकारल्याबद्दल काढून घेऊन हुंडीतील रक्कम त्वरित देतो. ही हुंडी विमा पॉलिसीसारखी आहे.

६) फर्मानजोग हुंडी : हुंडी धारण करणाऱ्याने ज्या व्यक्तीला त्या हुंडीचे पैसे मिळावेत असा आदेश दिलेला असतो. त्या हुंडीला फर्मानजोग हुंडी म्हणतात. फर्मान जोग हुंडीमध्ये हुंडी धारण करणाऱ्याने 'फर्मान' म्हणजे हुकूम करून सदर हुंडीचे पैसे विशिष्ट व्यक्तीला देण्यात यावेत असे लेखी कळविलेले असते.

७) जवाबी हुंडी : जवाबी हुंडीही एका ठिकाणाहून दुसऱ्या ठिकाणी मोठी रक्कम पाठवण्यासाठी बनविली जाते. अशी हुंडी बँकेमार्फत दुसऱ्या व्यक्तीला पोहोच केली जाते व हुंडी पोहोचल्याबद्दल त्या व्यक्तीची पोहोच घेते आणि मूळ हुंडीच्या निर्मात्याला ती पोहोच आणून देते ही पोहोच म्हणजेच उत्तर किंवा जवाब म्हणून याला 'जवाबी हुंडी' असे म्हणतात.

८) नामजोग हुंडी : या हुंडीची रक्कम हुंडीत लिहिलेल्या व्यक्तीला किंवा तिच्या आदेशानुसार देण्यात यावी असे नमूद केलेले असते.

फरकाचा मुद्दा	विनिमयपत्र	हुंडी
१. भाषा	विनिमयपत्र हे प्रामुख्याने इंग्रजी भाषेत काढले जाते.	हुंडी ही कोणत्याही स्थानिक भाषेत काढले जाते.
२.नियमन	विनिमयपत्र हे चलनक्षम दस्तऐवज कायदा १८८१ नुसार नियमित केले जाते.	हुंडी ही स्थानिक परंपरेने किंवा चालीरीतीने नियमित केली जाते.
३. अटींवर	विनिमयपत्र हे कधीही विनाशर्त असते.	हुंडी ही अटींवर आधारित असू शकते.
४. नोंद आणि निषेध	आदरासाठी विनिमयपत्र स्वीकारण्यापूर्वी नोंद व निषेधाची गरज असते.	हुंडीला अशी कोणतीही गरज नसते.
५. व्याजदर- आकारणी	विनिमयपत्रासाठी ६% व्याज कायद्याने निश्चित केलेला आहे.	हुंडीसाठी असा निश्चित व्याजदर नाही. हुंडीचा व्याजदर प्रचलित चालीरीतीं- वर आधारित असतो. त्यामुळे तो ६% पेक्षा जास्त असू शकतो.

वचनचिट्ठी आणि विनिमय पत्र यांतील फरक
Distinction between Promissory Note and Bill of Exchange

वचनचिट्ठी (Promissory Note)	विनिमयपत्र (Bill of Exchange)
१. यात दोनच व्यक्ती असतात. वचनदाता (Maker) आणि प्राप्तकर्ता (Payee)	यात ३ व्यक्ती असतात. आदेशक किंवा निर्माता (Drawer) आहार्यी किंवा हुंडी स्वीकारणारा (Drawee) आणि प्राप्तकर्ता (Payee)
२. वचनचिट्ठीतील रक्कम वचन देणाऱ्यालाच किंवा निर्मात्यालाच मिळावी अशा तऱ्हेची वचनचिट्ठी देता येत नाही. कारण अशा वेळेस वचनचिट्ठी बनविणारा (Maker) आणि त्यातील रक्कम स्वीकारणारा एकच व्यक्ती होते.	विनिमयपत्रामध्ये रक्कम विनिमय पत्राच्या निर्मात्याला द्यावी अशा तऱ्हेची आज्ञा करता येते. म्हणजेच हुंडीमध्ये एकच व्यक्ती ही विनिमयपत्राची निर्मिती आणि प्राप्तकर्ती (Payee) होऊ शकेल.
३. वचनचिट्ठीमध्ये पैसे देण्याचे विनाअट वचन असते.	विनिमयपत्रामध्ये पैसे देण्याची विना अट आज्ञा असते.
४. वचनचिट्ठीमध्ये तिच्या निर्मात्याने वचन–चिट्ठीवर केवळ सही केल्यावर बंधनकारक होते. यासाठी वचनचिट्ठी स्वीकारली असे नमूद करावे लागत नाही.	विनिमयपत्रामध्ये आदेशकाने आहार्यीने/ आहेशितीने (Drawee) हुंडी स्वीकारली असे नमूद करणे आवश्यक असते. अन्यथा ते स्वीका रणाऱ्यावर बंधनकारक होत नाही.
५. वचनचिट्ठीमध्ये निर्मात्याची जबाबदारी	विनिमयपत्रामध्ये आहार्यीची (Drawee) जबाबदारी प्रमुख असते आणि निर्मात्याची (Maker) जबाबदारी दुय्यम असते. विनिमयपत्र स्वीकारणाऱ्याने म्हणजेच आहार्यीने विनिमय पत्र नाकारल्यानंतरच आदेशकाची म्हणजेच निर्मात्याची जबाबदारी निर्माण होते.
६. वचनचिट्ठीत दिलेले वचन विनाअट असते.	विनिमयपत्र स्वीकारताना आहार्यी अट घालून विनिमयपत्राचा स्वीकार करू शकतो.

चलनक्षम दस्तांचा कायदा, १८८१ / (२९७)

७. वचनचिठ्ठी स्वीकृतीसाठी हजर करणे. किंवा प्रतिष्ठेसाठी वचनचिठ्ठी स्वीकारणे या गोष्टी नसतात.	विनिमयपत्रामध्ये विनिमय पत्राचा स्वीकार करण्यासाठी ती हजर करणे आवश्यक असते. तसेच प्रतिष्ठेसाठी विनिमयपत्राची स्वीकृती करता येते.
८. वचनचिठ्ठी गटाच्या प्रकारने (In Sets) दिली जात नाही.	विनिमयपत्र ही गटाच्या प्रकारने (In Sets) देता येते.
९. वचनचिठ्ठीचा अनादर झाल्यास अनादराबद्दल धारकाने सक्षम अधिकाऱ्याकडे तिची नोंदणी करावी लागत नाही.	परदेशी विनिमयपत्राचा अनादर झाल्यास अनादराबद्दलची नोंदणी (Noting of Protests) योग्य त्या अधिकाऱ्याकडे केल्याशिवाय तिचा अनादर झाला असे समजले जात नाही.
१०. वचनचिठ्ठीचा अनादर झाल्यास निर्मात्याला अनादराची नोटीस द्यावी लागत नाही. पैसे वसूल करण्याकरिता सरळ दावा दाखल करता येतो.	विनिमयपत्राचा अनादर झाल्यास अनादराची नोटीस हुंडीच्या निर्मात्याला दिल्याशिवाय पैसेवसुलीचा दावा दाखल करता येत नाही.

३. धनादेश (Cheque) : चलनक्षम तारणाच्या कायद्याच्या कलम ६ मध्ये धनादेशाची व्याख्या दिलेली आहे. त्यानुसार मागणी करताच जी रक्कम देय होते. (Payment) असा विशिष्ट बँकेला लिहिलेला लेख हुंडी म्हणजे धनादेश होय. (A Cheque is a Bill of Exchange drawn on a specified banker and not expressed to be payable otherwise on demand.) म्हणजेच हुंडीसाठी लागणारी सर्व वैशिष्ट्ये चेकमध्ये सामावलेली असतात. परंतु हुंडीपेक्षा अधिक गोष्टी चेकसाठी आवश्यक आहेत.

उदा. धनादेश केवळ बँकेवरच काढता येतो.

(अ) धनादेशाची वैशिष्ट्ये : हुंडीची सर्व वैशिष्ट्ये धनादेशामध्ये सामावलेली आहेत –

(१) धनादेश हा लिखित स्वरूपातील आदेश असतो.

(२) धनादेशनिर्मात्याने आपल्या बँकेला त्यात आदेश दिलेला असतो.

(३) धनादेश हा विनाअट किंवा बिनशर्त असतो.

(४) धनादेश फक्त बँकेवरच काढता येतो.

(५) धनादेशनिर्मात्याने धनादेशावर सही करणे आवश्यक असते.

(६) धनादेशामध्ये निश्चित रक्कम नमूद करणे आवश्यक असते.

(७) धनादेशाची रक्कम धनादेशामध्ये नमूद केलेल्या व्यक्तीला किंवा अशा व्यक्तीच्या आदेशानुसार विशिष्ट व्यक्तीला किंवा धनादेश सादर करणाऱ्या व्यक्तीला मिळावयाची असते.

(८) धनादेश रक्कम मिळण्याकरिता तो सादर करणे आवश्यक आहे. तसेच धनादेश सादर करणाऱ्याने मागणी केल्याबरोबर बँकेने धनादेशातील रक्कम देणे आवश्यक असते.

(९) धनादेशातील आदेश धनादेशाच्या निर्मात्याने त्याचे खाते असलेल्या बँकेवर काढणे आवश्यक आहे. तसेच धनादेशावर निर्मात्याने आपला खाते क्रमांक, दिनांक इ. मजकूर लिहिणे आवश्यक आहे.

(१०) धनादेश त्यावरील दिनांकापासून जास्तीत जास्त ६ महिन्यांच्या आत बँकेत सादर करणे आवश्यक असते. मुदतीनंतर धनादेशाचे पैसे देण्याची जबाबदारी बँकेवर कायद्याने बंधनकारक रहात नाही.

(ब) धनादेश आणि विनिमयपत्र यामधील फरक

धनादेश	विनिमय पत्र
१. धनादेश केवळ बँकेवर काढला जातो.	१.विनिमयपत्र सामान्यपणे व्यक्तीवर किंवा व्यापारी संस्थेवर काढण्यात येते.
२. प्रत्येक धनादेश हुंडी असते.	२. प्रत्येक विनिमयपत्र धनादेश नसते.
३. धनादेश स्वीकारला आहे अशा प्रकारे पृष्ठांकन करण्याची गरज नसते.	३. विनिमयपत्र स्वीकारले गेले आहे अशा प्रकारे तिच्यावर पृष्ठांकन होणे आवश्यक असते.
४. धनादेशाचा उपयोग भारतात पैसे देण्याघेण्यासाठी होतो. परंतु भारताबाहेर तो लेख चलन दस्त म्हणून स्वीकारला जाईल असे नाही.	४.विनिमयपत्र ही भारतात अगर परदेशीसुद्धा चलन योग्य दस्त म्हणून स्वीकारले जाते.
५. धनादेशाची रक्कम मागणी केल्यावर मिळते.	५. विनिमयपत्राची रक्कम मागणी केल्यानंतर ठराविक दिवसात अथवा विनिमयपत्र विशिष्ट मुदत संपल्यानंतर रक्कम द्यावी असे नमूद असल्यास ती संपल्यानंतरच पैसे मिळू शकतात.

चलनक्षम दस्तांचा कायदा, १८८१ / (२९९)

६.धनादेशाची रक्कम मिळणाऱ्या व्यक्तीने धनादेश स्वीकारणाऱ्या बँकेकडे मुदतीमध्ये सादर करणे आवश्यक असते. मुदतीत धनादेश बँकेकडे पाठवला नसल्यास धनादेशाची निर्मात्याची जबाबदारी संपते. परंतु धनादेशाची रक्कम प्राप्त होणाऱ्या व्यक्तीने मुदतीत धनादेश सादर केला तर, आणि त्या कालावधीत बँकेच दिवाळं निघाल्यास धनादेशाच्या निर्मात्याची जबाबदारी संपते.	६. विनिमयपत्रामध्ये आहार्यींचे दिवाळे निघाले तरी किंवा आहार्यीने विनिमय पत्र स्वीकारण्यास नकार दिला तरीही विनिमयपत्राच्या निर्मात्याची जबाबदारी संपत नाही.
७.धनादेशाचे पैस देण्यात येऊ नयेत अशी सूचना धनादेशाचा निर्माता बँकेला देऊ शकतो.	७. विनिमयपत्राचे पैसे देऊ नयेत असा आदेश विनिमयपत्राचा निर्माता आहार्यीय देऊ शकत नाही.
८. धनादेशावर रेव्हेन्यू तिकीट लावावे लागत नाही.	८. विनिमयपत्रावर योग्य किमतीचा रेव्हेन्यू स्टँप/मुद्रांक लावणे आवश्यक असते.
९. धनादेशाचे रेखांकन करून विशिष्ट व्यक्तीला त्याच्या खात्यावर पैसे मिळू शकतात.	९. विनिमयपत्रामध्ये अशा प्रकारे रेखांकन (Crossing) करता येत नाही व देय रक्कम रोख देणे आवश्यक असते.

(क) धनादेशाचे प्रकार : (Types of Cheques)

सामान्यपणे धनादेशाचे खुला धनादेश आणि बंद धनादेश असे दोन प्रकार पडतात.

१. खुला धनादेश (Open cheque) : बँकेच्या खिडकीवर ज्या धनादेशाचे पैसे मिळतात त्याला खुला धनादेश असे म्हणतात. खुल्या धनादेशाचे खालील प्रकार पडतात.

(अ) वाहक /धारक धनादेश (Bearer cheque) : ज्यावेळी वाहकाच्या नावाने धनादेश लिहिला जातो, त्यावेळी त्याला वाहक धनादेश असे म्हणतात. या धनादेशाचे पैसे देण्यापूर्वी आदात्याची ओळख पटण्याची गरज नसते. म्हणजे बँकेच्या खिडकीवर हा धनादेश सादर करणाऱ्याला धनादेशाचे पैसे मिळतात. (मग तो आदाता नसला तरीही) त्यामुळे हा धनादेश वटविण्यासाठी बँकेत खाते असण्याची गरज नसते. हा धनादेश वटविण्यासाठी बँकेत खाते असण्याची गरज नसते. हा धनादेश सुरक्षित

नसतो कारण जर हा धनादेश हरविला किंवा चोरीला गेला तर ज्याला हा धनादेश सापडेल ती व्यक्ती याचे पैसे घेऊ शकते.

(ब) आदेश धनादेश (Order cheque) : ज्यावेळी धनादेशाचे पैसे हे आदेशाने द्यावयाचे असतात उदा. (मिस्टर कुलकर्ण्यांना पैसे द्यावे.) किंवा आदेशानुसार Pay to Mr. Kulkarni or order त्यावेळी त्याला आदेश धनादेश असे म्हणतात. याचे प्रदानदेखील बँकेच्या खिडकीवर होऊ शकते पण आदेशानुसार पैसे देणे असल्याने वाहक धनादेशापेक्षा हा सुरक्षित आहे कारण पैसे देणाऱ्या व्यक्तीची योग्य ओळख बँकेला पटवून द्यावी लागते.

२. बंद धनादेश (Closed cheque) : ज्यावेळी धनादेशाचे प्रमाण बँकेमार्फत बँकेलाच दिले जाते किंवा विशिष्ट व्यक्तीच्या बँक खात्याला केले जाते त्यावेळी त्याला बंद धनादेश असे म्हणतात.

रेखांकित धनादेश हा नेहमी बंद धनादेश म्हणून ओळखला जातो. कारण याचे पैसे नेहमी आदात्याच्या बँक खात्यावर जमा केले जातात.

(ड) धनादेशाचे रेखांकन

रेखांकन म्हणजे काय ?

धनादेशामध्ये नमूद रक्कम धारकाला रोखीने मिळू नये तर ती रक्कम त्याचे बँकेला अथवा विशिष्ट बँकेला द्यावी अशी खातेदाराने आपल्या बँकेला दिलेली सूचना दर्शविणारे चिन्ह म्हणजे रेखांकन होय.

धनादेशावर दोन तिरप्या समांतर रेषा हाताने किंवा रबरी शिक्क्याने किंवा छापील प्रकारे दर्शवून त्यामध्ये शब्द लिहून अथवा कोणत्याही शब्दांशिवाय केलेल्या क्रियेला 'धनादेशाचे रेखांकन' असे म्हणतात.

रेखांकनाचा उद्देश (Intention of Crossing a Cheque) : धनादेशामध्ये नमूद केलेली रक्कम विशिष्ट व्यक्तीला किंवा संस्थेलाच मिळावी आणि अशी रक्कम रोख स्वरूपात न मिळता संबंधित व्यक्तीच्या खात्यावर जमा व्हावी हा रेखांकनाचा उद्देश आहे.

यामुळे धनादेश गहाळ झाला किंवा अन्य व्यक्तीच्या हाती पडल्यामुळे अरेखांकित (Bearer) धनादेशाची जी रक्कम धारकाला मिळू शकली असती ती मिळत नाही. म्हणजेच रक्कम मिळण्याची सुरक्षितता वाढलेली असते. मात्र रेखांकनामुळे धनादेशाच्या चलनक्षमतेवर कोणताही परिणाम होत नाही.

चलनक्षम दस्तांचा कायदा, १८८१ / (३०१)

रेखांकनाचे प्रकार (Types of Crossing) :

(१) साधे रेखांकन (General Crossing)

(२) विशेष रेखांकन (Special Crossing)

(३) नियंत्रित रेखांकन (Restrictive Crossing)

१. साधे रेखांकन (General Crossing) : साधे रेखांकन म्हणजे जेव्हा धनादेशावर दोन समांतर तिरप्या रेषा डाव्या कोपऱ्यात काढतात व प्रसंगी त्यामध्ये काही शब्द 'अकौंट पेयी' (Account Payee) म्हणजे खात्यावर रक्कम जमा होणारी असा आदेश लिहिलेला असतो असा धनादेश.

२. विशिष्ट रेखांकन (Special Crossing) : कलम १२४ प्रमाणे जेव्हा धनादेशावर दोन समांतर तिरप्या रेषा काढून त्यामध्ये निर्धारित बँकेचे नाव लिहिलेले असते. अशा प्रकारे मजकूर व कलम १ मध्ये नमूद मजकूरसुद्धा असू शकतो. विशिष्ट रेखांकनामध्ये ज्या बँकेचे नाव नमूद असेल त्याच बँकेमार्फत सदर धनादेशाचा व्यवहार पूर्ण होतो.

(क) नियंत्रित रेखांकन (Restrictive Crossing) : ज्या व्यक्तीच्या नावे धनादेश लिहिला आहे त्याच व्यक्तीच्या खात्यावर अशा धनादेशाचे पैसे जमा होतात.

रेखांकित धनादेशामुळे प्राप्त होणारी रक्कम बँकेने तिच्या निर्मात्याकडून एकदा वसूल केल्यानंतर जरी तो धनादेश कायदेशीररीत्या योग्य किंवा अंमलबजावणीयोग्य नव्हता असे सिद्ध झाले तरीसुद्धा खातेदारास यामुळे कोणताही तोटा होत नाही अथवा त्याच्या अधिकारात कोणतीही बाधा निर्माण होत नाही.

धनादेशाचा नमुना

	१० / ०८ / २००५

श्री. .... यांना किंवा आदेशाप्रमाणे

रु. सात हजार फक्त देणे.

खाते क्र.	खाते वही पान नं.......	रु.७०००/-

कॅनरा बँक

डेक्कन जिमखाना शाखा,

पुणे ४   सही

चेक क्र..................... मायकर कोड...................

रेखांकन रद्द करणे : धनादेश रेखांकित नसल्यास तो ज्याप्रमाणे रेखांकित करून त्यातील अधिकार विशिष्ट व्यक्तीपुरते मर्यादित करता येतात. त्याचप्रमाणे केलेले रेखांकन केवळ धनादेशाचे निर्मात्याला रद्द करता येते. अशा वेळेस रेखांकन रद्द केल्याबद्दल रेखांकित केलेल्या धनादेशावरील चिन्हांवर व मजकुरावर काट मारून धनादेशाचे निर्मात्याने आपल्या सह्या धनादेशावर कराव्या लागतात. अशा प्रकारे रेखांकित धनादेशाचे अरेखांकित (Bearer) धनादेशात रूपांतर करता येते.

धनादेशाचा नमुना खालीलप्रमाणे देता येईल :

(इ) चलनक्षम दस्ताची परिपक्वता (Maturity of Negotiable Instrument) : याबाबत खालील नियम आहेत –

(१) चलनक्षम पत्रकामध्ये नमूद केलेल्या तारखेला किंवा सदर तारखेपूर्वी चलनक्षम दस्त रक्कम मिळण्यासाठी सादर केला असल्यास नमूद केलेल्या तारखेला पैसे मिळण्यास परिपक्व झाला असे समजले जाते.

(२) ज्या चलनक्षम दस्तामध्ये विशिष्ट तारीख नमूद न करता केवळ विशिष्ट मुदतीनंतर दस्त सादर केल्यास पैसे द्यावेत असा उल्लेख असेल त्यावेळेस दस्तावर लिहिलेल्या तारखेपासून परिपक्वतेची मुदत चालू होते व ज्या तारखेला मुदत पूर्ण होईल त्यादिवशी चलनयोग्य दस्त परिपक्व झाला असे समजले जाईल.

(३) चलनक्षम दस्तामध्ये मागणी करताच रक्कम द्यावी असे नमूद केलेले असल्यास तो दस्त सादर केल्याबरोबर त्याची परिपक्वता झाली असे समजले जाते.

(४) चलनक्षम दस्तातील परिपक्वता ही इंग्रजी कालनिर्णयानुसार (कॅलेंडर) मोजली जाते.

(५) सवलतीचे दिवस– ज्यावेळेस चलनक्षम दस्त मुदत पूर्ण झाल्यामुळे म्हणजेच परिपक्व झाल्यावर सादर केला जातो, त्यावेळेस धनादेशाच्या व्यतिरिक्त इतर दस्ताबाबत पैसे देण्यासाठी परिपक्वतेच्या तारखेनंतर जास्तीत जास्त ३ दिवसांची मुदत मिळते. यालाच सवलतीचे दिवस (Grace Days) असे म्हणतात. मात्र धनादेशाची रक्कम ताबडतोब देणे जरुरीचे असते. मुदतपूर्तीनंतर ३ दिवसांनी येणाऱ्या तारखेला देय दिनांक (Due Date) असे म्हणतात.

(६) चलनक्षम दस्ताची परिपक्वता ही सुट्टीच्या दिवशी किंवा शनिवारी येत असेल तर, सुट्टीनंतरच्या लगेच येणाऱ्या कामाच्या दिवसाची तारीख (Working Day) ही त्या दस्ताची मुदतपूर्तीची तारीख ठरेल.

७.३ चलनक्षम दस्तांशी संबंधित पक्ष व त्यांची जबाबदारी
(Parties in Negotiable Instrument & their Responsibility)

(अ) चलनक्षम दस्तास पात्र सज्ञान व्यक्ती : यापूर्वी आपण चलनक्षम दस्तांचा कायदा हा कराराच्या कायद्यातून निर्माण झाल्याचे पाहिले आहे. तसेच चलनक्षम दस्त म्हणजे कराराने एका व्यक्तीला प्राप्त झालेला संपत्तीवरील हक्क लिखित स्वरूपात, सही करून दुसऱ्या व्यक्तीला हस्तांतरण करणे अशी व्याख्या पाहिली. यावरून करार करण्यास पात्र असलेली व्यक्ती ही चलनक्षम दस्त करू शकते असे स्पष्टपणे दिसून येईल. म्हणजेच जी व्यक्ती सज्ञान आहे जिला सुज्ञ बुद्धी आहे आणि जी कोणत्याही प्रचलित कायद्याने अपात्र ठरविलेली नाही अशी व्यक्ती चलनक्षम दस्त करू शकते.

अज्ञान व्यक्ती : चलनक्षम दस्त करण्यास पात्र नाही असे असले तरी अज्ञान व्यक्तीला एखाद्या सज्ञान व्यक्तीने व चलनक्षम दस्त लिहून दिल्यास तिला सदर चलनक्षम दस्तातील संपत्ती मिळविण्याचा पूर्ण अधिकार सज्ञान व्यक्तीप्रमाणेच मिळतो. अज्ञान व्यक्तीला चलनक्षम दस्त लिहून दिल्यास अज्ञान व्यक्तीवर चलनक्षम दस्तातील संपत्ती देण्याचे कायद्याने बंधनकारक रहात नाही. याबाबत कराराच्या कायद्यातील अज्ञानासंबंधीच्या सर्व तरतुदी चलनक्षम दस्ताच्या कायद्याला लागू होतात.

(ब) चलनक्षम दस्तातील पक्ष :

(१) वचनपत्राच्या संबंधित सर्व पक्ष :

(अ) निर्माता (Maker or Drawer) : वचनपत्र लिहून पैसे देण्याचे वचन देणारा याला वचनपत्राचा निर्माता असे म्हणतात.

(ब) प्राप्तकर्ता : आदाता (Payee) : ज्या व्यक्तीला वचनपत्रातील रक्कम मिळण्याचा हक्क असतो त्या व्यक्तीला प्राप्तकर्ता असे म्हणतात.

(क) धारणकर्ता (Holder) : वचनपत्र ज्याच्या नावे असते व ज्या व्यक्तीला वचनपत्रातील रक्कम घेण्याचा अधिकार असतो अशा व्यक्तीला धारणकर्ता म्हणतात. वचनपत्रामध्ये अशी व्यक्ती प्राप्तकर्ता असते किंवा प्राप्तकर्त्याने आपले अधिकार इतर व्यक्तींना वचनपत्रावर पृष्ठांकन करून हस्तांतरित केलेले असतात.

(२) विनिमयपत्राशी संबंधित पक्ष :

(अ) विनिमयपत्राचा निर्माता/आहर्ता/आदेशक (Drawer) : हा वचनपत्रातील निर्मात्याप्रमाणे हुंडीचा निर्माता असतो.

(ब) विनिमयपत्राचा आदेशिती/आहार्यी (Drawee) : विनिमयपत्राच्या निर्मात्याने ज्या व्यक्तीला हुंडीतील रक्कम देण्याचा आदेश दिलेला असतो त्या व्यक्तीने हुंडीचा स्वीकार करून त्यातील रक्कम द्यावयाची असते.

(क) स्वीकारकर्ता (Acceptor) : विनिमयपत्राचा आदेशिती विनिमयपत्राचा स्वीकार केल्यानंतर त्याचा स्वीकारकर्ता बनतो. स्वीकारकर्ता हा पैसे देण्यासाठी जबाबदार असतो.

(ड) प्राप्तकर्ता/आदाता (Payee) : विनिमयपत्रातील रक्कम ज्या व्यक्तीला मिळावयाची असते तिला 'प्राप्तकर्ता' असे म्हणतात.

(इ) पृष्ठांकक : हस्तांतरण करणारा (Endorser) : विनिमयपत्र धारण करणारा म्हणजेच धारक विनिमयपत्रामध्ये नमूद केलेल्या हक्कांचे जेव्हा अन्य व्यक्तींच्या नावे हस्तांतरण करतो त्यावेळेस तो चलनक्षम दस्तावर अन्य व्यक्तीचे नाव लिहून त्याला अधिकार दिलेबाबत सही करतो अथवा केवळ सही करून चलनक्षम दस्ताचे हस्तांतरण करतो त्याला पृष्ठांकक असे म्हणतात.

(ई) पृष्ठांकन स्वीकारणारा : पृष्ठांकिती (Endorsee) : ज्या व्यक्तीच्या नावे चलनक्षम दस्त हस्तांतरित केले जाते त्या व्यक्तीला पृष्ठांकन स्वीकारणारा/पृष्ठांकिती असे म्हणतात. याला चलनक्षम पत्रकातील रक्कम वसूल करण्याचा अधिकार असतो अथवा चलनक्षम पत्र हस्तांतर करण्याचा अधिकार असतो.

(फ) धारणकर्ता (Holder) : ज्या व्यक्तीला चलनक्षम पत्रक स्वत:च्या नावाने ताब्यात घेऊन त्यातील रक्कम वसूल करण्याचा अधिकार असतो तिला धारणकर्ता म्हणतात.

(ग) गरजू स्वीकारकर्ता/आहार्यी (Drawee in case of Need) : विनिमय पत्राच्या मूळ स्वीकारकर्त्याच्या नावाबरोबर ज्यावेळी विनिमयपत्रात दुसऱ्या एखाद्या व्यक्तीचे नाव लिहिण्यात येते आणि मूळ स्वीकारकर्त्याने विनिमयपत्राचा स्वीकार करण्यास नकार दिला तर दुसऱ्या व्यक्तीने विनिमयपत्राची स्वीकृती द्यावी म्हणून ही पर्यायी व्यवस्था केलेली असते, त्यावेळी त्या दुसऱ्या व्यक्तीस गरजू स्वीकारकर्ता/आहार्यी असे म्हणतात. मात्र मूळ स्वीकारकर्त्याने जर विनिमयपत्राला स्वीकृती दिली नाही तरच गरजू स्वीकारकर्ता या विनिमयपत्राला स्वीकृती देऊ शकतो.

(घ) प्रतिष्ठार्थ स्वीकर्ता : आदरार्थ स्वीकार करणारा (Accepter for Honour) : विनिमयपत्राला स्वीकृती न मिळाल्यामुळे तिचे अनादरण झाल्यास तसे पृष्ठांकन केले जाते (Endorsement) व त्यानंतर इतर कोणतीही व्यक्ती विनिमय– पत्राच्या कोणत्याही पक्षाच्या आदरार्थ किंवा त्या पक्षाच्या प्रतिष्ठेच्या रक्षणासाठी ती हुंडी स्वीकारू शकते. (कलम १०८) अशा प्रकारे विनिमयपत्रातील कोणत्याही पक्षाच्या प्रतिष्ठेच्या रक्षणार्थ आदरासाठी म्हणून जो विनिमयपत्र स्वीकारतो त्याला विनिमयपत्र आदरार्थ स्वीकारणारा असे म्हणतात. मात्र या ठिकाणी विनिमयपत्राचा सन्मानार्थ

आदर करणाऱ्या व्यक्तीने हुंडीचा व्यक्तीकरिता आदर करीत आहोत. त्याबद्दल नोटरी पब्लिक (Notary Public) पुढे लेखी कथन केले पाहिजे व नंतर हुंडीचा स्वीकार करून पैसे दिले पाहिजेत.

३. धनादेशाचे पक्ष : धनादेशात ३ पक्ष असतात –

(अ) धनादेशाचा निर्माता/आहर्ता/आदेशक : धनादेश लिहिणाऱ्या (काढणाऱ्या) व्यक्तीला आहर्ता म्हणतात. हा बँकेचा खातेदार/ग्राहक असतो.

(ब) धनादेशाचा आदेशिती/आहार्यी : धनादेशाची आहार्यी म्हणजेच आदेशिती नेहमी बँक असते. ज्या बँकेत ग्राहकाचे खाते आहे. त्या बँकेवरच धनादेश काढता येतो.

(क) धनादेशाचा प्राप्तकर्ता : आदाता (Payee) : धनादेशातील रक्कम ज्या व्यक्तीला मिळावयाची असते. अशी रक्कम मिळण्यास पात्र व्यक्तीस आदाता म्हणतात.

चलनक्षम दस्ताचा धारणकर्ता/धारक (Holder) :

चलनक्षम दस्ताच्या कलम ८ प्रमाणे वचनचिट्ठी, हुंडी अथवा धनादेश यांपैकी कोणताही चलनक्षम दस्त स्वतःच्या नावे ताब्यात ठेवणारी आणि त्या दस्तातील रक्कम स्वीकारणारी अथवा अशी रक्कम संबंधित पक्षाकडून वसूल करू शकणारी व्यक्ती.

ज्यावेळेस चलनक्षम दस्त हरवलेला असतो किंवा नाश पावलेला असतो त्यावेळेस सदर दस्त ज्याच्या नावे असतो ती व्यक्ती अथवा अशी रक्कम वसूल करण्याचा अधिकार असणारी व्यक्ती ही धारक म्हणून समजली जाते.

चलनक्षम दस्त ताब्यात ठेवण्याचा आणि त्यातील रक्कम वसूल करण्याचा अधिकार असला म्हणजे चलनक्षम दस्त हा प्रामाणिकपणे बनविलेला अथवा पृष्ठांकित करून कायदेशीररीत्या अथवा योग्य मार्गाने धारकाकडे सुपूर्त केलेला आहे. याचाच अर्थ चलनक्षम दस्त हा बनावट केलेला नाही अथवा तो चोरून ताब्यात ठेवलेला नाही अथवा हरवलेला दस्त ताब्यात ठेवलेला नाही.

चलनक्षम दस्ताचा धारक म्हणजे अशा दस्तात धारकाचे नाव असले पाहिजे अथवा त्या व्यक्तीच्या नावे दस्तातील नमूद व्यक्तीने पृष्ठांकन केले असले पाहिजे.

चलनक्षम पत्राचा धारक हा त्या दस्तातील रक्कम वसूल करण्याकरिता संबंधित अन्य पक्षावर दावा करू शकतो.

यथाविधिधारक/कायदेशीर धारक (Holder in Due Course) : चलनक्षम दस्ताच्या कलम ९ प्रमाणे जर एखाद्या व्यक्तीने योग्य प्रतिफल देऊन चलनक्षम दस्त स्वीकारला असेल किंवा ती व्यक्ती अशा दस्ताचा धारक असेल किंवा चलनक्षम

दस्तातील आदेशकाच्या आदेशानुसार तो दस्त धारण करणारी असेल अथवा अशी व्यक्ती चलनक्षम देणाऱ्याने पृष्ठांकित केलेली असेल व तिच्या नावाचे दस्ताचे हस्तांतरण केलेले असेल आणि अशाप्रकारे दस्ताचे हस्तांतरण मुदतीपूर्व झाले असले पाहिजे व दस्तामध्ये कोणतीही त्रुटी अगर दोष असला तरी तो दस्त धारण करणाऱ्याने विश्वासाने व योग्य प्रकारे केलेला आहे असे समजून स्वीकारलेला असेल तर, चलनक्षम दस्ताच्या धारकाला यथाविधिधारक असे म्हणतात.

यथाविधिधारकास आवश्यक गोष्टी खालीलप्रमाणे –

(१) चलनक्षम दस्त हस्तांतरण करणाऱ्याला त्या दस्ताचे संपूर्ण अधिकार आहेत अशी यथाविधिधारकाची खात्री झाल्यानंतर त्याने सदरचा दस्त स्वीकारला असला पाहिजे.

(२) चलनक्षम दस्त योग्य मोबदला देऊन धारकाकडून यथाविधिधारकाने स्वीकारला असला पाहिजे.

(३) चलनक्षम दस्त दस्ताच्या धारकाने आदेश दिल्यामुळे किंवा पृष्ठांकन केल्यामुळे यथाविधिधारकाकडे हस्तांतरित झाला असला पाहिजे.

(४) चलनक्षम दस्त हा दस्तामध्ये केवळ नमूद केलेल्या तारखेपूर्वी हस्तांतरित झाला असला पाहिजे. दस्तावर तारीख नमूद नसल्यास असा दस्त योग्य मुदतीत आहे (In Limitation) असे समजले जाते.

(५) चलनक्षम दस्त हा पाहताक्षणीच योग्य व कायदेशीर आहे (prima facie and legally correct) असे दिसून आले पाहिजे.

अशा प्रकारे जी व्यक्ती वरील सर्व गोष्टी पूर्ण करते ती यथाविधिधारक असते.

धारक व यथाविधीधारक यांतील फरक

धारक (Holder)	यथाविधीधारक (Holder in Due Course)
१. चलनक्षम दस्ताच्या धारकाने दस्त स्वीकारल्याबद्दल मोबदला दिला पाहिजे असे नाही.	यथाविधीधारकाने मात्र दस्तयोग्य मोबदला देऊनच स्वीकारला असला पाहिजे.
२. चलनक्षम दस्त धारण करणाऱ्या व्यक्तीने त्या दस्त्यातील मुदत संपल्या-नंतरही दस्ताचा स्वीकार केला तरी चालतो.	यथाविधीधारक होण्यासाठी चलनक्षम दस्ता-तील नमूद तारखेपूर्वी सदरचा दस्त यथाविधि धारकाच्या ताब्यात असणे आवश्यक आहे.
३. चलनक्षम दस्त्याच्या धारकाला आदेशकाच्या इतकेच अधिकार मिळतात. त्यामध्ये कोणतीही वाढ होत नाही.	यथाविधीधारकाला आदेशकापेक्षा तसेच धारकापेक्षा जास्त अधिकार त्या दस्ताने प्राप्त होतात. उदा. चलनयोग्य दस्त हा अज्ञान व्यक्तीने बनविला असल्यास किंवा त्यामध्ये बनविताना काही त्रुटी राहिल्या असल्यास किंवा धारकाला तो दस्त कायदेशीररीत्या मिळाला नसला तरीही ज्यावेळेस यथाविधि-धारक योग्य मोबदला देऊन किंवा पृष्ठांकनामुळे त्या दस्ताचा यथाविधीधारक होतो तेव्हा सदरचा दस्त हा त्रुटीविरहित आणि कायदेशीररीत्या अंमलबाजवणीयोग्य आहे असे समजले जाते व तसा अधिकार यथाविधीधारकाला प्राप्त होतो.
४. धारकाला दस्ताबद्दल मर्यादित अधिकार मिळालेले असतात.	यथाविधीधारकाला धारकाचे सर्व अधिकार दस्तामुळे प्राप्त झालेले असतात व याशिवाय जास्त अधिकार यथाविधीधारक झाल्याने मिळतात.
५. धारकाकडे चलनक्षम दस्त हा कायदेशीररीत्या हस्तांतरित झाला नसेल तर म्हणजेच धारकाने चलनक्षम दस्त चोरून मिळवला असल्यास, बेकायदेशीररीत्या मिळवला असल्यास दस्त ताब्यात ठेवल्याने दस्ताबद्दल कोणताही अधिकार प्राप्त होत नाही.	याउलट यथाविधीधारकाने दस्ताच्या धारकाकडून प्रामाणिकपणे व विश्वासाने दस्त स्वीकारला असल्यामुळे दस्तासंबंधीचे सर्व अधिकार यथाविधीधारकाला प्राप्त होतात व असा दस्त कायदेशीर समजला जातो.

यथाविधिधारकास मिळणारे विशेष अधिकार : आतापर्यंतच्या विवेचनावरून धारकापेक्षा यथाविधिधारकाला बऱ्याच प्रमाणात विशेष अधिकार आहेत असे स्पष्ट दिसते. ते विशेष अधिकार चलनक्षम दस्ताच्या कायद्यामध्ये खालील प्रकारे नमूद केलेले आहेत –

(१) चलनक्षम दस्तात काही त्रुटी असतील किंवा तो दस्त अपूर्ण असला तरीही यथाविधिधारकाकडे दस्ताचे हस्तांतरण झाल्यामुळे त्यातील रक्कम घेण्याचा अथवा वसूल करण्याचा योग्य व कायदेशीर अधिकार यथाविधिधारकाला प्राप्त होतो.

उदा. चलनक्षम दस्तामध्ये ५०० रु. रक्कम लिहिली असतानाही दस्ताच्या धारकाने केवळ १०० रुपयास त्या दस्ताचे हस्तांतरण केले याठिकाणी यथाविधिधारकाला ५०० रुपयांची रक्कम वसूल करण्याचा अधिकार प्राप्त होतो.

(२) चलनक्षम दस्त हा काल्पनिक व्यक्तीने बनविलेला आहे अथवा बनावट आहे असे सिद्ध झाल्यानंतर सुद्धा यथाविधिधारकाच्या दस्तातील रक्कम वसूल करण्याचा अधिकार कायम राहतो.

(३) चलनक्षम दस्तामध्ये एखादी अट घालून त्या दस्ताचे हस्तांतरण केले असले तरीही यथाविधिधारकाला त्या अटी पाळल्या पाहिजेत असे बंधन नसते.

उदा. एखादा चलनक्षम दस्त हा धनादेश असल्यास आणि त्यातील रक्कम विशिष्ट व्यक्तीला मिळावी यासाठी त्यावर नोंद (Crossing) केली असल्यास धारकाशिवाय अन्य व्यक्तीला त्यातील पैसे मिळू शकत नाहीत. परंतु अशा धारकाने तो यथाविधिधारकाच्या नावे पृष्ठांकित करून ताब्यात दिल्यास यथाविधिधारकाला त्या दस्ताचे पैसे वसूल करण्याचा संपूर्ण अधिकार प्राप्त होतो.

(४) एखादा दस्त बेकायदेशीररीत्या अगर योग्य मोबदल्याशिवाय बनविला गेला असला तरीही यथाविधिधारकाला मात्र त्या दस्तामध्ये नमूद केलेली संपूर्ण रक्कम कायदेशीरपणे मिळते. मात्र दस्ताच्या धारकाला अशा प्रकारे रक्कम मिळण्याचा अधिकार प्राप्त होत नाही.

(५) चलनक्षम दस्ताचा स्वीकारकर्ता यथाविधिधारकाला दस्त खोटा आहे, बनावट आहे, अयोग्य व्यक्तीकडे हस्तांतरित झाला होता किंवा गहाळ झाला होता. इ. कारणे सांगून दस्तातील रक्कम देण्याचे नाकारू शकत नाही अथवा त्या दस्तातून उद्भवणाऱ्या जबाबदारीतून मुक्त होऊ शकत नाही.

(६) चलनक्षम दस्तामध्ये नमूद केलेला अगर पृष्ठांकिता हा यथाविधिधारकाला जबाबदार असतो.

(७) काही चलनक्षम दस्त नाकारले गेल्यास धारकाने दस्ताच्या निर्मात्यास अगर

आदेशकास कोर्टात दावा करण्यापूर्वी कायदेशीर नोटीस देणे आवश्यक असते. परंतु चलनक्षम दस्ताच्या यथाविधिधारकाला अशा प्रकारे नोटीस देऊन दस्ताचे निर्मात्यास अगर आदेशकास अथवा स्वीकार करणाऱ्यास कळविले पाहिजे असे बंधन नाही.

चलनयोग्य दस्तांतील पक्षांची जबाबदारी

(Liability to a Negotiable Instrument) :

(१) वचनचिठ्ठीमध्ये : वचनचिठ्ठी लिहून देणाऱ्याची जबाबदारी त्यातील पैसे देण्याबद्दल प्रमुख असते. याउलट

(२) हुंडीमध्ये : विनिमयपत्राच्या निर्मात्याची जबाबदारी दुय्यम स्वरूपाची असते; कारण विनिमयपत्राचा स्वीकार झाला नाही अगर विनिमय पत्र कोणतेही सयुक्तिक कारणाशिवाय नाकारली तरच विनिमयपत्राचा निर्माता जबाबदार राहील अन्यथा विनिमयपत्रातील रक्कम देण्याची प्रमुख जबाबदारी विनिमयपत्रात ज्याला आदेश दिला असेल / विनिमयपत्राच्या आहार्थी/स्वीकारकर्त्यांवर राहते. हीच गोष्ट धनादेशाबाबतही लागू आहे. धनादेश नाकारला गेला तरच धनादेशाचे निर्मात्यास या ठिकाणी जबाबदार धरता येते अन्यथा नाही.

(३) धनादेशाचा स्वीकार करणाऱ्याची जबाबदारी : धनादेशाचा स्वीकार करणारी ही कोणती तरी बँकच असते. ज्या व्यक्तीने धनादेश काढला आहे (बनविला आहे) ती व्यक्ती बँकेला आदेश देते. याकरिता निर्मात्याचे त्या बँकेमध्ये खाते असणे आवश्यक आहे. या ठिकाणी धनादेशाचा निर्माता हा धनको असतो आणि बँक ही ऋणको असते. धनकोचे खात्यावर धन म्हणजे रक्कम शिल्लक असेपर्यंत ऋणको बँक धनादेशाचा स्वीकार किंवा अनादर करू शकत नाही. मात्र या ठिकाणी इतर सर्व अटींचे पालन दोन्ही पक्षांकडून झाले पाहिजे. उदा. बँकेच्या सुट्टीव्यतिरिक्तच्या दिवशी व कार्यालयीन वेळेत योग्य प्रकारे धनादेश सादर केला पाहिजे.

खालील कारणांसाठी धनादेशाचा स्वीकृता किंवा आहार्थी हा धनादेशातील रक्कम देण्यास नकार देऊ शकतो –

(१) धनादेश बनावट असल्यास.

(२) धनादेश योग्य आणि कायदेशीरपणे पूर्ण केला नसल्यास.

(३) धनादेशात काही त्रुटी राहिली असल्यास उदा. रकमेत खाडाखोड आहे व योग्य प्रकारे सदर दुरूस्ती झाली नसल्यास (Initials are not made by the maker) तारीख नमूद नसल्यास.

(४) धनादेशातील रक्कम देऊ नये असे आदेश बँकेला धनादेशाच्या निर्मात्याने

दिला असल्यास.

(५) धनादेशावरील सही त्याच्या निर्मात्याच्या सहीशी जुळत नसल्यास.

(६) धनादेश मुदतीनंतर अथवा मुदतीपूर्वी सादर केला असल्यास (Out of limitation or before maturity)

(७) धनादेश हरवला/गहाळ झाला/नष्ट झाल्याची सूचना बँकेला दिली असल्यास.

(८) धनादेशाच्या निर्मात्याचा मृत्यू झाला आहे/त्यास वेड लागले/किंवा दिवाळे निघाले आहे अशा प्रकारे बँकेची खात्री झाली असल्यास.

(९) न्यायालयाने धनादेशाच्या निर्मात्याच्या खात्यावरील रक्कम जप्त केली असल्यास अथवा रकमेचे हस्तांतरण करणेस प्रतिबंध केला असल्यास अथवा विशिष्ट इसमालाच त्यातील रक्कम द्यावी असा स्पष्ट आदेश दिला असल्यास.

(१०) धनादेश हा फर्मच्या नावे काढला असल्यास आणि सदर संस्थेचे दिवाळे निघाले असल्याची माहिती किंवा सूचना बँकेला मिळाली असल्यास धनादेशातील रक्कम देण्यास बँक नकार देऊ शकते.

दस्तावर पृष्ठांकन करणारी व्यक्ती : चलनक्षम दस्तातील नमूद तारखेपूर्वी सदर दस्तातील मोबदला स्वीकारून दस्त दुसऱ्या व्यक्तीचे नावे हस्तांतरण करावायचे असल्यास दस्त स्वीकारण्याच्या व्यक्तीचे दस्तावर नाव लिहून दस्त देणाऱ्याने सही करावी लागते. यालाच 'दस्ताचे पृष्ठांकन' करणे असे म्हणतात. परंतु केवळ सही करूनही दस्ताचे हस्तांतरण होऊ शकते. अशाप्रकारे दस्तातील रक्कम मिळणेपूर्वी किंवा मुदतीपूर्वी (Before Maturity) दस्तावर पृष्ठांकन करणारी प्रत्येक व्यक्ती तिच्यानंतर दस्त धारण करणाऱ्या व्यक्तीस दस्ताचा अनादर झाल्यास जबाबदार असते. तसेच अशा दस्ताचे धारकाने रक्कमवसुलीसाठी दावा केल्यास दस्तातील रकमेशिवाय झालेली नुकसानभरपाई देण्यासही पृष्ठांकन करणारी व्यक्ती जबाबदार राहते.

अपवाद : (अ) पृष्ठांकित करणारी व्यक्ती व दस्ताचा स्वीकार करणारी (पृष्ठांकिता) Acceptor of Negotiable Instrument यांच्यामध्ये असलेली जबाबदारी संपुष्टात आणल्याबद्दल स्पष्ट करार झाला असल्यास.

(ब) चलनक्षम दस्तांचे पृष्ठांकन करणाऱ्याने विशिष्ट परिस्थितीत आपली जबाबदारी राहील अशा प्रकारे किंवा काही अटी घालून जबाबदारी स्वीकारल्याबद्दल स्पष्ट कळवून मगच दस्तावर पृष्ठांकन करून दस्ताचे हस्तांतर केले असल्यास.

(क) चलनक्षम दस्तांचा अनादर झाल्याची सूचना दस्ताचे पृष्ठांकन करणाऱ्या व्यक्तीला दिली गेली नसल्यास विशिष्ट परिस्थितीत पृष्ठांकन करणाऱ्यावर त्या दस्तातील रक्कम देणेची जबाबदारी येत नाही.

चलनक्षम दस्तांचा कायदा, १८८१ / (३१९)

(ड) चलनक्षम दस्ताच्या धारकाने कोणत्याही प्रकारे दस्तामध्ये बदल करून पृष्ठांकन करणाऱ्या व्यक्तीच्या अधिकारांना अगर पृष्ठांकन करणाऱ्या व्यक्तीच्या अगोदर असलेल्या व्यक्तीच्या अधिकारांना बाधा निर्माण होईल/हक्क नष्ट होतील असे कृत्य केल्यास पृष्ठांकन करणाऱ्या व्यक्तीवर कोणतीही जबाबदारी येत नाही.

धारकाची जबाबदारी : चलनक्षम दस्ताचा धारक हा दस्तातील रक्कम त्याचे नंतरच्या धारकांना देण्यास जबाबदार असतो.

यथाविधिधारकाअगोदर असणाऱ्या व्यक्तीची जबाबदारी : चलनक्षम दस्तऐवज यथाविधिधारकाकडे योग्य प्रकारे हस्तांतरित झाला असल्यास त्या दस्तऐवजाशी संबंधित सर्व पूर्वीच्या व्यक्तींची दस्तऐवजाचे पैसे देण्याची आणि नुकसानभरपाई देण्याची जबाबदारी असते.

जामीनदार स्वरूपात असणाऱ्या व्यक्तीची जबाबदारी : जोखमी हुंडीमध्ये नुकसानीची जबाबदारी किंवा जोखीम स्वीकारलेली असते. अशा वेळी दस्ताचा अनादर झाल्यास जामीनदार या स्वरूपात असणाऱ्या व्यक्ती दस्तऐवजाशी संबंध येणाऱ्या कोणत्याही धारकाला अथवा यथाविधिधारकाला जबाबदार असते.

कायदेशीर प्रतिनिधी/कायदेशीर वारस : वचनचिठ्ठी हुंडी किंवा धनादेशामधील पैसे मिळण्याचा हक्क असणाऱ्या व्यक्तीने आपल्या मृत्यूनंतर सदर चलनक्षम दस्त्यातील पैसे कोणाला मिळावेत याबाबत लेख लिहून ठेवला असल्यास (Nomination or Will) सदर व्यक्तीच्या कायदेशीर वारसांना पैसे मिळण्याचा हक्क प्राप्त होतो. तसेच मृत व्यक्तीने कोणत्याही प्रकारे आपले पश्चात चलनक्षम दस्तासंबंधी विल्हेवाट लावण्याबद्दल तरतूद केली नसल्यास सदर व्यक्तीचे सर्व कायदेशीर वारस चलनक्षम दस्तातील रक्कम स्वीकारू शकतील.

त्याचप्रमाणे एखादी व्यक्ती चलनक्षम दस्तातील रक्कम देण्यास जबाबदार असल्यास त्या व्यक्तीचे कायदेशीर वारस अगर प्रतिनिधी हे चलनक्षम दस्त्यातील रक्कम देण्यास जबाबदार राहतात मात्र ही जबाबदारी मृत व्यक्तीच्या मिळणाऱ्या हिश्श्याच्या इस्टेटीपुरतीच मर्यादित असते.

प्रतिनिधी (Power of Attorney/Legal Representative) : चलनक्षम दस्तावर प्रधान किंवा प्रमुख व्यक्तीचा प्रतिनिधी म्हणून सही करणारी व्यक्ती तिने प्रतिनिधी म्हणून सही केली असा उल्लेख असल्यास प्रमुख व्यक्तीएवढीच किंवा प्रमुख व्यक्तीकरता जबाबदारी स्वीकारते. त्या दस्तऐवजाचे पैसे देण्यास व्यक्तिश: जबाबदार नसते.

४.५ चलनक्षम दस्त्याचे हस्तांतरण व पृष्ठांकन

(Negotiation of a Negotiable Instrument and its Endorsement)

हस्तांतर (Negotiation) : वचनचिट्ठी, हुंडी अथवा धनादेश एका व्यक्तीकडून दुसऱ्या व्यक्तीला त्या दस्ताचे अधिकार प्राप्त व्हावेत या हेतूने हस्तांतरित केले जाते, त्यावेळेस त्या दस्ताचे हस्तांतर झाले असे म्हणतात. **(कलम १४)**

हस्तांतर ही एक प्रक्रिया आहे. यामध्ये दस्ताचा निर्माता व दस्ताचा धारक यांचे शिवाय अन्य व्यक्तीला त्या दस्ताचे संपूर्ण अधिकार प्राप्त होतात. हस्तांतराने नवीन धारकाला तो दस्त–(१) आपल्या ताब्यात ठेवण्याचा, (२) आणि त्याची निर्गत/ विल्हेवाट लावण्याचा हक्क कायदेशीररीत्या प्राप्त होतो. परंतु केवळ प्रदानामुळे (Delivery) दस्ताचा ताबा दिल्यामुळे दस्ताचे हस्तांतर होतेच असे नाही. कारण दस्ताच्या धारकाने आपल्या नोकरास/मॅनेजरला दस्त सुरक्षित ठेवण्यासाठी ताबा दिला तर त्याचे हस्तांतर झाले असे म्हणता येत नाही. 'हस्तांतरामध्ये दस्तातील हक्कांचे हस्तांतर होणे' आवश्यक असते. हस्तांतरामुळे दस्त स्वीकृत्याला (१) चलनयोग्य दस्त आपले नावे व ताब्यात ठेवण्याचा हक्क प्राप्त होतो (२) दस्तामध्ये नमूद केलेली रक्कम स्वीकारण्याचा अथवा वसूल करण्याचा हक्क त्याला प्राप्त होतो.

जी व्यक्ती चलनक्षम दस्ताचे हस्तांतर करते त्या व्यक्तीला हस्तांतरकर्ता (Endorser) असे म्हणतात.

ज्या व्यक्तीला चलनक्षम दस्ताचे हस्तांतर केले जाते त्या व्यक्तीला हस्तांतर स्वीकृता (Endorsee) असे म्हणतात.

(७) ज्या क्रमाने दस्तावर पृष्ठांकन झाल्याचे दिसून येईल त्याच क्रमाने पृष्ठांकन झाल्याचे मानले जाईल.

१. चलनक्षम दस्तांचे हस्तांतर (कलम १४ व ४६ ते ६०) (Endorsement of Negotiable Instrument) : चलनक्षम दस्तातील मालकी हक्क खालीलप्रकारे हस्तांतरित होतात –

(अ) पृष्ठांकन करून हस्तांतरण (By Endorsement of Delivery) :

(ब) चलनक्षम दस्ताची नोंदणी करून हस्तांतरण (By Assignment) किंवा अभिहस्तांकन करून हस्तांतरण

(अ) पृष्ठांकन करून हस्तांतराने चलनक्षम दस्तातील हक्क खालील प्रकारे हस्तांतरित करता येतात.

१. कोरे पृष्ठांकन करून हस्तांतर (Blank Endorsement) : चलनक्षम दस्ताच्या कलम १४ प्रमाणे – ''ज्यावेळेस एका व्यक्तीकडून दुसऱ्या व्यक्तीला चलनक्षम

दस्ताचे अधिकार प्राप्त व्हावेत या हेतूने तो दस्त सही करून दिला जातो त्यावेळेस चलनक्षम दस्ताचे हस्तांतर झाले असे समजले जाते. यालाच कोरे हस्तांतर म्हणतात.'' कारण धारकाचे अगर विशिष्ट व्यक्तीच्या नावे हा दस्त दिलेला नसतो.

२. विशिष्ट पृष्ठांकन करून हस्तांतर (Special Endorsement) : चलनक्षम दस्ताचे हस्तांतर करताना हस्तांतरकर्ता जेव्हा त्यावर दस्ताच्या धारकाचे नाव लिहितो तेव्हा त्यास विशिष्ट हस्तांतर म्हणतात.

३. मर्यादित पृष्ठांकन करून हस्तांतर (Restrictive Endorsement) : चलनक्षम दस्ताचे हस्तांतर करताना ज्या वेळेस हस्तांतरकर्ता त्या दस्तामध्ये काही अटी/नियंत्रणे घालतो त्यावेळेस होणाऱ्या हस्तांतराला मर्यादित हस्तांतर म्हणतात.

४. अंशत: पृष्ठांकन करून हस्तांतर (Partial Endorsemenet) : चलनक्षम दस्तातील सर्व रकमेचे हक्क हस्तांतरित करणे आवश्यक असते. परंतु या रकमेपैकी काही रक्कम रोख देऊन उरलेली रक्कम मिळावयाची असल्यास, बाकी रकमेसाठी चलनक्षम दस्ताचे हस्तांतर करता येते. उदा. दस्तातील नमूद दहा हजार रकमेपैकी दोन हजार रोख मिळाले असतील तर बाकी आठ हजार रुपयांकरिता तो दस्त हस्तांतरित करता येतो. मात्र स्वीकारलेल्या रकमेची नोंद त्यावर असणे आवश्यक आहे.

५. रचनात्मकरीत्या पृष्ठांकन करून हस्तांतर (Constructive Endorsement) : चलनक्षम दस्ताचे हस्तांतर आणि पैसे देण्याच्या लेखी कराराचे हस्तांतर यांमधील फरक

(Difference between Negotiable Instrument and Document of Assignment)

चलनक्षम दस्त हा पैसे देण्याचा लेखी करार असतो. तरीही त्याच्यात व पैसे देण्याच्या इतर लेखी करारांमध्ये खालील प्रकारचा फरक आहे.

चलनक्षम दस्त Negotiation	इतर लेखी करार Assignment
१. चलनक्षम दस्ताचे हस्तांतर होते तेव्हा प्रतिफल हे दिले गेले आहे असे मानले जाते. जरी प्रत्यक्षात प्रतिफल दिलेले नव्हते अशा प्रकारच्या हरकतीविरुद्ध पक्षाला मांडता येणार नाहीत. कारण हस्तांतरा-मुळे त्यातील सर्व दोष नष्ट होतात व हस्तांतर स्वीकृत्याला दस्ताचा चांगला अधिकार प्राप्त होतो.	इतर करारामध्ये केवळ दस्ताच्या हस्तांतरामुळे करारातील संबंधित व्यक्तीला प्रतिफल अगर पैसे दिले आहेत असे मानले किंवा प्रतिफल विरहित करार जात नाही. झाला आहे प्रतिफल दिले होते हे सिद्ध करावे लागते.

२. चलनक्षम दस्त हस्तांतर करताना हस्तांतराची नोटीस/सूचना करण्याची गरज नसते. चलनक्षम दस्ताचा धारक हा सदर दस्ताने कायदेशीर मालक झाला आहे असे विरुद्ध सांगण्याची गरज नसते. तसेच चलनदस्ताचा धारक हा कोणतीही सूचना दिल्याशिवाय चलनक्षम दस्ताच्या आधारे संबंधित पक्षाला पैसे मागू शकतो.	पैसे देण्याच्या लेखी दस्तामध्ये संबंधित पक्षास सूचना/नोटीस देणे जरूरीचे असते. दस्ताच्या धारकाने आपण दस्ताचे मालक झालो आहोत. असे सांगून नोटिशीत पैशाची मागणी पक्षाला केल्याशिवाय कायदेशीरपणे दावा दाखलक्षम करण्याचा अधिकार धारकास प्राप्त होत नाही.
३. चलनक्षम दस्तामध्ये दस्ताचा यथाविधिधारक दस्ताच्या हस्तांतरकर्त्याला मिळणाऱ्या सर्व दोषांपासून मुक्त झालेला असतो आणि यथाविधिधारकाला दस्ताच्या धारकापेक्षा जास्त अधिकार व कायदेशीरपणे पैसे वसूल करण्याचा हक्क प्राप्त झालेला असतो.	इतर लेखांमध्ये हस्तांतर झाले असले तरीही हा मूळ हरकती आणि हस्तांतराचे पूर्वीची अथवा अशा हस्तांतराचे वेळेस खरी परिस्थिती होती किंवा कसे, हस्तांतरकर्त्यात व मूळ ऋणको यांचे असलेले संबंध इ. बघितले जातात.

चलनक्षम दस्ताचे हस्तांतर करणाऱ्या व्यक्ती : चलनक्षम दस्ताचे हस्तांतर खालीलपैकी कोणतीही व्यक्ती करू शकते –

(१) चलनक्षम पत्रकाचा निर्माता (निर्माता या नात्याने नव्हे तर; धारक अथवा यथाविधिधारक इ. अधिकारामध्ये)

(२) चलनक्षम दस्ताचा धारक

(३) वचनचिठ्ठीमधील वचनदाता (वचनदाता या अधिकारात नव्हे तर, धारक अथवा यथाविधीधारक या अधिकारात)

(४) विनिमयपत्राचा आदेशक/आहर्ता/निर्माता.

(५) विनिमयपत्राचा प्राप्तकर्ता/आदाता (Payee)

(६) हस्तांतर स्वीकृता (Endorsee)

जेव्हा चलनक्षम दस्तामध्ये दोन किंवा अधिक प्राप्तकर्ते किंवा हस्तांतर स्वीकृते असतील तेव्हा त्या सर्वांनी संयुक्तपणे चलनक्षम दस्ताचे हस्तांतरण केले पाहिजे. अन्यथा त्या चलनक्षम दस्ताचे कायदेशीररीत्या हस्तांतर झालेले नाही असे समजले जाते.

उदा. एखाद्या भागीदारी पेढीमध्ये चार भागीदार असल्यास आणि तो चलनक्षम दस्त चारही भागीदारांच्या नावाने संयुक्तपणे बनविला असल्यास आणि एका भागीदाराची

सही पृष्ठांकनावर झालेली नाही. परंतु बाकी भागीदारांच्या सह्या पृष्ठांकनावर झालेल्या असल्या तरीही त्या दस्ताचे कायदेशीररीत्या पृष्ठांकन पूर्ण झाले आहे असे मानले जात नाही.

२. पृष्ठांकन (Endorsement) : चलनक्षम दस्ताच्या कायद्यामध्ये कलम १५ अन्वये पृष्ठांकनाची व्याख्या खालीलप्रमाणे दिलेली आहे –

''ज्यावेळेस चलनक्षम दस्ताचा निर्माता अथवा धारक दस्तावर किंवा मागील बाजूवर किंवा दस्ताला जोडलेल्या कागदावर दस्तांतील हक्कांचे कायदेशीर मार्गाने/हस्तांतर करण्याच्या हेतूने सही करतो किंवा स्वतंत्र अशा स्टँप पेपरवर सही करून दस्तातील हक्कांचे हस्तांतर करतो त्यावेळेला सदर दस्ताचे पृष्ठांकन झाले असे म्हटले जाते.''

उदा. चलनक्षम दस्तांवर ''श्री.बंडोपंत श्रीधर जोशी यांच्या नावाने पृष्ठांकन केले'' (Endorsed in favour of Shri.Bandopant Shridhar Joshi) असे लिहून त्याखाली हस्तांतरकर्त्याने आपली सही केली म्हणजे पृष्ठांकन पूर्ण झाले असे समजले जाते. सदरचा दस्त हस्तांतर स्वीकृत्याच्या ताब्यात दिल्यावर दस्ताचे हस्तांतर झाले असे समजले जाते.

पृष्ठांकन करणाऱ्या व्यक्तीस पृष्ठांकक असे म्हणतात. (Endorser) ज्या व्यक्तीच्या नावाने पृष्ठांकन झालेले असते त्या व्यक्तीस पृष्ठांकिती/पृष्ठांकन स्वीकृता (Endorsee) असे म्हणतात.

पृष्ठांकन करीत असताना चलनक्षम दस्ताचा निर्माता हा निर्माता या नात्याने नव्हे तर, चलनक्षम दस्ताचा धारक अथवा यथाविधिधारक या नात्याने दस्तावर पृष्ठांकन करीत असतो.

पृष्ठांकनासंबंधी नियम (Rules regarding Endorsement) :

(१) पृष्ठांकन करताना नवीन धारकाचे (पृष्ठांकितीचे) नाव लिहून पृष्ठांककाने त्याच्याखाली सही केली पाहिजे.

(२) नाव असलेले रबरी शिक्के तसेच अधिकारपदे दर्शविणारी 'पदनामे' (Designations) किंवा आदर दर्शविणाऱ्या पदव्यांचा आणि शब्दांचा वापर पृष्ठांकन करताना केला जाऊ नये.

उदा. 'परमवीर चक्र विजेते' /सर्वमान्य/लोकप्रिय/लाडके नेते इ.

(३) पृष्ठांकन करण्यासाठी कोणताही विशिष्ट नमुना, फॉर्म किंवा पद्धत सर्वमान्य नाही.

(४) चलनक्षम दस्ताशी संबंध नसलेल्या व्यक्तीला पृष्ठांकन करण्याचा अधिकार नसतो.

(५) चलनक्षम दस्त हा खोटा अथवा बनावट सही करून किंवा धाकदपटशा, बलप्रयोग इ.मार्गाने मिळविला असल्यास दस्ताचे धारकास त्यापासून पैसे मिळण्याचा अधिकार प्राप्त होत नाही.

(६) कोरे पृष्ठांकन केलेला दस्त हा नंतर विशिष्ट पृष्ठांकन करून एखाद्या व्यक्तीच्या नावे हस्तांतरित केल्यास सदर नवीन धारकासच फक्त त्या दस्ताचे अधिकार प्राप्त होतात अन्य व्यक्तींना नाही. ज्यावेळेस चलनक्षम दस्ताचा धारक हा दस्तातील नमूद व्यक्ती नसते, तर त्याचा प्रतिनिधी अथवा नोकर असतो. (Agent or Servant) व त्यास दस्ताचा ताबा देण्यात येतो तेव्हा दस्ताचे 'रचनात्मक प्रदान' झाले असे म्हणतात.

(७) अटींसह पृष्ठांकन करून प्रदान : सशर्त हस्तांतर (Conditional Delivery) : जेव्हा एखादी अट घालून चलनक्षम दस्त हस्तांतरित केला जातो त्यावेळेस सशर्त हस्तांतर केले गेले आहे असे मानले जाते. उदा. विशिष्ट गोष्ट पूर्ण केल्याशिवाय दस्त स्वीकारणाऱ्याने दस्त सादर करू नये अशी अट नमूद असल्यास, ठरलेली गोष्ट पूर्ण केल्याशिवाय दस्तातील रक्कम मिळू शकत नाही.

(८) जबाबदारीमुक्त पृष्ठांकन करून हस्तांतर (Sans Recourse Endorsement) : ज्यावेळेस हस्तांतर करता आपली जबाबदारी संपली असे जाहीर करून तसे दस्त्यावर लिहून सही करतो व चलनक्षम पत्रकाचा ताबा देतो तेव्हा झालेल्या हस्तांतरास 'जबाबदारीमुक्त हस्तांतर' असे म्हणतात. अशा वेळेस चलनक्षम दस्ताचा धारक हा हस्तांतरकर्त्याविरुद्ध रक्कमवसुलीसाठी कोणतीही कारवाई करू शकत नाही.

(९) एखादा प्रसंग किंवा घटना घडल्यानंतरचे पृष्ठांकन करून जबाबदारीबाबत हस्तांतर : ज्यामध्ये विशिष्ट घटना घडल्याशिवाय चलनक्षम दस्ताचा हस्तांतरकर्ता चलनक्षम दस्त स्वीकृत्याला पैसे देणे लागत नाही. परंतु घटना घडली तरच, पैसे देण्याची जबाबदारी हस्तांतरकर्त्यावर येते.

उदा. 'क्ष'चे 'य'शी लग्न झाले तर, 'य'ला किंवा त्याचे आदेशाप्रमाणे हुंडीची रक्कम द्यावी.

(१०) हक्कत्याग पृष्ठांकनाद्वारे हस्तांतर (Faculative Endorsement) : जेव्हा चलनक्षम पत्रकाचा हस्तांतरकर्ता त्याला असलेल्या कायदेशीर हक्काचा त्याग करून चलनक्षम पत्रकाचे हस्तांतर करतो तेव्हा त्याला हक्कत्याग हस्तांतर असे म्हणतात.

(११) खर्चमुक्त पृष्ठांकन करून हस्तांतर : ज्यावेळेस चलनक्षम पत्रकाबाबत हस्तांतर स्वीकृत्याला कोणताही खर्च करावा लागू नये अशी दस्ताच्या हस्तांतर कर्त्याच्या इच्छा असते, तेव्हा झालेल्या हस्तांतरास खर्चमुक्त हस्तांतर असे म्हणतात.

(१२) मागे पृष्ठांकन करून हस्तांतर (Negotiation Back) **:** चलनक्षम दस्ताच्या हस्तांतरकर्त्याला जेव्हा तो दस्त पुन्हा हस्तांतरित केला जातो तेव्हा अशा हस्तांतरास मागे हस्तांतर असे म्हणतात. अशा वेळेस चलनक्षम पत्रकाचे पैसे देण्यास जबाबदार असलेल्या सर्व व्यक्तींची जबाबदारी संपुष्टात आलेली असते.

(१३) खोट्या सहीने पृष्ठांकन करून हस्तांतर (Forged Endorsement)**:** हस्तांतरकर्त्याची बनावट सही करून चलनक्षम पत्रकाचे अशावेळेस हस्तांतर केले जाते ज्यावेळेस चलनक्षम दस्त हा वाहकास पैसे मिळणारा असतो, त्यावेळेस हस्तांतरकर्ता कोण आहे हे पाहण्याची जरूरी नसते. अशावेळेस हस्तांतरकर्ता हा बनावट असला तरी हस्तांतर स्वीकृत्याला त्या दस्ताची कायदेशीर मालकी प्राप्त होते व असा दस्त कायदेशीर म्हणून समजला जातो.

परंतु जेव्हा चलनक्षम पत्रकाचे पैसे आदेशाप्रमाणे मिळणारे असतात, त्यावेळेस हस्तांतरकर्त्याच्या बनावट सहीमुळे चलनक्षम दस्त स्वीकृत्याला त्या दस्ताने मालकी हक्क प्राप्त होत नाही.

(१४) चलनक्षम दस्ताची नोंदणी करून/अभिहस्तांकन करून (By Assignment) **:** लेखी दस्तऐवजाची योग्य त्या सक्षम अधिकाऱ्यापुढे नोंदणी (By registration before the competent authority) सदर दस्त जर त्या दस्ताचे स्वीकृत्यास प्रदान केला तर त्याला दस्ताचे हस्तांतर झाले असे म्हटले जाते व अशा दस्तास कायदेशीरपणा प्राप्त होतो. यामध्ये दस्त स्वीकृत्यास दस्ताचे मूळ निर्मात्यास जेवढा अधिकार असेल तेवढाच अधिकार प्राप्त होतो.

चलनक्षम दस्त सादर करणे (हजर करणे)

(Presentation of a Negotiable Instrument) :

चलनक्षम दस्त आज्ञार्थी किंवा स्वीकारकर्ता यांच्याकडे खालील तीन हेतूंकरिता सादर केले जातात –

(१) दस्ताचे स्वीकृतीसाठी (For Acceptance).

(२) दस्त पाहण्यासाठी (For Sight).

(३) दस्ताचे पैसे घेण्यासाठी व वसुलीसाठी

यालाच चलनक्षम दस्ताच्याबाबत निर्णय घेता यावा म्हणून 'उपस्थापन' करणे किंवा दस्त सादर करणे असे म्हणतात.

दस्त सादर करणे हे केवळ हुंडीच्या बाबतीतच आवश्यक असते. इतर चलनक्षम दस्त स्वीकृतीसाठी सादर करण्याची आवश्यकता नसते. त्याचप्रमाणे ज्या हुंडीचे पैसे 'मागणी करताच' द्यावेत किंवा 'पाहताक्षणी पैसे द्यावेत' अशा प्रकारच्या हुंड्या

स्वीकृतीसाठी सादर करण्याची कायद्याने आवश्यकता नाही.

याला खालील अपवाद आहेत –

(१) दर्शनी किंवा पाहताक्षणी पैसे द्यावेत अथवा देखणजोग हुंड्या (Bill Payable at Sight) यावर निश्चित तारीख अथवा मुदत नमूद नसेल तर, सदर हुंड्यांची मुदतपूर्वी केव्हा होईल याची निश्चिती करण्यासाठी असे दस्त हुंडीचा स्वीकार करणाऱ्यास / आहार्यी (Drawer) याच्याकडे स्वीकृतीसाठी सादर करावा लागतो.

(२) ज्या चलनक्षम दस्तामध्ये चलनक्षम दस्त सादर केल्याशिवाय तिचा स्वीकार करण्यात येऊ नये असे नमूद केलेले असते, त्यावेळेस संबंधित दस्त स्वीकार करणाऱ्याकडे म्हणजेच आहार्यीकडे सादर केला पाहिजे.

दस्त सादर केल्यानंतर तो पाहून त्याचा स्वीकार करणे अथवा नाकारणे याचे स्वातंत्र्य दस्ताच्या स्वीकारकर्त्यास असते. चलनक्षम दस्ताचा स्वीकार करण्याचा असल्यास हुंडीवर स्वीकारकर्त्याने 'स्वीकार केला' (Accepted) असे नमूद करावे लागते व त्याखाली सही करावी लागते. अशा प्रकारे हुंडीचा स्वीकार केल्यास ती स्वीकारकर्त्यांवर बंधनकारक ठरते.

चलनक्षम दस्ताचा सादरकर्ता : ज्या व्यक्तीला चलनक्षम दस्ताने पैसे मिळण्याचा अधिकार प्राप्त झाला आहे अशा व्यक्तीने अथवा तिच्यातर्फे अधिकृत प्रतिनिधीने अथवा त्या व्यक्तीच्या कायदेशीर वारसाने चलनक्षम दस्त सादर केला पाहिजे. त्या वेळेस चलनक्षम दस्तामध्ये कोणत्याही व्यक्तीचे नाव दस्ताचा धारणकर्ता म्हणून नमूद नसते. त्यावेळेस हुंडीच्या धारकाने तो दस्त स्वीकृतीसाठी सादर केला तरी चालतो.

चलनक्षम दस्त सादर न केल्यास होणारे परिणाम : ज्या वेळेस चलनक्षम दस्त पैसे मिळण्याकरिता सादर करणे कायद्याने आवश्यक असते. त्यावेळेस दस्ताच्या धारणकर्त्याने तो दस्त स्वीकृतीसाठी सादर न केल्यास त्या दस्ताशी संबंधित असणाऱ्या सर्व व्यक्तींची जबाबदारी संपुष्टात येते. तसेच चलनक्षम दस्त योग्य कालावधीत सादर न केल्याससुद्धा दस्ताचे संबंधित पक्षांची पैसे देण्याची जबाबदारी संपुष्टात येते.

चलनक्षम दस्त कोणापुढे सादर करावे लागतात : चलनक्षम दस्ताच्या कलम ३४, ६८ व ६९ मध्ये तसेच ७५ याबाबत तरतुदी केलेल्या आहेत त्या खालील-प्रमाणे –

वचनचिट्ठी, हुंडी आणि धनादेश अनुक्रमे निर्माता, स्वीकारकर्ता आणि बँक यांच्याकडे स्वीकारण्यासाठी किंवा वसुलीसाठी सादर करणे आवश्यक असते.

निर्माता, स्वीकारकर्ता किंवा आहार्यी यांच्यापैकी कोणीही दिवाळे काढल्यास चलनक्षम दस्त त्यांच्या कायदेशीर वारसाकडे अथवा उत्तराधिकाऱ्याकडे हजर करणे

आवश्यक असते. ज्यावेळेस निर्मात्याने अथवा स्वीकार करणाऱ्याने दिवाळे काढल्यामुळे त्याची मालमत्ता न्यायालयामार्फत नेमलेल्या अधिकाऱ्याकडे/व्यवस्थापनाकडे दिलेली असते. त्यावेळेस चलनक्षम दस्त अशा अधिकाऱ्याकडे स्वीकृतीसाठी हजर करावा लागतो.

चलनक्षम दस्ताची स्वीकृती कायदेशीर ठरण्यासाठी आवश्यक परिस्थिती:

(१) चलनक्षम दस्ताच्या स्वीकारकर्त्याने म्हणजेच आहार्याने (Drawee) मान्यता- दर्शक सही विनिमयपत्रावर केलेली असावी.

(२) विनिमयपत्रावरील सही विनिमयपत्राचा स्वीकार करणाऱ्याने किंवा त्याने नेमलेल्या अथवा अधिकार दिलेल्या व्यक्तीची असावी.

(३) स्वीकारलेली विनिमयपत्र विनिमयपत्राच्या धारकाकडे परत दिली जावी.

(४) विनिमयपत्राची स्वीकृती विनाअट असावी.

(५) ज्यावेळेस विनिमयपत्राचे संच बनविलेले असतात (Insets) त्यावेळेस सदर संचांपैकी कोणत्याही एकाच भागाचा स्वीकार केलेला असावा.

(६) ज्यावेळेस चलनक्षम दस्त हा दोनपेक्षा जास्त म्हणजेच संयुक्तपणे स्वीकारकर्त्यांवर लादलेला असतो, त्यावेळेस सर्व स्वीकारकर्त्यांनी त्यावर सह्या केल्या असल्या पाहिजेत.

विनिमयपत्राची स्वीकृतीसाठी आवश्यक परिस्थिती : विनिमयपत्राचा स्वीकार होण्यासाठी खालील परिस्थिती आवश्यक असते –

(१) विनिमयपत्राचा स्वीकार होण्याकरिता ती धारणकर्त्याने अथवा त्याच्यातर्फे व्यक्तीने सादर करून पैशाची मागणी केली पाहिजे.

(२) विनिमयपत्र स्वीकारकर्त्याच्या कामकाजाच्या वेळेत आणि कामकाजाच्या दिवशी सादर केली पाहिजे.

(३) विनिमयपत्र हे त्यावर नमूद केलेल्या कालावधीमध्ये किंवा विशिष्ट दिवस नमूद असल्यास त्या दिवशी किंवा दस्तामध्ये कोणताही कालावधी नमूद नसल्यास योग्य कालावधीत सादर केले पाहिजे.

(४) ज्या चलनक्षम दस्तामध्ये दस्त सादर करण्याकरिता विशिष्ट ठिकाण दिलेले असते त्यावेळेस ठरलेल्या ठिकाणी विनिमयपत्राचा स्वीकार करण्यासाठी सादर केले पाहिजे.

(५) ज्यावेळेस चलनक्षम दस्तात रक्कम देण्याकरिता निश्चित ठिकाण नमूद केलेले नसते, तेव्हा दस्ताचा स्वीकार होण्याकरिता दस्त स्वीकारकर्त्याच्या नेहमीच्या व्यवसायाच्या ठिकाणी व असे ठिकाण नसल्यास त्याच्या राहण्याच्या ठिकाणी सादर

केली पाहिजे.

विनिमयपत्राचा स्वीकारण्यासाठी मुदत : दस्तऐवजाच्या कलम ६३ मध्ये याबाबत स्पष्ट तरतुदी केलेल्या आहेत. त्या खालील प्रमाणे –

(१) चलनक्षम दस्त सादर केल्यानंतर तो त्वरित स्वीकारता येतो.

(२) चलनक्षम दस्त हजर केल्यापासून जास्तीत जास्त ४८ तासांपर्यंत दस्ताला स्वीकारकर्त्याला आपल्या ताब्यात ठेवता येतो व सदर कालावधीत दस्ताचा स्वीकार केला अथवा नाही हे कळविण्याचे बंधन दस्ताचे स्वीकारकर्त्यावर नसते. मात्र सदर मुदतीनंतर दस्ताचा स्वीकार करणाऱ्याने दस्तासंबंधीचा निर्णय सादर करणाऱ्या व्यक्तीला कळविणे आवश्यक आहे.

(३) विनिमयपत्राचा स्वीकार केल्यास अथवा अनादर केल्यास विनिमयपत्रे परत केली पाहिजे.

(४) ज्यावेळेस विनिमयपत्राचा स्वीकार केलेला असतो त्यावेळेस विनिमयपत्राचे पैसे मिळेपर्यंत विनिमयपत्र स्वतःच्या ताब्यात ठेवण्याचा विनिमयपत्राच्या धारकाला मिळतो.

(५) विनिमयपत्राचे पैसे दिल्यानंतर विनिमयपत्र स्वतःच्या ताब्यात ठेवण्याचा विनिमय पत्राच्या स्वीकारकर्त्याला प्राप्त होतो.

(६) ज्यावेळेस विनिमयपत्राच्या स्वीकारकर्त्याकडे विनिमयपत्र सादर करावयाची असते, त्यावेळेस विनिमयपत्राच्या स्वीकारकर्त्याकडे व्यावसायिक सुट्टी आली, तर सुट्टीनंतरच्या कामकाजाच्या दिवशी विनिमयपत्र सादर केले पाहिजे. याचप्रमाणे विनिमयपत्रा सादर करताना अथवा केल्यावर सार्वजनिक सुट्टी असल्यास सदर सुट्टीच्या दिवसाची मुदत विनिमयपत्राच्या स्वीकारकर्त्याला हिशोबाबत घेतली पाहिजे असे बंधन नाही.

(७) विनिमयपत्र सादर करणे ऐच्छिक असल्यास पैसे घेण्यापूर्वी ती केव्हाही सादर केली तरी चालते.

(८) विनिमयपत्र पाहिल्यानंतर काही मुदतीने विनिमय पत्राचे पैसे द्यावेत असे नमूद असेल, तर दिलेल्या कालावधीत विनिमयपत्र स्वीकृतीसाठी सादर केली पाहिजे.

(९) मुदतीच्या विनिमयपत्राबाबत मुदत संपण्यापूर्वी विनिमयपत्र स्वीकृतीसाठी सादर केले पाहिजे तर तिचा स्वीकार करणे स्वीकारकर्त्यावर बंधनकारक राहते.

चलनक्षम दस्त सादर करण्यास विलंब झाल्यास त्याचे होणारे परिणाम : चलनक्षम दस्त स्वीकृतीसाठी किंवा पैसे मिळवण्याकरिता हजर करण्यामध्ये विलंब झाला तर, याबद्दल कोणत्या पक्षाची चूक आहे आणि विलंबाचे कारण काय हे पाहिले

जाते. दस्ताच्या धारकाची चूक नसेल तर, सादर करण्यास झालेला विलंब माफ करता येईल. परंतु अनावश्यक विलंब झाला असल्यास चलनक्षम पत्रकाचे पैसे देण्याचे आज्ञार्थी नाकारू शकेल. याबाबत स्पष्ट तरतूद कलम ७५ मध्ये केलेली आहे.

चलनक्षम दस्त खालील परिस्थितीत हजर करणे अनावश्यक असते :

चलनक्षम दस्ताच्या कायद्याच्या कलम ६१,७५,७६ व ९१ अनुसार खालील परिस्थितीत चलनक्षम दस्त सादर न करताही त्याचा अनादर झाला आहे असे समजले जाते –

(१) चलनक्षम दस्ताचा निर्माता ही काल्पनिक व्यक्ती असते किंवा करार करण्यास अयोग्य अशी व्यक्ती असते तेव्हा दस्ताचा स्वीकार करण्यासाठी तो हजर करण्याची आवश्यकता नसते.

(२) ज्यावेळेस दस्ताचा निर्माता हा शोध करूनही सापडत नाही, त्यावेळेस चलनक्षम दस्त सादर करण्याची आवश्यकता नसते.

(३) जेव्हा दस्त सादर करणे आवश्यक असते. परंतु दस्त वेगळ्याच कारणाकरिता स्वीकारण्यास नकार दिला असल्यास.

(४) ज्यावेळेस दस्ताचा निर्माता हा मरण पावलेला असतो, अथवा दिवाळखोर झालेला असतो. तेव्हा चलनक्षम दस्त त्या व्यक्तीच्या कायदेशीर वारसांकडे किंवा व्यवस्थापकाकडे हजर केला तरी चालतो. परंतु अशा प्रकारे दस्त हजर केलाच पाहिजे असे दस्ताच्या धारकांवर कायदेशीर बंधन नाही.

(५) ज्यावेळेस दस्ताची मुदत संपते त्यादिवशी हेतुपूर्वक दस्ताचा स्वीकार करण्यात अडथळा निर्माण केल्यास.

(६) चलनक्षम दस्त ज्या ठिकाणी हजर करणे आवश्यक आहे असे नमूद केले असेल ते व्यवसायाचे ठिकाण, ऑफिस अथवा जागा ही कामकाजाच्या दिवशी व कामकाजाच्या वेळेमध्ये बंद असेल तर चलनक्षम पत्रकाचा अनादर झाला असे समजले जाईल.

(७) ज्यावेळेस चलनक्षम दस्त विशिष्ट ठिकाणी व विशिष्ट वेळेस हजर केला पाहिजे असे बंधन असते, त्यावेळेस व त्याठिकाणी दस्ताचा स्वीकार करणारा अथवा त्याचा अधिकृत प्रतिनिधी यांपैकी कोणीही गैरहजर राहिल्यास.

(८) ज्यावेळेस चलनक्षम दस्त हा विशिष्ट ठिकाणी सादर केला पाहिजे असे नमूद नसते तेव्हा दस्ताचा स्वीकारकर्ता हा शोध करूनही आढळून न आल्यास.

चलनक्षम दस्ताचे पैसे देणे व व्याजासंबंधी तरतुदी

चलनक्षम दस्ताच्या कायद्यातील कलम ७८ व ८१ यामध्ये खालील तरतुदी केलेल्या आहेत –

(१) वचनचिठ्ठी, विनिमयपत्र अथवा चेकचे पैसे चलनक्षम दस्ताच्या धारकाला दस्ताच्या निर्मात्याने अथवा दस्ताच्या स्वीकारकर्त्याने दिले पाहिजेत.

(२) ज्यावेळेस चलनक्षम दस्तामध्ये व्याजाची आकारणी किंवा व्याजाची रक्कम नमूद केलेली असते त्यावेळेस व्याजाची आकारणी मुद्दलावर दिलेल्या आकारणीप्रमाणे दस्त हजर केलेल्या तारखेपर्यंत व दस्ताचे पैसे मिळेपर्यंत अथवा पैसे मिळण्याकरिता दावा दाखल केला त्या तारखेपर्यंत करणे आवश्यक असते. तसेच दावा दाखल केला असल्यास कोर्ट ज्याप्रमाणे आदेश देईल त्याप्रमाणे व्याजाची आकारणी व मुद्दल रक्कम यांची बेरीज करून येणारी रक्कम ही चलनक्षम दस्ताच्या निर्मात्याने अथवा स्वीकारकर्त्याने देणे भाग असते.

असे असले तरी, वरील नियमास खालील तीन प्रकारचे अपवाद कलम ७९ मध्ये सांगितलेले आहेत –

(अ) ज्यावेळेस व्याजाचा दर हा प्रचलित दरापेक्षा प्रमाणाबाहेर (Excessive) असतो आणि चलनक्षम दस्ताचा व्यवहार हा प्रामाणिकपणे झालेलेला दिसून येत नाही, त्यावेळेस कोर्ट चलनक्षम दस्तात नमूद केल्याप्रमाणे व्याज देऊ नये असा आदेश देऊ शकते.

(ब) ज्यावेळेस चलनक्षम दस्त हा अनुचित प्रभावाखाली तयार केलेला असतो, त्यावेळेस कोर्ट दस्ताचे पैसे देऊ नये असा आदेश देऊ शकते.

(क) ज्यावेळेस कोर्ट अशा निष्कर्षाला येते की, चलनक्षम दस्तामध्ये नमूद केलेला व्याजाचा दर हा दंड स्वरूपामध्ये आकारलेला आहे, त्यावेळेस व्याजाचे पैसे देऊ नये असा आदेश कोर्ट देऊ शकते.

(३) ज्यावेळेस चलनक्षम दस्तामध्ये व्याजाचा दर नमूद नसतो व व्याज घेऊ नये अशा प्रकारे स्पष्ट करार संबंधित पक्षांमध्ये झालेला नसतो, त्यावेळेस व्याजाची आकारणी ही दरसाल दर शेकडा ६% दराने, दस्ताची रक्कम संबंधित पक्षाला देय झाल्यापासून (After Maturity) ते चलनक्षम दस्ताची संपूर्ण रक्कम देईपर्यंत आकारता येईल.

चलनक्षम दस्ताच्या कलम ८० प्रमाणे, दस्ताचा अनादर झाल्यामुळे दस्ताच्या पृष्ठांककावर (Endorser) पैसे देण्याची जबाबदारी निर्माण झाल्यास त्याने व्याजाचे पैसे देणे आवश्यक असते. मात्र पृष्ठांककाची जबाबदारी केवळ त्याला दस्ताच्या अनादराची सूचना (Notice) मिळाली असेल तेव्हापासून ते दस्ताची संपूर्ण रक्कम देईपर्यंत होणाऱ्या कालावधीतील व्याजापुरती मर्यादित असते.

(४) चलनक्षम दस्ताच्या कलम ८१ प्रमाणे ज्यावेळेस दस्ताचा धारक हा दस्ताचे स्वीकारकर्त्यास पैसे मागणीकरिता दस्त हजर करतो, त्यावेळेस दस्ताचा स्वीकारकर्ता

हे पैसे देण्यापूर्वी दस्त पाहण्यासाठी मागू शकतो आणि पैसे दिल्यानंतर दस्त स्वतःच्या ताब्यात ठेऊ शकतो.

ज्यावेळेस दस्त हरवला असेल किंवा पैसे मागताना सादर केला नसेल त्यावेळेस दस्ताचा स्वीकारकर्ता हा सदर दस्तासंबंधीच्या जबाबदारीतून आपण मुक्त झालो असे घोषित करू शकतो.

चलनक्षम दस्तातील पक्षांची जबाबदारीतून मुक्तता
(Discharage of parties from Liability to a Negotiable Instrument)

चलनक्षम दस्ताऐवजाच्या कायद्यातील कलम ८२ ते ९० मध्ये संबंधित पक्षांची जबाबदारी केव्हा संपुष्टात येते ते सांगितले आहे. चलनक्षम दस्तातील पक्षांची/व्यक्तींची जबाबदारीतून मुक्तता याचा अर्थ त्या पक्षांना/व्यक्तींना त्या दस्तातून वगळले असा होत नाही. तसेच तो दस्त संपुष्टात आला असेही नव्हे. उदा.हुंडीचा स्वीकारकर्ता/ आहार्यी (Drawer) हा जबाबदारीतून मुक्त झाला म्हणजे हुंडीतील सर्व पक्षांची जबाबदारी संपली असे नव्हे. हुंडीची चलनक्षमता ही हुंडीत नमूद केलेल्या शेवटच्या माणसाची जबाबदारी संपुष्टात येईपर्यंत काम राहते व त्यानंतरच संपते आणि अशा वेळेस हुंडीच्या धारकाला तो हुंडीधारणकर्ता असला तरीही कोणतीही कारवाई करण्याचा हक्क राहत नाही.

(The Discharge of a drawer of a bill of exchange does not discharge the instrument itself. The instrument will be discharged only when the party who is ultimately liable thereon is discharged from liability, at that stage the negotiable instrument case to be negotiable and even a holder in due course can not acquire any right of action in respect of the instrument)

चलनक्षम दस्तातील पक्षांची जबाबदारी खालील ९ प्रकारे संपुष्टात येते –

१. चलनक्षम दस्ताचा निर्माता, स्वीकारकर्ता किंवा पृष्ठांकक हा त्याच्या दस्तासंबंधीच्या जबाबदारीतून खालील ३ प्रकारे मुक्तता करून घेऊ शकतो.

(अ) चलनक्षम दस्त रद्द करून (By Cancellation) : ज्यावेळेस दस्ताचा निर्माता, स्वीकारकर्ता किंवा पृष्ठांकक हा दस्ताच्या धारकाला कळवून आपले नाव जबाबदारीतून मुक्त होण्याकरिता कमी करून घेतो तसेच सदर दस्ताचे धारणकर्त्या– अगोदर असलेल्या संबंधित व्यक्तींना कळवून आपले नाव कमी करून घेतो त्यावेळेस त्याची जबाबदारी संपुष्टात येते.

(ब) हक्क सोडल्यामुळे (By Release) : ज्यावेळेस दस्ताचा धारक हा दस्ताचे निर्मात्यास, स्वीकारकर्त्यास किंवा पृष्ठांककास अथवा दस्ताची मालकी व हक्क सांगणाऱ्या सर्व संबंधित पक्षांना कळवून हक्क सोडल्याचे जाहीर करतो, त्यावेळेस या सर्व पक्षांची

दस्ताबाबतची जबाबदारी संपुष्टात येते.

(क) पैसे दिल्यामुळे (By Payment) : जर चलनक्षम दस्त हा धारकास पैसे द्यावेत अशा स्वरूपाचा असेल किंवा त्यावर कोरे पृष्ठांकन केले असल्यास आणि दस्त्याच्या निर्मात्याने, स्वीकारकर्त्याने किंवा पृष्ठांकनाने दस्ताचे पैसे दिलेले असल्यास दस्तातील सर्व पक्षांची जबाबदारी संपुष्टात येते.

विनिमयपत्राचा पृष्ठांकक खालील ९ प्रकारांनी जबाबदारीतून मुक्त होतो: चलनक्षम दस्तातील कलम ३५, ४०, ६४, ८२ आणि ८७ मध्ये हुंडीच्या पृष्ठांककाची जबाबदारी केव्हा संपुष्टात येते हे सांगितलेले आहे –

(१) कलम ३५ प्रमाणे जर विनिमयपत्राच्या अनादराची सूचना (नोटीस) विनिमयपत्राच्या धारकाने विनिमयपत्राच्या पृष्ठांककाला दिलेली नसेल तर, विनिमयपत्राचा पृष्ठांकक जबाबदारीतून मुक्त होतो.

(२) ज्यावेळेस विनिमयपत्राचा धारक हा विनिमयपत्राच्या पृष्ठांककाच्या संमतीशिवाय खाडाखोड करून अथवा बदल करून पृष्ठांककाची जबाबदारी त्याचे पूर्वीच्या व्यक्तीविरुद्ध संपुष्टात आणतो त्यावेळेस पृष्ठांककाची जबाबदारी संपते.

(३) विनिमयपत्राचा पृष्ठांकक हा विनिमयपत्राचे पैसे देण्यास प्रामुख्याने जबाबदार नसतो, तसेच विनिमयपत्रे ही स्वीकार करण्याकरिता सादर केली नसल्यास विनिमय पत्राच्या धारकाला पृष्ठांक जबाबदार नसतो. म्हणजेच विनिमयपत्राचा धारक हा स्वत:च्या निष्काळजीपणामुळे पैसे मिळविण्याकरिता विनिमयपत्र स्वीकारकर्त्याकडे सादर करू शकला नाही तर पैसे देण्याची जबाबदारी पृष्ठांककावर येत नाही. (कलम ६४)

(४) कलम ८२ अ प्रमाणे हुंडीच्या धारकाने विनिमयपत्राच्या पृष्ठांककाचे नाव त्या पृष्ठांककला जबाबदारीतून मुक्त करण्यासाठी खोडले (Cancels) तर पृष्ठांककाची जबाबदारी संपते.

(५) कलम ८२ ब प्रमाणे विनिमयपत्राचा धारककर्ता हा हुंडीतील कोणत्याही व्यक्तीला जबाबदारीतून मुक्त करू शकतो. अशा वेळेस जबाबदारीतून मुक्त होणार पक्ष हा केवळ विनिमयपत्राच्या धारणकर्त्याच्या जबाबदारीतून मुक्त होत नाही तर धारकाच्या नंतर असलेल्या अथवा येणाऱ्या सर्व पक्षांच्या जबाबदारीतून मुक्त झालेला असतो.

(६) जर विनिमयपत्रामध्ये काही महत्त्वपूर्ण बदल (Material Alteration) विनिमयपत्रातील संबंधित पक्षाच्या संमतीशिवाय केले गेले असतील व त्यामुळे विनिमयपत्र बेकायदेशीर असल्यास विनिमयपत्राच्या पृष्ठांककाची जबाबदारी संपते. मात्र असे बदल जर सर्वसंमतीने झाले असतील वा केवळ कारकुनी स्वरूपाचे (Clerical Correction) असतील आणि ते दस्ताच्या मूळ पक्षांचा उद्देश/हेतू साध्य करण्याकरिता

केले गेले असतील तर पृष्ठांकक जबाबदारीतून मुक्त होत नाही.

(७) जर विनिमयपत्राचा धारक हा विनिमयपत्राच्या स्वीकारकर्त्यास सार्वजनिक सुट्ट्या सोडून ४८ तासांपेक्षा जास्त मुदत विनिमयपत्राचा स्वीकार केला अथवा नाही हे ठरविण्यास जास्त मुदत देत असेल तर व अशा संमतीस विनिमयपत्राच्या धारकाच्या अगोदर असलेले सर्व पक्ष विनिमयपत्राच्या धारकाच्या जबाबदारीतून मुक्त होतात.

(८) जर विनिमयपत्राच्या धारकास विनिमयपत्रातील रक्कम पूर्णत: अथवा अंशत: प्रास झाली असेल किंवा अशा रकमेऐवजी अन्य वेळ आणि ठिकाण हे पैसे देण्याकरिता निश्चित झाले असेल किंवा विनिमयपत्र ही एकापेक्षा जास्त व्यक्तींनी सयुक्तिकपणे काढलेली असेल. आणि अशा व्यक्ती भागीदार नसतील व त्या सर्व निर्मात्यांनी विनिमय–पत्रावर सह्या केल्या नसतील तर, धारकाच्या पूर्वीच्या सर्व व्यक्तींची जबाबदारी अशा विनिमयपत्राचा स्वीकार करण्याबद्दल संमती स्वीकृत्याने घेतलेली नसल्याने ते सर्व पक्ष जबाबदारीमुक्त होतात.

(९) पैसे दिल्याने विनिमयपत्राचा पृष्ठांकक हा जबाबदारीतून मुक्त होतो.

२. जेव्हा हुंडीच्या स्वीकारकर्त्यास विनिमयपत्राचा धारक हा विनिमयपत्र सादर केल्यापासून ४८ तासांपेक्षा (सार्वजनिक सुट्ट्या सोडून) अधिक वेळ विनिमयपत्राचा स्वीकार करण्यास अगर नाकारण्यास देतो, त्यावेळेस विनिमयपत्राच्या धारकाच्या अगोदर असलेल्या सर्व व्यक्तींची धारकाच्या कृत्यास परवानगी नसल्यामुळे त्या सर्व व्यक्तींची जबाबदारी संपुष्टात येते.

३.धनादेश हजर करण्यास झालेल्या विलंबामुळे जबाबदारीतून मुक्तता (Discharge by Delay in Presentment of Cheque) : ज्यावेळेस धनादेश ठराविक काळामध्ये हजर करणे आवश्यक असतो त्यावेळेस अगर वाजवी काळात (Reasonable Time) तो पैसे मिळण्याकरिता सादर केला नाही तर त्यामुळे धनादेशाच्या प्रास्तकर्त्याचे किंवा अन्य व्यक्तींचे नुकसान झाले असल्यास नुकसानभरपाई देण्याच्या जबाबदारीतून बँक अगर धनादेशाचा निर्माता मुक्त होतो.

धनादेश 'वाजवी वेळेत' (Reasonable Time) हजर केला अथवा नाही हे त्या दस्ताच्या स्वरूपावर, व्यापारातील रूढी आणि प्रचलित पद्धती तसेच प्रत्येक व्यवहारावर अवलंबून असते.

४. धनादेशाचे पैसे विशिष्ट व्यक्तीला मिळणारे असल्यास (Cheque Paybale to Order) : चलनक्षम दस्ताच्या कायद्यातील कलम ८५(१) प्रमाणे विशिष्ट व्यक्तींच्या नावे धनादेश काढलेला असल्यास प्रास्तकर्त्याने अशा धनादेशाचे पृष्ठांकन केल्यास धनादेशाचा निर्माता हा बँकेने पैसे दिल्यानंतर जबाबदारीतून मुक्त होतो.

५. धारकाला पैसे मिळणारा धनादेश (Cheque Payable to Bearer) : ज्यावेळेस धनादेश हा प्रथम धारकाला पैसे मिळणारा (Bearer) असतो. तेव्हा स्वीकारकर्त्याने त्या धनादेशाचे पैसे दिल्यावर त्याची जबाबदारी संपते. या ठिकाणी बँकेने सदर धनादेश नंतर रेखांकित झाला अगर पुन: चलनक्षम पावला किंवा कसे (Negotiated) हे बघण्याचे कारण नाही. याचप्रमाणे विशिष्ट व्यक्तीच्या नावे धनादेश असताना त्या व्यक्तीचा अधिकृत प्रतिनिधी आहे असे सांगून त्या व्यक्ती सही करून जर एखाद्या अन्य व्यक्तीने अनधिकाराने धनादेशाचे पैसे नेले तर बँक त्या कृत्यास जबाबदार रहात नाही.

मात्र या ठिकाणी जर धनादेश धारण करणाऱ्या व्यक्तीची बनावट/खोटी सही करून (Forgery) जर बँकेकडून अन्य व्यक्तीने पैसे नेले असतील तर बँक सर्वस्वी जबाबदार रहाते. कारण बँकेतील प्रत्येक खातेदाराची खरी सही व ती व्यक्ती बँकेला माहीत असणे आवश्यक मानलेले आहे. खोट्या सहीमुळे खातेदाराला या ठिकाणी तोटा सहन करावा लागत नाही, तर बँकेच्या सही ओळखण्याच्या दोषामुळे बँकेने तो तोटा सहन केला पाहिजे.

वरील नियमाला एक अपवाद आहे, तो म्हणजे जर खातेदाराचे स्वत:चे निष्काळजीपणामुळे (उदा. चेक/चेकबुक गहाळ होणे इ.) नुकसान झाले असेल तर त्या नुकसानीस बँक जबाबदार नाही.

६. एका शाखेने दुसऱ्या शाखेवर काढलेला ड्राफ्ट : बँकेच्या एका शाखेने दुसऱ्या शाखेला पैसे देण्याकरिता आदेश काढून कळविलेले असते त्याला ड्राफ्ट असे म्हणतात. अशा प्रकारे बँकेच्या ड्राफ्टच्या प्राप्तकर्त्याने पृष्ठांकन केले तर, बँकेची जबाबदारी पैसे दिल्यावर संपुष्टात येते.

७. संमतीशिवाय दस्ताचा अंशत: अथवा संपूर्ण स्वीकार केल्यामुळे जबाबदारीतून मुक्तता : चलनक्षम दस्ताच्या कलम ८६ अन्वये ज्यावेळेस विनिमय–पत्राचा धारक हा अंशत: अथवा संपूर्ण पैसे विनिमयपत्राच्या स्वीकारकर्त्याकडून घेतो तेव्हा किंवा अशा पैशाच्या ऐवजी अन्य ठिकाण व वेळ पैसे मिळण्याकरिता कबूल करतो किंवा ज्यावेळेस विनिमयपत्राचे निर्मिते हे भागीदार नसतात आणि ते विनिमय पत्र सर्वांनी सही केलेली नसते तेव्हा दस्ताधारकाच्या पूर्वी असलेल्या सर्व संबंधित पक्षाची विनिमयपत्राच्या स्वीकारकर्त्याने संमती घेतली नसल्याकारणाने त्या सर्व पक्षांची धारकापुरती व धारकानंतर येणाऱ्या सर्वांबाबत जबाबदारी संपुष्टात येते. या ठिकाणी विनिमयपत्राच्या धारकाने जर सूचना किंवा नोटीस दिलेली असल्यास आणि अशा सूचनेला संबंधित सर्व पक्षांनी संमती दिली असल्यास ही जबाबदारी संपुष्टात आलेली नसते.

खालील परिस्थितीत विनिमयपत्राचा विशेष स्वीकार (Qualified Acceptance) केला आहे असे समजले जाते.

(अ) जेव्हा विनिमयपत्र सशर्त असते व एखादी घटना घडल्यानंतर पैसे द्यावयाचे नमूद केलेले असते.

(ब) ज्यावेळेस विनिमयपत्रात अंशत: रक्कम द्यावी अशा प्रकारचा आदेश दिलेला असतो व पैसे देण्याचे ठिकाण आणि वेळ नमूद केलेली नसते परंतु विशिष्ट ठिकाणी पैसे देण्याची हमी स्वीकारकर्त्याने दिलेली असते. अशा वेळेस विनिमयपत्रातील अन्य पक्षांची जबाबदारी संपुष्टात येते.

(क) याचप्रमाणे ज्या विनिमयपत्रामध्ये पैसे देण्याचे विशिष्ट ठिकाण नमूद असते. परंतु स्वीकारकर्त्याने अन्य ठिकाणी व वेळी पैसे देण्याची हमी दिलेली असते. त्यावेळेस विनिमय पत्रातील धारकापूर्वीच्या सर्व पक्षांची जबाबदारी संपुष्टात येते.

(ड) ज्यावेळेस विनिमयपत्रामध्ये नमूद केलेले पैसे वेळेत देण्याची प्राप्तकर्त्याने हमी दिलेली असते; परंतु नमूद केलेल्या ठिकाणाव्यतिरिक्त अन्य ठिकाणी पैसे देण्याचे कबूल केलेले असते. उदा. विनिमयपत्रातील रक्कम कायदेशीरपणे मुंबई येथे देण्याचे नमूद असल्यास नाशिक येथे विनिमयपत्राचे पैसे देण्याची हमी दिली असल्यास.

८. महत्त्वाचे बदल केल्यामुळे जबाबदारीतून मुक्तता (Discharge by Material Alterations) : ज्या बदलांमुळे दस्ताचे मूळचे स्वरूप बदलते, त्यांना महत्त्वाचे बदल असे म्हणतात. खालीलपैकी कोणताही बदल हा महत्त्वपूर्ण बदल मानला जातो.

(१) दस्ताच्या रकमेत अगर व्याजाच्या दरात बदल करणे.

(२) चलनक्षम दस्ताच्या तारखेत बदल करणे.

(३) चलनक्षम दस्ताच्या मुदतीत बदल करणे.

(४) चलनक्षम दस्ताच्या सादर करण्याच्या ठिकाणात बदल करणे.

(५) चलनक्षम दस्ताच्या पक्षांमध्ये संमतीविना बदल करणे.

परंतु खालील प्रकारचे बदल हे कायदेशीर मानले गेले असून त्यामुळे दस्ताचे मूळ स्वरूपावर महत्त्वपूर्ण परिणाम होत नाहीत.

(१) धारकास पैसे मिळणाऱ्या चलनक्षम दस्ताचे विशिष्ट व्यक्तीलाच पैसे मिळावे अशा प्रकारे केलेले दस्ताचे रूपांतर.

(२) कोणतीही वरवर दिसणारी किंवा कारकुनी चूक दुरुस्त करणे.

(३) चलनक्षम दस्तातील सर्व पक्षांची संमती घेऊन केलेला बदल.

(४) कोऱ्या पृष्ठांकनाचे विशिष्ट पृष्ठांकनामध्ये केलेले रूपांतर.

(५) अपूर्ण विनिमयपत्रावर तिकीट लावून ती पूर्ण करणे.

(६) धनादेशात धारकास पैसे मिळू शकत असतील तर तो रेखांकित करून/ विशिष्ट व्यक्तीला पैसे द्यावेत अशा प्रकारे रूपांतरित करणे.

(७) विनिमयपत्राच्या दस्तामध्ये विनिमयपत्राशी संबंधित नसलेला मजकूर लिहिणे.

(८) चलनक्षमदस्ताचे निर्मात्याकडून हस्तांतर होण्याअगोदर केलेले कोणतेही बदल.

चलनक्षमदस्त्यात महत्त्वपूर्ण बदल केल्यामुळे दस्ताशी संबंधित सर्व व्यक्ती सामान्यत: जबाबदार असतात; परंतु जर असे बदल विनासंमती झाले असतील तर संमती न देणाऱ्या पक्षांची दस्ताबाबतची त्या बदलापुरती जबाबदारी संपुष्टात येते.

९. कायद्यातील तरतुदींमुळे जबाबदारी नष्ट होते (Discharge by Operation of Law) : चलनक्षम दस्तातील संबंधित पक्षांची जबाबदारी कायदेशीर तरतुदींमुळे संपुष्टात येऊ शकते, ती खालीलप्रकारे –

(अ) कोर्टाने व्यक्ती दिवाळखोर म्हणून घोषित केली तर,

(ब) सामावून घेतल्यामुळे ज्यावेळेस एखाद्या व्यक्तीने पैसे द्यावेत असा कोर्टाचा हुकूम झालेला असतो. (Judgement) त्यावेळेस चलनक्षमदस्ताने सदर हुकूमातील नमूद रक्कम व चलनक्षमदस्ताची देय रक्कम यांची रुजवात झाल्यामुळे पैसे देण्याचे कारण संपुष्टात येते अगर त्या पक्षाची जबाबदारी संपते.

(क) ज्यावेळेस कायदेशीर कारवाई करण्याची मुदत संपलेली असते, त्यावेळेस कालबाह्य झाल्यामुळे चलनक्षमदस्त हा विशिष्ट मुदतीत हजर केला पाहिजे. तसेच त्याचा अनादर झाला असल्यास कायद्यात नमूद केलेल्या मुदतीतच संबंधित पक्षावर पैसे वसुलीकरिता दावा दाखल केला पाहिजे. अन्यथा मुदत संपल्यावर धारकास कायदेशीर कारवाई करता येत नाही.

(ड) ज्यावेळेस विनिमयपत्र निर्मात्याकडे परत येते, ज्यावेळेस विनिमयपत्राचे पैसे वसूल करण्याचा हक्क आणि विनिमयपत्राचा निर्माता ही एकच व्यक्ती असते त्यावेळेस दोन परस्पर हक्क एकत्र आल्याने कायदेशीर कारवाई संपुष्टात येते. चलनक्षम दस्ताचे कलम ९० मध्ये याबद्दल तरतूद आहे.

७.६ चलनक्षम दस्ताचा अनादर

(Dishonour of a Negotiable Instrument) :

१. चलनक्षमदस्ताचा स्वीकृता/निर्माता जेव्हा त्या दस्ताचा स्वीकार करत नाही किंवा नेमलेल्या तारखेस पैसे देत नाही. तेव्हा अशा दस्ताचा अनादर झाला आहे असे समजले जाते. चलनक्षमदस्ताचा अनादर खालील दोन कारणांमुळे होतो –

(१) दस्तास स्वीकृती न दिल्यामुळे.

(२) दस्तातील नमूद रक्कम न दिल्यामुळे.

चलनक्षम दस्ताच्या कायद्यामध्ये केवळ विनिमयपत्रालाच स्वीकृती आवश्यक असल्याने तिची स्वीकृती न झाल्यास अनादर होऊ शकतो. चलनक्षम दस्ताच्या कायद्यातील कलम ९१ मध्ये विनिमयपत्राचा अनादर कोणकोणत्या कारणांमुळे होऊ शकतो ते सांगितले आहे. ती कारणे खालीलप्रमाणे –

(अ) विनिमयपत्र सादर केल्यापासून ४८ तासांत तिच्या स्वीकारकर्त्याने हुंडीचा स्वीकार केला असे कळविले नाही तर.

(ब) ज्यावेळेस विनिमयपत्राचा आदेशार्थी/स्वीकारकर्ता हा शोधाशोध करूनही सापडत नसेल तर किंवा ती काल्पनिक व्यक्ती असल्यास.

(क) ज्यावेळेस विनिमयपत्राचा स्वीकारकर्ता/आदेशार्थी हा करार करण्यास अपात्र व्यक्ती असते. (उदा.अज्ञान, वेडसर इ.)

(ड) विनिमयपत्राच्या स्वीकारकर्त्याने/आदेशार्थीने विनिमयपत्र स्वीकारताना काही अटी घालून विनिमयपत्राचा स्वीकार केल्यास.

(इ) विनिमयपत्राचा स्वीकार करण्यास नकार देऊन विनिमयपत्र सादर करू दिली नाही तर.

(फ) विनिमयपत्र सादर केली असताना ज्या वेळेस एकापेक्षा अधिक व्यक्तींनी (ज्या भागीदार नाहीत अशा) त्यास संमती देणे/स्वीकार करणे आवश्यक आहे. परंतु अशा सर्व व्यक्तींनी विनिमयपत्र स्वीकारल्याबद्दल सह्या केल्या नसल्यास.

२. पैसे न दिल्यामुळे अनादर (Dishonour by Non-Payment) : वचनचिठ्ठीचा निर्माता, विनिमयपत्राचा स्वीकारकर्ता किंवा धनादेशाचा आदेशार्थी/ आहार्यी (बँक) चलनक्षम दस्तातील नमूद रक्कम देण्याची त्याची जबाबदारी असूनही ती देत नाही किंवा त्यास अकारण विलंब लावतो तेव्हा त्या दस्ताचा अनादर झाला असे समजले जाते.

चलनक्षम दस्त्याच्या कायद्याच्या कलम ९२ मध्ये याबाबत स्पष्ट तरतूद केलेली आहे. वचनचिठ्ठी आणि धनादेश यांचा स्वीकार होण्यासाठी सादर करण्याची आवश्यकता नसते. अशा चलनक्षम दस्तांमध्ये नमूद केलेली रक्कम दस्तातील तारखेस किंवा मुदतपूर्ती झाल्यावर मिळत नसल्यास 'पैशाअभावी अनादर' झाला असे म्हणतात.

चलनक्षम दस्ताचा अनादर झाल्यास दस्ताचे धारकास दस्तातील पैसे देण्याची जबाबदारी असणाऱ्या सर्व पक्षांविरुद्ध कायदेशीर कारवाई करण्याचा हक्क प्राप्त होतो. मात्र (१) यासाठी दस्ताचे धारकाने संबंधित पक्षांना दस्ताचे अनादराची सूचना देणे

आवश्यक मानले असल्यास तशी सूचना नोटीस दिली पाहिजे.

(२) चलनक्षम दस्ताचा अनादर झाल्याबद्दल योग्य त्या अधिकाऱ्याकडे दस्ताची नोंदणी केली पाहिजे. (Noting and Protesting)

३. अनादरासंबंधी नियम : अनादराच्या सूचनेसंबंधी चलनक्षम दस्ताचे कायद्यात कलम ९३ ते ९८ मध्ये तरतुदी करण्यात आलेल्या आहेत.

ज्यावेळेस वचनचिठ्ठी, विनिमयपत्र अथवा धनादेशाला स्वीकृती न मिळाल्यामुळे किंवा पैसे न दिल्यामुळे त्याचा अनादर होतो, त्यावेळेस संबंधित पक्षांना विलेखावरून जबाबदार धरण्याकरिता व त्यांच्यावर पैसे वसुलीकरिता कायदेशीर कारवाई करण्यासाठी चलनक्षम दस्ताच्या धारकाने अथवा चलनक्षमदस्ताचे पैसे वसूल करण्याचा ज्या व्यक्तीस अधिकार दिलेला आहे अशा व्यक्तीने दस्ताचे अनादराची माहिती किंवा सूचना (Notice) देणे आवश्यक असते. या सूचनेला 'अनादराची सूचना' असे म्हणतात.

अनादर झाल्यास वचनचिठ्ठीच्या निर्मात्यास कायद्याने 'अनादराची सूचना' देण्याचे बंधन नाही. तसेच हुंडीच्या स्वीकारकर्त्यासुद्धा अनादराची नोटीस देण्याची आवश्यकता नाही. धनादेशाच्या बाबतीत आहर्ता किंवा स्वीकारकर्ता यांना अनादराची नोटीस देण्याचे कायदेशीर बंधन नाही. याचे कारण म्हणजे निर्माता, स्वीकारकर्ता वा आहर्ता यांनीच त्या दस्ताचा अनादर केलेला असतो.

अनादराची सूचना किंवा नोटीस न दिल्यास चलनक्षम दस्तातील सर्व संबंधित जबाबदार पक्षांची दस्ताबाबत पैसे देण्याची आणि नुकसानभरपाई देण्याची जबाबदारी संपुष्टात येते.

अनादराचे सूचनेसंबंधी कलम ९४ मध्ये खालील तरतुदी केल्या आहेत –

अनादराची सूचना कोणी द्यावी ?

(१) अनादराची सूचना चलनक्षम दस्ताच्या धारकाने किंवा त्याच्या अधिकृत एजंटाने किंवा कायदेशीर प्रतिनिधीने दिली पाहिजे.

(२) चलनक्षम दस्ताचा धारक मरण पावला असल्यास त्या व्यक्तीच्या कायदेशीर वारसांनी अथवा अधिकारप्राप्त व्यक्तीने अनादराची नोटीस दिली पाहिजे.

(३) चलनक्षम दस्ताचा धारक हा दिवाळखोर व्यक्ती आहे असे घोषित झाले असल्यास त्या धारकाच्या संपत्तीची व्यवस्था पाहणाऱ्या व्यवस्थापकाला अनादराची नोटीस दिली पाहिजे.

अनादराच्या सूचनेचे स्वरूप :

(१) अनादराची सूचना तोंडी अगर लेखी असू शकते.

(२) अनादराची सूचना पोस्टाने पाठविली तरी चालते.

(३) अनादराची सूचना विशिष्ट नमुन्यात असली पाहिजे असे बंधन नाही.

(४) अनादराच्या सूचनेमध्ये स्पष्टपणे अथवा योग्य शब्दांमध्ये दस्ताचा अनादर झाला असल्याचे नमूद असले पाहिजे.

(५) अनादराच्या सूचनेमध्ये संबंधित पक्षावर पैसे देण्याची जबाबदारी असल्याचे नमूद असले पाहिजे.

(६) अनादराची सूचना दस्ताचा अनादर झाल्यापासून योग्य मुदतीत (Reasonable Time) दिली पाहिजे.

(७) अनादराची सूचना संबंधित पक्षाचे/व्यवसायाच्या पत्त्यावर (Place of Business) आणि ज्या पक्षाचे व्यवसायाचे विशिष्ट ठिकाण नसेल त्या पक्षास त्याचे राहते ठिकाणी (Place of Residence) नोटीस पाठविली पाहिजे.

(८) अनादरासंबंधीची नोटीस पोस्टाने योग्य रीतीने पाठविली असल्यास व ती नोटीस चुकीच्या व्यक्तीकडे गेल्यास (Mis Carried) अशा चुकीमुळे नोटीस बेकायदेशीर ठरत नाही.

(९) ज्या पक्षाला अनादराची सूचना मिळते त्या प्रत्येक पक्षाने आपल्या पूर्वीच्या पक्षांविरुद्ध असलेले आपले अधिकार अबाधित ठेवण्यासाठी योग्य मुदतीत (Reasonable Time) त्या सर्व पक्षांना दस्ताच्या अनादराची सूचना दिली पाहिजे.

(१०) विशेष तरतुदी : एका पक्षाने दुसऱ्या पक्षाला दिलेली अनादराची सूचना दस्ताचे धारणकर्त्याने स्वतः दिली आहे असे मानण्यात येते, असे कलम ९५ मध्ये स्पष्ट केलेले आहे.

(११) ज्यावेळेस चलनक्षम दस्त हा सादर करण्याकरिता एजंटकडे दिलेला असतो त्यावेळेस एजंट हासुद्धा दस्ताचे स्वीकारकर्त्यास अथवा संबंधित जबाबदार पक्षांना अनादराची नोटीस पाठवू शकतो. **(कलम ९६)**

(१२) अनादराची नोटीस ज्या व्यक्तीच्या विरुद्ध द्यावयाची आहे ती व्यक्ती मृत झालेली आहे, पण याची कल्पना नोटीस देण्यास नोटीस देण्यापूर्वी नसल्यास दिलेली नोटीस कायदेशीर मानली जाते. **(कलम ९७)**

अनादराची सूचना अनावश्यक : चलनक्षम दस्ताच्या कायद्यातील कलम ९८- अन्वये खालील परिस्थिती दस्ताच्या अनादराची सूचना देण्याची गरज नसते. अनादराची सूचना दिली नाही तरीही संबंधित सर्व पक्ष दस्ताबाबत जबाबदार राहतात–

(१) जेव्हा अनादराची सूचना दिली पाहिजे असा हक्क असलेला पक्ष स्वतः होऊन आपला हक्क सोडतो. यासाठी संबंधित पक्षाने स्पष्टपणे किंवा आपल्या वर्तणुकीने आपला

हक्क सोडला तरी चालतो.

(२) चलनक्षमदस्ताच्या निर्मात्याने दस्ताचे पैसे देऊ नयेत असा आदेश दिला असल्यास किंवा निर्मात्याने दस्ताचे पैसे धारकाला मिळू नयेत असे प्रयत्न केले असल्यास.

(३) चलनक्षम दस्तास जबाबदार असलेल्या पक्षाला अनादराची नोटीस न मिळाल्यामुळे काहीही हानी अथवा नुकसान होणार नसल्यास.

(४) जेव्हा चलनक्षम दस्तातील पैसे देणारी जबाबदार व्यक्ती खूप शोध करूनही सापडत नाही तेव्हा.

(५) जेव्हा चलनक्षम दस्ताचा धारक अथवा दस्तावरून कारवाई करणारी व्यक्ती स्वत:चा कोणताही दोष नसताना अन्य काही कारणांमुळे अनादराची नोटीस देऊ शकत नसेल तेव्हा उदा. अपघात इ.

(६) ज्यावेळेस चलनक्षम दस्ताचा निर्माता हाच दस्ताचा धारक असतो.

(७) वचनचिठ्ठी ही हस्तांतरयोग्य नसल्यामुळे अनादराची नोटीस देण्याची गरज नाही.

(८) ज्यावेळेस चलनक्षम दस्तातील पैसे देण्याची जबाबदारी असलेल्या पक्षाला दस्ताच्या अनादराची माहिती असते आणि तो पैसे विनाअट देण्याचे कबूल करत असतो तेव्हा अशा पक्षास अनादराची नोटीस देण्याची गरज नसते.

४. 'योग्य कालावधी' : चलनक्षम दस्त (१) स्वीकारण्याबाबत/हजर करणेबाबत किंवा (२) पैसे मिळण्यासाठी हजर करणेबाबत किंवा (३) अनादराची सूचना देण्याकरिता आणि (४) अनादराची नोंदणी (Noting) करणेसाठी.

(अ) त्या दस्ताच्या एकंदर स्वरूपाचा विचार करणे आवश्यक असते.

(ब) तसेच प्रचलित पद्धतीमध्ये अशाच प्रकारे साम्य असलेल्या दस्ताबाबतच्या तरतुदींचा अवलंब करावा लागतो.

(क) कालावधी मोजताना सार्वजनिक सुट्ट्यांचा कालावधी वगळावा लागतो. (Excluding Public Holidays) याशिवाय.

(ड) चलनक्षम दस्तांतील पक्षांचे स्वरूप (भागीदारी फर्म आहे की व्यक्ती आहे इ.) आणि त्यांचे हितसंबंध.

(ई) एक पक्ष दुसऱ्या पक्षापासून किती दूर आहे.

(फ) पोस्टाची/पाठविण्याची कार्यपद्धती आणि इतर सर्व आनुषंगिक परिस्थितीचा विचार करावा लागतो.

अशा प्रकारे रिकफोर्ड विरुद्ध रिज या केसमध्ये धनादेश ज्या दिवशी पाठविला त्याचदिवशी तो दुसऱ्या पक्षाला मिळाला असला तरीही धनादेशाचा सादर हा

(Presentation) दुसऱ्या दिवशी झाला असे मानणे योग्य व सोईस्कर होईल असा निर्णय दिला गेला.

(ग) कलम १०५ अन्वये : जेव्हा दस्ताच्या धारकाने दस्ताच्या अनादराची नोटीस ही संबंधित दूरच्या पक्षाला अनादर झाल्याबरोबर (१) त्वरित पोस्टाने पाठविली किंवा (२) अनादर झाल्याच्या दुसऱ्या दिवशी पाठविली तरी ती योग्य कालावधीत पाठविली आहे असे मानण्यात येते.

(ह) कलम १०६ अन्वये : जेव्हा दस्ताचा धारक आणि ज्यास दस्ताचे अनादराची नोटीस पाठविणे आहे अशी व्यक्ती एकाच ठिकाणी व्यवसाय करीत असतील किंवा राहत असतील तर (उदा.कोल्हापूर येथेच) दस्ताचा अनादर झाल्याच्या दुसऱ्या दिवसापर्यंत ती नोटीस संबंधित पक्षाला मिळेल अशा कालावधीत पाठविली असल्यास ती योग्य कालावधीत पाठविली आहे असे मानण्यात येते. परंतु या नियमांचा भंग होईल अशी कोणतीही क्षुल्लक गोष्टसुद्धा दुसऱ्या पक्षाची जबाबदारी संपुष्टात आणू शकेल व त्यामुळे खूप नुकसान होण्याचाही संभव असतो.

(ट) कलम १०७ अन्वये : ज्या पक्षाला चलनक्षमदस्ताच्या अनादराची नोटीस मिळालेली असते त्या पक्षाने आपल्या पूर्वीच्या दस्ताच्या धारकांना याबाबत जबाबदार धरण्यासाठी व आपला हक्क बजावण्यासाठी सदर नोटिशीची कल्पना योग्य कालावधीमध्ये दिली पाहिजे. या ठिकाणी धारकाने जी दक्षता अनादराची नोटीस देण्याबाबत घेणे जरूर आहे तेवढी सर्व दक्षता किंवा काळजी अशी नोटीस मिळालेल्या व्यक्तीने घेणे आवश्यक आहे तरच तो योग्य कालावधी ठरेल.

५. नुकसानभरपाई वसुलीसंबंधी नियम : चलनक्षम दस्ताच्या कलम ११७- मध्ये दस्ताचा अनादर झाल्यास त्याबाबत नुकसानभरपाई कोणत्या प्रकारने व किती मागता येईल हे स्पष्ट केले आहे. अशा प्रकारे धारकास अगर पृष्ठांकित्यास खालील पाच प्रकारे नुकसानभरपाई मागण्याचा हक्क आहे.

(१) चलनक्षम दस्ताचा धारक अथवा पृष्ठांकिता हा

(अ) दस्तामध्ये नमूद केलेली रक्कम

(ब) दस्तातील नमूद मुद्दल रकमेवरील व्याजाची रक्कम.

(क) दस्त सादर करण्यासाठी हजर करण्यासाठी आलेला तसेच दस्तावर अनादराची नोंदणी आणि त्याचे प्रमाणपत्र स्वीकारण्यासाठी आलेला एकूण खर्च असा सर्व खर्च मिळण्यास पात्र आहे.

(२) ज्या वेळेस अनादर झालेल्या दस्ताचा धारक आणि दस्ताचा निर्माता किंवा स्वीकारकर्ता हे राहण्याचे ठिकाण किंवा दस्त स्वीकारणेसाठी नमूद केलेले ठिकाण हे

(दस्ताचे धारकाचे ठिकाणापेक्षा) वेगळ्या ठिकाणी असते तेव्हा (At different Place) दस्ताचा धारक हा या दोन ठिकाणांमधील लागलेला खर्च (फरक) बाजारभावाप्रमाणे घेऊ शकतो. (विदेशी चलनक्षम अनादर झाल्यास येणारा चलनातील फरक मागू शकतो.)

(३) अनादर झालेल्या चलनक्षम दस्ताच्या पृष्ठांकनाने (Endorser) जर दस्ताचा अनादर झाल्यामुळे भरलेल्या दाव्यात दस्त्यातील पैसे व दिलेल्या पैशावर दरसाल दर शेकडा ६% दराने पैसे दिलेल्या तारखेपासून ते सर्व पैसे वसूल होईपर्यंतची होणारी एकूण व्याजाची रक्कम मिळण्याचा अधिकार आहे. एवढेच नव्हे तर दस्ताचा अनादर झाल्यामुळे जो काही इतर (कोर्ट) खर्च झाला असेल तोही वसूल करण्याचा अधिकार आहे. या ठिकाणी दस्तामध्ये अनादर झाल्यास जादा व्याज आकारणेची तरतूद असली तरीही केवळ ६% दरानेच व्याज आकारता येते.

(४) ज्या वेळेस दस्ताचा पृष्ठांकक आणि दस्ताचा अनादर होण्यास जबाबदार असलेली व्यक्ती हे वेगवेगळ्या ठिकाणी राहत असतात, तेव्हा दस्ताचा पृष्ठांकक हा या दोन ठिकाणांमधील फरकाची रक्कम मिळण्यास पात्र असतो.

या ठिकाणी प्रस्तुत नियम हा चलनातील फरकाची रक्कम चालू दराने मिळण्याबद्दल तरतूद करतो.

(५) जो पक्ष नुकसानभरपाई मिळण्यास पात्र आहे, तो पक्ष नुकसानभरपाई देणेची जबाबदारी निश्चित झालेल्या पक्षावर चलनक्षम दस्त काढून रक्कम देणेबद्दल आदेश देऊ शकतो. या ठिकाणी असा नवीन बनवलेला चलनक्षम दस्ताबरोबर पूर्वी अनादर झालेला व तशी नोंदणी आणि प्रमाणपत्र धारण केलेला जुना दस्त असणे आवश्यक आहे. असा नवा दस्तसुद्धा नाकारला गेल्यामुळे त्याचा अनादर झालेला व तशी नोंदणी आणि प्रमाणपत्रधारण केलेला जुना दस्त असणे आवश्यक आहे. असा नवा दस्त– सुद्धा नाकारला गेल्यामुळे त्याचा अनादर झाला तर पुन: पूर्वीप्रमाणेच मूळ दस्ताचे पैसेवसुलीची पद्धत अवलंबून पैसे वसूल करता येतात.

७.७ चलनक्षम दस्ताची नोंदणी आणि निषेध

(Noting and Protesting of a Negotiable Instrument)

चलनक्षम दस्ताच्या कायद्याच्या कलम ९९ ते १०४ अ मध्ये यासंबंधीच्या तरतुदी केल्या आहेत –

जेव्हा वचनचिठ्ठी किंवा विनिमयपत्राचा स्वीकार न केल्यामुळे किंवा त्याचे पैसे न दिल्यामुळे अनादर होतो तेव्हा अशा दस्ताचा धारणकर्ता, दस्ताच्या अनादराची 'नोटरी पब्लिक

चलनक्षम दस्तांचा कायदा, १८८१ / (३३५)

ऑफिसरपुढे' नोंदणी करू शकतो. ही नोंद खालील प्रकारात केली जाते.

(अ) दस्तावर अनादराची नोंद करून.

(ब) दस्ताला जोडलेल्या कागदावर नोंद करून.

(क) थोडा मजकूर दस्तावर व बाकी मजकूर दस्ताला कागद जोडून त्यावर नोंद करून.

नोंदणीचा कालावधी : अशा प्रकारे (अनादराची) नोंद, ही दस्ताचा अनादर झाल्यापासून 'योग्य कालावधीमध्ये' झाली पाहिजे. सदर नोंदीमध्ये –

(अ) दस्ताच्या अनादराची तारीख

(ब) दस्ताचा अनादर होण्याची कारणे सांगितली गेली असतील तर ती कारणे

(क) दस्ताचा स्पष्टपणे अनादर झाला नसल्यास धारकाला तसे का वाटते आणि

(ड) नोटरी पब्लिक ऑफिसरची फी या सर्व गोष्टींचा समावेश असणे आवश्यक आहे.

चलनक्षमदस्ताच्या अनादराची नोंद केल्यामुळे दस्ताचे धारकास ती नोंद पुराव्याचे दृष्टीने सिद्ध करण्यास उपयोगी पडते. नोंदणी करणे हे दस्ताच्या निषेधाची पूर्वतयारी आहे.

चलनक्षम दस्ताची नोंदणी कशी होते ? : ज्यावेळेस धारकाने चलनक्षम दस्त स्वीकारण्यासाठी अथवा त्याचे पैसे मिळविण्याकरिता सादर केलेला असतो; परंतु त्याचा अनादर होतो तेव्हा दस्ताचा धारक नोटरी पब्लिक ऑफिसर (जो सरकारने सन्मानित केला आहे) यांच्याकडे अर्ज करून (Applying) तसे कळवितो. त्यावरून सदर नोटरी पब्लिक ऑफिसर तोच चलनक्षम दस्त स्वीकारार्थ पुन: स्वत: किंवा आपल्या लिपिकामार्फत अथवा कराराने अधिकार दिलेल्या व्यक्तीमार्फत अथवा चालीरीतीप्रमाणे किंवा रजिस्टरपत्र पाठवून सादर करतो. त्यावेळेस जर दस्ताचा स्वीकार केला नाही किंवा त्याचे पैसे दिले नाहीत तर नोटरी पब्लिक ऑफिसर स्वत: याची नोंदी दस्तावर करतो किंवा दस्तासोबत कागद जोडून त्यावर सही करतो व त्यावरून नंतर दस्ताचा निषेध जाहीर करतो.

चलनक्षम दस्ताचा निषेध म्हणजे काय ?

What is meant by Protest ?

A Protest is the formal certificate of the Notary, attesting the dishonour of the instrument, by non-acceptance or by non-payment.

दस्ताचा निषेध किंवा प्रमाणनाची व्याख्या कलम १०० मध्ये दिलेली आहे. त्यानुसार ''निषेध म्हणजे दस्ताचा अनादर झाल्याबद्दल दस्ताच्या धारकाला नोटरी पब्लिक जे

प्रमाणपत्र देते त्याला निषेध किंवा प्रमाणन प्रमाणपत्र असे म्हणतात.'' हे प्रमाणपत्र नोटरी पब्लिक आपल्या सही-शिक्क्यासह देतो व त्यामध्ये खालील गोष्टी (नमूद) असतात. असा निषेध हा दस्ताच्या अनादरानंतर योग्य कालावधीमध्येच नोंदविलेला असला पाहिजे –

(१) मूळ चलनक्षम दस्त किंवा त्याची प्रत

(२) ज्या व्यक्तीविरुद्ध निषेध केला आहे तसेच ज्या व्यक्तीतर्फे हा निषेध झाला आहे त्यांची नावे.

(३) दस्ताचे धारकाने दस्तस्वीकारार्थ अथवा पैसे मिळणेसाठी सादर केला होता याबद्दल धारकाचे निवेदन.

(४) दस्ताचा अनादर का झाला हे सांगण्यात आलेली कारणे अथवा अनादर झाल्याचे धारकास का वाटले ?

(५) अनादराची तारीख, ठिकाण व वेळ

(६) निषेधपत्राचा खर्च व शुल्क.

(७) नोटरी पब्लिक ऑफिसरची सही व हुद्दा.

(८) दस्त सादर केल्यानंतर त्याचा दस्ताचे स्वीकारकर्त्याने स्वीकार न करता दस्ताचा आदरार्थ स्वीकार केला गेला असेल तर त्या स्वीकार करणाऱ्याचे नाव व पत्ता याबाबतची कारणमीमांसा.

नोंदणी आणि निषेध यांमधील फरक

अ.नं	नोंदणी (Noting)	निषेध (Protesting)
१.	नोंदणी अनादराचे दस्तावर किंवा स्वतंत्र कागद करून दस्तासोबत तो जोडून नोंदणी केली जाते.	नोंदवलेल्या दस्तावरून स्वतंत्र कागदावर प्रमाणपत्र-निषेध नोंदवला जातो. नोंदणी केली जाते.
२.	नोंदणीमध्ये अनादराचा आवश्यक तेवढाच उल्लेख केला जातो.	निषेधामध्ये अनादराबद्दल सविस्तर कारणमीमांसा नोटरी पब्लिक स्वत: कथन करतो.
३.	दस्ताचे अनादराची नोंद दस्त–धारकाने कथन केल्यावरून नोटरी पब्लिक करतो.	निषेधाचे प्रमाणपत्र हे नोटरी पब्लिकने दस्त स्वीकारार्थ सादर केल्यावर अथवा सादर केल्यानंतर त्याचे पैसे न दिल्यामुळे नोटरी पब्लिक तशी नोंद करतो.
४.	देशांतर्गत चलनक्षम दस्ताच्या अनादराची नोंदणी आवश्यक आहे.	दस्ताचा निषेध करणे ही एक आवश्यक बाब नाही.
५.	विदेशीचलनक्षम दस्तामध्ये नोंदणी ही आवश्यक आहे.	विदेशीचलनक्षम दस्ताचा निषेध होणे आवश्यक बाब आहे.
६.	नोंदणी ही निषेधाचे प्राथमिक कार्य करीत असते.	निषेध हा नोंदणीचा उत्तरभाग आहे.
७.	कलम १०८ प्रमाणे निषेधाऐवजी केवळ नोंदणी हीसुद्धा सन्मानार्थ दस्ताचा स्वीकार करावयास लावण्यास पुरेशी आहे.	निषेधानंतरही सन्मानार्थ दस्ताचा स्वीकार करणारा स्वीकारकर्ता मिळण्याची शक्यता शेवटपर्यंत मानली जाते.
८.	कलम ११३ प्रमाणे दस्ताचा स्वीकार नोंदणी केल्यानंतरही परंतु निषेधाचे प्रमाणपत्र मिळण्याअगोदर करता येते.	निषेधामध्ये दस्ताचा अनादर झाला असे शेवटपर्यंत मानले जाते.
९.	नोंदणीमध्ये दस्ताचा अनादर झाल्याचे सकृद्दर्शनी पुराव्याने कायद्यात प्रमाण मानण्यात येते; परंतु तसे बंधनकारक ठरत बंधनकारक नाही.	निषेधामध्ये दस्ताचा अनादर झाला असा पुराव्याचा कायदा मानतो व ते कोर्टावर बंधनकारक असते.
१०.	नोंदणीमध्ये चलनक्षम दस्ताचे	निषेधामध्ये चलनक्षम दस्ताच्या अनादराची

अनादराची सूचना दस्ताच्या स्वीकारकर्त्यास धारकाने देण्याची आवश्यकता नसते.	सूचना दस्ताच्या स्वीकारकर्त्यास नोटरी पब्लिक ऑफिसरने द्यावी लागते.
११. नोंदणीमध्ये हुंडी ही ज्या ठिकाणी स्वीकारली जाईल अशी नोंद असते त्या ठिकाणी जर स्वीकारकर्त्याचे राहण्याचे ठिकाण नसेल तर तिची नोंद करता येते.	हुंडीच्या निषेधाची नोंद करताना हुंडी दुसऱ्यांदा स्वीकारकर्त्याकडे सादर करावी लागत नाही. जर ती विशिष्ट ठिकाणी पैसे देणारी असेल व तेथे तिचा अनादर झाला असेल तर.

चांगल्या तारणासाठी निषेध (Protest for better security) : ज्या वेळेस हुंडीचा स्वीकारकर्ता दिवाळखोर म्हणून घोषित केलेला असतो किंवा अशा स्वीकारकर्त्याची व्यापारामध्ये पत कमी झाल्यामुळे चलनक्षम दस्ताची रक्कम वसूल होईल अशी खात्री नसल्यास चलनक्षम दस्ताचा अनादर झाला नसतानासुद्धा दस्ताचा धारक हा नोटरी पब्लिक ऑफिसरकडे जाऊन दस्ताचे स्वीकारकर्त्यास चांगले तारण हजर करण्यास सांगतो. अशा वेळेस चलनक्षम दस्ताचा स्वीकारकर्ता योग्य मुदतीत दस्तातील रक्कम अथवा रकमेइतकी अन्य तारण (व्यक्ती) योग्य कालावधीत हजर करू शकला नाही तर दस्ताचा अनादर झाला असे समजून नोटरी पब्लिक त्या अनादाराची दस्तावर नोंद करतो. यालाच चांगल्या तारणासाठी केलेला निषेध असे म्हणतात ; परंतु स्वीकारकर्त्यावर चांगला तारण देणे कायद्याने बंधनकारक नाही.

ज्या ठिकाणी नोटरी पब्लिक ऑफिसरची नेमणूकच झालेली नसेल (उदा.इंग्लंड) अशा ठिकाणी निषेध कसा नोंदवावा याबद्दल चलनक्षम दस्ताच्या कायद्यात कोणतीही तरतूद केलेली नाही. मात्र अशा वेळेस शेजारचे दोन साक्षीदारांच्या समक्ष अशी नोंद करून दस्ताच्या अनादराबद्दल प्रमाणपत्र घेता येईल व त्याचा पुरावा म्हणून वापर करण्यात येईल.

चलनक्षम दस्ताचा आदरार्थ किंवा प्रतिष्ठेसाठी स्वीकार आणि रक्कम देणे (Acceptance and Payment for Honour)

चलनक्षम दस्ताच्या कायद्याच्या कलम १०८ ते ११६ मध्ये याबाबत सविस्तर तरतुदी केलेल्या आहेत.

जेव्हा विनिमयपत्राचा अनादर (१) स्वीकारकर्त्याने ती स्वीकारली नाही म्हणून किंवा (२) तिचे पैसे दिले नाहीत म्हणून किंवा (३) चांगला तारण दिला नाही म्हणून

झाला असेल व तशी विनिमयपत्रावर नोंदणी (Noting) किंवा निषेध (Protest) नोंदविला असेल तर विनिमयपत्राचे पैसे देण्याची ज्या व्यक्तीची जबाबदारी नाही अशी कोणतीही व्यक्ती विनिमयपत्राच्या धारकाच्या संमतीने विनिमयपत्रावर लिहून तिच्या विनिमयपत्राच्या संबंधित पक्षाकरिता स्वीकार करू शकते. अशा व्यक्तीलाच आदरार्थ किंवा प्रतिष्ठेकरिता स्वीकर्ता/स्वीकारकर्ता असे म्हणतात.

चलनक्षम दस्ताच्या कायद्यातील कलम १०९ अन्वये आदरार्थ स्वीकारकर्त्याने स्वतःचे हस्ताक्षरात विनिमयपत्रावर खालील मजकूर लिहिला पाहिजे.

''आपण विनिमयपत्रातील व्यक्तींच्या हक्कसंबंधाना बाधा न आणता निषेध झालेल्या (१) विनिमयपत्राचा स्वीकार तिच्या निर्मात्याकरिता किंवा (२) तिच्या विशिष्ट पृष्ठांकनाकरिता किंवा (३) सन्मानाकरिता करीत आहोत. ''

चलनक्षम दस्ताच्या कलम ११० प्रमाणे : ज्या वेळेस विनिमयपत्राचा स्वीकारकर्ता विनिमयपत्राचा स्वीकार कोणाकरिता करीत आहोत हे स्पष्टपणे नमूद करत नाही तेव्हा ती विनिमयपत्रे विनिमयपत्राच्या निर्मात्याकरिता (Drawer) स्वीकारली असे मानले जाते.

सन्मानार्थ अथवा प्रतिष्ठेकरिता स्वीकृतीचे परिणाम : ज्या वेळेस चलनक्षम दस्ताचा अनादर झालेला असतो व दस्ताशी संबंध नसणारी अन्य व्यक्ती दस्ताच्या स्वीकारकर्त्याकरिता दस्ताचा आदर करते, त्या वेळेस जर चलनक्षम दस्ताची मुदतपूर्ती झाली नसेल तर असा दस्त मुदत संपेपर्यंत रोखून धरला जातो (Kept Back) (व त्याचा अनादर झाल्याचे मानले जात नाही) आणि दस्ताचा धारक हा दस्ताच्या मुदतपूर्तीनंतर पैसे मिळाले नाहीत तर दस्ताचे पूर्वीचे स्वीकारकर्त्यासह नवीन स्वीकारकर्त्यास जबाबदार धरून त्यांच्याविरुद्ध कारवाई करू शकतो.

आदरार्थ किंवा प्रतिष्ठेकरिता स्वीकृतीसाठी आवश्यक गोष्टी

लक्षणे :

(१) चलनक्षम दस्ताचा अनादर हा स्वीकार न केल्यामुळे किंवा चांगला तारण न दिल्याने झाला असला पाहिजे.

(२) चलनक्षम दस्तावर अनादराची नोंदणी किंवा निषेध नोंदविला असला पाहिजे. त्यानंतरच चलनक्षम दस्ताचा आदरार्थ स्वीकार होऊ शकतो तत्पूर्वी नाही.

(३) चलनक्षम दस्ताचा आदर दस्ताच्या धारकाच्या संमतीनेच झाला पाहिजे. दस्ताच्या धारकाला दस्ताचा स्वीकार इतर व्यक्तीने करावा अथवा नाही हे ठरविण्याचा पर्याय (Option) आहे. तसेच दस्ताच्या धारकाची याबाबत जबरदस्तीने संमती मिळवता येत नाही. म्हणजेच दस्ताचा आदर कोणी करावा हे धारक ठरवू शकतो.

(४) चलनक्षम दस्ताचा आदर दस्ताची जबाबदारी नसलेल्या व्यक्तीच करू शकतात. म्हणजेच दस्तातील एखाद्या व्यक्तीवर कायद्याने पैसे देण्याची जबाबदारी येण्याची शक्यता असलेली व्यक्ती दस्ताचा आदर करण्यास अपात्र आहे.

(५) चलनक्षम दस्ताचा आदर दस्तावर लिहून केला जातो.

(६) चलनक्षम दस्ताचा आदर दस्तातील नमूद संपूर्ण रकमेकरिता केला पाहिजे.

(७) आदरार्थ स्वीकृती दस्ताच्या मुदतपूर्ती तारखेपूर्वी दिली पाहिजे.

(८) चलनक्षम दस्ताचा आदर दस्तातील संबंधित पक्षावर पैसे देण्याची जबाबदारी येत असलेल्या पक्षाकरिता केला पाहिजे. याचाच अर्थ दस्तातील ज्या पक्षावर पैसे देण्याची अजिबात जबाबदारी निर्माण होत नाही त्या पक्षाच्याकरिता चलनक्षम दस्ताचा स्वीकार करता येत नाही. दस्ताशी संबंधित नसलेली व्यक्ती ही दस्ताचा स्वीकृता होऊ शकत नाही. चलनक्षम दस्ताचे स्वीकारकर्त्यासुद्धा आपल्याऐवजी व आपल्या वतीने तिऱ्हाईत व्यक्तीकडे अथवा संबंध नसलेल्या व्यक्तीकडे आपली जबाबदारी सोपविता येत नाही.

वरील नियमांना अपवाद : खालील दोन अपवाद आहेत –

(१) ज्या वेळेस चलनक्षम दस्तामध्ये 'गरजेनुसार स्वीकारकर्ता' किंवा 'गरज भासल्यास दस्ताचा स्वीकारकर्ता' म्हणून एखाद्या व्यक्तीचे नाव नमूद असते त्यावेळेस चलनक्षम दस्ताचा प्रथम अनादर होऊन नोंदणी किंवा निषेध झाला असला तरीही ''गरज भासल्यास दस्ताचा स्वीकारकर्ता'' हा दस्ताच्या धारकाच्या संमतीशिवाय दस्ताचा स्वीकार करू शकतो व दस्ताचे पैसे देतो.

(२) दस्ताशी संबंधित पक्ष नसलेली तिऱ्हाईत व्यक्ती ही दस्ताची जबाबदारी असलेल्या कोणत्याही व्यक्तीकरिता दस्ताचा आदर / स्वीकार करू शकते व तिला कलम १०८ (वर) नमूद तरतुदींप्रमाणे अधिकार आहेत.

आदरार्थ/प्रतिष्ठेकरिता स्वीकारणाऱ्याचे हक्क आणि अधिकार : (Rights and Liabilities of the acceptor in case of need.) : चलनक्षम दस्ताच्या कायद्यातील कलम ११२ व ११३ मध्ये याबाबत तरतूद केली आहे.

(१) सन्मानार्थ/प्रतिष्ठेकरिता चलनक्षम दस्ताचा स्वीकार करणारी व्यक्ती स्वतःला दस्तातील ज्या व्यक्तीसाठी दस्त स्वीकारला, त्याच्यानंतरच्या सर्व व्यक्तींसाठी बंधन स्वीकारते व दस्ताचे मूळ स्वीकारकर्त्याने दस्ताची रक्कम न दिल्यास दस्ताचे पैसे देते.

(२) तसेच दस्तातील संबंधित पक्षांच्या जबाबदारीस व नुकसानभरपाईस जबाबदार असलेल्या सर्व पूर्वीच्या व्यक्ती नव्या स्वीकारकर्त्यास पैसे देण्यास व नुकसानभरपाईस जबाबदार असतात.

(३) आदरार्थ दस्त स्वीकारणाऱ्या व्यक्तीची जबाबदारी दस्त हजर केलाच नाही तर संपुष्टात येते/उद्भवत नाही. जर दस्त हा मुदतपूर्तीनंतरच्या लगेचच्या दिवसापेक्षा वेळाने पैसे मिळविण्यासाठी हजर केला तर.

(४) आदरार्थ स्वीकृती दिलेल्या व्यक्तीवर दस्त मूळ स्वीकृत्याकडे हजर करून त्याचा अनादर झाला असल्याशिवाय व नोंदणी अथवा निषेध झाल्याशिवाय जबाबदारी निर्माण होत नाही.

आदरार्थ स्वीकार किंवा प्रतिष्ठेसाठी दस्ताची रक्कम देणे (Payment for Honour) : चलनक्षम दस्ताची मुदतपूर्ती झाल्यानंतर दस्ताचा आदर करण्यास नकार दिला किंवा त्याप्रमाणे दस्ताचे पैसे दिले नाहीत तर रक्कम देण्यास जबाबदार असलेल्या पक्षाच्या प्रतिष्ठेसाठी इतर व्यक्ती दस्ताची रक्कम देते. अशा व्यक्तीला आदरार्थ स्वीकारकर्ता किंवा प्रतिष्ठेसाठी दस्ताची रक्कम देणारा असे म्हणतात.

आदरार्थ/प्रतिष्ठेसाठी चलनक्षम दस्ताची रक्कम देण्यास खालील गोष्टींची आवश्यकता आहे

लक्षणे :

(१) चलनक्षम दस्ताचा अनादर पैसे दिले नाहीत म्हणून झाला असला पाहिजे व तशी दस्तावर नोंदणी (Noting) किंवा निषेध नमूद पाहिजे.

(२) जी व्यक्ती पैसे देणार असते तिने आपण कोणाकरिता (xyz) दस्ताचा आदर केला आहे हे नोटरी पब्लिकसमोर सांगितले पाहिजे.

(३) नोटरी पब्लिक ऑफिसरने दस्ताचे पैसे देणाऱ्या व्यक्तीचे निवेदन लिहून घेतले पाहिजे.

(४) पैसे देणाऱ्या व्यक्तीने पैसे देण्याची जबाबदारी असलेल्याच व्यक्तीकरिता पैसे दिले पाहिजेत.

(५) पैसे देणारी व्यक्ती ही सदर दस्ताचे पैसे देण्याची जबाबदार नसलेली व्यक्ती असली पाहिजे असे नव्हे तर पैसे देण्याची यापूर्वी जबाबदारी निर्माण झालेली व्यक्ती असली तरी चालते.

(६) सन्मानार्थ पैसे देणाऱ्या व्यक्तीस पैसे देण्याबद्दल दस्ताचे धारणकर्त्याच्या संमतीची जरुरी नसते. कारण दस्ताच्या धारणकर्त्यास ताबडतोब पैसे मिळत असतात. म्हणून कोणी पैसे दिले हे त्याच्यामते गौण असते.

सन्मानार्थ पैसे देणाऱ्याचे हक्क :

(१) चलनक्षम दस्ताच्या सन्मानार्थ पैसे देणारी व्यक्ती ही दस्ताच्या धारकास असलेले सर्व अधिकार प्राप्त झालेली व्यक्ती असते.

(२) चलनक्षम दस्ताचे सन्मानार्थ पैसे देणाऱ्या व्यक्तीला दस्ताचे पैसे देण्यास जबाबदार असलेल्या व्यक्तीविरुद्ध खालील अधिकार प्राप्त होतात –

(अ) त्याने दिलेले सर्व पैसे वसूल करण्याचा

(ब) दिलेल्या सर्व रकमेवरील व्याज वसूल करण्याचा

(क) सर्व आनुषंगिक आलेला खर्च (पैसे देण्यासाठी आलेला खर्च) वसूल करण्याचा

तिऱ्हाईत व्यक्तींचा चलनक्षम दस्त स्वीकारण्याचा वा त्याचे पैसे देण्याचा अधिकार : चलनक्षम दस्त कायद्याच्या कलम १०८,१०९ व ११३ मध्ये याबाबत तरतुदी केलेल्या आहेत.

सर्वसामान्यपणे तिऱ्हाईत व्यक्तींचा चलनक्षम दस्त स्वीकारण्याचा अथवा त्याचे पैसे देण्याचा हक्क नाही. परंतु जेव्हा विनिमयपत्र नाकारली गेली किंवा तिचे पैसे दिले नाहीत अशा वेळेस तिऱ्हाईत व्यक्ती विनिमयपत्राचा स्वीकार करून पैसे देऊ शकते. अशा प्रकारे विनिमयपत्राचा स्वीकार किंवा पैसे देणे हे ज्या व्यक्तीची पैसे देण्याची जबाबदारी आहे त्याच्या सन्मानार्थ केली गेली अथवा पैसे दिले गेले असे समजले जाते. यासाठी खालील अटी (आवश्यक) आहेत – **(कलम १०८, १०९ व ११३)**

(१) विनिमयपत्राचा अनादर हा स्वीकार न केल्यामुळे किंवा चांगला तारण देऊ न शकल्याने झाला असला पाहिजे व त्याबद्दल दस्तावर नोंदणी किंवा निषेध नमूद पाहिजे.

(२) जी तिऱ्हाईत व्यक्ती विनिमयपत्राचा स्वीकार करून पैसे देते तिला दस्ताच्या धारकाने पूर्ण संमती दिली असली पाहिजे.

(३) चलनक्षम दस्ताचे पैसे देणाऱ्या तिऱ्हाईत वक्तीने दस्ताचा स्वीकार केल्याबद्दल दस्तावर स्वत:च्या हस्ताक्षरात लिहिले पाहिजे.

(४) दस्ताचा स्वीकार करून पैसे देणाऱ्या तिऱ्हाईत व्यक्तीने पैसे देण्यापूर्वी नोटरी पब्लिक ऑफिसरपुढे आपण कोणाकरिता दस्ताचा स्वीकार केला ते जाहीर केले पाहिजे व नोटरी पब्लिकने त्याचे निवेदन लिहून घेतले पाहिजे.

परदेशी चलनक्षम दस्तासंबंधी तरतुदी

परदेशी चलनक्षम दस्त कशास म्हणावे ?

जो चलनक्षम दस्त भारताबाहेर तयार केला आहे, भारताबाहेर त्याच्यातील पैसे देण्याची तरतूद असलेला किंवा भारताच्या रहिवाशावर काढलेला नसेल त्याला परदेशी चलनक्षम दस्त असे म्हणतात. म्हणजेच –

(१) भारतात तयार केलेला किंवा काढलेला पण भारताबाहेरील देशात पैसे देण्याची तरतूद असणारा किंवा

(२) भारताबाहेर भारताशिवाय इतर देशांचा रहिवासी असणाऱ्या व्यक्तीवर काढलेला असेल.

(३) किंवा भारताबाहेरील देशांत तयार केलेला पण भारतात पैसे देण्याची तरतूद असलेला किंवा

(४) भारताचा रहिवासी असणाऱ्या व्यक्तीवर काढलेला किंवा

(५) भारताबाहेरील देशात काढलेला आणि भारताबाहेरील देशात पैसे देण्याची तरतूद असणारा किंवा

(६) भारताबाहेरील देशाच्या रहिवाशाने पैसे देण्याची तरतूद असणारा दस्त असे सर्व प्रकारचे दस्त परदेशी चलनक्षम दस्त समजले जातात.

परदेशी चलनक्षम दस्तातील निर्माता, आदेशक, स्वीकारकर्ता किंवा पृष्ठांकक यांची जबाबदारी : चलनक्षम दस्ताच्या कायद्यातील कलम १३४ ते १३७ मध्ये नमूद केलेली आहे. परदेशी वचनचिट्ठी, हुंडी किंवा धनादेश यांचा निर्माता किंवा आदेशक यांची जबाबदारी तो दस्त ज्या ठिकाणी तयार केला त्या ठिकाणी असलेल्या प्रचलित कायद्याप्रमाणे ठरेल. परंतु अशा दस्ताच्या स्वीकारकर्त्याची किंवा पृष्ठांककाची जबाबदारी दस्त ज्या देशात सादर केला असेल किंवा पृष्ठांकित केला असेल त्या देशातील प्रचलित कायद्यानुसार निर्माण होते.

परदेशी चलनक्षम दस्ताबाबत जर स्वतंत्र करार केला असेल तर त्या कराराप्रमाणे व्यक्ति–व्यक्तींमधील जबाबदाऱ्या निश्चित केल्या जातात.

परदेशी चलनक्षम दस्ताचा अनादर : परदेशी चलनक्षम दस्त एका ठिकाणी तयार करून दुसऱ्या ठिकाणी त्याच्यावर पृष्ठांकन केलेले असेल किंवा दुसऱ्या ठिकाणी त्याचा आदर केला जाण्याची तरतूद केली असल्यास ज्या ठिकाणी दस्ताचा अनादर होईल त्या ठिकाणच्या प्रचलित कायद्यानुसार दस्तातील पक्षांची जबाबदारी ठरेल.

भारतीय कायद्याप्रमाणे परदेशात बनविलेला चलनक्षम दस्त : भारताबाहेर बनविलेला, स्वीकारलेला किंवा पृष्ठांकन केलेला दस्त जर भारतीय कायद्यानुसार ठराव करून अंमलबजावणीयोग्य असेल आणि असा दस्त परदेशातील कायद्यामध्ये अवैध ठरविला गेला असला तरीही तो भारतीय कायद्याप्रमाणे कायदेशीर असतो. अशा दस्ताचे पृष्ठांकन किंवा स्वीकार भारतात केले तरीही सदर दस्त अवैध ठरत नाही.

प्रचलित गृहीते : वचनचिट्ठी, विनिमयपत्र आणि धनादेश यांच्यासंबंधीचा परदेशातील कायदा हा भारतीय कायद्याप्रमाणेच आहे व त्यातील सर्व नैसर्गिक तत्त्वे आणि योग्यायोग्यतेची पद्धती या सर्व गोष्टी समान असतात असे मानले जाते.

प्रश्न

अ) खालील प्रश्नांची उत्तरे २० शब्दांत लिहा

१. चलनक्षम दस्तऐवज म्हणजे काय ?

२. धनादेश म्हणजे काय ?

३. विनिमयपत्र म्हणजे काय ?

४. हुंडी म्हणजे काय ?

५. विनिमयपत्र म्हणजे काय ?

६. सवलतीचे दिवस म्हणजे काय ?

७. देय दिनांक म्हणजे काय ?

८. धनादेशाचे रेखांकन म्हणजे काय ?

९. दस्तऐवजाचे अभिहस्तांकन म्हणजे काय ?

१०. पृष्ठांकन म्हणजे काय ?

११. हस्तांतरण म्हणजे काय ?

१२. धनादेशाच्या रेखांकनाचा उद्देश सांगा.

१३. दस्तऐवजाचे अनादरण म्हणजे काय ?

१४. अनादराचे परिणाम कोणते ?

१५. कोरे हस्तांतर म्हणजे काय ?

१६. खोटे हस्तांतर म्हणजे काय ?

१७. अनादरणाची सूचना म्हणजे काय ?

१८. प्रतिष्ठेसाठी स्वीकृती म्हणजे काय ?

१९. चलनक्षम दस्तऐवज सादर करणे म्हणजे काय ?

२०. धारक म्हणजे काय ?

२१. यथाविधिधारक म्हणजे काय ?

ब) खालील प्रश्नांची उत्तरे ५० शब्दांत लिहा.

१. चलनक्षम दस्तऐवजाची वैशिष्ट्ये सांगा.

२. चलनक्षम दस्तऐवजासंबंधी गृहीत बाबी कोणत्या ?

३. प्रतिज्ञापत्राची (वचनचिठ्ठी) वैशिष्ट्ये सांगा.

४. विनिमयपत्राची वैशिष्ट्ये सांगा.

५. विनिमयपत्राचे पक्ष स्पष्ट करा.

६. धनादेशाचे पक्ष सांगा.

७. धनादेशाची वैशिष्ट्ये सांगा.

८. हरविलेल्या चलनक्षम दस्तऐवजाच्या तरतुदी किंवा नियम स्पष्ट करा.

९. यथाविधिकरणाचे विशेष अधिकार कोणते ?

१०. पृष्ठांकनाचे विविध प्रकार सांगा.

११. कोणकोणत्या परिस्थितीत वसुलीसाठी चलनक्षम दस्तऐवजाचे उपस्थापन करणे आवश्यक नसते ?

१२. अनादरणाचे प्रकार सांगा.

१३. अनादरणासंबंधी कायद्यातील तरतुदी स्पष्ट करा.

१४. चलनक्षम दस्तऐवजाचे पक्ष केव्हा आपल्या जबाबदारीतून मुक्त होतात ?

१५. धनादेशाच्या रेखांकनाचे प्रकार सांगा.

क) खालील प्रश्नांची उत्तरे १५० शब्दांत लिहा.

१. चलनक्षम दस्तऐवज म्हणजे काय ? त्याची वैशिष्ट्ये सांगा.

२. धनादेश व विनिमयपत्रांच्या व्याख्या सांगून त्यांतील फरक स्पष्ट करा.

३. धनादेश म्हणजे काय ? धनादेशाची वैशिष्ट्ये सांगा.

४. वचनचिठ्ठी म्हणजे काय ? तिची वैशिष्ट्ये सांगा.

५. विनिमयपत्र म्हणजे काय ? विनिमयपत्राची वैशिष्ट्ये सांगा.

६. विनिमयपत्र म्हणजे काय ? विनिमयपत्राचे पक्ष कोणते.

७. धनादेशाच्या आदेशार्थीची जबाबदारी स्पष्ट करून कोणत्या परिस्थितीत बँक धनादेशाचे पैसे देण्यास नकार देते ?

८. यथाविधिधारक म्हणजे काय ? धारक आणि यथाविधिधारक यांच्यातील फरक स्पष्ट करा.

९. चलनक्षम दस्तऐवजाचे पक्ष कोणते ? त्यांची जबाबदारी सांगा.

१०. ग्राहकाने लिहिलेल्या धनादेशाचे शोधन करण्यास बँक केव्हा नकार देते?

११. अभिहस्तांकन म्हणजे काय ? हस्तांतरता व अभिहस्तांकन यांतील फरक/ स्पष्ट करा.

१२. पृष्ठांकन म्हणजे काय ? त्याचे नियम स्पष्ट करा.

१३. शोधनासाठी (Payment) उपस्थापन म्हणजे काय ? त्यासंबंधीचे नियम स्पष्ट करा.

१४. स्वीकृतीसाठी उपस्थापन सर्व दस्तऐवजांच्या बाबतीत आवश्यक आहे काय? कोणत्या परिस्थितीत ते आवश्यक असते व आवश्यक नसते?

१५. धनादेशाचे अनादरण म्हणजे काय ? अनादरणाचे प्रकार सांगा.

ड. खालील प्रश्नांची ३०० ते ५०० शब्दांत उत्तरे लिहा.

१. वचनचिठ्ठी, विनिमयपत्र व धनादेशाची सामान्य वैशिष्ट्ये सांगून धनादेशाच्या रेखांकनाचे प्रकार स्पष्ट करा.

२. यथाविधिधारक म्हणजे काय ? धारक व यथाविधिधारक यांतील फरक स्पष्ट करून यथाविधिधारकाला मिळणाऱ्या विशेष वैशिष्ट्यांचे वर्णन करा.

३. चलनक्षम दस्तऐवजाच्या पृष्ठांकन व हस्तांतराचे प्रकार सांगून चलनक्षम दस्ताचे हस्तांतर करणाऱ्या व्यक्तीची जबाबदारी स्पष्ट करा.

४. सर्वचलनक्षम दस्त स्वीकृतीसाठी सादर करणे आवश्यक आहे काय ? कोणत्या परिस्थितीत ते आवश्यक व अनावश्यक असते ते स्पष्ट करा.

५. चलनक्षम दस्तांचा अनादर म्हणजे काय ? अनादराचे प्रकार सांगून कोणत्या परिस्थितीत अनादरणाची सूचना देण्याची गरज नसते ?

६. चलनक्षम दस्तांतील विविध पक्षांची जबाबदारी सांगून ते पक्ष आपआपल्या जबाबदारीतून केव्हा मुक्त होतात, ते स्पष्ट करा.

७. धनादेशाचे रेखांकन म्हणजे काय ? रेखांकनाचे विविध प्रकार सांगून रेखांकनाचे फायदे सांगा.

८. हुंडी म्हणजे काय ? हुंडीची वैशिष्ट्ये सांगून विविध प्रकार सांगा.

प्रकरण ८

लवाद समझोता कायदा

Arbitration and Conciliation Law

८.१ लवाद समझोता-संकल्पना
(Concept of Arbitration and Conciliation)

८.२ व्याख्या आणि लवाद कराराचे महत्त्व
(Definition and Importance of Arbitration contract)

८.३ लवादाचे अधिकार आणि कर्तव्ये
(Power and Duties Arbitrator)

८.४ समेट/समझोता कार्यपद्धती (Process of Conciliation)

प्रस्तावना (Introduction)

लवाद आणि समेट (समझोता) कायदा १९९६, २५ जानेवारी १९९६ रोजी संपूर्ण भारतात (जम्मू आणि काश्मीर व्यतिरिक्त) अमलात आला. या कायद्यामध्ये राष्ट्रीय लवाद, आंतरराष्ट्रीय व्यापारी लवाद आणि भारताबाहेरील परदेशी निवाड्याची परिस्थिती यामधील तरतुदी समाविष्ट करण्यात आल्या आहेत. १९४० मध्ये अस्तित्वात आलेल्या लवाद कायद्याच्या तरतुदींमध्ये बदल करून १९९६ मध्ये आलेल्या लवाद आणि समझोता कायद्यात तरतुदी करण्यात आल्या.

१४ ऑगस्ट १९९५ रोजी मद्रास उच्चन्यायालयाच्या निर्णयावर, सर्वोच्च न्यायालयाने लवाद कायदा १९४० संदर्भात निर्णय दिला. निवाडा मान्य करताना पुढील मत व्यक्त केले. मत व्यक्त करताना न्यायालयाने मेसर्स गुरुनानक फाउंडेशन विरुद्ध मेसर्स राठन सिंग आणि सन्स् (M/s GuruNanak Foundation Vs M/s Rathan Singh and Sons (1981) (7)) या केसमधील वस्तुस्थितीचा आढावा/आधार घेतला. अतिशय किचकट आणि महाग अशा प्रचलित न्यायपद्धतीला कंटाळून जनतेने लवाद कायदा १९४० हा मान्य केला. परंतु सद्य:परिस्थितीत ज्या पद्धतीचे लवाद कायद्यामध्ये निवाडा होतो, त्यामध्ये मोठ्या प्रमाणावर पुराव्यांचा किचकटपणा आणि

इतर तांत्रिक बाबींचा गुंता वाढला आहे. वास्तविक दोन्ही पक्षांनी मान्य केलेला लवाद हा तत्परतेने निवाडा करण्यासाठी असतानासुद्धा तो निवाडा न्यायालयासमोर गेल्यावर त्यात अनेक गुंतागुंत वाढत गेल्या आहेत; म्हणूनच १९४० चा कायदा कालबाह्य ठरवून १९९६ चा सुधारित कायदा पारित झाला आहे. त्याचप्रमाणे नवनवीन पर्याय तंटा निवारण योजना तंत्रांचाही अवलंब करणे गरजेचे आहे असेही मत व्यक्त केले.

भारत सरकारने २२ ऑगस्ट १९९६ रोजी राजपत्राद्वारे जाहीर करून लवाद व समेट कायदा १९९६ हा पारित केला. या कायद्यामधील समेटपद्धत ही तंटा सोडविण्याची पर्यायी पद्धत म्हणून मान्य केली आहे. समेट ही सलोख्याने तंटा मिटविण्याची प्रथम पायरी असून, लवाद ही दुसरी पायरी आहे.

८.१ लवाद व समझोता – संकल्पना

(Concept of Arbitration and Conciliation) :

लवाद ही काय संकल्पना आहे आणि तिची काय प्रगती झाली याचा सविस्तर विचार करताना, राष्ट्रसंघाच्या समितीने जो आदर्श लवाद कायदा तयार केला त्याची व्यासी आणि हेतू अभ्यासणे गरजेचे आहे; त्याचप्रमाणे आदर्श लवाद कायद्याचा अर्थ अभ्यासणेही महत्त्वाचे ठरते.

राष्ट्रसंघ समितीचा आदर्श लवाद कायदा :

देशी आणि विदेशी व्यवहारांमध्ये वाद निर्माण होणे अगदी साहजिक असते. देशांतर्गत लवादाने वाद सोडविण्याची पद्धती समान नव्हती. अर्थातच प्रत्येक राष्ट्राच्या लवाद कायद्याच्या वाद/तंटा सोडविण्याच्या पद्धती आणि प्रक्रिया वेगवेगळ्या होत्या. त्यामुळे परदेशी निवाडा मान्य होत नसल्यामुळे आणि इतर कायदेशीर तरतुदी पोषक नसल्यामुळे आंतरराष्ट्रीय व्यापारात केवळ अडचणी येत नव्हत्या तर बंद होऊन जवळजवळ स्थिरावल्या जात असे.

लवादासंबंधित जगात उपलब्ध असलेल्या सर्व राष्ट्रांमधील कायद्यांची पाहणी केली असता असे लक्षात आले की, त्यातील जवळजवळ सर्व कायदे कालबाह्य ठरले आहेत. काही कायद्यांमध्ये महत्त्वाच्या तरतुदींची कमतरता होती; या सर्व पार्श्वभूमीवर राष्ट्रसंघांच्या आंतरराष्ट्रीय कायदा समितीने जगातील सर्व लवाद प्रकरणांची पूर्ण पाहणी केली. कारण जागतिक गॅट कराराच्या पूर्ततेसाठी ते आवश्यक होते. जागतिकरणाच्या युगात चीन, रशिया आणि भारत इ. राष्ट्रांची विज्ञान आणि तंत्रज्ञान क्षेत्रातील प्रगती लक्षात घेता विकसित राष्ट्रांचे दालन इतर राष्ट्रांसाठी बंद करणे अशक्य झाले आहे. त्याचप्रमाणे

संभाषणकलेची नवनवीन तंत्रे जसे की ई-मेल, ई-कॉमर्स व इंटरनेट तसेच दळणवळणाची अद्ययावत साधने या सर्वांमुळे आंतरराष्ट्रीय व्यापाराने जोम पकडला आहे.

या सर्व गोष्टींचा विचार साधून राष्ट्रसंघाने 'दि युनायटेड नेशन्स कमिशन ऑन इंटरनॅशनल ट्रेड लॉ' (युनिसीट्रेल) ही संस्था स्थापन केली. या संस्थेने 'आदर्श लवाद कायदा' (Model Law on Arbitration) तयार केला. या कायद्याला राष्ट्रसंघाने २१ जून १९८५ रोजी मान्यता दिली. यालाच आंतरराष्ट्रीय व्यापारी आदर्श लवाद कायदा असेही संबोधतात. जगातील विकसित, अविकसित देशातील लवाद कायद्याच्या त्रुटी लक्षात घेता 'आदर्श लवाद कायदा' सर्वमान्य झाला. आदर्श कायद्यामधील तरतुदींमध्ये लवचिकता आहे. त्यामुळे प्रत्येक राष्ट्राला आपला कायदा करताना लवचिकता आणि एकसंघता टिकवण्यासाठी आदर्श कायदा मूलभूत पाया ठरते. हा कायदा सध्याच्या राष्ट्रीय, आंतरराष्ट्रीय कायद्यांची परिस्थिती लक्षात घेऊन व त्याबाबतचे प्रश्न सोडविणे सुलभ जाईल, या दृष्टिकोनातून तयार केला आहे.

आंतरराष्ट्रीय व्यापारी आदर्श लवाद कायद्याचा अर्थ :

नवीन लवाद कायदा तयार करताना आदर्श लवाद कायदा, त्याच्या तरतुदी आणि त्याचे नियम विचारात घेतले आहेत. आदर्श लवाद कायद्याच्या नियमांचे अनुपालन करून तयार करण्यात आलेला लवाद आणि समझोता कायदा सर्व भारतात (जम्मू-काश्मीर वगळता) लागू आहे. १९४० चा लवाद कायदा संपूर्णपणे कालबाह्य ठरविण्यात आलेला असल्याने या कायद्यातील तत्त्वे नवीन कायद्यात लागू होत नाही. लवाद आणि समझोता कायदा १९९६ मधील सर्व ध्येय आणि धोरणे १९८५ च्या युनिसीट्रेल आदर्श कायद्यावर आधारित आहेत.

सर्व राष्ट्रांनी आदर्श लवाद कायदा आणि नियमांचा आपल्या कायद्यात समावेश केल्यास लवाद आणि समेटाच्या संकल्पनांचा जागतिक स्तरावर असलेल्या कायदेपद्धतीत मेळ बसू शकतो. नवीन कायद्यामध्ये राष्ट्रीय लवाद, आंतरराष्ट्रीय व्यापारी लवाद याबाबत एकत्रित सुधारणा केलेली आहे. याशिवाय परदेशी लवाद निवाड्याची अंमलबजावणी आणि समेट कायदा निश्चिती या दोन घटकांचाही समावेश करण्यात आला आहे. सर्वोच्च न्यायालयाने देखील नवीन कायद्याचा अर्थ लावताना आदर्श लवाद कायद्याचा संदर्भ घेणे योग्य ठरेल असे प्रतिपादन केले आहे.

लवाद – संकल्पना आणि प्रगती :

भारतीय जनतेला 'लवाद' ही संकल्पना नवीन नाही. प्राचीन काळापासून पंचायत स्वरूपात ही संकल्पना अस्तित्वात आहे. या संकल्पनेप्रमाणे गावातील पंचायत कायद्यानुसार न्यायालय स्थापन होण्यापूर्वी ग्रामसभेमध्ये निकाल देते आणि हे पक्षकारांना

बंधनकारक असते. पंचायतीमध्ये समाजातील प्रमुख व्यक्ती, समाजातील निवडलेल्या व्यक्ती आणि निवडून आलेल्या व्यक्तींचा समावेश असतो. लवाद प्रक्रियासुद्धा याच विचारप्रणालीवर आधारित असल्याने, भारत सरकारने न्याय पंचायत व ग्रामसेवा स्थापन करण्यासाठी घटनेत दुरुस्ती केली आहे.

लवाद पद्धतीने तंटा समझोता झाल्यास न्यायालयाच्या तुलनेत वेळ आणि पैसा कमी लागून दोन्ही पक्षांत सलोख्याचे संबंध कायम राहतात. न्यायालयीन प्रक्रिया संपूर्ण होण्यासाठी सुमारे २५ वर्षांचा कालावधी लागतो त्यामुळे ही खर्चिक प्रक्रिया आहे. लवाद ही आपल्या मताने निवडलेल्या अपक्ष आणि स्वतंत्र व्यक्तीकडून निकाल प्राप्त करण्याची प्रक्रिया आहे. लवाद प्रक्रियेत दोन्ही पक्षात सलोखा कायम राहून कमी वेळात न्याय मिळतो. मुख्यत्वे लवाद ही प्रक्रिया न्यायालयीन कामकाजाविरोधी अथवा प्रतिद्वंद्वी प्रक्रिया नाही. या प्रक्रियेत 'अ' विरुद्ध 'ब' असे नसून 'अ' आणि 'ब' असे असते. बदलती व्यापारी पद्धती आणि शासनाच्या कल्याणकारी योजना इ. मुळे लवाद प्रक्रियेला नवीनस्वरूप प्राप्त झाले आहे. लवाद पुढीलप्रमाणे असतात :

१) संस्थेमार्फत लवाद (Institutional Arbitration)

२) शासकीय लवाद (Government Arbitration)

३) कारणपरत्वे लवाद (A-hoc Arbitration)

४) कायद्यानुसार लवाद (Statutory Arbitration)

लवाद प्रक्रियेत दोन्ही पक्षांची संमती अर्थातच समजूतदारपणा ही प्राथमिक गरज आहे आणि यामुळेच दोन्ही पक्ष निर्णयाप्रत पोहचू शकतात. संमती आणि समजूतदारपणामुळे दोन्ही पक्ष समतोल पातळीवर वाटाघाटी करू शकतात.

समझोता (समेट) योजना : लवाद आणि समझोता कायदा १९९६ च्या कलमानुसार, समेट करू इच्छिणाऱ्या पक्षकाराने कायद्याच्या तरतुदी आणि नियमांप्रमाणे विरुद्ध पक्षाला समेटाबद्दल आपल्या तंट्याचेस्वरूप वर्णनासह लेखी विनंती करावी. विरुद्ध पक्षाने आमंत्रणाला लेखी मान्यता दिल्यास समेट कार्यवाही सुरू करता येते. अर्थातच, विरुद्ध पक्षाने समझोता करण्यास नकार दिल्यास समेटाची कार्यवाही थांबते; तसेच विनंती केलेल्या पक्षकाराला तीस दिवसांपर्यंत किंवा नमूद केलेल्या मुदतीपर्यंत जर लेखीमान्यता अथवा प्रतिसाद मिळाला नाही तर विरुद्ध बाजूने विनंती अमान्य केली असे समजावे.

समेट कार्यवाहीसाठी दोन्ही पक्ष मिळून एक समेटकर्ता नेमू शकतात. दोन समेटकर्ते नेमणे असल्यास प्रत्येक पक्षकाराने एक, असा नेमावा जर समेटकर्त्यांची संख्या तीन

असल्यास दोन्ही पक्ष प्रत्येकी एक समेटकर्ता नेमतात आणि तिसरा एकमताने नेमतात; तो पिठासीन समेटकर्त्याची भूमिका बजावतो. परिस्थितीनुसार समेटकर्ता समझोता कार्यवाही करतो. त्याने दोन्ही पक्षात तंट्याबाबत सलोखा निर्माण होण्यासाठी नि:पक्षपणे त्यांना साहाय्य करतो. समेट योजनेप्रमाणे समेटकर्ता आणि पक्षकार यांनी समझोत्याबाबत गोपनीयता पाळली पाहिजे. त्याचप्रमाणे ज्यावेळी आणि ज्या बाबींवर समेट चालू असेल त्यावेळी हक्क सुरक्षेव्यतिरिक्त कोणत्याही पक्षात लवाद कृती करू नये.

८.२ व्याख्या आणि लवाद कराराचे महत्त्व

(Definition and Importance of Arbitration Contract)

व्याख्या : लवाद :

१. हाल्सब्युरी लॉज – इंग्लंड :

लवाद म्हणजे विवाद किंवा मतभेद यांचा संदर्भ की जो किमान दोन पक्षांमध्ये असतो आणि ज्याचा निवाडा न्यायिक पद्धतीने दोन्ही बाजूंचे म्हणणे ऐकून न्यायाधीश नसलेल्या व्यक्तींकडून (लवाद-पंचांकडून) दिला जातो.

२. लवाद आणि समझोता कायदा १९९६ :

लवाद म्हणजे कोणत्याही प्रकारचा लवाद की जेथे किंवा कधीच कायम स्वरूपाचे लवाद प्रशासन करू शकत नाही.

थोडक्यात, दोन्ही पक्षकारांमधील तंटे परस्पर सलोख्याने न्यायालयात न जाता किंवा कोणत्याही तिसऱ्या व्यक्तीच्या मध्यस्थीने समेट घडावा यासाठी लवाद कायदा नेहमीच उद्युक्त करतो. म्हणजेच कोणतेही वादग्रस्त प्रकरण न्यायालयीन रीवाजाप्रमाणे न सोडवता खासगी लवादाकडे देणे एकापेक्षा जास्त व्यक्ती सलोख्याने पंच असल्यास वा नसल्यास आपल्यातील तंट्याचा न्यायनिवाडा करून घेतात.

उदा. १) नुकसान भरपाई योग्य आहे का ?

२) नमुन्याप्रमाणे माल आहे का ?

३) मालाची श्रेणी व गुणवत्ता विहित नमुन्याप्रमाणे आहे काय?

व्याख्या : समझोता :

१९४० च्या लवाद कायद्यामध्ये समेट तडजोडींबाबत तरतुदी नव्हत्या. आदर्श लवादाच्या नियमांवर आधारित १९९६ च्या कायद्यात त्या तयार करण्यात आल्या आहेत. कायद्याच्या भाग ३ मध्ये समेटाबाबत तरतुदी आहेत. समेट म्हणजे कोणत्याही

न्यायालयीन प्रक्रियेशिवाय आपापसातील तंट्यांचे निवारण करणे. १९९६ च्या कायद्यानुसार कोणत्याही कायदेशीर संबंधातून निर्माण होणारे सर्व प्रकारचे विवाद सोडविण्यासाठी समेट किंवा समझोता योजनेचा वापर केला जातो. अर्थातच हे विवाद करारात्मक अथवा इतर प्रकारचे असू शकतात (कलम ६१ ते ८१ भाग ३).

परंतु १) विवादाच्या पक्षांची समझोत्यास संमती नसेल.

२) एखाद्या विशिष्ट बाबींसाठी तात्पुरता कायदा करण्यात आला असल्यास.

३) इतर कायद्यातील तरतुदींनुसार संबंधित बाब समेटकर्त्यांकडे सुपूर्त करू नये अशी तात्पुरती तरतूद केली असल्यास समेट योजना पद्धतीचा वापर करता येत नाही.

लवाद कराराचे महत्त्व :

लवाद ही एक प्रकारे घरगुती न्यायनिवाडा पद्धती असून दोन्ही पक्षांची त्यास संमती असणे हा या पद्धतीचा पाया आहे. हा कायदा आंतरराष्ट्रीय लवाद कायद्यावर आधारित असून दोन्ही पक्षांना समान पातळीवर ठेवण्यात आलेले आहे. यानुसार संपूर्ण प्रक्रियेमध्ये दोन्ही बाजूंचा मोठा सहभाग असतो. लवादात संपूर्ण पद्धतीत सर्व दिवाणी आणि व्यापारी विषय हाताळले जातात. ही प्रक्रिया लवाद पोट कलम किंवा ठरावाप्रमाणे कार्यान्वित होते. सर्व प्रक्रियेत कायद्यापेक्षा वस्तुस्थितीला जास्त महत्त्व दिले जाते.

लवाद कायद्यानुसार ज्या कायम मध्यस्थ संस्थेची किंवा ज्याची विशिष्ट विवाद सोडविण्यासाठी मध्यस्थी म्हणून नियुक्ती झालेली आहे त्यास लवाद असे म्हणतात. अर्थातच, दोन पक्षांमधील वाद तिसऱ्या व्यक्तीच्या माध्यमातून सोडवून घेतला जातो. ही तिसरी व्यक्ती / संस्था न्यायालय नसून मध्यस्थ किंवा लवाद म्हणून ओळखली जाते. दोन्ही पक्षांचा या तिसऱ्या व्यक्ती अथवा संस्थेशी झालेल्या करारास लवाद करार असे म्हणतात. म्हणजेच एखाद्या विवादावर (करार किंवा प्रस्ताव स्वरूपात) विचार करण्याच्या दृष्टीने कायदेशीर बाबी लक्षात घेऊन दोन्ही पक्ष एकत्र येतात आणि विचार करतात, त्यास लवाद करार असे म्हणतात.

लवाद करारातील आवश्यक बाबी :

जुन्या कायद्याप्रमाणेच नवीन कायद्यातदेखील लवाद करार हा लेखी असावा अशी तरतूद आहे. आपापसातील पत्रव्यवहार किंवा इतर कोणत्याही मार्गाने झालेला पत्रव्यवहार ह्यालासुद्धा कराराचा आधार संबोधले जाईल (कलम ७ अ) हे व्यवहार लेखी स्वरूपात असणे आवश्यक आहे. एखाद्या पक्षाने लवाद कराराची मागणी करणे आणि दुसऱ्या पक्षाने ती नाकारणे यास देखील लवाद करार असे नाव देता येते.

कलम ७ (१) नुसार ज्या ठिकाणी दोन व्यक्तींमध्ये कायदेशीर संबंध प्रस्थापित झाले आहेत (करार असो वा नसो) अशाच बाबी लवादासमोर मांडणे योग्य ठरते.

कलम २(३) प्रमाणे विवाह, फौजदारी, पालकत्व, इच्छापत्र इ. प्रश्न लवाद प्रक्रियेला अपवाद ठरतात.

उदा. एखादा विवाह लवाद-पंचाच्या साहाय्याने सोडविण्यास दोन्ही पक्ष तयार असतील तर करारावर दोन्ही पक्षांच्या सह्या असण्याची गरज नाही. लवाद-पंचाचे नाव करारात उल्लेखणे बंधनकारक नाही. कायदेशीर/वैध करारातील सर्व वैशिष्ट्ये लवाद करतात असावीत. करार संदिग्ध, अविश्वासू स्वरूपाचा नसावा. लवाद करार हा संबंधित करार पात्र पक्षाकडूनच झाला पाहिजे आणि तो स्पष्टही असला पाहिजे. करार वर्तमान आणि भविष्यकालीन विवादाशी संबंधित असू शकतो.

१९९६ चा कायदा हा दिवाणी पद्धती १९०८ ला पूरक आहे. त्यामुळे लवादाच्या निवाड्याला न्यायालयाच्या आदेशाचा दर्जा देण्यात आलेला आहे. लवादासमोर एकावेळी एकच प्रकरण न्यायनिवाड्यासाठी असते. त्यामुळे त्यावर सर्व लक्ष केंद्रित केले जाते. दोन्ही पक्ष आपल्या मर्जीने त्या त्या क्षेत्रातील तज्ज्ञाला लवाद-पंच म्हणून नेमतात. त्यामुळे दोन्ही पक्षकारांना आपापली बाजू मोकळेपणाने मांडता येते. उदा. बांधकाम क्षेत्रात लवाद आणि समझोताचा सर्वात जास्त फायदा होतो.

८.३ लवादाचे अधिकार आणि कर्तव्ये :

(Powers and Duties of Arbitrator)

१९९६ च्या नवीन कायद्याप्रमाणे लवाद-पंच अथवा मध्यस्थावर अनेक बंधने तसेच अधिकारही असतात. **लवाद-पंचाचे अधिकार पुढीलप्रमाणे आहेत.**

१) लवाद करारानुसार प्रत्येक लवाद-पंचाला त्याचे कार्यक्षेत्र ठरवून दिलेले असते. लवाद-पंचाने ठरावाबाहेरील मुद्द्यांवर निवाडा दिल्यास तो रद्दबातल ठरतो म्हणून प्रत्येक लवाद-पंचाने हक्क आणि प्रतिहक्क आपल्या अधिकार कक्षेत आहेत किंवा नाहीत हे तपासून निर्णय द्यावा.

२) लवाद-पंच वस्तुस्थिती आणि कायदा याचा आधार घेऊन निर्णय देतो. त्यांना चूक आणि बरोबर काय आहे हे ठरविण्याचा अधिकार आणि कार्यक्षेत्र असते त्यामुळे दोन्ही बाजूंचे म्हणणे ऐकून घेतल्यानंतर त्यांनी एखादा वाजवी निर्णय घेतला तर त्या निवाड्यावर कोणीही आक्षेप घेऊ शकत नाही.

३) एकदा एका पक्षाने हक्क मागितले तर दुसरा पक्ष प्रतिहक्क मागू शकतो, हे हक्क बचावाचे वेळी सादर करावयाचे असतात. त्यामुळे लवादाने हक्क आणि प्रतिहक्क या दोन्हींवर निर्णय द्यायचा असतो.

४) लवाद-पंच हे पूर्वग्रहदूषित नसावेत. न्यायाचे हे मूळ तत्त्व आहे, त्यांचे मत नि:पक्षपातीच असावे. त्यामुळे प्रत्येक पंचाने सदर प्रकरणाशी त्याचा कणभरही संबंध नाही हे कामकाज सुरू होण्यापूर्वी जाहीर करावे.

५) अपेक्षित बाबींवर लवाद-पंचाने निर्णय देऊ नये. उदा. काही वादावर संबंधित अभियंता यांचा निर्णय अंतिम समजला जावा अशी कायद्यात तरतूद असते. यास अपेक्षित वाद असे म्हणतात. अशाप्रकारचे वाद सोडविण्यासाठी स्वतंत्र यंत्रणा असते. त्यामुळे हा प्रश्न/वाद लवादाच्या कक्षेत येत नाही. परंतु तो अमान्य झाल्यास लवाद-पंचाच्या अधिकार कक्षेत येऊ शकतो.

६) लवादाने पुराव्याच्या आधारावरच निर्णय द्यावा, पुरावा लेखी स्वरूपात असल्यास तो ग्राह्य धरला जातो. विवाद सोडविण्यासाठी कार्यवाही लेखी किंवा तोंडी असू शकते. परंतु भविष्यातील बाबी लक्षात घेता कार्यवाही लेखी असणे योग्य ठरते. लवाद-पंचाने दोन्ही पक्षकारांना संबंधित कागदपत्र आणि लेखे सादर करावे असा आग्रह धरला पाहिजे. एखाद्या पक्षाने कागदपत्रे अथवा लेखे सादर करण्यास हलगर्जीपणा केल्यास अथवा सहकार्य न केल्यास अथवा कागदपत्रांची योग्य ती पूर्तता न केल्यास लवाद-पंच पक्षाच्या विरोधात शेरा देऊ शकतो. किंबहुना वेळ पडल्यास लवाद कारवाई करण्याचे नाकारतो.

७)१९९६ च्या लवाद आणि समझोता कायद्याच्या कलम २१(३) नुसार लवाद-पंच निवाडा हा कारणांवर आधारितच देतात यासच कारणासहित निवाडा (Reasonable Award) असे म्हणतात. मात्र यांस खालील बाबी अपवाद असू शकतात.

अ) जर दोन्ही पक्षांनी कारणांसाठी आग्रह धरला नसेल.

ब) कलम ३० नुसार निवाडा दोन्ही पक्षांना मान्य असेल आणि १९९६ च्या कायद्याप्रमाणे निवाड्याची रक्कम कितीही असो पंचाने कारणे देणे अनिवार्य केले असेल.

८. विवादाच्या पक्षांची संमती असल्यास लवाद-पंच विवादाचा विषय आणि गाभा लक्षात घेऊन विवाद अंतर्गत सोडवितात.

९. विवाद सोडविण्याची जागा आणि भाषा लवाद-पंचाला ठरविता येते.

१०. लवाद-पंच दोन्ही पक्षांचे म्हणणे ऐकून घेतो. परंतु एकच पक्ष कुरघोडी करत असल्यास विशिष्ट मर्यादिनंतर संबंधित पक्षाचे ऐकणे बंद करून कार्यवाही संपुष्टात आणू शकतो.

११. काही विवाद तांत्रिक स्वरूपाचे असल्यास विवाद सोडविण्यापूर्वी लवाद-

पंच तंज्ञांचा सल्ला विचारात घेऊ शकतो. वेळप्रसंगी एक किंवा दोन तज्ञांची नियुक्तीही करू शकतो. उदा. बांधकाम आणि अभियांत्रिकी क्षेत्र.

१२) एखाद्या विवादावर निर्णय घेण्यासाठी किती खर्च येऊ शकतो हे ठरविण्याचा अधिकार लवाद-पंचाला आहे, तसेच विवाद सोडविण्यासाठी आवश्यक तेथे न्यायालयाकडून पुरावा मिळण्याची शक्यता असल्यास तो मिळविण्याचा अधिकार लवाद-पंचाला आहे.

१३) निवाडा झाल्यानंतर भौगोलिक स्वरूपाच्या अथवा कारकुनी स्वरूपाच्या चुका असतील तर बदलण्याचा अधिकार लवाद-पंचाला असतो. लवाद करारात निर्णय प्रक्रियेची मुदत नोंदविलेली असते. परंतु काही अपरिहार्य कारणांमध्ये दोन्ही पक्षांच्या संमतीने मुदतवाढ मिळविण्याचा अधिकार लवाद-पंचाला आहे.

लवाद-पंचाची कर्तव्ये :

अ) लवाद-पंचाची प्रमुख कर्तव्ये पुढीलप्रमाणे :

१) लवाद-पंचाच्या नियुक्तीच्या आदेशाची योग्य प्रकारे अंमलबजावणी झाली आहे की नाही हे पाहणे जरुरीचे असते. नियुक्ती ही कायदेशीर असावी.

२) लवाद-पंच ज्या विवादावर निर्णय देणार आहे तो त्याच्या कार्यकक्षेत असावा.

ब) लवाद-पंचाची इतर कर्तव्ये पुढीलप्रमाणे

१) निर्णयाच्या कालावधीतच न्यायनिवाडा करणे अपेक्षित आहे.

२) निर्णय निरपेक्ष आणि नि:पक्षपाती असावा.

३) विवादाच्या विषयात कोणतेही हितसंबंध असू नयेत.

४) कोणत्याही प्रकारचे गैरवर्तन अथवा लाचलुचपत करू नये.

५) विवादावरील निर्णय सलोख्याने आणि सामंजस्याने सोडविण्यासाठीच लवाद-पंचाने प्रयत्नशील असावे.

६) निवाडा करताना लवाद कराराचे उल्लंघन होत नाही याची खबरदारी पंचाने घ्यावी.

७) सामान्य न्यायदानातील नियमांचे पालन करणे लवाद-पंचावर अनिवार्य आहे.

८) दोन्ही पक्षांचे संपूर्ण म्हणणे ऐकूनच योग्य तो निवाडा करणे. तसेच दोन्ही पक्षांची बाजू समोरासमोर ऐकणे.

८.४ समेट किंवा समझोता कार्यपद्धती/कार्यवाही
(Process of Conciliation)

'कोणताही विवाद विकोपास जाऊ न देता, न्यायालयीन प्रक्रियेमार्फत न करता सामंजस्याने आणि सलोख्याने सोडविणे यासच समेट पद्धती असे म्हणतात.' हे आपण आधीच्या मुद्द्यांत चर्चिले. वैध करार आणि अन्य कोणत्याही विवादावर समेट पद्धतीने निवाडा केला जाऊ शकतो, त्याचप्रमाणे कोणत्याही इतर कायद्याचा दुय्यम भाग म्हणून या योजनेचा वापर करण्यात येत नाही. कायद्यानुसार समेटाची तरतूद नसल्यास या पद्धतीचा अवलंब करता येत नाही.

समेट कार्यवाही सुलभ होण्यासाठी दोन्ही पक्ष अथवा समेटकर्ता एकमेकांच्या संमतीने अन्य एखाद्या संस्थेची अथवा व्यक्तीची प्रशासकीय अन्य मदत घेऊ शकतो. (कलम ६८)

कोणताही पक्षकार आपणहून किंवा समेटकर्त्याचे मागणीवरून समझोत्यासाठी प्रस्ताव सादर करू शकतो. जर समेटकर्त्याला वास्तविकतेवर आधारीत माहिती उपलब्ध झाल्यास तो तिचा सारांश प्रकट करतो, जेणेकरून त्या त्या पक्षाला खुलासा करणे सोपे जाते. अर्थातच एखाद्या पक्षाने माहिती देताना ती गुप्त ठेवण्याची अट घातली तर समेटकर्ता दुसऱ्या पक्षाला ती प्रकट करत नाही. जोपर्यंत समेटाची मान्यता आणि अंमलबजावणी होत नाही तोपर्यंत प्रत्येक समझोत्याबाबत गोपनियता पाळली जाते. समेटकर्त्याची भूमिका मित्रत्वाची आणि मदतीची असल्याने त्याच्यापुढे सादर करण्यात आलेल्या विवादावर निर्णय घेण्याची प्रक्रिया सुरू असताना समेटकर्ता योग्य वाटेल तेव्हा विवादाच्या निवारणार्थ प्रस्ताव संबंधित पक्षांना देऊ शकतो. समेटकर्ता ही तिसरीच व्यक्ती असल्याने दोन्ही पक्षांचा त्याच्यावर विश्वास असतो. समेटकर्ता दोन्ही पक्षांना सतत सहकार्य करीत असतो. अशा पद्धतीने दोन्ही पक्षांच्या सलोख्याने आपापसातील वाद आणि तंट्यावर निवारण करून तोडगा या पद्धतीने काढू शकतो.

कलम ७३ नुसार समेट करारामध्ये खालील तरतुदी असतात –

१) समेट मान्यतेबाबत संमती चिन्हे दिसू लागल्यास मान्य होण्यासारख्या अटींसह प्रस्ताव करून दोन्ही पक्षांकडे अवलोकनार्थ पाठविला जातो आणि त्यानंतर समेटकर्ता त्याबाबत फेरमांडणी करतो.

२) दोन्ही पक्षांत समझोता झाल्यास लेखी समेट-करार केला जातो आणि त्यावर सह्या केल्या जातात. त्यानंतर हा करार दोन्ही पक्षकारांना आणि संबंधितांना बंधनकारक राहतो.

कलम ७६ नुसार खालील बाबींची पूर्तता झाल्यास समेटप्रक्रिया बंद होते.

१) दोन्ही पक्षांनी समेट करारावर सह्या केल्या त्या तारखेला

२) समेटकर्ता दोन्ही बाजूंशी सल्लामसलत करून यापुढे समझोता कार्यवाही चालू ठेवणे समर्थनीय नाही, असे जाहीर करतो त्या तारखेस

३) ज्या दिवशी एक पक्षकार दुसऱ्या पक्षकारास आणि समेटकर्त्यास समझोता कार्यवाही बंद होण्याचे कळवितो.

कलम ७८ नुसार

समेट कार्यवाही समाप्त झाल्यावर समेटकर्ता खर्चाचा आढावा घेऊन दोन्ही पक्षांना लेखी कळवितो. समझोताबाबत खर्चाचा करारात उल्लेख केला नसल्यास सर्व पक्षांनी तो समान करावयाचा असतो. या व्यतिरिक्त खर्च ज्याचा त्याने करावयाचा असतो.

कलम ७९ नुसार

कार्यवाही चालू असताना समेटकर्ता पूरक ठेवीबद्दल सूचना देतो. त्याचप्रमाणे दोन्ही पक्षांनी समसमान रक्कम ठेव म्हणून ठेवण्याची सूचना समेटकर्ता दोन्ही पक्षांना करतो. संबंधित रक्कम तीस दिवसात भरणे बंधनकारक असते, अन्यथा कार्यवाही निलंबित केली असे समेटकर्ता जाहीर करतो. अथवा लेखी जाहीरनामा काढतो. कार्यवाही बंद झाल्यास समेटकर्ता प्रत्यक्ष खर्च वजा जाता शिल्लक दोन्ही बाजूंना परत करतो.

तसेच या भागाच्या कलम ८१ नुसार पक्षकारांना समझोता कार्यवाहीतील कोणताही भाग ह्याच प्रकरणी लवाद अथवा न्यायालयीन कामकाज सुरू झाल्यास पुरावा म्हणून उपयोग करता येत नाही.

प्रश्न

प्रश्न १– २० शब्दांत उत्तरे लिहा.

१) लवाद म्हणजे काय ?

२) समझोता म्हणजे काय ?

३) लवाद करार म्हणजे काय ?

४) समेटकर्त्यांची संख्या किती असते ?

प्रश्न २– ५० शब्दांत उत्तरे लिहा

१) लवाद–करार

२) समेटकर्त्यांची भूमिका

प्रश्न ३–१५० शब्दांत लिहा

१) लवादाची व्याख्या स्पष्ट करा आणि लवाद कराराची वैशिष्ट्ये सांगा.

२) मध्यस्थी आणि समझोता संकल्पना स्पष्ट करा.

३) समेटकर्त्यांची कर्तव्ये सांगा.

४) समेटकर्त्यांचे अधिकार स्पष्ट करा.

प्रश्न ४– ५०० शब्दांत लिहा

१) लवाद आणि समझोता म्हणजे काय ? त्यांचे अधिकार आणि कर्तव्ये स्पष्ट करा.

२) समझोता म्हणजे काय हे सांगून त्याच्या कार्यपद्धतीचे सविस्तर वर्णन करा.

❖❖❖

संदर्भग्रंथ सूची

गोविलकर डॉ. विनायक – बौद्धिक संपदा अधिकार, डायमंड पब्लिकेशन्स

पैठणकर डॉ. आर. जी., जाधवर डॉ. एस. यू – व्यवसाय नियामक कायदे,
डायमंड पब्लिकेशन्स

Joseph P. T. - E-Commerce an Indian Perspective
Eastern Book Company

Kulkarni Prof. S. N. - Laws Regulating Business,
Diamond Publications

Rayudu Dr. C. S. - E-commerce, E-Business,
Himalaya Publishing House

Singh Avtar - Law of Arbitration and Conciliation,
Eastern Book Company